നോവൽ

ബാക്കിപത്രം

എസ്. ജയചന്ദ്രൻ നായർ

ഗ്രീൻ ബുക്സ്

green books private limited
gb building, civil lane road, ayyanthole,
thrissur- 680 003, kerala, ph: +91 487-2381066, 2381039
website: www.greenbooksindia.com
e-mail: info@greenbooksindia.com

malayalam
bakkipathram
novel
by
s. jayachandran nair

first published may 2017

cover design : rajesh chalode

branches:
thrissur 0487-2422515
palakkad 0491-2546162
kannur 0497-2763038
thiruvananthapuram 9846670899

isbn : 978-93-86440-36-5

GBPL/907/2017

To-day, i was talking,
when, like a mother
The Past emerged
my past

- **Pablo Neruda**

(Ode to the Past)

ഭാഗം ഒന്ന്

ഒന്ന്

നിനക്ക് തരാൻ ഒന്നുമില്ലാതെ പോയല്ലോ, എന്റെ കുഞ്ഞേ.

മരിക്കുന്നതിന് മുമ്പ് നിനക്കെന്തെങ്കിലും തരണമെന്ന് ഞാൻ ആഗ്രഹിച്ചിരുന്നതാണ്. നിരവധി കൊല്ലങ്ങളായി ആ ആഗ്രഹവുമായി ഞാൻ ജീവിക്കുകയായിരുന്നു.

സൂര്യനും ചന്ദ്രനുമൊന്നുമില്ല, നിനക്കു തരാൻ എന്റെ കൈയിൽ. എന്നാൽ നീ മോഹിച്ചത് ഇത്രയും കാലം ഞാൻ സൂക്ഷിക്കുകയായിരുന്നു. നിനക്കും അതറിയാമായിരുന്നു. അങ്ങനെ നാം തമ്മിലൊരു രഹസ്യഉടമ്പടിയുമായിട്ടായിരുന്നല്ലോ ഇക്കഴിഞ്ഞ കുറേ കൊല്ലങ്ങളായി നടന്നും ഓടിയും ഇരുന്നും നിന്നും പിന്നിട്ടത്. എന്നാൽ, ഒടുവിൽ...

നീ ആഗ്രഹിച്ചതുപോലെ അതു തരാനായി ഒരുങ്ങുമ്പോഴാണ് അറിയുന്നത്, അതിൽ വലിയ സുഷിരം വീണിരിക്കുകയാണെന്നും അതുകൊണ്ട് ഇനിയൊരു പ്രയോജനവുമില്ലെന്നും. കാറ്റൊഴിഞ്ഞ ബലൂൺ പോലെ... കാഴ്ചശക്തി കൂടി നഷ്ടപ്പെട്ടാലോ... ഞാനത് ഭയപ്പെട്ടിരുന്നതാണ്. എങ്കിലും എല്ലാം അവസാനിക്കുന്നത് സന്തോഷത്തിലായിരിക്കുമെന്ന് ഞാൻ വിശ്വസിച്ചിരുന്നു. എന്റെ ജീവിതം മുഴുവൻ അത്തരം മണ്ടത്തരങ്ങൾ നിറഞ്ഞതായിരുന്നു. നെഞ്ചിടിപ്പോടെ അപസർപ്പക നോവലിന്റെ അവസാനത്തിനായി കാത്തിരിക്കുമ്പോൾ, പൊട്ടിവീഴുന്ന സ്ഫടികപാത്രം പോലെയത് ചിതറിപ്പോകുകയാണെന്ന തോന്നൽ എന്നെ സങ്കടപ്പെടുത്തുന്നു. ഇതിനിടയിലാണ് ഞാൻ അറിയുന്നത്, കുഞ്ഞേ ഞാൻ തോറ്റിരിക്കുന്നു. തോൽവിയും ജയവും എന്നെ സന്തോഷിപ്പിക്കുകയോ ദുഃഖിപ്പിക്കുകയോ ചെയ്തിരുന്നില്ല, ഇല്ല, ഞാൻ തോറ്റുപോയി.

രണ്ട്

ഏറെ നാളുകളായി ഞാൻ കാത്തിരിക്കുകയായിരുന്നു അവരെക്കാണാനായി. ആകസ്മികമായി, കഴിഞ്ഞ ദിവസം എനിക്കവരെ കാണാൻ സാധിച്ചു. അവരെക്കുറിച്ച് നിന്നോട് പറയണമെന്ന് പലപ്പോഴും ആലോചിച്ചിരുന്നെങ്കിലും, എന്തോ, മറ്റു പലതുമെന്നതുപോലെ ഇതും മറന്നു

പോയിരുന്നു. എനിക്കറിയാം ഇത്തരം കാര്യങ്ങളിൽ നിനക്ക് വലിയ കൗതുകമുണ്ടെന്ന്. ഒരിക്കൽ സംസാരത്തിനിടയിൽ നീ പറഞ്ഞില്ലേ, ഈശ്വരനില്ലാതെ ജീവിക്കാനാവില്ലെന്ന്. അതു കേട്ടയുടൻ ഞാൻ പറഞ്ഞു: കഴിയും. അത് കേട്ട് എന്നെ നീ നോക്കിയെങ്കിലും ഒന്നും പറഞ്ഞില്ല. ഈ വക കാര്യങ്ങളെപ്പറ്റി സംസാരിക്കാൻ ഇഷ്ടമില്ലാത്തതു കൊണ്ടായിരുന്നില്ല നീ നിശ്ശബ്ദയാവുന്നതെന്ന് എനിക്കറിയാമായിരുന്നു. ചർച്ച ചെയ്ത് തീരുമാനിക്കേണ്ടതല്ല ഇതെന്ന് ഒരുപക്ഷേ നീ വിചാരിച്ചു കാണും. അങ്ങനെ ഞാൻ പറഞ്ഞത് മനപ്പൂർവ്വമായിരുന്നു. ഭാരമെല്ലാം ഈശ്വരനെ ഏല്പിച്ചിട്ട് നീ ഓടിപ്പോയാലോയെന്ന് ഞാൻ ഭയപ്പെട്ടു. എളുപ്പമാണല്ലോ അത്. അങ്ങനെ ചെയ്തിട്ട് എല്ലാ ചീത്ത അനുഭവങ്ങൾക്കും ഈശ്വരനെ പഴിപറയാൻ എത്ര എളുപ്പം.

രാത്രി വൈകുവോളം ദീപാവലി ആഘോഷിച്ച നഗരം ഉണർന്നു തുടങ്ങിയതേയുള്ളു. വീടിനു മുൻവശത്തെ റോഡു മുഴുവൻ തലേന്നത്തെ ആഘോഷങ്ങളുടെ ഓർമ്മകളായി ചിതറിക്കിടക്കുന്ന പടക്കങ്ങളുടെ അവശിഷ്ടങ്ങൾ. പാൽവില്പനക്കാരും പത്രവിതരണക്കാരും എത്തിത്തുടങ്ങിയതേയുള്ളു. കത്തിച്ച പടക്കങ്ങളിൽ നിന്നുള്ള പുക അന്തരീക്ഷത്തിൽ ഉറഞ്ഞു നിന്നിരുന്നു. വെളിച്ചം പടർന്ന് കാറ്റുവീശിത്തുടങ്ങും വരെ അന്തരീക്ഷത്തെ മൂടിനിൽക്കുന്ന ധൂമപ്പാടകൾ തങ്ങിനിൽക്കുമെന്നു തോന്നുന്നു. ജനാലയിലൂടെ ഞാനതു നോക്കിനിൽക്കുകയായിരുന്നു.

അല്പം അകലെ നിന്നും ചിലമ്പിച്ച ശബ്ദത്തിലുള്ള അവരുടെ പാട്ടിന്റെ അലകൾ എന്നെ തേടിവരികയായിരുന്നു. ശിവസ്തുതിയുടെ ഈർപ്പമുള്ള തേവാരം കേട്ടുനിന്ന എന്റെ കണ്ണുകൾ അപ്പോൾ നിറയുകയായിരുന്നു. മുമ്പ്, കഴിഞ്ഞ മാസവും അതിന് തൊട്ടുമുമ്പുള്ള മാസവും നേരത്തെ തീരുമാനിച്ചിരുന്നതുപോലെ കൃത്യമായ ഒരു ദിവസം തേവാരം പാടിക്കൊണ്ട് അവർ നടന്നുപോകുന്നത് നോക്കിനിന്നപ്പോഴും എന്റെ കണ്ണുകൾ നിറഞ്ഞൊഴുകിയിരുന്നു.

വർഷങ്ങൾക്കു മുമ്പ് രാത്രി പന്ത്രണ്ട് മണി കഴിഞ്ഞുകാണും, വഞ്ചിയൂരിലെ ഉപ്പിലാംമൂട് പാലത്തിനടുത്തെത്തിയപ്പോഴാണ് ആ വൃശ്ചിക രാത്രിയിൽ അകലെ നിന്നും പാപനാശം ശിവന്റെ ആലാപനം ഞാൻ കേട്ടു തുടങ്ങിയത്. അവിടുത്തെ റയിൽവേ പാലത്തിനടുത്തായി തഴച്ചുവളർന്നു നിന്നിരുന്ന പാലപൂത്ത മാദകമായ മണം വിമ്മിനിൽക്കുന്ന അന്തരീക്ഷത്തിൽ പാപനാശത്തിന്റെ ആലാപനത്തിലെ ശാന്തമായ തിരകൾ നിറയുകയായിരുന്നു. എന്റെ പത്രപ്രവർത്തന ജീവിതത്തിലെ ആദ്യനാളുകളായിരുന്നു ആ കാലം. ദിനപത്രത്തിന്റെ അച്ചടി തുടങ്ങും വരെ ഞാൻ കാത്തിരിക്കുമായിരുന്നു. പ്രസ്സിൽ നിന്നും പുറത്തുവരുന്ന അടുത്ത ദിവസത്തെ പത്രത്തിന്റെ ആദ്യപ്രതികൾ കൈയ്യിലെടുക്കുമ്പോൾ അച്ചടിമഷിയുടെ മണം മൂക്കിൽ തിരക്കിട്ടു കയറുമായിരുന്നു. പത്രത്തിന്റെ ഒരു പ്രതിയുമായി വീട്ടിലേക്ക് മടങ്ങുകയായിരുന്ന എന്നോടൊപ്പം മറ്റു രണ്ടുപേർ കൂടി ഉണ്ടായിരുന്നു. അപ്പോൾ ഉപ്പിടാംമൂട് പാലം പിന്നിട്ട് ഓവർബ്രിഡ്ജിൽ

വച്ച് ഞങ്ങൾ വഴിപിരിഞ്ഞ് ഞാൻ വടക്കോട്ട് നടന്നു. അർദ്ധരാത്രിയിലുള്ള ബസ്സിനായി അവർ കാത്തു. അവരോട് യാത്ര പറഞ്ഞ ഞാൻ പാപ നാശത്തെ തേടുകയായിരുന്നു. ശൈവപ്രകാശ സഭയിൽ പുലരുംവരെ തോരാത്ത മഴയായിരുന്നു, അർദ്ധരാത്രിയോടെ ആരംഭിച്ച പാപനാശ ത്തിന്റെ ആലാപനം.

വീണ്ടും ഞാൻ അനുഭവിക്കുകയായിരുന്നു പാപനാശം ശിവനെ. അകലെ നിന്നും ഒഴുകിവന്ന തേവാരത്തിലൂടെ.

മൂന്നുപേർ. നടുക്ക് വടിയുമായി വൃദ്ധൻ. ഇരുവശത്ത് രണ്ട് സ്ത്രീകൾ. അലച്ചിലിന്റേയും വിശപ്പിന്റേയും സങ്കടത്തിന്റേയും രൂപങ്ങൾ. ആർക്കോവേണ്ടി അവർ പാടിക്കൊണ്ട് നടക്കുന്നു. ഈശ്വരനെത്തേടി യുള്ള പ്രാർത്ഥനയായിരുന്നോ?

എഴുപതുകഴിഞ്ഞ വൃദ്ധന്റെ ഇടതുവശത്ത് അയാളുടെ കൈകൾ പിടിച്ചുകൊണ്ട് നടന്നിരുന്നത് ഭാര്യയായിരുന്നു. മകളായിരുന്നു വലത്ത്. കഷ്ടിച്ച് ഇരുപത് വയസ്സ് പിന്നിട്ടുകാണും. അവർ മൂന്നുപേരും കാഴ്ച നഷ്ടപ്പെട്ടവരായിരുന്നു. മുമ്പൊരുദിവസം സംഭാഷണത്തിനിടയിൽ കാഴ്ച നഷ്ടപ്പെട്ടവരെ കുരുടൻമാരെന്ന് ഞാൻ വിശേഷിപ്പിച്ചതുകേട്ട് നീരസം പ്രകടിപ്പിച്ച നീ പറഞ്ഞത് ഞാൻ മറന്നിരുന്നില്ല. “കാഴ്ച നഷ്ട പ്പെടുന്നത് അവരുടെ കുറ്റം കൊണ്ടാണോ?”

ഭാര്യയുടേയും മകളുടേയും കൈത്താങ്ങുമായി കരങ്ങളിൽ നിവർത്തിപ്പിടിച്ച ഒരു തുണിക്കഷണവുമായി നടന്നു നീങ്ങിയിരുന്ന അയാളും പാടിക്കൊണ്ടിരുന്നു. പരുക്കൻ ശബ്ദത്തിൽ. കരയുന്നതു പോലെ. ഒരർത്ഥത്തിൽ അതൊരു കേഴലായിരുന്നു. അജ്ഞാതനായ ഈശ്വരനോടുള്ള കേഴൽ. അതിനവർ ഉപയോഗിച്ചത് തേവാരമായിരുന്നു വെന്ന് മാത്രം. പാപനാശം ശിവനും അതുതന്നെയായിരുന്നു ചെയ്ത തെന്ന് ഭക്തിനിർഭരമായ ആ സദസ്സിലെത്തി നിൽക്കുമ്പോൾ എനിക്ക് അനുഭവപ്പെട്ടിരുന്നു. ശങ്കരനെ വിളിച്ചു പാപനാശം കേഴുകയായിരുന്നു വിറയാർന്ന ശബ്ദത്തിൽ.

റോഡിന്റെ അരികിലൂടെ പാടിക്കൊണ്ടു നടന്നിരുന്ന അവരുടെ അടു ത്തേക്ക് ആളുകൾ ഒഴുകിയെത്തുകയായിരുന്നു. സൈക്കിളിൽ വന്ന ഒരു ചെറുപ്പക്കാരൻ പെട്ടെന്ന് അവർക്കടുത്തായി സൈക്കിൾ നിർത്തി ഇറങ്ങി ച്ചെന്നു. കീശയിൽ നിന്നും ചില്ലറകളെടുത്ത് ആ തുണിത്തുണ്ടിൽ അയാൾ ഇട്ടത് ഈശ്വരന് മുന്നിൽ അർഘ്യം അർപ്പിക്കുന്നത് പോലെ യായിരുന്നു. വീട്ടുവേലയ്ക്ക് പോകുന്ന സ്ത്രീകളും, പാൽവില്പനക്കാരും പത്രവിതരണക്കാരും... പെട്ടെന്നായിരുന്നു ആ തുണിത്തുണ്ട് നാണയ ങ്ങളും കറൻസിനോട്ടുകളും കൊണ്ട് നിറഞ്ഞത്. തേവാരം ആലപിച്ചു കൊണ്ട് അപ്പോഴും അവർ നടക്കുകയായിരുന്നു.

എത്ര നേരം ഞാനത് നോക്കിനിന്നുവെന്നത് എനിക്കറിയില്ല. അവർക്ക് പിന്നാലെ നടക്കാനാണ് അപ്പോൾ എനിക്ക് തോന്നിയത്. അങ്ങനെ

ചെയ്യാനാവില്ലെന്ന് എനിക്കറിയാമായിരുന്നു. ദീർഘമായ എന്റെ ജീവിതത്തിൽ ആഗ്രഹിക്കുന്നത് ചെയ്യാനാവാത്ത കാര്യങ്ങളിൽ ഒന്നു കൂടി. ആ മൂവരുമായി എനിക്കെന്തോ ബന്ധമുള്ളതുപോലെ തോന്നിയിരുന്നു. കഷ്ടിച്ച് രണ്ടു മാസങ്ങൾക്ക് മുമ്പ് മാത്രമാണ് ഞാനവരെ കാണുന്നതെങ്കിലും നമ്മൾ പറയാറില്ലേ വിധിയെന്നും കർമ്മഫലമെന്നും മുജ്ജന്മസുകൃതമെന്നുമൊക്കെ. അതിലൊന്നും വിശ്വസിച്ചിരുന്നില്ലെങ്കിലും ചില ഏകാന്ത നേരങ്ങളിൽ അതേപ്പറ്റിയുള്ള ആലോചന എന്നെ വരിഞ്ഞുമുറുക്കാറുണ്ടായിരുന്നു.

കാഴ്ചയില്ലാത്ത ധർമ്മപുരിക്കാരായ അവർ അത്തരത്തിലുള്ള വിധിയുടെ ഭാരം വഹിക്കുകയാണെന്ന് എനിക്കു തോന്നിയില്ല. സൂര്യനും ചന്ദ്രനും മലകളും പൂക്കളും പച്ചപ്പുകളും നിറഞ്ഞ ഈ പ്രപഞ്ചത്തെ കണ്ണുകളിൽ നിറച്ചുകൊണ്ട് തന്നെയായിരുന്നു അവരും ഈ മണ്ണിൽ പെറ്റുവീണതും വളർന്നതും വലുതായതും. നാം വിശ്വസിക്കുന്നതുപോലെ മുജ്ജന്മത്തിലെ ദുഷ്പ്രവൃത്തികൾ മൂലം കാഴ്ച നഷ്ടപ്പെടുകയായിരുന്നില്ല അവർക്ക്.

വഴിപോക്കരിൽ നിന്നുള്ള ഭിക്ഷ സ്വീകരിച്ചു നടന്നുപോകുകയായിരുന്ന അവർക്ക് കുറെ പഴവും ഏതാനും ബിസ്കറ്റ് പൊതികളും നൽകിയ റോഡുവക്കിലെ ഒരു കടയുടമ എന്നോടെന്ന പോലെ പറയുകയായിരുന്നു: എന്റെ കൈയിൽ വേറൊന്നുമില്ല കൊടുക്കാൻ. അയാളുടെ ശബ്ദത്തിൽ വല്ലാത്ത നിസ്സഹായത നിഴലിക്കുന്നുണ്ടായിരുന്നു. എത്രയോ മാസങ്ങളായി അവരെ അയാൾ കാണുകയായിരുന്നു. അകലെ നിന്ന് തേവാരത്തിന്റെ അലകൾ ഇരുവശത്തുമുള്ള കടകളിലും ഭിത്തികളിലും തട്ടി ഒഴുകിവരുന്നതിനിടയിൽ പഴവും ബിസ്ക്കറ്റുകളുമായി കാത്തിരിക്കുന്നത് അയാൾക്കൊരു ആചാരമായിരുന്നു. തമിഴ്നാട്ടിലെ ദിണ്ഡിഗലിൽ നിന്ന് ജീവിതമാർഗ്ഗം തേടിവന്ന അയാൾ ഒരു കടയുടമയാവുന്നതിന് മുമ്പ് പൂക്കച്ചവടക്കാരനായിരുന്നു. അകലെ ഗ്രാമങ്ങളിൽ നിന്ന് പിച്ചിയും ജമന്തിയും കൊഴുന്തും കൊണ്ട് വന്ന് കച്ചവടം നടത്തുന്നവരിൽ ഒരാളായിരുന്നു അയാളും. പൂക്കൾ നിറച്ച ഭാരങ്ങളുമായി പുലർച്ചയ്ക്ക് വരികയും സന്ധ്യയ്ക്ക് മുമ്പ് മടങ്ങിപ്പോവുകയും ചെയ്തിരുന്ന സംഘത്തിൽ ഒരാൾ. ഒരിക്കൽ അയാൾ മടങ്ങിയില്ല. അവിടെയും ഇവിടെയും മറ്റെവിടെയും പോലെ ഈ സ്ഥലവും അയാൾക്ക് തല ചായ്ക്കാൻ ഒരിടം മാത്രമായിരുന്നു. പതുക്കെ അതു മാറി. അയാൾ ചെറിയൊരു കച്ചവടക്കാരനായി. ഭർത്താവായി. അച്ഛനായി. ആരെയും വഞ്ചിക്കാതെ ഇവിടം വരെയെത്തി. തേവാരം പാടിക്കൊണ്ടുവന്ന അവർക്ക് പഴവും ബിസ്കറ്റും നൽകിയ ശേഷം കടയിൽ കയറുമ്പോൾ അയാളുടെ മുഖം കലുഷമായിരുന്നു. ആരുടെയും മുഖത്തു നോക്കാനാവാതെ അയാളിരുന്നു. കണ്ണുകളിൽ നിന്ന് ഒന്നു രണ്ടു കണ്ണുനീർത്തുള്ളികൾ ഇറ്റുവീണു. മൗനമായി അയാൾ കരയുകയായിരുന്നു.

പഴവും ബിസ്കറ്റ് പൊതികളും തുണിത്തുണ്ടിൽ വയ്ച്ചിട്ട് അവരുടെ മുഖത്ത് അയാൾ നോക്കിനിന്നു. ആരുടേയും ഹൃദയമിടിപ്പുകളെ

ഇരട്ടിയാക്കുന്നതായിരുന്നു ആ വൃദ്ധന്റെ മുഖം. കണ്ണുകൾക്ക് പകരം രണ്ടു കുഴികൾ. അവയിൽ നിന്നൊലിച്ചിരുന്ന നനവ് മുഖത്താകെ പറ്റിച്ചേർന്നിരുന്നു. മൂക്കിന്റെ ഒരറ്റമില്ലായിരുന്നു. മൂർച്ചയേറിയ ആയുധം കൊണ്ടുണ്ടായ മുറിവുപോലെ മുഖത്തു നെടുകെ ഒരു പാട് പതിഞ്ഞു കിടന്നു. നെറ്റി നിറയെ വിഭൂതിയും ചന്ദനവും കുങ്കുമവും. പിഞ്ചിത്തുടങ്ങിയ അരകൈയ്യൻ ഷർട്ട്. അതിനു മുകളിലൂടെ ഓട്ട വീണ ഷാൾ കൊണ്ട് മൂടിയിരിക്കുന്നു. കഷ്ടിച്ച് മുട്ടറ്റം വരെ നീളുന്ന മുണ്ട്. ചുറ്റും നടക്കുന്നതൊന്നും അയാൾ അറിയുന്നുണ്ടായിരുന്നില്ല. ഇടതുവശത്തെ കൈത്താങ്ങിൽ ശരീരത്തിന്റെ ഭാരം ഏല്പിച്ച് അയാൾ പാടിക്കൊണ്ട് നടന്നു. ഒരേ വരികൾ. പരുക്കൻ ശബ്ദത്തിൽ. അത് ഏറ്റുപാടിയിരുന്ന അയാളുടെ ഭാര്യയുടെ കണ്ണുകളുടെ സ്ഥാനത്തും കുഴികളായിരുന്നു. മുഖത്തു നിന്നും അടർന്നുപോയ തൊലികളിലൂടെ ഞരമ്പുകൾ കാണാമായിരുന്നു. മഞ്ഞച്ചരടുകൊണ്ട് കെട്ടിയ ചിതറിയ തലമുടിനാരുകൾക്കിടയിൽ തലേന്നു ചൂടിയ വാടിയ മഞ്ഞജമന്തിപ്പൂവ്. അച്ഛന്റെ വലതുകരത്തിൽ മുറുകെ പിടിച്ചിരുന്ന മകളുടെ കണ്ണുകൾ അടഞ്ഞിരുന്നു. കാഴ്ചശക്തി ഇല്ലാത്ത കണ്ണുകൾ. നീണ്ട മൂക്കും വിടർന്ന ചുണ്ടുകളും വീതിയുള്ള നെറ്റിയും. പിന്നിൽ പറന്നുകിടക്കുന്ന നീളൻ തലമുടിയിഴകളുടെ അറ്റത്ത് ചുവന്ന റിബണിൽ കോർത്ത പിച്ചിപ്പൂമാല.

അച്ഛന്റെയും അമ്മയുടെയും പരുക്കൻ ശബ്ദത്തെ മയപ്പെടുത്തുന്ന സ്വരത്തിൽ അവളും പാടിക്കൊണ്ടു നടന്നു. ധരിച്ചിരുന്ന വസ്ത്രങ്ങൾ പഴയവയായിരുന്നെങ്കിലും മൂന്നുപേരും കുളിച്ചു വൃത്തിയായിരുന്നുവെന്ന് സൂചിപ്പിച്ചുകൊണ്ട് അവരുടെ മുഖങ്ങളിലും ശരീരത്തിലെ മറ്റു ഭാഗങ്ങളിലും നിറഞ്ഞിരുന്നു എണ്ണമിഴുക്ക്.

എല്ലാ മാസവും കൃത്യമായ ഒരു ദിവസം മാത്രം അവർ പാടിക്കൊണ്ടു നടന്നുപോകുന്നു. വഴിപോക്കരുടെയും കട ഉടമകളുടേയും കൂലിവേലിക്കാരുടെയും വീട്ടുജോലിക്കാരികളുടേയും കാരുണ്യത്തിൽ ജീവിക്കുന്ന ഒരു കുടുംബം.

എവിടെ നിന്നവർ വരുന്നു, എവിടേക്ക് പോകുന്നു? അതൊന്നും ആരും അന്വേഷിച്ചില്ല. എത്രയോ പേർ വരികയും പോകുകയും ചെയ്യുന്നു. അവസാനിക്കാത്ത ആ യാത്രയിൽ മൂന്നുപേർ.

എന്നാൽ ദയാരഹിതം മാത്രമല്ല ക്രൂരരുമാണ് നാമെന്ന് അവരുടെ കഥ എന്നോട് പറഞ്ഞു. അതു വിശ്വസിക്കാതിരിക്കാൻ ഞാൻ ആഗ്രഹിച്ചു. പക്ഷേ, എനിക്കതിനു കഴിയുമായിരുന്നില്ല. സത്യം മുഖത്ത് നോക്കിനിൽക്കുമ്പോൾ എനിക്കൊന്നും ചെയ്യാനാകുമായിരുന്നില്ല. കണ്ണടച്ചിരുന്നു നോക്കി ഞാൻ. അപ്പോൾ അടച്ചുപൂട്ടിയ കണ്ണുകൾക്കിടയിലൂടെ ആ കഥ കയറി വന്ന് ഭയപ്പെടുത്തിയിരുന്നു.

ധർമ്മപുരിക്കാരനായിരുന്ന അയാൾ അന്ധനായിരുന്നില്ല. അയാൾക്ക് കാഴ്ചശക്തി ഉണ്ടായിരുന്നു. ഭാര്യയ്ക്കും. പിന്നീട് അവർ ആവശ്യപ്പെടാതെ ജീവിതത്തിലേക്കു കടന്നുവന്ന അവരുടെ മകൾ ജന്മനാ

അന്ധയായിരുന്നു. അച്ഛന്റേയും അമ്മയുടെയും മുഖം അവൾ കാണരുതെന്ന് ആരായിരുന്നു തീരുമാനിച്ചത്?

മഴ മുടങ്ങിയതിന്റെ ഫലമായി ഉണ്ടായ വരൾച്ചയിൽ ധർമ്മപുരിയിലെ ജീവിതം ദുരിതപൂർണ്ണമായ വേളയിലായിരുന്നു ആ സംഭവം. കൃഷിയിൽ നിന്ന് മിച്ചംപിടിച്ച കുറേ രൂപയും മദ്ധ്യവയസ്സായെങ്കിലും സൗന്ദര്യം ചോർന്നുപോകാത്ത ആ സ്ത്രീയുടെ ശരീരവും ഗ്രാമത്തിലെ ചിലർ ചേർന്ന് അപഹരിച്ചു. അവരെ നേരിട്ട ആ സ്ത്രീയുടെ കണവന് നഷ്ടപ്പെട്ടത് കാഴ്ചശക്തി മാത്രമായിരുന്നില്ല. ആസിഡ് ഒഴിച്ച് അയാളുടെ മുഖവും ശരീരവും എരിച്ചും കരിച്ചും കുത്തിപ്പൊട്ടിച്ചതുകൊണ്ട് പിന്നീട് നടന്നതൊന്നും അയാൾക്ക് കാണേണ്ടി വന്നില്ല. കുറ്റിക്കാട്ടിൽ വലിച്ചിഴയ്ക്കപ്പെട്ട അയാളുടെ ഭാര്യയ്ക്ക് ഒരിക്കലും കാണാനാവാത്ത വിധം അവരുടെ സ്വപ്നങ്ങൾ നിറഞ്ഞ ആ വീടും കത്തിയെരിക്കപ്പെട്ടു. എല്ലാം അവർക്ക് നഷ്ടപ്പെട്ടു. കണ്ണു നഷ്ടപ്പെട്ട ഭർത്താവുമായി ധർമ്മപുരിയിൽ നിന്ന് ഓടിപ്പോയ അയാളുടെ ഭാര്യ വിലപിക്കുകയോ നിലവിളിക്കുകയോ ചെയ്തില്ല. വളരെ കുറച്ചുമാത്രം സംസാരിക്കുന്ന പ്രകൃതക്കാരിയായിരുന്ന ആ സ്ത്രീ പിന്നീടൊരിക്കലും സംസാരിച്ചില്ല. ഭർത്താവിനെ കൈയിൽ താങ്ങിക്കൊണ്ടു നടന്നിരുന്ന ആ സ്ത്രീ ഒരു ദിവസം തന്റെ കണ്ണുകൾ കുത്തിപ്പൊട്ടിച്ചു. ഭർത്താവിന് നഷ്ടപ്പെട്ട കാഴ്ചയെന്ന സൗഭാഗ്യം തനിക്കും വേണ്ടെന്ന് ആ സ്ത്രീ തീരുമാനിച്ചു. എന്നാൽ ജനിച്ചുവളർന്ന ഗ്രാമത്തിന്റെ ക്രൂരതയുടെ അടയാളമായി താൻ ഉദരത്തിൽ പേറിയിരുന്ന ജീവനെ പക്ഷെ ആ അമ്മ നശിപ്പിച്ചില്ല.

ആരോ മെനഞ്ഞെടുത്ത ഒരു കഥയാണോ അത്. ദിണ്ഡിഗൽ കാരനായ ആ കടയുടമയ്ക്ക് ആ കഥയിൽ സംശയമുണ്ടായിരുന്നില്ല. അയാൾക്ക് അതൊരു സാധാരണ സംഭവം മാത്രമായിരുന്നു. അവിശ്വാസത്തിന്റെ അങ്കലാപ്പിൽപ്പെട്ടു നിൽക്കുന്ന എന്നോട് അയാൾ ആവർത്തിച്ചു ജീവിതത്തിലൊരിക്കൽ പോലും താൻ നുണ പറഞ്ഞിട്ടില്ലെന്ന്. അയാൾ പറഞ്ഞത് ശരിയായിരിക്കുമെന്ന് ഞാൻ വിശ്വസിച്ചു. നുണ പറയാത്തവരാണ് പാവപ്പെട്ടവർ എന്ന് എനിക്കറിയാമായിരുന്നു.

റോഡിൽ തിരക്ക് കൂടി വരികയായിരുന്നു. വാഹനങ്ങളുടെ മുറവിളികൾ. വഴിപോക്കരുടെ സംസാരങ്ങൾ. അതിനിടയിൽ അവരും അവരുടെ പാട്ടും അകന്നുകഴിഞ്ഞിരുന്നു. അവ്യക്തമായ ഏതോ ശബ്ദത്തിന്റെ ബലഹീനമായ മന്ത്രണം പോലെയായി അത്.

വീണ്ടും അവരെ കാണുമെന്ന് എനിക്കുറപ്പുണ്ടായിരുന്നു. ഓർമ്മകൾ നഷ്ടപ്പെട്ട അവരെ വീണ്ടും കാണേണ്ടത് എന്റെ ആവശ്യമായി എനിക്കു തോന്നി. അവർ വീണ്ടും എത്തിയില്ലെങ്കിൽ എന്തൊക്കെയോ അപകടം ഉണ്ടാകുമെന്ന ദുശ്ശങ്കയുമായി മടങ്ങുമ്പോൾ സുഭദ്രാമ്മ എന്നെ കാത്തിരിക്കുകയായിരുന്നു. അമേരിക്കയിൽ പാർക്കുന്ന രണ്ടു മക്കളോടൊപ്പം ഏതാനും ദിവസം ചെലവിട്ടശേഷം മടങ്ങിയ അയൽക്കാരിയായ അവർക്ക് എന്നെ അറിയിക്കാൻ അതിപ്രധാനമായ ഒരു വിവരമുണ്ടായിരുന്നു.

മൂന്ന്

വീടിന്റെ അകത്തളത്തിൽ കയറിച്ചെന്ന എന്നെ കണ്ട് സുഭദ്രാമ്മ എഴുന്നേറ്റു. ചായകുടിക്കുന്നതിനിടയിൽ അമേരിക്കയിലെ വിശേഷങ്ങൾ ഭാര്യയുമായി അവർ പങ്കുവയ്ക്കുകയായിരുന്നു.

കഴിഞ്ഞ ദിവസമാണ് മടങ്ങിവന്നതെന്ന ആമുഖത്തോടെ മടക്കയാത്രയിൽ കൂട്ടുകാരിയായ പ്രിയയോടൊപ്പം ലണ്ടനിൽ തങ്ങിയതു പറയാൻ തുടങ്ങിയ അവർ എന്റെ മുഖത്തു നോക്കിയിട്ട് കുറച്ചുനേരം മിണ്ടാതിരുന്നു. മേശപ്പുറത്ത് അവർ കൊണ്ടുവന്ന ചോക്ലേറ്റ് പാക്കറ്റുകൾ. അവയ്ക്കടുത്തായി ആവി പാറുന്ന ചായപ്പാത്രം. പൊടുന്നനേ അവർ സംസാരം നിർത്തിയതിൽ ഉൽക്കണ്ഠയോടെ നോക്കിയിരിക്കുന്ന ഭാര്യ.

"ഇനി മടങ്ങുന്നില്ലെന്നും പറഞ്ഞ് പ്രിയയും എന്നോടൊപ്പം വന്നിട്ടുണ്ട്. ഈശ്വരാ..." അവർ നിർത്തി. എന്നിട്ട് അവർ അതു മുഴുമിപ്പിച്ചു.

"ആർക്കും ഇങ്ങനെ ഒരനുഭവം ഉണ്ടാക്കരുതേ...."

വീണ്ടും സുഭദ്രാമ്മ നിശ്ശബ്ദയായി. ചായക്കപ്പെടുത്തുകൊണ്ട് എന്റെ അടുത്തേക്ക് അവർ വന്നു.

"പ്രിയയെ ഓർമ്മയില്ലേ?"

അപ്പോൾ എനിക്കും അവർക്കുമിടയിലായി ഏതാണ്ട് മുപ്പതിൽപ്പരം കൊല്ലങ്ങൾ ഇടിഞ്ഞുവീഴുകയായിരുന്നു.

അവരുടെ ചോദ്യത്തിന് ഒരു മൂളൽ കൊണ്ടു മറുപടി പറഞ്ഞിട്ട് പതറി നിൽക്കുകയായിരുന്ന ഭാര്യ ശാരദയോടായി ഞാൻ പറഞ്ഞു.

"തേവാരം പാടുന്നവർ ഇപ്പോൾ പോയതേയുള്ളു."

"തേവാരം പാട്ടുകാരോ? ആരാണവർ"

സുഭദ്രാമ്മയോട് അവരെക്കുറിച്ച് സംസാരിക്കാൻ ഞാനിഷ്ടപ്പെട്ടില്ല.

അന്നു മുഴുവൻ പുറത്തിറങ്ങാതെ ഞാൻ മുറിയിലിരുന്നു. ഉറങ്ങിയും പുസ്തകങ്ങൾ മറിച്ചുനോക്കിയും ഇടയ്ക്ക് പലതുമാലോചിച്ചും. പോക്കുവെയിലിന്റെ അവശേഷിക്കുന്ന സ്വർണ്ണത്തുണ്ടുകൾക്കിടയിലൂടെ സന്ധ്യ ഈറൻ നിറഞ്ഞ തലമുടി വിതിർത്തിടുകയായിരുന്നു. ഞാൻ കാണാതെ കടന്നുപോയ സന്ധ്യകളും പ്രഭാതങ്ങളും. രാത്രി പന്ത്രണ്ടു മണിക്കുശേഷം വീട്ടിൽ വന്നിരുന്ന കാലം. കവിതകളിലും കഥകളിലും മാത്രം പ്രകാശധൂളികൾ പരത്തിക്കൊണ്ട് പുലരുകയും പൊഴിയുകയും ചെയ്തിരുന്ന പുലർച്ചകൾ.

അതുപോലെ സന്ധ്യകളും. എന്നാൽ രാത്രികൾ എനിക്ക് സ്വന്തമായിരുന്നു. ഒരു ദിവസം പോലും മുടങ്ങാതെ അർദ്ധരാത്രി പന്ത്രണ്ടിനു ശേഷം നഗരത്തിലെ പ്രധാന റോഡ് ഞങ്ങൾ മൂന്നുപേർ കൈയ്യടക്കിയിരുന്ന കാലം. ഓവർബ്രിഡ്ജിൽ വച്ച് ഞങ്ങൾ അന്നത്തേക്ക് പിരിയുമായിരുന്നു, അടുത്ത ദിവസം ഉച്ചയ്ക്കുശേഷം മൂന്നുമണിക്ക് ഓഫീസിൽ

എത്താമെന്ന മൗന ഉറപ്പുമായി. വടക്കോട്ടുള്ള റോഡിലൂടെ നടക്കുന്ന ഞാൻ ക്രമേണ ബീറ്റുകാരായ കോൺസ്റ്റബിൾമാർക്കും കടകളുടെ സൂക്ഷിപ്പുകാർക്കും പരിചിതനായി. ചില ദിവസങ്ങളിൽ സൂക്ഷിപ്പുകാരിലൊരാൾ എന്നോടൊപ്പം വരാറുണ്ടായിരുന്നു. അയാൾ ഒന്നും സംസാരിച്ചിരുന്നില്ല. വടി നിലത്തടിച്ച് ഒച്ചയുണ്ടാക്കിക്കൊണ്ട് എന്നോടൊപ്പം വരുമായിരുന്ന അയാൾ ശാസ്താംക്ഷേത്ര വളവിൽ വച്ച് കൂട്ടുപിരിയും. ഉറക്കത്തിലായ ശാസ്താ ക്ഷേത്രത്തിന്റെ വിജനമായ വെളിമ്പറമ്പിൽ രാത്രിയുടെ അവസാനയാമം ചെലവിടാനായി. ഒന്നുരണ്ട് വർഷങ്ങൾക്കിടയിൽ മൂന്നാല് വട്ടം മാത്രമാണ് എന്നോടയാൾ സംസാരിച്ചിരുന്നത്. ഒരിക്കൽ എന്റെ അടുത്തുവന്നിട്ട് അയാൾ ചോദിച്ചു:

"സാർ, ഗർഭാശയ കാൻസറിന് ഔഷധമില്ലേ?"

തെരുവുവിളക്കിന്റെ മഞ്ഞവെളിച്ചം അയാളുടെ മുഖത്ത് വീണു കിടന്നു. വാർദ്ധക്യത്തിന്റെ പാടുകൾ വീണ മുഖം. വെളിച്ചം കെട്ട കണ്ണുകൾ. തണുപ്പിൽ വിറയ്ക്കുന്നതു പോലെ അയാളുടെ ശബ്ദം പതറിയിരുന്നു.

"റീജനൽ കാൻസർ സെന്റർ അറിയാമോ? അവിടെ പോയാൽ മതി."

എന്റെ മറുപടി ആശ്വാസമായില്ലെന്ന് അയാളുടെ മുഖത്തു പരന്ന അവിശ്വാസത്തിന്റെ നിഴൽ വ്യക്തമാക്കി.

"ഓ. പാവപ്പെട്ട നമുക്കൊക്കെ അവിടെ കയറിച്ചെല്ലാനൊക്കുമോ?"

അതും പറഞ്ഞിട്ട് അയാൾ നടത്തയ്ക്ക് വേഗതകൂട്ടി. പിന്നീട് അയാൾ ഒന്നുമുരിയാടിയില്ല. ഞങ്ങൾക്കിടയിലുള്ള അപരിചിതത്വത്തിന്റെ അകലം ഒട്ടും കുറഞ്ഞില്ല. അതിനുശേഷം എത്ര മാസങ്ങൾ കൊഴിഞ്ഞുപോയെന്ന് ഞാൻ മറന്നുപോയിരുന്നു. പൊടുന്നനേ അയാൾ അപ്രത്യക്ഷനായി. ടാർറോഡിൽ പ്രതിധ്വനിക്കുമായിരുന്ന അയാളുടെ വടിയുടെ ശബ്ദം കേൾക്കാനായി എന്റെ കാതുകൾ കാത്തിരുന്നു. അയാളെയും അയാളുടെ ചോദ്യത്തേയും ഞാൻ മറന്നുതുടങ്ങിയിരുന്നു. അപ്പോൾ വീണ്ടും അയാൾ വന്നു. മുമ്പത്തെപ്പോലെ പിന്നാലെ വരികയും ശാസ്താക്ഷേത്രത്തിലെ വെളിമ്പറമ്പിലേക്ക് പോവുകയും ചെയ്തു. അതിനിടയിൽ ഒരു ദിവസം പഴയതുപോലെ അയാൾ എന്റെ അടുത്തുവന്നു പറഞ്ഞു:

"സാർ, ഞാൻ നാട്ടിലേക്ക് മടങ്ങിപ്പോവുകയാണ്. അവൾ മരിച്ചുപോയി."

എന്നെങ്കിലും ഒരു നാൾ അയാളെ കണ്ടെത്തണമെന്ന് അപ്പോൾ വിചാരിച്ചെങ്കിലും അതും ഓർമ്മയായി. നിരവധി രാത്രികൾ. നിർജനമായ തെരുവുകൾ. മങ്ങിമയങ്ങിക്കത്തുന്ന വിളക്കുകൾ. അപ്പോൾ അവ എനിക്കു നൽകിയിരുന്ന സ്വാസ്ഥ്യം. എനിക്കുവേണ്ടി എല്ലാം ശബ്ദരഹിതമാകുന്നതുപോലെ.

വർഷങ്ങൾക്ക് മുമ്പ് കോളേജിൽ പഠിച്ചിരുന്ന കാലത്തെ വൈകുന്നേരങ്ങൾ കൊച്ചുകൊച്ചു സന്തോഷങ്ങൾ നൽകിയിരുന്നു. മെഡിസിൻ

പഠനം പൂർത്തിയാക്കി ലണ്ടനിൽ നിന്ന് കൂടെ കൊണ്ടുവന്ന ആകർഷകമായ ഗൃഹങ്ങളുടെ മാതൃകയിൽ ഡോക്ടർ കേശവൻ പണിത വീടിനു പിന്നിലുള്ള അതി വിശാലമായ പറമ്പ് വേനൽക്കാലത്ത് പന്തുകളിക്കളമായി മാറുന്നത് എന്നെപ്പോലുള്ളവർ കാത്തിരുന്ന ഒരു കാലമുണ്ടായിരുന്നു. ഡോക്ടറുടെ മകൻ ശശിയുടെ സൈക്കിളിന്റെ പിന്നിലിരുന്ന് പന്തുകളിക്കാൻ പോകുന്നതിന്റെ പ്രധാന കാരണം ഡോക്ടറുടെ ഊണുമുറിയിൽ കാത്തിരിക്കുന്ന വിവിധ തരം മധുര പലഹാരങ്ങളായിരുന്നു. എന്നെ ഊട്ടാൻ സ്നേഹം ഇറ്റുവീഴുന്ന അവന്റെ അമ്മയുടെ പെരുമാറ്റം പിന്നീടൊരിക്കലും ആരിൽ നിന്നുമെനിക്കനുഭവിക്കാനായില്ല. പഠിത്തത്തിൽ നിന്നും അകന്നുപോയിരുന്ന ശശിയെ എന്നോടൊപ്പമുള്ള സഹവാസം മടക്കിക്കൊണ്ടുവരാനാകുമെന്ന് ആ അമ്മ കരുതി. ഒരേ ഒരു മകൻ. അച്ഛനെപ്പോലെ അവനും ഡോക്ടറായി കാണാൻ അവർ ആഗ്രഹിച്ചിരുന്നു. പക്ഷേ ശശിക്കതിലായിരുന്നില്ല താൽപ്പര്യമെന്ന് ഞാൻ മനസ്സിലാക്കിയിരുന്നു. കോളേജ് പഠനം പൂർത്തിയാക്കിയാൽ നാടുവിടാൻ അവൻ തീരുമാനിച്ചിരുന്നു. ബിരുദധാരികൾക്ക് വ്യോമസേനയിൽ നിരവധി അവസരങ്ങളുണ്ടെന്ന് അവൻ അറിഞ്ഞിരുന്നു. സംഭാഷണത്തിൽ അതേപ്പറ്റി സംസാരിക്കവെ വീട്ടിലെ കർശന നിയന്ത്രണങ്ങളോട് വിടപറയാനുള്ള ഒരേ ഒരു വഴി നാടുവിടുകയാണെന്ന് അവൻ കണ്ടെത്തിയതായി ഞാൻ മനസ്സിലാക്കി.

അതൊരവധിദിവസമായിരുന്നു. അമ്മയുമൊത്ത് തുണിക്കടയിൽ പോകാനായി വീട്ടിൽനിന്നിറങ്ങിയത് യാദൃശ്ചികമായിരുന്നുവെങ്കിലും എന്റെ ജീവിതത്തെ ആഴത്തിൽ സ്വാധീനിച്ച മറ്റൊരു സംഭവമുണ്ടായിട്ടില്ലെന്ന് നിശ്ചയമാണ്. ഒരു വർഷം പിന്നിട്ടിരുന്നു കോളേജിൽ ചേർന്നിട്ട്.

"മുണ്ടുടുക്കുന്നത് മാറ്റി പാന്റ് ഇട്ടുകൂടേ നിനക്ക്."

നടക്കുന്നതിനിടയിൽ അമ്മ ചോദിച്ചു. ഞാനൊന്നും മിണ്ടിയില്ല. ഞങ്ങൾക്കിടയിൽ മൂന്നാമതൊരു യാത്രക്കാരനായി മൗനം എത്തുകയായിരുന്നു.

"ആ കുട്ടിയുമായി അടുപ്പം വേണ്ട."

ആരോടോയെന്നപോലെ അമ്മ പറയുകയായിരുന്നു.

ഹൃദയാഘാതത്തിൽ മരിച്ച അച്ഛന്റെ ഒഴിവിൽ അഡ്വക്കേറ്റായി പ്രാക്ടീസ് ചെയ്തിരുന്ന അമ്മ ഉദ്യോഗസ്ഥയായത് കൃത്യമായ ചില കണക്കുകൂട്ടലുകളുടെ അടിസ്ഥാനത്തിലായിരുന്നുവെന്ന് എനിക്കറിയാമായിരുന്നു. എനിക്ക് പുറമെ മൂന്നുമക്കൾ. മൂന്നും പെൺകുട്ടികൾ. വിദ്യാർത്ഥികളായിരുന്ന മക്കളുടെ ഭാവിഭദ്രമാക്കുന്നതിനോടൊപ്പം മറ്റൊരു മോഹം അമ്മ രഹസ്യമായി സൂക്ഷിച്ചിരുന്നോ? തഹസീൽദാരായിരുന്നു അച്ഛൻ ദാമോദരൻ നായർ. അച്ഛന്റെ ആശ്രിതയെന്ന നിലയിൽ താലൂക്കാഫീസിലെത്തുന്നതോടെ തനിക്ക് ഉയരാൻ നിയമബിരുദം ഉപകരിക്കുമെന്ന് അമ്മയ്ക്കറിയാമായിരുന്നു. തുണിക്കടയുടെ നടയിലെത്തിയപ്പോൾ ഞാൻ പറഞ്ഞു:

"എനിക്ക് പാന്റും ഷർട്ടുമൊന്നും വേണ്ട."

തുണിക്കടയിൽ കയറാതെ മടങ്ങുകയായിരുന്നു അമ്മയുടെ അതിനുള്ള മറുപടി.

ഗേറ്റ് തുറന്ന് വീട്ടിനകത്തേക്ക് കയറും മുമ്പ് അമ്മ ഓർമ്മിപ്പിച്ചു.

"ഞാൻ പറഞ്ഞത് മോൻ മറക്കരുത്!"

മറുപടി പറഞ്ഞില്ലെങ്കിലും അത് അനുസരിക്കാൻ ഞാൻ തീരുമാനിച്ചു. ഏതാനും മാസങ്ങളായി എല്ലാ വൈകുന്നേരങ്ങളിലും സ്കൂളിൽ നിന്നും മടങ്ങുമ്പോഴോ അമ്പലത്തിൽ തൊഴാൻ വരുമ്പോഴോ വായനശാലയിൽ നിന്ന് പുസ്തകങ്ങൾ കൊണ്ടുവരുമ്പോഴോ കാണുകയും അന്യോന്യം ഒരു വാക്കുപോലും കൈമാറാതെ മൗനഭാഷയിലൂടെ സംസാരിക്കുകയും ചെയ്തിരുന്ന അടുപ്പമായിരുന്നു അവളുമായി എനിക്ക്. സ്ഥലം മാറിവന്ന ഉയർന്ന ഒരു ഉദ്യോഗസ്ഥന്റെ മകളായിരുന്ന അവൾ വീട്ടിനടുത്തുള്ള സ്കൂളിൽ ഒമ്പതാം സ്റ്റാൻഡേർഡിൽ ചേരുമ്പോൾ രണ്ടു ക്ലാസുകളുടെ ഇളപ്പം ഞങ്ങൾ തമ്മിലുണ്ടായിരുന്നു.

ഒരു ദിവസം വൈകിട്ട് ശശിയുടെ സൈക്കിളിന്റെ പിന്നിലിരുന്നു പോകുമ്പോൾ രണ്ടു സ്നേഹിതകളുമായി അവൾ ഞങ്ങൾക്കെതിരെ നടന്നുവരികയായിരുന്നു. വയലറ്റ് പുള്ളികളുള്ള വെള്ള സിൽക്കിലുള്ള പാവാടയും ചുവന്ന കരയുള്ള വെള്ള ബ്ലൗസും. നെറ്റിയിലൂടെ വാർന്നു വീണിരുന്ന മുടിയിഴകളെ മാടിയൊതുക്കി അവൾ തലയുയർത്തിയത് എന്റെ മുഖത്തേക്കായിരുന്നു. തിളക്കമുള്ള കണ്ണുകളിൽ നിന്ന് പരൽമീനുകൾ പുറത്തേക്ക് തെറിച്ചുവീഴുകയായിരുന്നു. അതിനുശേഷം ഒരു കൊല്ലം. ഒരു ദിവസം പോലും മുടങ്ങിയില്ല.

ഞാൻ പിന്നിട്ട ക്ലാസുകളിലെ നോട്ടുബുക്കുകൾ ഒരു കൂട്ടുകാരിയിലൂടെ അവൾ വാങ്ങിയത് അറിഞ്ഞായിരിക്കണം ഞങ്ങൾ തമ്മിൽ അടുപ്പമുണ്ടെന്ന വിചാരത്തിൽ അമ്മയെത്തിയതെന്നു തോന്നി.

പ്രതാപികളായിരുന്ന കുറുപ്പൻമാരുടെ കുടുംബത്തിലെ ഒരു സുവർണ്ണനൂലായിരുന്ന അവളെയും അവളുടെ കുടുംബത്തെയും അമ്മ ഇഷ്ടപ്പെട്ടിരുന്നില്ലെന്ന് എനിക്കറിയാമായിരുന്നു. അവരുടെ ധനപ്രമാണിത്തത്തെ വെറുത്തതുപോലെ അവരുടെ കുടുംബ പാരമ്പര്യത്തേയും, ഔദ്യോഗിക ജീവിതത്തിലെ ഉന്നതങ്ങളിൽ എത്തിയിരുന്ന ആ കുടുംബത്തിലുള്ളവരുടെ അധികാരത്തേയും അമ്മ നിരാകരിച്ചിരുന്നു. അത്തരം അവകാശങ്ങളൊന്നും ഉയർത്തിക്കാണിക്കാൻ അമ്മയ്ക്കില്ലായിരുന്നു. ഒരു ഇടത്തരം കുടുംബത്തിൽപ്പെട്ട രുഗ്മിണിയമ്മ നിയമബിരുദം നേടിയതിന്റെ പിന്നിൽ കഠിനയാതനകളുടെ പരമ്പരയുണ്ടായിരുന്നു. തഹസീൽദാരുടെ പത്നിയായി ഭർത്താവിന്റെ മരണശേഷം താലൂക്കാഫീസിലെ ഉദ്യോഗസ്ഥയായി ആ ഓഫീസിലെ സവിശേഷതയായ കൈക്കൂലിക്കാരുടെ സംഘത്തിലൊരാളായി ധനികയായെങ്കിലും ഒരു തരം അധമബോധം അമ്മ കൂടെക്കൊണ്ടുനടന്നു. എല്ലാ മാസവും

അവസാനദിവസമായിരിക്കും ആ മാസത്തെ അനധികൃതവരുമാനം അമ്മയും സഹപ്രവർത്തകരും പങ്കിട്ടെടുക്കുന്നത്. പത്തുപേരടങ്ങുന്ന ആ ഉദ്യോഗസ്ഥ സംഘത്തിനു അതൊരു അത്യാകർഷകമായ വരുമാന മായി. ചിലപ്പോൾ അതേപ്പറ്റി സംസാരിക്കവേ അമ്മ പറയുമായിരുന്നു.

"ആ വരുമാനം കാരണം ശമ്പളത്തിൽ നിന്ന് അല്പം മിച്ചംപിടിക്കാൻ കഴിഞ്ഞു."

അതിനോടുള്ള എന്റെ വിരോധവും എതിർപ്പും അമ്മ ഗൗരവമാക്കി യില്ല.

"മോൻ കുട്ടിയല്ലേ. ഒരല്പം ആദർശം ഈ പ്രായത്തിൽ സ്വാഭാവിക മാണ്. കുറച്ചു കഴിയുമ്പോൾ പാമ്പ് പടം ഊരുംപോലെ അതെല്ലാം പോവും." മറ്റൊരിക്കൽ അതു പറഞ്ഞ് അമ്മ സ്വയം ചിരിക്കുമായി രുന്നു.

ശമ്പളത്തിനു പുറമെയുള്ള വരുമാനത്തോടുള്ള എന്റെ എതിർപ്പാ യിരുന്നോ ആ കുട്ടിയുമായുള്ള എന്റെ അടുപ്പത്തെ നിഷേധിക്കാൻ അമ്മയെ പ്രേരിപ്പിച്ചത്? ആ കുട്ടിയുമായി ഏത് തരം അടുപ്പമാണ് എനി ക്കുള്ളതെന്ന് ആരായാൻ അമ്മയ്ക്ക് താല്പര്യമില്ലായിരുന്നു. ആ അടുപ്പം കൊണ്ട് ദോഷമോ അപകടമോ ഉണ്ടാകുമെന്ന ആശങ്കയും അമ്മയ്ക്കു ണ്ടായിരുന്നില്ല. അതിൽ നിന്നും അകറ്റിയാൽ വരുതിയിൽ എന്നെ നിർത്താമെന്ന വിശ്വാസമായിരുന്നോ അമ്മയെ സ്വാധീനിച്ചത്?

ആൺമക്കളോട് അമ്മമാർക്കുള്ള അസാധാരണമായ വാത്സല്യമോ മകൻ നഷ്ടപ്പെടുമെന്ന ഉൽകണ്ഠയോ ആയിരുന്നില്ല അങ്ങനെ പറയാൻ അമ്മയെ പ്രേരിപ്പിച്ചതെന്ന് എനിക്ക് നിശ്ചയമുണ്ടായിരുന്നു. അത്തരം ലോലവികാരങ്ങളൊന്നും ഒരിക്കലും അമ്മയെ ദുർബലയാക്കിയിരുന്നില്ല. അമ്മയുടെ ലോകത്ത് ഞാനോ അനുജത്തിമാരോ ഇല്ലായിരുന്നുവെ ന്നത് ഒരു സത്യമായിരുന്നു. അച്ഛന്റെ വിയോഗത്തിലെ വിരഹവേദനയിൽ അമ്മ നീറുമെന്ന് എല്ലാവരും വിചാരിച്ചിരുന്നു. അവർ തമ്മിലുള്ള അടുപ്പവും എല്ലാ കാര്യങ്ങളിലുമുള്ള അവരുടെ അഭിപ്രായ ഐക്യവും കാരണം അമ്മ തളർന്നുപോകുമെന്ന് എല്ലാവരും കരുതി. അങ്ങനെ യൊന്നും സംഭവിച്ചില്ല.

വീട്ടിൽ അച്ഛന്റെ അസാന്നിദ്ധ്യം പ്രത്യക്ഷമായിരുന്നു. ഒരു പ്രാവശ്യം പോലും ഉറക്കെ സംസാരിച്ചിരുന്നില്ലെങ്കിലും അച്ഛന്റെ നോട്ടങ്ങൾ, അച്ഛന്റെ ശരീരചലനങ്ങൾ വാചാലങ്ങളായിരുന്നു. അവധിദിവസമായി രുന്നു അന്ന്. വൈകിട്ട് ചായ കുടിക്കുന്നതിനിടയിൽ 'എന്തോ എനിക്കു വല്ലാതെ തോന്നുന്നു'വെന്ന് പറഞ്ഞ് മുറിയിൽ പോയി അച്ഛൻ കിടന്നു. കുറച്ചുനേരം വിശ്രമിക്കുന്നതോടെ വല്ലായ്മ മാറുമെന്ന് അമ്മ പറഞ്ഞു. കുടിച്ചു തീരാത്ത ചായക്കപ്പ് എടുക്കാൻ വന്ന അമ്മുക്കുട്ടിയെ അതിൽ നിന്ന് വിലക്കിയ അമ്മ പറഞ്ഞു: അതവിടെ ഇരിക്കട്ടെ. ഇപ്പോൾ വരും. പക്ഷേ, അമ്മ വിചാരിച്ചതുപോലെ അച്ഛൻ എഴുന്നേറ്റ് വന്നില്ല. കുറച്ചു

സമയത്തിനുശേഷം അച്ഛനെ കുലുക്കി ഉണർത്താൻ ശ്രമിച്ച അമ്മ വിമ്മുകയായിരുന്നു.

വഴിയിൽ വച്ച് സംസാരിക്കുന്നതിനിടയിൽ അമ്മയെ എതിർക്കാതെ സ്വയം പിൻമാറിയതിനെപ്പറ്റി പിന്നീട് ഞാനാലോചിച്ചിരുന്നു. തീർച്ചയായും അമ്മയുടെ അഭിപ്രായത്തിന് വിരുദ്ധമായി അവളെ കാണാൻ എനിക്കു സാധിക്കുമായിരുന്നു. അടുപ്പത്തെ കൂടുതൽ ഭദ്രമാക്കാനും എനിക്കാവുമായിരുന്നു. 'മരിച്ച് വേറൊരു ലോകത്തുപോയാലും ബാലചന്ദ്രൻ എന്നോടൊപ്പമുണ്ടാകുമെന്ന് എനിക്കുറപ്പാണ്.' നോട്ടുപുസ്തകത്തിൽ അവൾ എഴുതിയിരുന്നതാണ്. വീട്ടിലേക്കുള്ള വഴിയിലൂടെ ഒറ്റയ്ക്ക് നടന്നുപോയിരുന്ന അവളുടെ അടുത്തു ചെന്ന് എനിക്ക് സംസാരിക്കാമായിരുന്നു. അവൾ അത് പ്രതീക്ഷിച്ചിരുന്നുവെന്ന് എനിക്കറിയാമായിരുന്നു. പലപ്പോഴും അവൾ വീട്ടുനടയിൽ എന്നെ കാത്തുനിന്നു. അതുവഴി ഞാൻ ചെല്ലുമെന്ന പ്രതീക്ഷ നിറഞ്ഞ കാത്തുനില്പ്. ഒന്നും നടന്നില്ല. എന്നിട്ടും അവളുടെ ജീവിതത്തിൽ ഞാൻ കടന്നുചെന്നിരുന്നു.

പത്താം സ്റ്റാൻഡേർഡ് കഴിഞ്ഞ് അവൾ കോളേജ് വിദ്യാർത്ഥിനിയായി. കോളേജിൽ ഞാൻ രണ്ടുവർഷം അപ്പോഴേക്ക് പിന്നിട്ടിരുന്നു. അവൾ വിവാഹിതയായി നാട്ടിൽ നിന്നുപോയി.

അവൾ എനിക്കുവേണ്ടിയോ ഞാൻ അവൾക്കുവേണ്ടിയോ കാത്തിരിക്കാത്തതുകൊണ്ടായിരുന്നു അങ്ങനെ സംഭവിച്ചതെന്ന് ഞാൻ വിചാരിച്ചു.

ഉദ്യോഗസ്ഥയായ അമ്മ ഉയരങ്ങളിലെത്തിയിരുന്നു ഇതിനിടയിൽ. നാല്പതിനോട് അടുത്തിരുന്നുവെങ്കിലും പുതിയ ബന്ധങ്ങൾക്ക് നേരെ മുഖം തിരിച്ചുനിൽക്കാൻ പ്രായപൂർത്തിയായ മക്കൾ അമ്മയ്ക്ക് തടസ്സമായില്ലെന്ന് അക്കാലത്ത് മക്കൾ കുറ്റപ്പെടുത്തിയിരുന്നു. വർഷത്തിൽ ഒരിക്കൽ മാത്രം ആഗതമാകുന്ന ഒരു ഓർമ്മയായി അച്ഛൻ. പതുക്കെയെങ്കിലും മക്കൾക്ക് അമ്മയും അച്ഛനും ഒരാളാവുകയായിരുന്നു.

പഴയ വീടിന്റെ സ്ഥാനത്ത് ആകർഷകമായ പുതിയ മന്ദിരം ഉയർന്നു. നിയമവകുപ്പ് സെക്രട്ടറിയായിരുന്ന ഭാസ്കരൻനായർ വൈകുന്നേരങ്ങളിൽ അമ്മയെ തിരക്കി വന്നിരുന്നു. പ്രേമലേഖനം കണ്ടുപിടിച്ച അമ്മയുടെ ശാസനയ്ക്ക് തിരിച്ചടിയായി മൂത്തമകൾ, ഔദ്യോഗിക കാര്യങ്ങൾക്കല്ല ഭാസ്കരൻനായർ വരുന്നതെന്ന് ഉറക്കെ പറയുന്നത് കേൾക്കാതിരിക്കാനായി വീടിനു പുറത്തിറങ്ങി നടന്ന ദിവസം വർഷങ്ങൾക്കു ശേഷം വീണ്ടും ഞാനോർത്തു.

"ഒരുപാടുനേരം കഴിഞ്ഞിട്ടാണ് പിന്നീട് വരാമെന്ന് പറഞ്ഞ് സുഭദ്രാമ്മ പോയത്." എന്ന് പറഞ്ഞുകൊണ്ട് മുറിയിൽ വന്ന ഭാര്യ ചോദിച്ചു.

"സുഖമില്ലേ?" അതിനു മറുപടിയായി മേശവലിപ്പിൽ നിന്ന് അമൃതാഞ്ജനത്തിന്റെ കുപ്പിയെടുക്കുന്നത് കണ്ട് ഭാര്യ പറഞ്ഞു:

"ചൂടുള്ള ചായ ഇപ്പോൾ കൊണ്ടുവരാം. അല്പം വിശ്രമിച്ചാൽ മതി."

നാല്

ആകസ്മികതകൾ നിറഞ്ഞതാണ് എന്റെ ജീവിതമെന്ന് മുമ്പ് നിന്നോട് ഞാൻ പറയാറുണ്ടായിരുന്നില്ലേ? അപ്പോഴെല്ലാം ഒരു തമാശ കേൾക്കുന്ന ഭാവം നിന്റെ മുഖത്തു നിറയുമായിരുന്നു. വീണ്ടും അത് കേട്ടിരിക്കെ നീ പറഞ്ഞു:

“ജീവിതം തന്നെ ആകസ്മികമല്ലേ? മുൻകൂട്ടി തയ്യാറാക്കിയ ബ്ലൂപ്രിന്റ് ഉപയോഗിച്ചല്ലല്ലോ ഹോമോസേപ്പിയൻസ് ജന്മം കൊണ്ടത്. അങ്ങനെയെങ്കിൽ നമുക്ക് ഡാർവിനെ തള്ളിപ്പറയേണ്ടിവരും.”

“ഡാർവിനെ ആഴത്തിൽ മനസ്സിലാക്കാതെയാണ് നീയിങ്ങനെ പറയുന്നത്. മനുഷ്യനിലെത്തുന്നതിന് വ്യക്തമായ ചില വ്യവസ്ഥകളുണ്ടായിരുന്നതായി പരിണാമ സിദ്ധാന്തം വ്യക്തമാക്കിയിട്ടുണ്ട്. ആ വ്യവസ്ഥകളിലൂടെ കടന്നുവന്നില്ലായിരുന്നുവെങ്കിൽ ഒരുപക്ഷേ മനുഷ്യനിൽ എത്തിയില്ലെന്നു വന്നേനെയെന്ന് ശാസ്ത്രീയമായി തെളിയിക്കപ്പെട്ടതാണ്. അല്ലാതെ യാദൃശ്ചികമായി ഒന്നും സംഭവിക്കുന്നില്ല.”

അവൾ മറുപടി പറഞ്ഞില്ല. കഥയ്ക്കിടയിൽ ചോദ്യങ്ങൾ രസച്ചരട് മുറിക്കുമെന്നറിയാമെന്നതു കൊണ്ട് മിണ്ടാതിരിക്കുന്നത് അവളുടെ ശീലമായിരുന്നു. അപ്പോഴെല്ലാം വാസ്തവികതയും അവാസ്തിവകതയും തമ്മിലുള്ള അതിരുകൾ മാഞ്ഞുപോകുന്നുണ്ടെന്ന് എനിക്ക് തോന്നാറുണ്ട്.

എനിക്കറിയാമായിരുന്നു ഞാൻ പറയുന്നതെല്ലാം അവൾ വിശ്വസിക്കുന്നുണ്ടെന്ന്. വീരസാഹസ കഥകൾ കേൾക്കാൻ കാത് കൂർപ്പിച്ചിരിക്കുംവിധം കാത്തിരിക്കുന്ന അവൾ നിരാശയിലാവുമെന്ന് എനിക്കറിയാമായിരുന്നു. അപ്പോൾ ഞാൻ മനസ്സിൽ വിചാരിച്ചു, കുഞ്ഞേ ജീവിതം കഥയോ കവിതയോ അല്ല. കുറച്ചുകാലം പിന്നിടുമ്പോൾ നിനക്കും ആ തിരിച്ചറിവുണ്ടാകും.

സാധാരണമെന്നതിനേക്കാളും അതിസാധാരണമായ കുറേ സംഭവങ്ങൾ കേൾക്കാൻ വിലപ്പെട്ട സമയം എന്തിന് പാഴാക്കുന്നുവെന്ന് നീ വിചാരിച്ചോ? അതിന് നിന്നെ ഞാൻ കുറ്റപ്പെടുത്തുകയില്ല. എനിക്ക് നെയ്തെടുക്കാൻ വർണ്ണാഭമായ ഒരു പിൽക്കാലമില്ലായിരുന്നു. ആത്മാവിൽ നഗ്നൻ എന്ന് ചിലർ വിശേഷിപ്പിക്കാറുള്ളവരിലൊരാളായിരുന്നു ഞാൻ. അമ്മയെപ്പോലെ ക്ലിപ്തമായ ഒരു അജണ്ട എന്റെ ജീവിതത്തിലുണ്ടായിരുന്നില്ല. അച്ഛന്റെ ഒഴിവിൽ താലൂക്ക് ഓഫീസിൽ ഉദ്യോഗസ്ഥയായെത്തിയ അമ്മ മിസ്സിസ്.ദാമോദരൻനായരായറിയാൻ ഇഷ്ടപ്പെട്ടിരുന്നില്ല. മിസ്സിസ് രുഗ്മിണിയമ്മ ബി.എ.ബി.എൽ. എന്ന മേൽവിലാസത്തിൽ അമ്മ അറിയപ്പെടുക മാത്രമല്ല മറ്റുള്ളവരെക്കൊണ്ട് അത് അംഗീകരിപ്പിക്കാനും അമ്മക്ക് സാധിച്ചു.

ഇച്ഛാശക്തിയുടെ കാര്യത്തിൽ അമ്മയെ ആർക്കും വെല്ലുവിളിക്കാനാവില്ലെന്ന് വളരെ നേരത്തെ ഞാൻ മനസ്സിലാക്കിയിരുന്നു. അതുകൊണ്ട് അമ്മയുടെ വഴിയിൽ നിന്ന് ഞാൻ മാറി നടന്നു. അമ്മയ്ക്കും

അതായിരുന്നു ഇഷ്ടം. ചോദ്യം ചെയ്യപ്പെടലിന് വിധേയരാകാൻ തയ്യാറാവാത്തവരായി ഒരുപാടുപേരുണ്ടാവില്ല. അത്തരക്കാരാവട്ടെ വജ്രത്തേക്കാൾ കാഠിന്യമുള്ള മാനസികാവസ്ഥ ഉള്ളവരായിരിക്കും.

ഗവൺമെന്റ് പദ്ധതിക്കായി സ്ഥലമെടുക്കാനുള്ള സ്പെഷ്യൽ അക്വിസിഷൻ ഓഫീസറായി നിയമിച്ചപ്പോഴായിരുന്നു അമ്മയുടെ വ്യക്തിത്വം പൂത്തുവിലസുന്നത് നേരിൽ കണ്ടത്. ഇടയ്ക്കൊരു ദിവസം അതേപ്പറ്റി സൂചിപ്പിച്ചതിനുള്ള അമ്മയുടെ മറുപടി ഞാനൊരിക്കലും മറന്നില്ല.

“എന്നെ ചോദ്യം ചെയ്യാനാണോ നിന്റെ പുറപ്പാട്? നിന്റെ അച്ഛനില്ലേ ദാമോദരൻനായർ. അദ്ദേഹം എന്റെ മുഖത്തുനോക്കി കമാന്ന് ഒരക്ഷരം മിണ്ടുമായിരുന്നില്ല... ”

അമ്മ പൂർത്തിയാക്കിയില്ല. അതോടെ പൂച്ചയെ പേടിച്ച് എലിമാളത്തിൽ പതുങ്ങുമെന്ന പറയുന്നതുപോലെയായി ഞാനും... അതിനിടയിൽ വൈകുന്നേരങ്ങളിൽ കോളേജിൽ നിന്ന് മടങ്ങിവരുന്ന എനിക്ക് സമയം ചെലവാക്കാൻ നല്ലൊരു ഇടം കിട്ടി. രാത്രി എട്ടോ ഒമ്പതോ മണി വരെ ഞാനവിടെ ചെലവിട്ടു. എല്ലാവരും ഉറങ്ങിക്കഴിയുമ്പോൾ വീട്ടിലെത്തുന്ന എനിക്കുവേണ്ടി പാത്രത്തിൽ അടച്ചുവച്ച അത്താഴം ഊണുമേശയിൽ കാത്തിരുന്നു. അതൊരു പതിവായതോടെ ആ വീട്ടിൽ ഞാനൊരു നിഴൽ പോലെ ഇല്ലാതാവുകയായിരുന്നു.

ആകസ്മികതകളെപ്പറ്റി സൂചിപ്പിച്ചില്ലേ? അത്തരമൊരു സംഭവത്തെപ്പറ്റി ഞാൻ നിന്നോട് പറയാം. ഒരു ദിവസം വീട്ടിലേക്ക് ഞാൻ മടങ്ങുകയായിരുന്നു. സന്ധ്യ എത്തിയിരുന്നില്ല. വൈകുന്നേരത്തെ നിഴലുകൾ മാഞ്ഞുതുടങ്ങിയിരുന്നു. തിരക്കുകൊണ്ട് വീർപ്പുമുട്ടിയ റോഡ് ചെറുതായി നിശ്വസിച്ച് തുടങ്ങിയിരുന്നു. രാത്രി കച്ചവടത്തിനൊരുങ്ങുകയായിരുന്ന തട്ടുകടയ്ക്കടുത്തായി സൈക്കിളുമായി കെ.കെ.കുഞ്ഞുകൃഷ്ണൻ എന്നെ കാത്തുനിൽക്കുകയായിരുന്നു. മുമ്പ് പലവട്ടം കണ്ടിരുന്നുവെങ്കിലും പരിചയപ്പെടലിൽ നിന്നും ഒഴിഞ്ഞുനിന്നിരുന്ന എന്നെ കണ്ട് ചിരിച്ച് അടുത്ത് വന്ന് അയാൾ പറഞ്ഞു.

“സഖാവിനെ കാത്തുനിൽക്കുകയായിരുന്നു ഞാൻ.”

സൈനികർക്കിടയിൽ പാർട്ടി പ്രവർത്തനം നടത്തിയതിന് ശിക്ഷിക്കപ്പെട്ട പഴയകാല കമ്മ്യൂണിസ്റ്റുകാരിലൊരാളായാണ് കുഞ്ഞുകൃഷ്ണൻ അക്കാലത്ത് അറിയപ്പെട്ടിരുന്നത്. തെലുങ്കാന സമരത്തിനു ശേഷം കമ്മ്യൂണിസ്റ്റ് പാർട്ടി സ്വതന്ത്രമായി പ്രവർത്തനം തുടങ്ങിയിട്ട് അധികകാലമായിരുന്നില്ല. ഭൂഗർഭത്തിൽ പോകേണ്ടിവന്നതോടെ ഉപേക്ഷിക്കപ്പെടുകയോ നഷ്ടപ്പെടുകയോ ചെയ്ത ബന്ധങ്ങളുടെ ചരടുകൾ കൂട്ടിയിണക്കുന്നത് അപ്പോൾ പൂർത്തിയായിരുന്നില്ല. വർഷങ്ങൾക്കു മുമ്പ് സ്റ്റഡി ക്ലാസ് നടത്താനായി പതിനാറ് മൈൽ കാൽനടയായി പോയിരുന്ന നിയമവിദ്യാർത്ഥിയായിരുന്ന കേശവൻനായരും ഭൂവുടമയായ അച്ഛന്റെ നിശാചരത്തത്തിനെതിരെ വീടുപേക്ഷിച്ച കരുണാകരൻനായരും കമ്മ്യൂണിസ്റ്റ്

പാർട്ടി പ്രവർത്തകരായി. കുറച്ചുകാലം കഴിഞ്ഞപ്പോൾ അവർ മടങ്ങിയില്ല. പ്രഗത്ഭനായ ക്രിമിനൽ ലായറായി കേശവൻനായർ അറിയപ്പെട്ടു. പൊലിസുദ്യോഗസ്ഥനായ കരുണാകരൻനായരെ ഭയപ്പെട്ടത് പുതുതലമുറക്കാരായ കമ്മ്യൂണിസ്റ്റുകാരായിരുന്നു.

ബ്രാഞ്ച് കമ്മറ്റി ഓഫീസിനടുത്തുണ്ടായിരുന്ന അലിയാരുകുഞ്ഞിന്റെ ചായക്കടയോട് ചേർന്ന് ഒരു ഇരുനില മാളികയുണ്ടായിരുന്നു. ആ പ്രദേശത്തെ ആദ്യത്തെ ട്യൂട്ടോറിയൽ പഠന കേന്ദ്രം ആ മന്ദിരത്തിലായിരുന്നു. പിന്നീട് അതൊരു സാങ്കേതിക വിദ്യാഭ്യാസ സ്ഥാപനമായി. ആ മാളികയിലെ രണ്ടാമത്തെ നിലയിലുള്ള ഹാൾ ചില വൈകുന്നേരങ്ങൾ പലതരം ആളുകളെ കൊണ്ട് നിറഞ്ഞിരുന്നു. അടക്കിയ ശബ്ദത്തിൽ അന്യോന്യം സംസാരിച്ചിരുന്ന അവർ ഭയത്തിന്റെ സൂചിമുനയിലായിരുന്നു ഏതാനും മണിക്കൂറുകൾ ചെലവഴിച്ചിരുന്നത്. കടുംചായയും പരിപ്പുവടയും എത്തിച്ചിരുന്ന അലിയാരുകുഞ്ഞിന് അവരെപ്പോലെ പക്ഷേ, ഉൽകണ്ഠയില്ലായിരുന്നു. മഫ്ടി വേഷക്കാരായ രഹസ്യപൊലീസുകാരെ അയാൾ തിരിച്ചറിഞ്ഞിരുന്നു. ഹാൾ നിറഞ്ഞ് കതകുകൾ അടച്ചശേഷം സൂക്ഷിപ്പുകാരന്റെ റോളായിരിക്കും അപ്പോൾ അലിയാരുകുഞ്ഞിന്. അയാൾ സ്വയമേറ്റെടുത്തതായിരുന്നു ആ റോൾ.

സ്വന്തം ജീവൻ അപകടത്തിലാക്കിക്കൊണ്ടാണ് മറ്റുള്ളവരെ രക്ഷിക്കാൻ കമ്മ്യൂണിസ്റ്റുകാർ യത്നിക്കുന്നതെന്ന് അലിയാരുകുഞ്ഞ് വിശ്വസിച്ചിരുന്നു. അതിനുള്ള പ്രത്യുപകാരമായി ഹാളിൽ സമ്മേളിച്ചവർക്കുള്ള കടുംചായ അയാൾ സൗജന്യമായി നൽകി. മാസത്തിലൊരിക്കലോ രണ്ടോ മൂന്നോ മാസത്തിലൊരിക്കലോ നടന്നിരുന്ന ആ രഹസ്യയോഗത്തെ അഭിസംബോധന ചെയ്യാനെത്തിയ അജ്ഞാതൻ എല്ലാവരുടേയും ആശാനായി. നാസിപ്പടയ്ക്കെതിരെ മോസ്കോയിലുയർന്ന ധീരസാഹസികമായ പ്രതിരോധവും സോവിയറ്റ് കൂട്ടുകൃഷിയിടങ്ങളിലെ വിളവെടുപ്പുത്സവങ്ങളും ആശാനിലൂടെ മനസ്സിൽ സൂക്ഷിച്ച ആ സദസ്സ് അതുപോലൊരു നാളെയെ സ്വപ്നം കണ്ടു. എന്നാൽ അതൊരു ദിവാസ്വപ്നമായിരുന്നുവെന്ന് കുറച്ച് കാലത്തിനുശേഷം അവർ തിരിച്ചറിഞ്ഞു.

കോളേജ് കാമ്പസുകളിൽ അരങ്ങേറിയത് കുറേക്കൂടി ആകർഷകമായ തന്ത്രമായിരുന്നു. അതിസമർത്ഥരായ വിദ്യാർത്ഥികളായിരുന്നു വിദ്യാർത്ഥി ഫെഡറേഷന്റെ പ്രവർത്തകരായത്. വിദ്യാർത്ഥി സമൂഹത്തിന്റെ ആരാധന നേടിയവർ. സതീർത്ഥരോടുപോലും മാന്യത പുലർത്തിയിരുന്ന അവർ ഉന്നതങ്ങളായ കുടുംബപാരമ്പര്യത്തിന്റെ സൂക്ഷിപ്പുകാരായിരുന്നു. അവരിലൂടെ പ്രസരിച്ചിരുന്നത് പ്രസന്നതയായിരുന്നു. പക്ഷേ, വിദ്യാർത്ഥി ജീവിതത്തിന്റെ അവസാനത്തോടെ അവരെല്ലാം താരും തളിരുമുള്ള ചില്ലകളിലേക്ക് പറന്നുപോയി. വിദ്യാർത്ഥി രാഷ്ട്രീയത്തിലൂടെ പൊതുജീവിതത്തിലെത്തുകയോ അവിടെ തനതായ മുദ്ര പതിപ്പിക്കുകയോ ചെയ്തവർ വിരളമായിരുന്നു.

മറ്റൊരിടം കിട്ടാതെ പോയതുകൊണ്ടായിരിക്കാം ചിലർ അവശേഷിച്ചത്? കോളേജ് പഠനകാലത്തും പിന്നീടും അതേപറ്റി പലരുമായി ഞാൻ ചർച്ച ചെയ്തിരുന്നെങ്കിലും സുവ്യക്തമായ ധാരണകൾ ആർക്കും അതേപ്പറ്റിയുണ്ടായിരുന്നില്ല. വിദ്യാർത്ഥി രാഷ്ട്രീയത്തിലേക്ക് ക്ഷണിക്കപ്പെട്ടവരിൽ ഒരാളായിരുന്നു ഞാനെങ്കിലും അതിനോട് എനിക്കാഭിമുഖ്യം തോന്നിയിരുന്നില്ല. അവിടെ ചെന്നാലും മറ്റൊരിടത്തു ചെന്നാലും എനിക്കെന്റെ ഇടം അവിടെയൊന്നും കണ്ടെത്താനാവില്ലെന്ന ഭയം എന്റെ രണ്ടാംസ്വഭാവമായിരുന്നു. എങ്കിലും കുഞ്ഞികൃഷ്ണൻ സഖാവിനോടൊപ്പം അന്ന് വൈകുന്നേരം കമ്മ്യൂണിസ്റ്റ് പാർട്ടിയുടെ ബ്രാഞ്ചാഫീസിൽ ചെന്നിരുന്നപ്പോൾ വീട്ടിൽ നിന്ന് ഒളിച്ചോടാതെ ഒളിച്ചിരിക്കാൻ പറ്റിയ സ്ഥലമാണ് അതെന്നെനിക്കു തോന്നി.

ലഘുലേഖകൾ എഴുതാനും മുദ്രാവാക്യങ്ങൾ ഉണ്ടാക്കാനുമുള്ള എന്റെ കഴിവിനെപ്പറ്റി നേരത്തെ വിവരം കിട്ടിയതുകൊണ്ടാണ് വഴിവക്കിൽ കുഞ്ഞികൃഷ്ണൻ സഖാവ് കാത്തുനിന്നതെന്ന് പിന്നീട് ഞാൻ അറിഞ്ഞു.

കോളേജിൽ നിന്ന് വീട്ടിൽ മടങ്ങിയെത്തിയാലുടൻ സമയം പാഴാക്കാതെ ബ്രാഞ്ച് കമ്മിറ്റി ഓഫീസിലെത്തുന്നത് എന്റെ പതിവായി. ഏതാണ്ട് മൂന്നുനാല് മണിക്കൂറുകൾ, രാത്രി ഒൻപത് മണിവരെ ഞാൻ അവിടെ ചെലവിട്ടു. സന്ധ്യയ്ക്ക് സൈക്കിളുമായി പുറത്തുപോയിട്ട് സഖാവ് കുഞ്ഞികൃഷ്ണൻ മടങ്ങിയെത്തുമ്പോൾ രാത്രി എട്ടുമണിയാവും. അതിനിടയിൽ ചില ലഘുലേഖകൾ തർജ്ജമ ചെയ്തും, അംഗങ്ങൾക്കുള്ള അറിയിപ്പുകൾ പകർത്തിയെഴുതിയും ഞാനവിടെയിരിക്കുന്നത് അലിയാരുകുഞ്ഞിന് അനിഷ്ടമായിരുന്നു. സഖാവ് കുഞ്ഞുകൃഷ്ണന്റെ സാന്നിദ്ധ്യത്തിൽ അയാളത് പ്രകടിപ്പിച്ചു. വൈകുന്നേരങ്ങളിൽ സഖാവ് പുറത്തേക്കു പോകുന്നത് ദിവസപ്പിരിവ് ചിട്ടിയുടെ പണം പിരിക്കാനാണെന്ന് പറയവെ അലിയാരുകുഞ്ഞ് വെളിപ്പെടുത്തി.

“നൂറ്റിന് അഞ്ചുരൂപാ പലിശയ്ക്ക് കൊടുത്താണ് സഖാവ് കുഞ്ഞികൃഷ്ണൻ വിപ്ലവം നടത്തുന്നതെന്ന് അറിയില്ല അല്ലേ?”

വീട്ടിൽ നിന്ന് മാറിനിൽക്കുന്നതോടൊപ്പം അമ്മയുടെ നിഴൽപോലും ഒഴിവാക്കാനുള്ള ശ്രമമായിരുന്നു അതോടെ അവസാനിച്ചത്. എങ്ങനെയും ഒരു കൊല്ലം കൂടി പൂർത്തിയാക്കാനുള്ള ശ്രമത്തിലായിരുന്നു ഞാൻ. ബി. എല്ലിന് പോകുന്നത് നല്ലതാണെന്ന് ഇടയ്ക്കൊരു ദിവസം അമ്മ പറഞ്ഞത് കേട്ടെങ്കിലും കേട്ടില്ലെന്ന് ഭാവിച്ചുകൊണ്ട് വീടിനു പുറത്തിറങ്ങുമ്പോഴാണ് ഞാൻ അറിയുന്നത് പോകാനോ ചെന്നിരിക്കാനോ ഒരിടമില്ലെന്ന്. സഖാവ് കുഞ്ഞികൃഷ്ണന്റെ കണ്ണിൽ പെടാതിരിക്കാൻ ഞാനും എന്നിൽ നിന്ന് തെന്നിമാറി നടക്കാൻ സഖാവും കഠിനമായി ശ്രമിച്ചിരുന്നു.

ആരും ആർക്കുവേണ്ടിയും കാത്തിരിക്കുന്നില്ലെന്ന് ഞാൻ മനസ്സിലാക്കിയ ദിവസങ്ങൾ. പതിവായി ഒരേ ബസ്സിൽ രാവിലെയും

വൈകുന്നേരവും കോളേജിൽ പോവുകയും മടങ്ങുകയും ചെയ്യുന്നതിനിടയിൽ സുലോചനയുമായുണ്ടായ പരിചയം എന്നെ ഗാഢമായി സ്പർശിച്ചിരുന്നു. ചരിത്രവിദ്യാർത്ഥിനിയായിരുന്നു അവൾ. പോസ്റ്റുഗ്രാജുവേഷന് കോളേജിലെത്തിയ തനിക്ക് സ്നേഹിതരോ പരിചയക്കാരോ ഇല്ലായിരുന്നുവെന്ന് അവൾ പറഞ്ഞു. ബിരുദം നേടിയ ഉടൻ വിവാഹിതയായി. കഷ്ടിച്ച് ഒരു കൊല്ലം നീണ്ട ദാമ്പത്യം. "അയാളൊരു സൈകോപ്പാത്തായിരുന്നു. സ്ത്രീകളെ വേദനിപ്പിച്ച് രസിക്കുന്ന ഒരു ഭ്രാന്തൻ. അയാൾക്കാവശ്യം എന്റെ ശരീരമായിരുന്നു. എല്ലാം കൊടുത്ത് മോചനം നേടി. അതിനുശേഷമാണ് പോസ്റ്റുഗ്രാജുവേഷന് എത്തിയത്. അമ്മ എതിരായിരുന്നു. എന്നാൽ താൻ ചെയ്ത പാപത്തിന് പ്രായശ്ചിത്തം ചെയ്യാൻ അച്ഛൻ സന്നദ്ധനായിരുന്നു." ലൈബ്രറിയായിരുന്നു സുലോചനയുമായി അടുക്കാൻ വഴിയൊരുക്കിയത്. കുശലാന്വേഷണത്തിൽ തുടങ്ങിയ പരിചയം പതിയെ അടുപ്പമായി. തന്റെ സങ്കടങ്ങളുടെ ഭാരം മറ്റൊരാളിൽ കയറ്റിവയ്ക്കാൻ സുലോചന കാത്തിരിക്കുകയായിരുന്നുവെന്ന് എനിക്ക് തോന്നി. ഞാനത് സൂചിപ്പിച്ചു. "ശരിയാണ്. ബാലചന്ദ്രനോട് മനസ്സ് തുറക്കാൻ ആരോ എന്നോട് ആവശ്യപ്പെടുകയുണ്ടായി. എന്തോ എനിക്ക് നിങ്ങളെ വിശ്വസിക്കാൻ തോന്നി." അപ്പോഴാണ് പ്രിയയുമായുണ്ടായ അടുപ്പത്തിന്റെ കഥ ഞാൻ പറഞ്ഞത്.

'അപ്പോൾ വിഷാദകാമുകനാകുകയായിരുന്നോ?' പ്രണയം കെട്ടുകഥയാണെന്ന് വിശ്വസിച്ചിരുന്ന സുലോചനയിൽ നിന്നും അത്തരമൊരു പ്രതികരണം ഞാൻ പ്രതീക്ഷിച്ചതാണ്. കൈയിലെ ഞരമ്പുമുറിച്ച് പ്രണയം സാക്ഷാത്ക്കരിച്ച കൂട്ടുകാരിയായ ദേവിക ഒടുവിൽ ദാമ്പത്യബന്ധത്തിൽ നിന്ന് ഓടിപ്പോയത് സുലോചന പറഞ്ഞിരുന്നത്, ഞാൻ മറന്നിരുന്നില്ല. ദേവികയും ഭർത്താവും പരസ്പരം അനുരൂപരായ സ്ത്രീയും പുരുഷനുമായിരുന്നു. പക്ഷേ, മൂന്നുമാസമേ അവരുടെ ദാമ്പത്യത്തിന് ആയുസ്സുണ്ടായിരുന്നുള്ളു. മുള്ളുകൾ നിറഞ്ഞ ചെടിയിൽ നിന്ന് പറിച്ചെടുത്ത പൂവിനെ പിന്നീട് നിലത്തിട്ട് ചവിട്ടി മെതിക്കുന്ന വിജയോന്മാദത്തോടെയായിരുന്നു ദേവിക ഞെരിച്ചമർത്തപ്പെട്ടത്. ആത്മഹത്യ ചെയ്യാൻ അവൾ ഇഷ്ടപ്പെടാത്തതിനു കാരണം ഉദരത്തിൽ ഒരു ജീവൻ മൊട്ടിടുകയാണെന്ന ബോധമായിരുന്നു. ദേവികയ്ക്കുണ്ടായതു പോലുള്ള അനുഭവത്തിൽ നിന്ന് തലനാരിഴയ്ക്കാണ് താൻ രക്ഷപ്പെട്ടതെന്ന ചിന്ത ദുഃസ്വപ്നമായി വഹിച്ചിരുന്നതായി അവൾ എന്നോട് പറഞ്ഞിരുന്നു. 'എന്റെ ശരീരമായിരുന്നു അയാൾക്ക് ആവശ്യം. പല പ്രാവശ്യം സൂചനകളിലൂടെ അയാൾ അത് വ്യക്തമാക്കുകയുണ്ടായി. അപ്പോൾ എന്റെ ശരീരത്തിലെ മിഴുക്ക് പോയാലോ.' അതിനുള്ള അയാളുടെ മറുപടി തളർത്തിയതായി അവൾ പറഞ്ഞിരുന്നു. 'പൂന്തോട്ടങ്ങളിൽ പൂക്കൾ ഇല്ലാതാകുമോ?' അതിനുശേഷം അയാളെ ഒഴിവാക്കി. എല്ലാം അടച്ചുപൂട്ടി ഭദ്രമായി സൂക്ഷിക്കാവുന്ന ഒരു പേടകമാണ് മനസ്സെങ്കിലും അപ്രതീക്ഷിതമായ സന്ദർഭങ്ങളിൽ ആ പേടകത്തിൽ ചോർച്ചയുണ്ടാകാറുള്ളത്

അവൾ അറിഞ്ഞില്ല. ദുഃസ്വപ്നമായി മാറിയ അതിൽനിന്ന് അവൾക്ക് മോചനമില്ലായിരുന്നു. എന്നിട്ടും അതികഠിനമായി അതിനായി അവൾ ശ്രമിച്ചു. പക്ഷേ, അതെല്ലാം പാഴായതോർത്ത് സുലോചന സങ്കടപ്പെട്ടിരുന്നു.

"ഞാനൊന്നും മറക്കാൻ ആഗ്രഹിക്കുന്നില്ല. അനുഭവങ്ങളും ഓർമ്മകളും കവർപ്പുള്ളതാണെങ്കിലും എനിക്ക് പ്രിയപ്പെട്ടവയായിരുന്നു."

ജീവിതത്തിലെ സജീവതകളിലേക്ക് മടങ്ങിവരാൻ സഹായിച്ചത് ചരിത്രപഠനമായിരുന്നുവെന്ന് അവൾ ഓർമ്മിച്ചു. നിസ്സഹായരായ മനുഷ്യരുടെ കഥകൾ കൊണ്ട് കോർത്തെടുക്കുന്ന ചരിത്രത്തിലൂടെ സഞ്ചരിച്ച് സ്വയം കണ്ടെത്താൻ അവൾ ശ്രമിച്ചു.

ഒരിക്കലവൾ എന്നോടൊപ്പം വീടു സന്ദർശിക്കാൻ വന്നു. അപരിചിതത്വത്തിന്റെ അകലം പുലർത്തിയ അമ്മയോടും അനുജത്തിമാരോടും അവൾ പറഞ്ഞു: "ബാലചന്ദ്രൻ എന്റെ നല്ല സ്നേഹിതനാണ്." എന്നാൽ അവളുടെ തുറന്ന പെരുമാറ്റം അവർ സംശയത്തോടെ കണ്ടു. തന്റെ മകനെ അപഹരിക്കാൻ വന്ന മോഷ്ടാവായാണ് സുലോചനയെ അമ്മ കണ്ടത്. അക്കാര്യം സൂചിപ്പിക്കവെ അമ്മ പറഞ്ഞു: എല്ലാം പുറം പൂച്ചാണ്. അതിൽ വിശ്വസിക്കാതിരുന്നാൽ അബദ്ധത്തിൽ ചാടാതിരിക്കാം.

എന്റെ കുടുംബചരിത്രം ആരാഞ്ഞനിന്നോട് ഒന്നും ഒളിച്ചുവയ്ക്കാതെ പറയാവുന്നതെല്ലാം വെളിപ്പെടുത്തിയ കൂട്ടത്തിൽ വീടുവിട്ടുപോകാൻ അനുജത്തി വാസന്തിയെ പ്രേരിപ്പിച്ചതെന്തായിരുന്നുവെന്ന് ചോദിച്ചിരുന്നില്ലേ? നുണ പറഞ്ഞുകൊണ്ട് ഞാനാ ചോദ്യത്തിൽ നിന്ന് രക്ഷപ്പെടാൻ കാരണമുണ്ടായിരുന്നു. സത്യം വെളിപ്പെടുത്തിയാൽ എന്നോട് നിന്റെ അടുപ്പത്തിൽ നിഴൽ വീഴുമെന്ന് ഞാൻ സംശയിച്ചു. അത്തരം ഉത്കണ്ഠകളും ഭയവും സംശയവും അവിശ്വാസവും എന്റെ ആലോചനകളിൽ എപ്പോഴും വിങ്ങിനിന്നിരുന്നു. അതുകൊണ്ട് തന്നെ യാഥാർത്ഥ്യങ്ങളെ നോക്കാൻ എനിക്ക് സാധിക്കുമായിരുന്നില്ല.

അതിനിടയിൽ ഒരു വേനൽക്കാല മഴയാകുകയായിരുന്നു സുലോചനയും. ഒരു പ്രഭാതം പുലർന്നത് അവളുടെ ആത്മഹത്യയുമായിട്ടായിരുന്നു. പുതിയ അവകാശവാദങ്ങളുമായെത്തിയ പഴയ ഭർത്താവിൽ നിന്നുള്ള മോചനത്തിന്റെ വഴിയായി അവൾ തിരഞ്ഞെടുത്തത് ആത്മഹത്യയുടെ വഴിയായിരുന്നു.

കോളേജിലെ നാലാം വർഷത്തിലാണെന്ന് തോന്നുന്നു, ഔദ്യോഗിക ജീവിതത്തിന്റെ ഉന്നതങ്ങളിലെത്തിയ അമ്മ അധികാരത്തിന്റെ പ്രതിരൂപമായി മാറിയത്. ഗൃഹാങ്കണത്തിൽപ്പോലും അധികാരത്തിന്റെ അജ്ഞാതരൂപം നിറഞ്ഞുനിന്നു. പരസ്പരം സംസാരിക്കുമ്പോഴും ഊണുമേശയ്ക്കു ചുറ്റുമിരിക്കുമ്പോഴും എന്തിന് സ്വന്തം മുറിയിൽ ഒറ്റയ്ക്കിരിക്കുമ്പോഴും തൊട്ടടുത്തു നിൽക്കുകയായിരുന്ന അധികാരത്തെ ഞാൻ തൊട്ടറിഞ്ഞു.

മുഖത്തോട് മുഖം നോക്കാൻ കഴിയാത്ത ദിവസങ്ങൾ. നിശ്ശബ്ദത തളം കെട്ടി നിൽക്കുന്ന ആ കാരാഗൃഹത്തിൽ നിന്ന് ഒളിച്ചോടാൻ ഞാൻ മാത്ര മല്ല അനുജത്തിമാരും ആഗ്രഹിച്ചു. പൊടുന്നനെ അമ്മ രോഗിയായതോടെ എല്ലാം തലകുത്തി വീണു.

അവധി ദിവസങ്ങളിൽ അമ്മയുടെ സൗഖ്യം തിരക്കി വരുന്ന ഭാസ്കരൻ നായർ അപശബ്ദമായി ഗൃഹാങ്കണത്തെ അസ്വസ്ഥപ്പെടു ത്താൻ തുടങ്ങിയിട്ട് ഏറെ നാളുകളായിരുന്നു. അയാളുടെ സന്ദർശന ത്തിലുള്ള അഹിതം വാസന്തി പ്രകടിപ്പിച്ചതിലുള്ള അമ്മയുടെ മറുപടി അപ്രതീക്ഷിതമായിരുന്നു.

'നിന്നെ അയാൾ പിടിക്കാൻ വന്നോ, ഇല്ലല്ലോ.'

അതുകേട്ടു നിൽക്കുകയായിരുന്ന ഇളയ അനുജത്തിയുടെ ചോദ്യത്തിന്റെ മൂർച്ച എന്നെ അതിശയിപ്പിച്ചു.

'ഭാസ്കരൻ നായർ അങ്കിളിന് വേറെ ഭാര്യയും മക്കളുമില്ലേ അമ്മേ?'

അമ്മ മറുപടി പറഞ്ഞില്ല. ഒരു നിമിഷം മക്കളെ അമ്മ നോക്കി നിന്നു. അപരിചിതരായവരെ നോക്കിനിൽക്കുംപോലെയെന്ന് ആ സന്ദർഭത്തെ അനുജത്തി സുജാത ഓർമ്മിച്ചിരുന്നു.

ഇളയ അനുജത്തിയായതുകൊണ്ട് മാത്രമായിരുന്നില്ല സുപ്രിയ എല്ലാ വരുടെയും പ്രിയപ്പെട്ടവളായത്. മണ്ണിനടിയിൽ നിന്ന് പൊട്ടിത്തെറിക്കുന്ന വെള്ളച്ചാട്ടം പോലെ അവൾ വീട്ടിലെങ്ങും ചാടിയും ഓടിയും നടന്നി രുന്ന കാലം. പച്ചക്കിളിയെന്ന് ഞാൻ വിളിക്കുന്നത് കേട്ട വാസന്തി തിരുത്തി: 'അല്ല, പച്ചപ്പനന്തത്ത പോലെ.' അപ്പോൾ സുജാത അനുജ ത്തിയെ കളിയാക്കി. 'പച്ചപ്പനന്തത്തേ, ഒന്നു പാടുമോ?' വീട്ടിൽ സ്ഥിര മായിരുന്ന നിശ്ശബ്ദതയെ ഭേദിച്ച അത്തരം സന്ദർഭങ്ങൾ അപൂർവ്വങ്ങളാ യിരുന്നു. മുമ്പ് ഇഷ്ടപ്പെട്ട ഒരു പാട്ട് ശബ്ദമുയർത്തി ആലപിച്ച സുജാ തയെ തീക്ഷ്ണമായ നോട്ടം കൊണ്ട് മൗനത്തിലാക്കിയ അമ്മയുടെ സാന്നിദ്ധ്യം എല്ലാം കാണുകയും നിയന്ത്രിക്കുകയും വിലക്കുകയും ചെയ്തിരുന്നു.

വാസന്തിക്ക് പിന്നാലെ മെഡിസിന് പഠിക്കാൻ മോഹമുണ്ടായിരു ന്നെങ്കിലും മത്സരത്തിൽ പിന്തള്ളപ്പെട്ടതിനെ തുടർന്ന് എം.എസ്.സി. ബയോളജിക്ക് സുജാത ചേർന്നു. ചേച്ചിമാർ തമ്മിലുള്ള മത്സരത്തിൽ നിന്ന് അകന്ന് നിന്നിരുന്ന സുപ്രിയ മനസ്സു തുറന്നത് എന്നോടായിരുന്നു.

"വലിയ പദവിയും പത്രാസുമൊന്നും എനിക്കു വേണ്ട. അതിന്റെ നിശ്ശബ്ദരക്തസാക്ഷികളല്ലേ നമ്മൾ. ആർത്തിയും അഹങ്കാരവും ആരെയും രക്ഷിക്കുകയില്ല. പത്താം സ്റ്റാൻഡേർഡ് കഴിഞ്ഞാൽ ഞാൻ ടി.ടി.സി.ക്കു പോകും. അതിനു ശേഷം ടീച്ചറാവണം."

പൂമൊട്ടുകൾക്ക് വിടരാൻ വെളിച്ചം നൽകുന്നവരാണ് പ്രൈമറി സ്കൂൾ അധ്യാപകരെന്ന് സുപ്രിയ പറയുമായിരുന്നു.

പതിനാല് പതിനഞ്ച് വയസ്സുള്ളപ്പോഴേ അവർ മൂന്നുപേരും നല്ലതും ചീത്തയും തിരിച്ചറിഞ്ഞിരുന്നു. ചില ദിവസങ്ങളിൽ എന്നെ കാത്തിരിക്കുമായിരുന്നു അവർ. സംസാരിക്കാനായി. മനസ്സിനെ പീഡിപ്പിച്ചിരുന്ന പേടികളും വലിച്ചുമുറുക്കിയിരുന്ന ആശങ്കകളും എന്നെ ഏല്പിക്കാനായിരുന്നു ആ കാത്തിരിപ്പ്. ദ്വീപിൽ അകപ്പെട്ട ഏകാന്തജീവികളെപ്പോലെയായിരുന്നു ഞങ്ങൾ. സംസാരത്തിനിടയിൽ സുജാത ചോദിച്ചു:

"എന്തുകൊണ്ടാണ് ഇങ്ങനെ?"

എനിക്കു മറുപടിയില്ലായിരുന്നു. പഴയ ആളുകൾ പറയാറുള്ള ജാതകദോഷമായിരിക്കും. ചിരിച്ചുകൊണ്ട് അപ്പോഴവൾ അതു പൂർത്തിയാക്കുന്നതിങ്ങനെയായിരുന്നു.

"അങ്ങനെ വിശ്വസിക്കുന്നത് മഹാവിഡ്ഢിത്തമായിരിക്കും. ജാതകദോഷമൊന്നുമില്ല. കയറൂരിവിട്ട വേട്ടനായയെപ്പോലെ ഒടുങ്ങാത്ത ദുരയാണ്."

അവജ്ഞയുടെയും കോപത്തിന്റെയും തിരകൾ അവളുടെ കണ്ണുകളിൽ നിറയും.

അങ്ങനെ ദുരയ്ക്കേറ്റ കനത്ത പ്രഹരമായിരുന്നു വാസന്തിയുടെ ഒളിച്ചോട്ടം. സന്ധ്യയെ മാറിലൊളിപ്പിച്ച ഇരുട്ട് വീടിനു മുന്നിലുള്ള മരങ്ങൾക്കിടയിലൂടെ അകത്തേക്ക് ഇഴഞ്ഞു കയറിത്തുടങ്ങിയിരുന്നു. പച്ചിലകൾക്കിടയിൽ മറഞ്ഞുകിടന്നിരുന്ന പാമ്പ് ഇഴഞ്ഞുനീങ്ങുന്നതുപോലെ. മുറികളെ പ്രഭാപൂർണ്ണമാക്കിയ വൈദ്യുത ദീപങ്ങളിൽ നിന്നു പൊഴിഞ്ഞിരുന്ന വെളിച്ചത്തിന്റെ ഇഴകൾ ചുവരലമാരകളിലും കസേരകളിലും മേശകളിലും ചിത്രപ്പണികൾ തുന്നിച്ചേർത്തിരുന്നു.

സ്വീകരണ മുറിയിൽ അമ്മയും അനുജത്തിമാരും എന്നെ കാത്തിരിക്കുകയായിരുന്നു. കിടക്കയിൽ നിന്നെഴുന്നേറ്റ് ഷാൾ പുതച്ച് കസേരയിൽ കാത്തിരിക്കുകയായിരുന്ന അമ്മയും അടുത്തുള്ള സെറ്റിയിൽ സുജാതയും സുപ്രിയയും. എന്നെക്കണ്ട് അമ്മ പറഞ്ഞു:

"നിന്നെ കാത്തിരിക്കുകയായിരുന്നു ഞങ്ങൾ. വാസന്തിയെവിടെപ്പോയെന്ന് നിനക്കറിയാമോ. എവിടെ അന്വേഷിക്കാനാണ്?"

വീട്ടിൽ നിന്ന് റോഡിലേക്കിറങ്ങി എങ്ങോട്ട് പോകണമെന്നറിയാതെ നിശ്ചലനായി ഞാൻ നിന്നു. വീട്ടിനടുത്തായി അലിയാരുകുഞ്ഞ് കാത്തു നിൽക്കുകയായിരുന്നു.

ചായക്കടയ്ക്കടുത്തായി നിർമ്മിച്ച മൂന്നുനിലകളിലുള്ള പുതിയ ഒരു മന്ദിരം. അലിയാരുകുഞ്ഞിന്റെ ഇളയമകന്റേതായിരുന്നു അത്. എന്നെക്കണ്ട് അടുത്തുവന്ന അലിയാരുകുഞ്ഞിന്റെ ശബ്ദത്തിൽ പരിഭ്രമം.

"എന്നോട് അലോഹ്യം തോന്നരുത്. നസീറിന്റെ ഉമ്മ പറഞ്ഞാണ് ഞാനറിഞ്ഞത്. അനുജത്തിയുമായി അവൻ ഇവിടം വിട്ടുപോയി."

അപ്പോഴേക്കും കടയിൽ നിന്ന് അയാളുടെ ഇളയമകൻ ഖാദർ വന്നു. അയാളാണ് വിശദീകരിച്ചത്. വാസന്തിയോടൊപ്പം മെഡിസിനു

പഠിക്കുകയായിരുന്നു ഖാദറിന്റെ അനുജൻ നാസർ. പ്രണയത്തിലായ അവർ സ്ഥലം വിടാൻ നേരത്തെ തീരുമാനിച്ചിരുന്നു. നാലാംവർഷം പൂർത്തിയായി ഹൗസ് സർജൻസി തുടങ്ങുകയായിരുന്നു. ആരോടും അവർ പറഞ്ഞില്ല. ഉമ്മയോട് യാത്ര പറയാൻ അവൻ വന്നപ്പോഴാണ് വിവരങ്ങൾ ഖാദർ അറിയുന്നത്. ഏതെങ്കിലും വിധത്തിലുള്ള തടസ്സങ്ങൾ നിഷ്പ്രയോജനമായിരുന്നു അപ്പോഴേക്കും. ഉമ്മ പറഞ്ഞതുകേട്ടുനിന്ന അച്ഛൻ ഒറ്റവാക്കിലായിരുന്നു പ്രതികരണം ഒതുക്കിയത്: 'അരുതാത്തതായിപ്പോയി.'

എല്ലാം കേട്ടിരുന്ന അമ്മ മിണ്ടിയില്ല. കസേരയിൽ നിന്നെഴുന്നേറ്റ് മുറിയിൽ കയറി കതകുകൾ അടച്ചു. പ്രതീക്ഷകൾ. സ്വപ്നങ്ങൾ. കണക്കുകൂട്ടലുകൾ. എല്ലാം എരിഞ്ഞമരുകയാണെന്ന് അമ്മ അറിയുകയായിരുന്നു. ആരും ആരോടും ഒന്നും പറഞ്ഞില്ല.

അഞ്ച്

പുസ്തകത്തിന്റെ താളുകൾ മറിയുന്ന അനായാസതയോടെ വർഷങ്ങൾ മറിഞ്ഞുപോകുന്നത് തിരിച്ചറിയുന്നത് നാലാംവർഷം തുടങ്ങിയപ്പോഴായിരുന്നു. കോളേജ് യൂണിയൻ തിരഞ്ഞെടുപ്പിന്റെ ചൂട് പ്രസരിച്ചുതുടങ്ങിയിരുന്നു. മത്സരങ്ങൾ നിഷ്പ്രയോജനങ്ങളായിരുന്നു. വിദ്യാർത്ഥികളിൽ ഭൂരിപക്ഷവും സ്റ്റുഡന്റ് ഫെഡറേഷന്റെ അനുകൂലികളായിരുന്നു. അതിനിടയിലാണ് എന്റെ ബാച്ചുകാരനായിരുന്നെങ്കിലും മുതിർന്ന വിദ്യാർത്ഥികളോടൊപ്പമായിരുന്ന രാമകൃഷ്ണൻ യൂണിയൻ ചെയർമാനായി മത്സരിക്കാൻ തീരുമാനിക്കുന്നത്. എസ്.എഫുമായി അയാൾക്ക് ബന്ധമുണ്ടായിരുന്നില്ല. മറ്റു വിദ്യാർത്ഥി സംഘടനകൾക്ക് അയാൾ അന്യനോ അപരിചിതനോ ആയിരുന്നു.

ലൈബ്രറിയിൽ നിന്നിറങ്ങുകയായിരുന്ന എന്നെ കണ്ട് രാമകൃഷ്ണൻ പറഞ്ഞു.

"ഇയാളെ നോക്കി നടക്കുകയായിരുന്നു ഞാൻ. വന്നേ, ഇയാളോട് സംസാരിക്കാനുണ്ട്."

ഞങ്ങൾക്കിടയിൽ പ്രായത്തിന്റെ അകലം നിലനിന്നിരുന്നു. ഇരുപത്തേഴ് വയസ്സുള്ള അയാൾ ആരോഗദൃഢഗാത്രനായിരുന്നു. ആകർഷകമായ പെരുമാറ്റം കൊണ്ട് വലിയൊരു സംഘത്തെ കൂട്ടുകാരാക്കാൻ സാധിച്ചിരുന്ന രാമകൃഷ്ണൻ പറഞ്ഞു.

"യൂണിയൻ പ്രസിഡന്റായി ഞാൻ മത്സരിക്കാൻ തീരുമാനിച്ചിരിക്കുകയാണ്. ഇയാൾ എന്നെ സഹായിക്കണം."

എസ്. എഫ്. സ്ഥാനാർത്ഥിയായി മത്സരിച്ചാൽ അയാൾക്ക് എതിരില്ലാത്ത ജയം ഉറപ്പായിരുന്നു. അത് ചൂണ്ടിക്കാട്ടി സംസ്ഥാനതലത്തിലുള്ള പല നേതാക്കളും ശ്രമിച്ചതാണ് രാമകൃഷ്ണനെ എസ്.എഫ്.

സ്ഥാനാർത്ഥിയാക്കാൻ. അതിനയാൾ വഴങ്ങിയില്ല. ഏതെങ്കിലും പാർട്ടിയുടെ ലേബൽ വഹിച്ചുകൊണ്ട് നടക്കാൻ അയാൾ ഇഷ്ടപ്പെട്ടില്ല. അയാൾക്കെതിരെ സ്ഥാനാർത്ഥിയെ നിർത്തി മത്സരിപ്പിച്ചാൽ തോൽവി ഉറപ്പാണെന്നറിഞ്ഞ എസ്.എഫ്. നേതാക്കൾ അയാളെ പിന്താങ്ങാൻ തീരുമാനിച്ചു. എസ്.എഫിന്റെ പിന്തുണയോടെ ജയിച്ചാൽ അയാളെ സ്വന്തം ആളായി വിശേഷിപ്പിക്കാൻ സാധിക്കുമെന്ന് അവർ കണക്കുകൂട്ടിയിരുന്നു. അവരുടെ പിന്തുണ രാമകൃഷ്ണൻ സ്വീകരിക്കുകയോ നിരാകരിക്കുകയോ ചെയ്തില്ല.

അണിയിൽ പങ്കാളിയാവാൻ വിസമ്മതിക്കുന്നവരെ ശത്രുക്കളായി പരിഗണിക്കാതെ അവർ ആവശ്യപ്പെടാതെ പിന്തുണയുടെ ഹസ്തം നീട്ടി അവരുടെ കരം ഗ്രഹിക്കുന്നത് കമ്മ്യൂണിസ്റ്റ് പാർട്ടിയുടെ അപ്രഖ്യാപിത നയങ്ങളിലൊന്നായിരുന്നു. രാമകൃഷ്ണന്റെ കാര്യത്തിലും എസ്.എഫിലൂടെ അവർ പ്രായോഗികമാക്കിയത് ആ നയമായിരുന്നു.

യൂണിയന്റെ ഉദ്ഘാടനം വൻതോതിലാക്കാൻ അയാൾ ആഗ്രഹിച്ചിരുന്നു. അതിനാവശ്യമായ ചെലവ് സ്വന്തം നിലയിൽ ഏറ്റെടുക്കാൻ അയാൾക്ക് സാധിച്ചു.

ഇത്തിക്കരയിലെ മൂന്നോ നാലോ മേച്ചിലോട് ഫാക്ടറികളുടെ ഉടമയായിരുന്നു അയാളുടെ അച്ഛൻ. മൂത്ത രണ്ടു സഹോദരൻമാരും ടൈൽ ഫാക്ടറികളുടെ നടത്തിപ്പിൽ അച്ഛനെ സഹായിച്ചിരുന്നു. ചൂളമേസ്തിരിയെന്ന് അറിയപ്പെട്ടിരുന്ന അവരുടെ പിതാവായിരുന്നു പഴയകാലത്ത് ആ പ്രദേശത്തെ മേച്ചിലോട് ഫാക്ടറികളിലെ ചൂളകൾ നിർമ്മിച്ചിരുന്നത്. പാടങ്ങളിലെ ചെളികൊണ്ട് നിർമ്മിക്കുന്ന ഓടുകൾ ചുട്ടെടുക്കുന്നതിന് ഉയർന്ന താപമാനം നിലനിർത്തുന്ന ചൂളകളുടെ രൂപകല്പന സങ്കീർണ്ണമായിരുന്നു. നിരക്ഷരനായിരുന്നെങ്കിലും ദീർഘകാലത്തെ അനുഭവങ്ങളിലൂടെ സ്വായത്തമാക്കിയ വൈദഗ്ധ്യം ചൂളമേസ്തിരിയെ ആ പ്രദേശത്തെ പ്രധാനികളിലൊരാളാക്കിയിരുന്നു. പ്രവർത്തനം നിലച്ച ഏതാനും ഫാക്ടറികൾ ഏറ്റെടുത്ത് അവയെ പ്രവർത്തനക്ഷമമാക്കിയതിൽ തുടങ്ങിയതായിരുന്നു ചൂള മേസ്തിരിയെന്നു വിശേഷിപ്പിക്കപ്പെട്ട വിദ്യാധരന്റെ ഉയർച്ച. ക്രമേണ ആ പ്രദേശത്തെ മികച്ച ടൈൽ ഫാക്ടറികളുടെ ഉടമയായ അയാളെ സഹായിച്ചിരുന്ന മൂത്ത മക്കൾക്ക് അനുജൻ രാമകൃഷ്ണനെ ബിരുദധാരിയാക്കിയശേഷം ഫാക്ടറി നടത്തിപ്പ് ആധുനീകരിക്കാൻ ഉദ്ദേശ്യമുണ്ടായിരുന്നു. കോളേജിനടുത്ത് ബന്ധുവീട്ടിൽ താമസിച്ചിരുന്ന രാമകൃഷ്ണന്റെ ഉറ്റചങ്ങാതിയായതോടെ വൈകുന്നേരങ്ങൾ ചെലവിടുന്നത് എനിക്ക് തലവേദനയല്ലാതായി. കോളേജിൽ നിന്നും രാമകൃഷ്ണനുമൊത്ത് അയാളുടെ വാസസ്ഥലത്തേക്കു പോയിരുന്നു. രാത്രി വൈകുവോളം ഞാനവിടെ ചെലവഴിച്ചു. പല ദിവസങ്ങളും അത്താഴത്തിന് അയാളുടെ പങ്കാളിയായി. അങ്ങനെ ഞാൻ അയാളുടെ ഒരു രഹസ്യത്തിന്റെ പങ്കാളിയായി.

രാമകൃഷ്ണന്റെ വീട്ടിലെ ടെറസ്സിൽ നിന്ന് നോക്കിയാൽ നളിനി ടീച്ചറിന്റെ വീടു കാണാമായിരുന്നു. അമ്മയുമൊത്ത് താമസിച്ചിരുന്ന നളിനി ടീച്ചർ വീട്ടുമുറ്റത്തെ പൂന്തോട്ടത്തിൽ പൂച്ചെടികൾ നട്ടും നനച്ചും സായാഹ്നങ്ങൾ ചെലവിടുന്നത് രാമകൃഷ്ണൻ ടെറസ്സിൽ നോക്കിയിരിക്കുമായിരുന്നു.

അധികം ദൂരത്തല്ലായിരുന്നു അവരുടെ സ്കൂൾ. രാവിലെ സ്കൂളിൽ പോകുമ്പോൾ നളിനി ടീച്ചറിന്റെ ശ്രദ്ധയിൽപ്പെടാതെ രാമകൃഷ്ണൻ പിന്നാലെ നടക്കുമായിരുന്നു. ചെറിയ പൂക്കളുടെ ചിത്രങ്ങൾ തുന്നിച്ചേർത്ത വോയിൽസാരിയും അതിന്റെ നിറത്തിനിണങ്ങുന്ന ബ്ലൗസും ധരിച്ച് നടന്നുപോകുമായിരുന്ന നളിനി ടീച്ചറിൽ നിന്ന് പല വർണ്ണങ്ങളിലുള്ള പൂക്കൾ പൊഴിഞ്ഞു വീഴുന്നതുപോലെ തോന്നുമായിരുന്നു. വെളുത്ത നിറത്തിലേക്കു പടർന്ന് അലിഞ്ഞിരുന്ന ഇരുണ്ടനിറം നേർത്ത പാട പോലെ അവരുടെ ദേഹകാന്തിക്ക് തിളക്കം നൽകി. അലക്ഷ്യമായി ചീകി ഒതുക്കിയിരുന്ന കൊഴുത്ത തലമുടിയുടെ അറ്റത്തായി തുളസി ഇലകൾ. കഴുത്തിൽ അതിലോലമായ ഒരു സ്വർണ്ണച്ചരടുപോലെയുള്ള മാല. നെറ്റിയിലെ സിന്ദൂരപ്പൊട്ടും കൺമഷിയും മുഖത്തിന്റെ ചാരുതയെ കൂടുതൽ ആകർഷകമാക്കി.

നളിനി ടീച്ചറിന്റെ ശ്രദ്ധയിൽപ്പെടാനുള്ള വഴികളെപ്പറ്റിയാലോചിച്ച് നീറി കത്തിയിരുന്ന രാമകൃഷ്ണൻ വിമ്മിവിമ്മിയാണ് അതേക്കുറിച്ച് എന്നോട് സംസാരിച്ചത്. കുറേ നാളായി അക്കാര്യം സംസാരിക്കാൻ ആഗ്രഹിച്ചിരുന്നെങ്കിലും ഒരവസരത്തിനായി കാത്തിരിക്കുകയാണെന്ന ആമുഖത്തോടെ അയാൾ ആ രഹസ്യം എന്നോട് പങ്കുവച്ചു. നേർക്കുനേർ നളിനിടീച്ചറിനോട് സംസാരിക്കാനുള്ള മനോബലം തനിക്കില്ലെന്ന് അയാൾ മനസ്സിലാക്കിയിരുന്നു. ഒരു പ്രാവശ്യം പോലും ആരുടെയും മുഖത്ത് നോക്കാതെ സ്കൂളിലേക്ക് പോകുകയും മടങ്ങുകയും ചെയ്യുന്നതിൽ ശ്രദ്ധപുലർത്തിയിരുന്ന നളിനി ടീച്ചർ തനിക്ക് ചുറ്റും അപ്രാപ്യതയുടെ മറക്കുട പിടിച്ചിരുന്നു. പലവട്ടം അവരുമായി സംസാരിക്കാൻ രാമകൃഷ്ണൻ ശ്രമിച്ചു. അപ്പോഴെല്ലാം അയാളിൽ നിന്നും ധൈര്യം ചോർന്ന് പോയിരുന്നു. അങ്ങനെയാണ് നളിനി ടീച്ചറിന് കത്തെഴുതാൻ രാമകൃഷ്ണൻ തീരുമാനിച്ചത്. വീട്ടിലെ മെയിൽ ബോക്സിലിടുന്ന കത്ത് നളിനി ടീച്ചറിന്റെ കൈയിലെത്തുമെന്ന വിശ്വാസമായിരുന്നു അതിനയാളെ പ്രേരിപ്പിച്ചത്. കത്തെഴുതാനുള്ള ചുമതല എന്നെ ഏല്പിക്കാനാണ് എന്നെ അയാൾ കൂട്ടുകാരനാക്കിയതെന്ന് അപ്പോഴാണ് ഞാനറിയുന്നത്.

ലൈബ്രറിയിൽ നിന്ന് പ്രസിദ്ധ കവികളുടെ കൃതികൾ തിരഞ്ഞുപിടിച്ച് അവയിൽ നിന്ന് കവിതാശകലങ്ങൾ കുറിച്ചെടുത്ത് കത്തിനെ പ്രണയഗാനമാക്കാൻ നടത്തിയ യത്നങ്ങൾ പാഴായില്ലെന്ന് പിന്നീടാണ് ഞാനറിയുന്നത്. ഹൃദിസ്ഥമാക്കിയിരുന്ന ആ ഉദ്ധരണികൾ പത്രപ്രവർത്തനത്തിൽ എനിക്ക് പ്രയോജനപ്പെട്ടെങ്കിലും രാമകൃഷ്ണന്റെ മോഹം സാക്ഷാത്ക്കരിക്കാൻ അവ സഹായകമായില്ല. രണ്ടുമൂന്നു മാസം

ആഴ്ചയിൽ രണ്ടു കത്തുകൾ മെയിൽ ബോക്സിലെത്തിക്കുന്ന ജോലിയും എന്റേതായിരുന്നു. അങ്ങനെ ഒരു ദിവസം നളിനി ടീച്ചർ വീട്ടിൽ വരുന്നത് കണ്ട് ഞാൻ ഭയന്നു. അമ്മയെ കണ്ട് പരാതിപ്പെടാനാണോ അവർ വീട്ടിൽ വരുന്നത്. 'നേരിൽ കാണാനാണ് ഞാൻ വന്നത്. നാളെ വൈകിട്ട് വീട്ടിൽ വരുമോ? ഞാൻ പ്രതീക്ഷിക്കും.' അവർ എന്നോട് പറഞ്ഞു.

കടലാസിൽ പൊതിഞ്ഞ കത്തുകളുടെ ഒരു കെട്ടായിരുന്നു അവിടെ എന്നെ കാത്തിരുന്നത്. സ്വീകരണമുറിയിൽ ക്ഷണിച്ചിരുത്തി കത്തുകൾ തന്നിട്ട് അവർ എന്നെ അവരുടെ അമ്മയ്ക്ക് പരിചയപ്പെടുത്തി. ഏറെ കാലത്തെ പരിചയമുള്ളതുപോലെ പെരുമാറിയ നളിനി ടീച്ചർ ഒരു കപ്പിൽ ബ്രൂ കോഫി കൊണ്ടുതന്നിട്ട് 'ബാലചന്ദ്രന് കോഫി വലിയ ഇഷ്ടമല്ലേ' എന്ന് ചോദിച്ചിട്ട് ചെറിയൊരു മന്ദഹാസത്തോടെ പറഞ്ഞു:

"മദ്ധ്യവേനലവധിക്കാലത്ത് ജോധ്പൂരിലേക്ക് പോവുകയാണ്. അമേരിക്കയിൽ ട്രെയിനിംഗ് കഴിഞ്ഞ് ഹസ്ബെൻഡ് മടങ്ങിവരും. ജറ്റ് സ്ക്വാഡ്രൻ ലീഡറാണ്."

പകുതി കുടിച്ച കോഫിപാത്രം താഴെവച്ച് പെട്ടെന്നിറങ്ങിയ എനിക്ക് തിരിഞ്ഞുനോക്കാൻ ധൈര്യമില്ലായിരുന്നു. ശബ്ദമില്ലാത്ത ഒരു ചിരി എന്നെ പിന്തുടരുകയായിരുന്നോ അപ്പോൾ?

കടലാസിൽ പൊതിഞ്ഞ കത്തുകളോടൊപ്പം ഒരു യാർഡ്ലി പൗഡർ ടിന്നും കൂടിയുണ്ടായിരുന്നു. അത് സൂക്ഷിച്ചുവച്ച മുറിയിൽ ലാവൻ-ഡറിന്റെ അലസമായ മണം പടരുകയായിരുന്നു. കത്തുകളോടൊപ്പം ഞാനത് ഭദ്രമായി വച്ചു.

നളിനി ടീച്ചറിന്റെ വീട്ടിൽ പോയതും കത്തുകൾ മടക്കിത്തന്നതും രാമകൃഷ്ണൻ അറിഞ്ഞില്ല. മറുപടിക്കായി അയാൾ കാത്തിരുന്നു. ഏതാനും മാസങ്ങൾക്കുശേഷം നളിനി ടീച്ചർ താമസിച്ചിരുന്ന വീട് അടച്ചിട്ടിരിക്കുന്നത് കണ്ടതോടെ നളിനിടീച്ചർക്കായി ഇനി കാത്തിരിക്കേണ്ടെന്ന് അയാൾ മനസ്സിലാക്കി. അവധിക്കാലത്ത് ടീച്ചറുമായി യാത്ര പോകുന്നത് രാത്രികളിൽ അയാൾ സ്വപ്നം കാണാതായി. പെട്ടെന്നായിരുന്നു സ്വപ്നങ്ങൾ അയാളോട് വിടപറഞ്ഞത്. അപ്പോൾ സ്വപ്നങ്ങൾ എന്നെ തേടി വരാൻ തുടങ്ങി. വീട്ടിൽ വന്ന് എന്നെ കാണണമെന്നാവശ്യപ്പെട്ടതും കത്തുകൾ മടക്കിത്തന്നപ്പോൾ യാർഡ്ലി പൗഡർ വച്ചതും എന്തിനായിരുന്നു? രാമകൃഷ്ണന്റെ പ്രണയലേഖനങ്ങൾ എഴുതിയത് ഞാനാണെന്ന് നളിനി ടീച്ചറിനോട് പറഞ്ഞത് ആരായിരുന്നു? രാമകൃഷ്ണൻ ഒന്നും അറിഞ്ഞില്ല. വിഷാദിച്ചിരിക്കാനും അയാൾ തയ്യാറായില്ല. മറുപടി നൽകാത്തതിൽ നളിനി ടീച്ചറോട് നീരസം തോന്നിയിരുന്നെങ്കിലും അതിന് തടസ്സമായത് ടീച്ചറിന്റെ അമ്മയായിയിരിക്കുമെന്ന് അയാൾ സങ്കല്പിച്ചു. ചെറുപ്പത്തിന്റെ തിണർപ്പിനോട് പ്രതികരിക്കാൻ വാർദ്ധക്യത്തിനു സാധിക്കാതെ പോകുന്നതിന്റെ ദുരന്തമായി അയാൾ

അതിനെ വ്യാഖ്യാനിച്ചു. നളിനി ടീച്ചർ ഒറ്റയ്ക്കായിരുന്നെങ്കിൽ തീർച്ച യായും ഫലം മറിച്ചാകുമായിരുന്നില്ലേയെന്ന് എന്നോട് ചോദിച്ച രാമ കൃഷ്ണൻ സ്വയം ആശ്വസിച്ചു പറഞ്ഞു: നമ്മൾ ആരെയും ഉപദ്രവി ച്ചില്ലല്ലോ. മനസ്സിൽ മുളപൊട്ടിയ സ്നേഹം പകർന്നു നൽകാനുള്ള അനു വാദം ചോദിക്കുക മാത്രമല്ലേ ചെയ്തത്.

അവസാന വർഷം അവസാനിക്കുന്നതുവരെ അയാൾ കോളേജിൽ തുടർന്നില്ല. യൂണിയൻ ചെയർമാൻ സ്ഥാനം രാജിവച്ചുകൊണ്ട് കത്തു നൽകിയത് ആരും അറിഞ്ഞില്ല. ആരോടും യാത്ര ചോദിക്കാതെ രാമ കൃഷ്ണൻ മടങ്ങി. എന്തുകൊണ്ടായിരുന്നു എന്നോട് പോലും ഒന്നും മിണ്ടാതെ പോയത്? എന്നെക്കൊണ്ട് ഉപയോഗമില്ലാതായതു കൊണ്ടാ യിരുന്നോ? കുറച്ചു ദിവസം പിന്നിട്ടപ്പോൾ രാമകൃഷ്ണൻ ഓർമ്മയിൽ നിന്ന് മറഞ്ഞുപോയെങ്കിലും ആ കത്തുകളും യാർഡ്‌ലി പൗഡറും മധുര മുള്ള അനുഭവമായി എന്നോടൊപ്പം ജീവിച്ചു.

ആറ്

നാലാം വർഷത്തെ പരീക്ഷ പൂർത്തിയാകാറായപ്പോഴായിരുന്നു നിയമ സഭാ തിരഞ്ഞെടുപ്പിനുള്ള തയ്യാറെടുപ്പുകളും സ്ഥാനാർത്ഥികളുടെ പ്രച രണവും ആരംഭിക്കുന്നത്. പട്ടം താണുപിള്ളയും സി.കേശവനും ടി.എം. വർഗ്ഗീസും എ.ജെ.ജോണും പറവൂർ ടി.കെ. നാരായണപിള്ളയും പന മ്പള്ളി ഗോവിന്ദമേനോനും മുടിചൂടാമന്നൻമാരായി വാണിരുന്ന കാല ത്തിന്റെ നേർക്ക് തിരശ്ശീല വീണു തുടങ്ങിയിരുന്നു. തിരുവിതാംകൂറും തിരു-കൊച്ചിയും പിന്നീട് കേരളവുമായതോടെ രാഷ്ട്രീയ ഭൂമിശാസ്ത്ര ത്തിൽ സംഭവിച്ച മാറ്റങ്ങൾ സാമുദായിക ശക്തികളെ ബലഹീനമാക്കിയി രുന്നു. കമ്മ്യൂണിസ്റ്റ് പ്രസ്ഥാനത്തിന്റെ ആഗമനം ഈ പരിവർത്തന ങ്ങൾക്ക് ഇന്ധനമായി.

ഭൂഗർഭത്തിൽ നിന്ന് പുറത്തുവന്ന് പഴയകാല ബന്ധങ്ങളും അടുപ്പ ങ്ങളും പുതുക്കിയെടുത്ത് പ്രവർത്തനങ്ങൾ വ്യാപകമാക്കിയെങ്കിലും പൊതുജീവിതത്തിലെ താളം ഉൾക്കൊള്ളാൻ കമ്മ്യൂണിസ്റ്റ് പാർട്ടിക്ക് സാധിച്ചിരുന്നില്ലെന്ന് സൂചനകളുണ്ടായിരുന്നു. പലപ്പോഴും അവരിൽ പല രുടെയും രീതികളിൽ ഒരു തരം അരുതായ്കകൾ നിഴലിച്ചു. അദൃശ്യ മായ ചരടുകളും നിയന്ത്രണങ്ങളും നിസ്സാരമായ ചലനങ്ങളെപ്പോലും തടസ്സപ്പെടുത്തിയതായിരുന്നോ കാരണം? എങ്കിലും ആ പ്രസ്ഥാന ത്തിൽപ്പെട്ട പഴയ തലമുറയിൽപ്പെട്ട നേതാക്കളിൽ പലരും ജനങ്ങൾക്ക് പ്രിയപ്പെട്ടവരായിരുന്നു. അവരിൽ പലരേയും ജനങ്ങൾ നിയമസഭയിൽ അയച്ചു.

കോളേജിലെ പഠനം പൂർത്തിയായ സാഹചര്യത്തിൽ മറ്റു ചെറുപ്പ ക്കാരെ പോലെ ഞാനും തിരഞ്ഞെടുപ്പ് പ്രചരണത്തിന്റെ ഭാഗമായത്

സ്വാഭാവികമായിരുന്നു. പഴയതുപോലെ വൈകുന്നേരങ്ങൾ മാത്രമല്ല, പകൽ സമയം ചെലവാക്കുന്നതിനെ പറ്റിയുള്ള ഉൽക്കണ്ഠക്കും അതോടെ പരിഹാരമായി.

ഭദ്രമായി സൂക്ഷിച്ചിരുന്ന എന്തോ ഒന്ന് നഷ്ടപ്പെട്ട പ്രതീതിയായിരുന്നു അമ്മയ്ക്ക്. മറ്റൊരർത്ഥത്തിൽ അത് അപഹരിച്ചത് വാസന്തിയായിരുന്നു. മാറ്റങ്ങൾ പതുക്കെയായിരുന്നില്ല. മുൻകാലത്തെ പോലെ ഔദ്യോഗിക ജീവിതത്തിലെ തിരക്കുകൾ മദിപ്പിക്കുന്നതിനു പകരം അമ്മയെ മുഷിപ്പിച്ചു തുടങ്ങി. ഇനിയൊരു നഷ്ടം കൂടി ഉണ്ടാകാതിരിക്കാൻ അമ്മ ശ്രദ്ധിച്ചു. വളരെ അകലെയല്ലാത്തൊരിടത്ത് ശത്രുസേന ആക്രമണത്തിന് അനുകൂല സമയം കാത്തിരിക്കുന്നതുപോലെ എപ്പോൾ വേണമെങ്കിലും താൻ ആക്രമിക്കപ്പെടാമെന്ന ആശങ്കയിലായിരുന്നു അമ്മ. അടുക്കളക്കാരിയായ അമ്മുക്കുട്ടി അമ്മ മാത്രമായി വിനിമയത്തിനുള്ള വാഹനം. സുജാതയ്ക്കും കഷ്ടിച്ച് പതിനാറുവയസ്സായ സുപ്രിയയ്ക്കും അനുരൂപരായ വരൻമാരെ കണ്ടെത്താൻ അമ്മയ്ക്ക് ദുരിതപ്പെടേണ്ടിവന്നില്ല. നല്ല തുകയ്ക്ക് യോഗ്യനായ ഒരു ചെറുപ്പക്കാരനെ അമ്മ വിലയ്ക്കു വാങ്ങി. അക്കാലത്ത് ഐ.എ.എസ്സുകാർക്കായിരുന്നു ഏറ്റവും വലിയ വില. സുജാതയ്ക്ക് ഐ.ആർ.എസുകാരനെ കിട്ടി. രണ്ടാമതൊരു ഐ.എ.എസ്.കാരനെ തിരക്കി അമ്മയ്ക്ക് അലയേണ്ടി വന്നില്ല. അതിന് മുമ്പേ ഒരു ഐ.എ.എസ്. കാരനെ സുപ്രിയ കണ്ടെത്തിയിരുന്നു. വൈകാതെ അവർ മംഗല്യവതികളായി.

ടി.ടി.സി.ക്കാരിയാകുമെന്ന് പറഞ്ഞിരുന്നത് ഓർമ്മിപ്പിച്ചുകൊണ്ട് ടീച്ചറെ കാത്തിരിക്കുന്ന പ്രൈമറി സ്കൂൾ കുട്ടികളോട് എന്തുപറയുമെന്ന് ചോദിച്ച് യാത്ര പറയാൻ വന്ന സുപ്രിയയെ ഞാൻ കളിയാക്കാൻ ശ്രമിച്ചു. 'കൈയിൽ കിട്ടിയ ഈ കുട്ടിയെ പഠിപ്പിക്കാമോയെന്ന് നോക്കട്ടെ.' തന്നോടൊപ്പമുള്ള ഭർത്താവിനെ നോക്കി അവൾ പറഞ്ഞു. അവൾ സന്തുഷ്ടയാണെന്ന് അപ്പോൾ തോന്നി.

മുറിയിൽ നിന്നിറങ്ങുന്നതിനു മുമ്പ് അടക്കം പോലെ അവൾ ശബ്ദം താഴ്ത്തി പറഞ്ഞു: "രക്ഷപ്പെടാനാവുമെന്ന് കരുതിയതല്ല." തരിച്ചു നിൽക്കാനേ എനിക്കു കഴിഞ്ഞിരുന്നുള്ളു. ഇത്രയേറെ അമർഷവുമായാണോ ഇവർ ജീവിച്ചത്? സുജാതയും സുപ്രിയയും യാത്ര പറഞ്ഞതോടെ വീടിനകം കൂടുതൽ ശബ്ദശൂന്യമാകുകയായിരുന്നു. ആളുകൾ നടക്കുകയും ഇരിക്കുകയും സാധനങ്ങൾ എടുക്കുകയും തിരികെ വയ്ക്കുകയും ചെയ്യുമ്പോൾ ഉണ്ടാകുന്ന ശബ്ദം പോലും അപ്രത്യക്ഷമായി. രാവിലെ മുതൽ രാത്രി വരെ അടുക്കളയിൽ കഴിഞ്ഞിരുന്ന അമ്മുക്കുട്ടിയമ്മയും ഒച്ചയുണ്ടാക്കാതിരിക്കാൻ ശ്രദ്ധിച്ചതായി എനിക്കു തോന്നി. രാവിലെ ഓഫീസിലേക്ക് പോവുകയും വൈകിട്ട് മടങ്ങിവന്ന് മുറിയിൽ കയറി കതകടയ്ക്കുകയും ഊണുമുറിയിൽ അത്താഴത്തിന് വരികയും ചെയ്യുന്നതിൽ പരിമിതപ്പെടുത്തിയ അമ്മ എന്നെപ്പോലും ഒഴിവാക്കുകയായിരുന്നു. ഇടയ്ക്കൊരു ദിവസം അത്താഴത്തിനിടയിൽ അമ്മ ചോദിച്ചു:

ഡിഗ്രി കഴിഞ്ഞ് എന്തു ചെയ്യാൻ പോകുന്നു. ബി.എല്ലിന് ചേരുന്നുണ്ടോ? എന്റെ മറുപടിക്കായി അമ്മ കാത്തില്ല.

അത്താഴത്തിനു ശേഷം മുറിയിൽ കയറി കതകടയ്ക്കുന്നതുവരെ ഒന്നും മിണ്ടിയിരുന്നില്ല. അടുത്ത ദിവസം അത്താഴം മുറിയിൽ ഒറ്റയ്ക്കാക്കിയാണ് എന്നോടുള്ള ചോദ്യത്തിന് അമ്മ പ്രതികരിച്ചതെന്ന് എനിക്കു തോന്നി.

അമ്മയെ വലയം ചെയ്ത പ്രസരിപ്പിന്റെ അലകൾ ഇല്ലാതായത് പെട്ടെന്നായിരുന്നു. കൊഴുത്തു കറുത്ത അമ്മയുടെ തലമുടിയിൽ കണ്ട ഒന്നുരണ്ടു വെള്ളിരേഖകൾ ആരുടെയും അനുവാദമില്ലാതെ പടർന്നു പിടിക്കുകയായിരുന്നു. വളക്കൂറുള്ള മണ്ണിൽ ചില പച്ചിലത്തഴപ്പുകൾ പടർന്ന് പന്തലിക്കുന്നതുപോലെ. മുഖത്തു നിന്ന് പ്രസാദം വാർന്നു തുടങ്ങി. കറുത്തു തെളിച്ചമുള്ള കണ്ണുകൾക്കു ചുറ്റുമായി കരിവാളിപ്പിന്റെ കറുത്ത വലയം.

ഓഫീസിലേക്കിറങ്ങവേ മറന്നുവച്ച ഫയലെടുത്ത ശേഷം മുറിയ്ക്ക് പുറത്തിറങ്ങിയ അമ്മയോട് 'സുഖമില്ലേ?' എന്ന് ചോദിച്ചതിന് മറുപടി പറയാതെ അമ്മ പെട്ടെന്ന് ഇറങ്ങിപ്പോകുന്നത് നോക്കിനിന്ന എനിക്ക് ചുറ്റും കൊഴിഞ്ഞുവീണ വർഷങ്ങൾ ശബ്ദഘോഷത്തോടെ ഉയിർത്തെഴുന്നേൽക്കുകയായിരുന്നു. അനുജത്തിമാരുടെ കൊച്ചുകൊച്ചു കലഹങ്ങൾ. അമ്മയോടൊപ്പം ഊണുമേശയ്ക്കു ചുറ്റുമിരുന്നു സ്വാദിഷ്ടങ്ങളായ വിഭവങ്ങൾ പങ്കിട്ടിരുന്ന ദിവസങ്ങൾ. കറികളുടെ രുചിയില്ലായ്മയെപ്പറ്റിയുള്ള സുപ്രിയയുടെ പരാതികൾ. അതിനെ എതിർക്കുന്ന വാസന്തിയുടെ ഒച്ചയുയർത്തിയുള്ള പ്രതികരണം. തലയുയർത്തി ഒരു നോട്ടം കൊണ്ട് അന്തരീക്ഷത്തെ ശാന്തമാക്കിയിരുന്ന അമ്മ. ഓരോന്നായി നഷ്ടപ്പെടുമ്പോൾ അവ മടങ്ങിവരുമെന്ന് പ്രതീക്ഷിച്ചിരുന്നോ? ഒരു തടാകത്തിലെ നേർത്ത അലകൾ പോലെ വീട്ടിനകത്ത് മന്ദം ഒഴുകിയിരുന്ന കാറ്റിനെ തടഞ്ഞത് ഭാസ്കരൻനായരാണെന്ന് എനിക്ക് തോന്നിയിരുന്നു. ചില സായാഹ്നങ്ങളിൽ വരികയും കുശലാന്വേഷണങ്ങൾക്കു ശേഷം മടങ്ങുകയും ചെയ്തിരുന്ന അയാൾ സാവധാനം കൂടാരത്തിനകത്തു കയറിയ ഒട്ടകമാകുന്നത് ആരും അറിഞ്ഞില്ല. അവധി ദിവസങ്ങളിൽ അയാൾക്കു വേണ്ടി അമ്മ കാത്തിരുന്നു. ചായയ്ക്കുശേഷം ഔദ്യോഗിക കാര്യങ്ങൾ ചർച്ച ചെയ്യാനായി അമ്മയുടെ മുറിയിലേക്ക് പോകുമ്പോൾ തന്നിലേയ്ക്ക് ആഴ്ന്ന് വീണിരുന്ന പെൺകുട്ടികളുടെ നോട്ടങ്ങൾ കണ്ടില്ലെന്ന് അയാൾ ഭാവിച്ചു. അയാളെത്തുന്ന സമയങ്ങളിൽ വീട്ടിൽ നിന്നും മാറിനിൽക്കാൻ പാടില്ലായിരുന്നുവെന്ന് തോന്നിയെങ്കിലും അതൊന്നും അയാളെ നിരുത്സാഹപ്പെടുത്തുമായിരുന്നില്ല. നരച്ച തലമുടിയിൽ കറുത്ത ചായം പുരട്ടി വാർദ്ധക്യത്തെ ആട്ടിപ്പായിക്കാൻ നടത്തിയിരുന്ന ശ്രമം അയാളിൽ തെളിഞ്ഞുകാണാമായിരുന്നു. മടങ്ങിപ്പോകുമ്പോൾ തടഞ്ഞുനിർത്തി ഭീഷണിപ്പെടുത്താൻ എത്രമാത്രം ഞാനാഗ്രഹിച്ചു. ഞങ്ങളുടെ കുടുംബത്തെ തകർക്കരുതെന്ന് യാചിക്കാൻ ഒരവസരത്തിൽ ഞാനാലോചിച്ചതാണ്. ഒന്നും നടന്നില്ല.

വാസന്തി ഒളിച്ചോടിയെങ്കിലും അയാൾ അപ്രത്യക്ഷനായില്ല. അമ്മയുടെ ആവശ്യമായിരുന്നു വിട്ടുപോകാൻ ഒടുവിൽ അയാളെ പ്രേരിപ്പിച്ചത്. രണ്ടുമക്കളെ കൂടി നഷ്ടപ്പെടാൻ വയ്യായെന്ന് അയാളോട് അമ്മ പറഞ്ഞിരുന്നോ? അടുക്കളക്കാരിയാണെങ്കിലും വീട്ടുകാര്യങ്ങളുടെ ചുമതല ശിരസ്സിൽ പേറിയിരുന്ന അമ്മുക്കുട്ടിയമ്മ സ്വകാര്യമായി മുന്നറിയിപ്പ് നൽകിയിരുന്നോ, മക്കളിൽ കത്തിജ്ജ്വലിച്ചുനിൽക്കുന്ന അഗ്നിയെപ്പറ്റി. അത് ആളിക്കത്തിപ്പടരാതിരിക്കാൻ അവർ ഉപദേശിച്ചിട്ടുണ്ടാവുമോ? അമ്മുക്കുട്ടിയമ്മയോട് അമ്മയ്ക്ക് സ്നേഹവും ബഹുമാനവുമുണ്ടായിരുന്നു. ചെറുപ്പമായിരുന്നപ്പോൾ അമ്മയുടെ ദുർവാശികളോട് അനുതാപത്തോടെ പെരുമാറിയത് അവർ മാത്രമായിരുന്നു. ഭാസ്കരൻനായരുടെ സന്ദർശനം നിരന്തരമായതിനെതിരെ വിരൽചൂണ്ടുക മാത്രമല്ല, പ്രായം തികഞ്ഞ മൂന്ന് പെൺമക്കൾ ഇതെല്ലാം കാണുകയും കേൾക്കുകയും ചെയ്യുന്നുണ്ടെന്ന ഓർമ്മവേണമെന്ന് അമ്മുക്കുട്ടിയമ്മ ആവർത്തിച്ചിട്ടുണ്ടാവണം. ഒന്നും സംഭവിച്ചില്ല, വാസന്തി ഒളിച്ചോടണമായിരുന്നു എല്ലാം മാറാൻ. മാറുക മാത്രമല്ല, എല്ലാം തലകീഴ്മേൽ മറിഞ്ഞ് വീഴുകയായിരുന്നു.

തിരഞ്ഞെടുപ്പ് പ്രചാരണത്തിൽ മുഴുകി കഴിയുന്നതിനിടയിലായിരുന്നു അലിയാരുകുഞ്ഞ് മരണമടഞ്ഞത്. രാവിലെ ചായക്കട തുറന്നു പതിവുപോലെ കച്ചവടം തുടങ്ങുമ്പോഴായിരുന്നു അയാളെ അന്വേഷിച്ച് മരണം വന്നത്. ഒരു കടുംചായ തയ്യാറാക്കുന്ന ലാഘവത്തോടെ അയാൾ മരണത്തെ സ്വാഗതം ചെയ്ത് അതിന്റെ കൂടെപ്പോയി. രോഗിയായി അയാൾ ശയ്യാവലംബിയായില്ല. പ്രായത്തിന്റെ വൈവിശ്യത്തിൽപ്പെട്ട് അന്യരുടെ സഹായത്തിനായി അയാൾക്ക് യാചിക്കേണ്ടി വന്നില്ല. ചായ തയ്യാറാക്കുന്നതിനിടയിൽ നെഞ്ചു വേദന തോന്നി അയാൾ കസേരയിൽ ചാഞ്ഞിരുന്നപ്പോഴായിരുന്നു മരണമെത്തിയത്. നീണ്ട അൻപതുകൊല്ലങ്ങൾ. കടുംചായയും പരിപ്പുവടയും വിറ്റ് ആറുപേരുള്ള ഒരു കുടുംബത്തെ പോറ്റുക മാത്രമല്ല ചെയ്തത്. രണ്ടു പെൺകുട്ടികൾക്ക് ഭദ്രമായ ദാമ്പത്യജീവിതം ഉണ്ടാക്കിക്കൊടുത്തതിനു പുറമെ നാല് ആൺമക്കൾക്ക് വിദ്യാഭ്യാസവും നൽകി. മൂത്തമകൻ അബ്ദുൾ ഖാദർ മാത്രം കച്ചവടക്കാരനായി. നാസർ പ്രശസ്ത കാർഡിയോളജിസ്റ്റായി. സുബൈർ ആന്റ് കരീം എന്ന പേരിലുള്ള ഓഡിറ്റർമാരുടെ സ്ഥാപനം നഗരത്തിൽ പ്രശസ്തമായിരുന്നു. ഖാദറിന്റെയും നാസറിന്റെയും അനുജൻമാരായിരുന്നു അവർ. വിദ്യാഭ്യാസത്തിലൂടെ മക്കൾ ഉന്നതങ്ങളിലെത്തിയതൊന്നും അലിയാരുകുഞ്ഞിന്റെ ജീവിതത്തിൽ പുതിയ താളം ഉണ്ടാക്കിയിരുന്നില്ല.

എല്ലാവരും സന്തോഷത്തോടെ ജീവിക്കാൻ ഉതകുന്ന ഒരു വ്യവസ്ഥ വൈകാതെ ആഗതമാകുമെന്ന് തീർച്ചയുണ്ടായിരുന്ന കടുത്ത മതവിശ്വാസിയായിരുന്ന അയാൾ തന്റെ സ്വപ്നം കമ്മ്യൂണിസത്തിലൂടെ സഫലമാകുമെന്നാണ് പ്രതീക്ഷിച്ചിരുന്നത്. 'പോകുന്ന വഴിതെറ്റാതെ ബാലചന്ദ്രൻ നോക്കണം' എന്ന് അയാൾ ഉപദേശിച്ചു. ഹൃദയാഘാതത്തിൽ

അച്ഛൻ മരണമടഞ്ഞ വിവരം അറിഞ്ഞപ്പോൾ 'അതായിരിക്കില്ല, ആ നല്ല മനുഷ്യനെ കൊണ്ടുപോയതെന്ന്' പറഞ്ഞിരുന്ന അലിയാരുകുഞ്ഞ് പിന്നീട് അതേപ്പറ്റി ഒന്നുമുരിയാടാത്തത് കരടായി കൂടെക്കൂടെ എന്നെ നോവിച്ചിരുന്നു. അയാളെ പലവുരു അക്കാര്യം ഓർമ്മിപ്പിച്ചുകൊണ്ട് 'നിങ്ങൾ പറഞ്ഞതിന്റെ അർത്ഥം' ഞാൻ ആരായുകയുണ്ടായി. ഇല്ല, അയാൾ ഒന്നും മിണ്ടിയില്ല. അപ്പോഴൊക്കെ വരകൾ വീണ അലിയാരു കുഞ്ഞിന്റെ മുഖം വിളറുക മാത്രം ചെയ്തു.

'പത്തുപതിനേഴ് കൊല്ലമായി നിങ്ങളുടെ അച്ഛൻ എന്റെ സ്നേഹിത നായിരുന്നു. ചായ കൂട്ടാൻ പഞ്ചസാര വാങ്ങാൻ പണം തികയാത്ത അവസരങ്ങളിൽ എന്നെ സഹായിച്ച അയാളെ ഞാനെങ്ങനെ മറക്കും.'

അപ്പോൾ അലിയാരുകുഞ്ഞിന്റെ പരുക്കൻ ശബ്ദം മയപ്പെടുമായി രുന്നു. ശബ്ദരഹിതമായി അയാൾ ചിരിച്ചു. കഴിഞ്ഞകാലാനുഭവങ്ങളിൽ മുഴുകുന്ന അയാൾ പരിസരം മറന്ന് ധ്യാനാകുലനാകുന്നതുപോലെ ഇരുന്നു. ജപമാലയിൽ വിരലുകൾ ചലിപ്പിച്ചുകൊണ്ട്. അയാൾ യാതൊന്നും പറയില്ലെന്ന് എനിക്കുറപ്പുണ്ടായിരുന്നു. എന്നാൽ ഭാസ്ക രൻ നായർ സന്ദർശനങ്ങളിൽ നിന്ന് സ്വയം പിൻമാറിയതറിഞ്ഞപ്പോൾ ഒരുപാട് നേരം എന്റെ മുഖത്ത് അയാൾ നോക്കിയിരുന്നതെന്തിനായി രുന്നു. അങ്ങനെയൊരു സംഭവം അയാൾ പ്രതീക്ഷിച്ചിരുന്നോ? അതുണ്ടാകുമെന്ന് മുൻകൂറായി അയാൾക്ക് അറിയാമായിരുന്നോ? എന്തു കേട്ടാലും എന്തു കണ്ടാലും അഭിപ്രായം പ്രകടിപ്പിക്കുന്നത് അലിയാരു കുഞ്ഞിന്റെ സ്വഭാവത്തിന്റെ പ്രത്യേകതയായിരുന്നെന്ന് അനുഭവത്തിൽ നിന്ന് ഞാനറിഞ്ഞിരുന്നു. എന്നാൽ ഭാസ്കരൻനായരുടെ പേര് കേൾക്കു മ്പോൾ അയാൾക്ക് നാക്ക് നഷ്ടപ്പെടുന്നതെന്തുകൊണ്ടായിരുന്നു. അതെ പ്പറ്റി അയാൾ എന്തെങ്കിലും പറയുമെന്ന പ്രതീക്ഷയോടെ കാത്തിരുന്ന എന്നെ അലിയാരുകുഞ്ഞ് ഹതാശനാക്കിയിരുന്നു.

അലിയാരുകുഞ്ഞിന്റെ കബറടക്കത്തിനു ശേഷം വീട്ടിൽ എത്തിയ എന്നെ വാസന്തി കാത്തിരിക്കുകയായിരുന്നു. സ്വീകരണമുറിയിൽ അവൾ ഒറ്റയ്ക്കായിരുന്നു. ടീപോയിയിൽ തണുത്ത ചായ. അല്പം അകലെ മാറി നിൽക്കുന്ന അമ്മുക്കുട്ടിയമ്മയുടെ കണ്ണുകൾ നിറഞ്ഞൊ ഴുകുന്നുണ്ടായിരുന്നു. 'ചേട്ടൻ വന്നിട്ടു പോകാമെന്ന് വിചാരിച്ചിരി ക്കുകയായിരുന്നു' കസേരയിൽ നിന്നെഴുന്നേറ്റുകൊണ്ട് അവൾ അടുത്തുവന്നു പറഞ്ഞു. 'അമ്മയെ കണ്ടോ' എന്ന എന്റെ ചോദ്യത്തിന് അവൾ അടച്ചിട്ടിരുന്ന മുറിയിലേക്ക് വിരൽചൂണ്ടുക മാത്രം ചെയ്തു. അവളുടെ മുഖം ചോരവാർന്ന് വിളറിയിരുന്നു. വെള്ളപ്പൊട്ടുകളുള്ള കറുത്ത സാരി അവളുടെ വെളുത്ത നിറത്തിന് ചാരുത അണിയിച്ചിരുന്നു. സാരിയുടെ അറ്റം തലയിലൂടെ വലിച്ചിട്ട ശേഷം അവൾ മുറ്റത്തിറങ്ങി. തലതിരിച്ച് അകത്തേക്ക് നോക്കി അമ്മുക്കുട്ടിയമ്മയോട് വാസന്തി യാത്ര ചോദിച്ചു.

പൂത്തുലഞ്ഞ മഞ്ഞകാനചെടികൾക്കിടയിൽ നിൽക്കുകയായിരുന്ന വാസന്തിയുടെ മുഖത്തും ശരീരത്തിലും കൂടി സൗന്ദര്യം സ്വർണ്ണനൂൽ പോലെ വാർന്നൊഴുകുന്നതായി എനിക്കു തോന്നി. മുമ്പൊരിക്കലും അവൾക്ക് ഇത്രയേറെ ഭംഗിയുണ്ടെന്ന് തോന്നിയിരുന്നില്ലല്ലോയെന്നായിരുന്നു എനിക്കു തോന്നിയത്. പെട്ടെന്ന് അവൾ എന്റെ കരം ഗ്രഹിച്ച് കണ്ണിൽ ചേർത്തുവച്ചു. അവളുടെ കണ്ണിലെ നനവ് കൈവിരലുകളിലൂടെ എന്റെ ഹൃദയത്തിലേക്ക് ഒഴുകിയെത്തുകയായിരുന്നു.

"അടുത്തയാഴ്ച ഞങ്ങൾ ഓസ്ട്രിയയ്ക്ക് പോവുകയാണ്. അവിടുത്തെ ആശുപത്രിയിൽ ഗൈനക്കോളജിസ്റ്റായി എനിക്ക് ജോലിയും അവിടുത്തെ നാഷണൽ ഇൻസ്റ്റിറ്റ്യൂട്ടിൽ നാസറിന് ഫെലോഷിപ്പും. അതും പറഞ്ഞ് അവൾ ഇറങ്ങി. അവൾ തിരിഞ്ഞുനോക്കിയില്ല. യാത്രാനുമതി നൽകാനാവാതെ ഞാൻ അവളെ നോക്കിനിന്നു.

ഏഴ്

രാമനാരായണനെ പരിചയപ്പെടുന്നത് അപ്രതീക്ഷിതമായിരുന്നു. വീടിനടുത്തായിരുന്നു അവന്റെ വീട്. ആശുപത്രിജീവനക്കാരിയായ അമ്മയും അവനും. തിരഞ്ഞെടുപ്പ് പ്രചരണത്തിനിടയിൽ അവൻ എന്നെ തേടി വന്നു. പഠിത്തം മുടങ്ങി വീട്ടിലിരുന്ന് മുഷിഞ്ഞിരുന്ന അവന് തിരഞ്ഞെടുപ്പ് പ്രചരണം സമയം ചെലവിടാനുള്ള എളുപ്പമാർഗ്ഗമായിരുന്നു. ഏതെങ്കിലും രാഷ്ട്രീയ കക്ഷിയോട് എതിർപ്പോ അനുകൂല്യമോ അവനില്ലായിരുന്നു. എങ്കിലും ഒരു ദിവസം അവൻ എന്നോട് പറഞ്ഞു.

"നിങ്ങളുടെ എതിർപ്പാർട്ടിക്കാർ മുഴുവൻ കള്ളൻമാരാണെന്ന് എനിക്കറിയാം. ആ സ്വാമിയില്ലേ നാരായണയ്യർ. അയാളല്ലേ അവരുടെ നേതാവ് എനിക്കറിയാം അയാളെ..."

വീടുകൾ തോറും കയറി പ്രചാരണം നടത്തുന്നതിന്റെ ഭാഗമായി സ്ഥലത്തില്ലാത്ത വോട്ടർമാരെ കണ്ടെത്തുകയായിരുന്നു അവനെ ഏല്പിച്ച ചുമതല. വോട്ടെടുപ്പ് അടുക്കുമ്പോൾ മടങ്ങിവരുന്നവർ ആരാണെന്ന് കണ്ടുപിടിച്ച് അക്കൂട്ടത്തിലെ അനുകൂലികളുമായി സമ്പർക്കം സ്ഥാപിക്കുന്നതിന് രാമനാരായണൻ സഹായിച്ചു. പ്രചരണ പ്രവർത്തനത്തിനിടയിൽ രണ്ടും മൂന്നും ദിവസങ്ങൾ അവൻ അപ്രത്യക്ഷനാകുന്നത് പതിവായിരുന്നു. തിരക്കേറിയ പ്രവർത്തനങ്ങൾക്കിടയിൽ ആരും അത് ശ്രദ്ധിച്ചില്ലെങ്കിലും മടങ്ങിവന്ന് പ്രവർത്തനത്തിൽ വീണ്ടും മുഴുകുമ്പോൾ ഉത്സാഹം കെട്ടവനായി അവിടെയുമിവിടെയും ഉറക്കം തൂങ്ങിയിരിക്കുന്നതിനെപ്പറ്റി അവനോട് ഞാൻ ചോദിച്ചു.

"നിങ്ങൾക്കതിൽ നഷ്ടമൊന്നുമില്ലല്ലോ. എല്ലാ ദിവസവും ഹാജരാകാൻ ഞാൻ നിങ്ങളുടെ കൂലിവേലക്കാരനാണോ?"

അവന്റെ പെരുമാറ്റവും സംസാരവും എന്നെ അദ്ഭുതപ്പെടുത്തി. ഈർഷ്യയോടെ പ്രതികരിച്ചിട്ട് അവൻ ഇറങ്ങിനടന്നു. മടക്കിവിളിക്കാൻ തോന്നിയെങ്കിലും കൈകൾ വീശി കൂസലില്ലാതെ അവൻ നടന്നു പോകുന്നത് നോക്കിനിൽക്കാനാണ് എനിക്കപ്പോൾ തോന്നിയത്. മുമ്പെങ്ങും അവൻ ഈവിധം പെരുമാറിയിരുന്നില്ലെന്നായിരുന്നു ഞാനാലോചിച്ചത്. പഠിത്തം മുടങ്ങിയിരുന്നില്ലെങ്കിൽ ഒരുപക്ഷേ അവനും എന്നോടൊപ്പം കോളേജിലെത്തിയേനെ.

"ഇഷ്ടമില്ലാത്തതുകൊണ്ടല്ല പഠിത്തം മുടങ്ങിയത്. ഇടയ്ക്കുവച്ച് എന്നെ പിശാച് പിടിക്കുക മാത്രമല്ല, ഒരുപാട് അരുതായകൾ എന്നെ കൊണ്ട് അവൻ ചെയ്യിക്കുകയുമുണ്ടായി." പ്രചരണത്തിന്റെ തിരക്കുകളൊഴിഞ്ഞ ഒരു ദിവസം എന്നോട് അവൻ പറഞ്ഞു.

വിശ്രമമില്ലാതെ നടന്ന പ്രവർത്തനത്തിനൊടുവിൽ വിലയിരുത്തൽ നടത്തുന്നതിനായി എല്ലാവരും സമ്മേളിച്ചപ്പോഴായിരുന്നു അവൻ സംസാരിച്ചത്. രാത്രിയായിരുന്നു അപ്പോൾ. നേരത്തെ പെയ്ത ചാറ്റൽമഴയിൽ അസഹ്യമായിരുന്ന ചൂട്, മെല്ലെ അമർന്നുതുടങ്ങിയിരുന്നു. റോഡിൽ തെളിഞ്ഞിരുന്ന വിളക്കുകൾ ഇരുട്ടിനകത്ത് വെളിച്ചത്തിന്റെ ചെറിയ വൃത്തങ്ങൾ സൃഷ്ടിച്ചിരുന്നു. ആ വെളിച്ചത്തിനകത്ത് ചുറ്റിക്കറങ്ങിയിരുന്ന ഈയലുകളിൽ നോക്കിയിരിക്കുകയായിരുന്നു രാമനാരായണൻ. അടുത്തു ചെന്നിരുന്ന് ചെറിയൊരു തുക കൊടുത്തത് അവൻ സ്വീകരിച്ചില്ല.

"എനിക്ക് രൂപ വേണ്ട. ഞാൻ ചെയ്ത ജോലിക്ക് ദയവായി നിങ്ങൾ വില നിശ്ചയിക്കരുത്. നിങ്ങളോടുള്ള ഇഷ്ടം കൊണ്ടാണ് ഞാനിവിടെ വന്നതും നിങ്ങളെ അനുസരിച്ച് പ്രവർത്തിച്ചതും."

രൂപ വച്ചിരുന്ന കൈ പൊള്ളുകയാണെന്ന് എനിക്കു തോന്നി. മിണ്ടിയില്ല. അവൻ പറഞ്ഞത് എത്ര ശരിയാണെന്നായിരുന്നു എനിക്കു തോന്നിയത്. ചർച്ചകൾക്കും വിലയിരുത്തലുകൾക്കും ശേഷം അവിടെ സന്നിഹിതനായിരുന്നവരെ ഗ്രൂപ്പുകളായി തിരിച്ചായിരുന്നു ചെലവിനുള്ള പണം വീതംവച്ചത്. അതൊരു പതിവായിരുന്നു. കട ഉടമസ്ഥരിലും അനുഭാവികളിലും നിന്ന് തിരഞ്ഞെടുപ്പ് ചെലവിനായി പിരിച്ചെടുക്കുന്ന പണത്തിന്റെ ചെറിയ ഓഹരിയാണ് പ്രവർത്തകർക്കായി പങ്കുവയ്ക്കുന്നത്. പിരിവിന്റെ സിംഹഭാഗവും പാർട്ടിയുടെ പിന്നീടുള്ള പ്രവർത്തനത്തിനായി കരുതി സൂക്ഷിച്ചിരുന്നു. രാമനാരായണൻ ആ പതിവ് ശ്രദ്ധിച്ചിരുന്നെങ്കിലും അതിലൊന്നും അവൻ ഇടപെട്ടിരുന്നില്ല. പ്രവർത്തകരുമായി ഇടപഴകാൻ അവൻ താത്പര്യം കാണിച്ചില്ല. അവരുടെ ചർച്ചകൾക്ക് ചെവി കൊടുക്കാറുണ്ടായിരുന്നെങ്കിലും നിശ്ശബ്ദനായി അത് കേട്ടിരുന്ന അവൻ അപൂർവ്വം ചില സന്ദർഭങ്ങളിൽ എന്നോട് പറയുമായിരുന്നു. "കൂലിത്തൊഴിലാളികളെ പോലെയാണ് അവർ പ്രവർത്തിക്കുന്നത്..." എന്നിട്ട് അവൻ ആത്മഗതം പോലെ പറഞ്ഞു.

“അവർ ചെയ്യുന്നതാണ് ശരി. ചെയ്യുന്ന ജോലിക്ക് കണക്കുപറഞ്ഞ് കൂലി വാങ്ങണം.”

അതിൽ ആസ്വദിച്ച് അവൻ ചിരിച്ചു.

“എന്റെ കൂലി എന്തായിരുന്നുവെന്നോ, വയറുനിറയെ കോഴിക്കറിയും അപ്പവും.”

അന്നു രാത്രി അവൻ വീട്ടിൽപ്പോയില്ല. തട്ടുകടയിൽ പോയി ഭക്ഷണം കഴിച്ച് മടങ്ങിവന്ന അവൻ തിരഞ്ഞെടുപ്പ് ഓഫീസിലെ ഒരു ബഞ്ചിൽ ചുരുണ്ടുകിടന്നു. അവനെത്തിരക്കി ആരും എത്തുകയില്ലെന്ന് എനിക്കറിയാമായിരുന്നു. തിരഞ്ഞെടുപ്പ് പ്രചരണപ്രവർത്തനത്തിനെത്തും മുമ്പും അവന്റെ ശീലമാണത്. ഇടയ്ക്ക് വച്ച് അവൻ വീട്ടിൽ നിന്നും എവിടെയെങ്കിലും പോകും. മൂന്നാല് ദിവസത്തിനകം മടങ്ങിവരും. അതൊരു പതിവായതോടെ അവന്റെ അമ്മയും കാത്തിരിപ്പ് നിർത്തി.

പത്താം സ്റ്റാൻഡേർഡ് വിദ്യാർത്ഥിയായിരുന്ന കാലത്താണ് ഗോപി അവന്റെ ജീവിതത്തിൽ കയറിവന്നത്. സ്കൂളിലെ ഫുട്ബോൾ ടീം ക്യാപ്റ്റനായിരുന്ന ഗോപിയുടെ സ്നേഹിതവലയം സ്കൂളിന്റെ അതിർത്തികൾ ഭേദിച്ച് വളരെ വിപുലമായിരുന്നു. എതിരാളികളെ ശാരീരികമായി നേരിടുന്നതിൽ ദാക്ഷിണ്യമില്ലാതെ പ്രവർത്തിച്ച ഗോപി ഒരു ദിവസം രാമനാരായണനോട് ഒരു സഹായത്തിനായി സമീപിച്ചു. സാധാരണ ഗതിയിൽ എല്ലാം സ്വന്തം നിലയിൽ ചെയ്യുന്ന ഗോപി സഹായാഭ്യർത്ഥനയുമായി തന്നെ സമീപിച്ചതിൽ രാമനാരായണന് അദ്ഭുതം തോന്നി.

“എന്നെ നീ സഹായിക്കണം. ഒരുപാട് ഞാൻ ആലോചിച്ച ശേഷമാണ് നിന്നെ സമീപിക്കുന്നത്. അപകടം പിടിച്ചതൊന്നുമല്ല, നാളെ വൈകിട്ട് നീ വരണം. കോഫി ഹൗസിൽ ഞാൻ കാത്തിരിക്കും.”

അപ്പോൾ കാര്യമെന്തെന്ന് ഗോപി വെളിപ്പെടുത്തിയില്ല. എങ്കിലും അവനുമായി ചേർന്നാൽ സാഹസം ഉറപ്പാണെന്നറിയാമായിരുന്നു. അവൻ കോഫി ഹൗസിൽ കാത്തിരുന്നു. അപ്പോൾ വൈകിട്ട് ആറുമണി കഴിഞ്ഞിരുന്നു. കോഫി ഹൗസിലെ തിരക്കൊഴിഞ്ഞുതുടങ്ങിയിരുന്നു. മേശയിൽ കൊണ്ടുവച്ച കാപ്പി തണുത്തുറഞ്ഞു. വെയിറ്റർ അതോർമ്മിപ്പിക്കുമ്പോഴായിരുന്നു ഗോപി എത്തിയത്. “കാപ്പി കുടി പിന്നീടാകാ”മെന്നു പറഞ്ഞ് അതിന്റെ വില മേശപ്പുറത്തുവച്ചിട്ട് രാമനാരായണനുമായി സ്കൂട്ടറിൽ എം.ജി.റോഡിലൂടെ ഗോപി ഓടിച്ചുപോയി. ആയുർവേദ ആശുപത്രിക്കടുത്ത് സ്കൂട്ടർ നിർത്തിയിട്ട് ഗോപി പറഞ്ഞു: “ഇവിടെ നീ നിൽക്കണം, അരമണിക്കൂർ.” വാച്ചിൽ നോക്കിയിട്ട് അവൻ തുടർന്നു. “ങ്ഹും, എത്താറായി.” അവർ നിന്നിരുന്നതിന് എതിർമുഖമായി ഉയർന്നു നിൽക്കുന്ന മൂന്നുനില മന്ദിരത്തിലേക്ക് വിരൽചൂണ്ടി അവൻ പറഞ്ഞു, “ദാ ആ കെട്ടിടം കണ്ടോ, മുകൾ നിലയിലാണ് അയാളുടെ ഓഫീസ്. റോഡിലിറങ്ങി വരുമ്പോൾ ഞാനയാളെ കാണിച്ചുതരാം. വേറെ ഒന്നും ചെയ്യേണ്ട. ദാ, ഈ കല്ലുകൊണ്ട് അയാളുടെ തല ഉന്നമാക്കി എറിഞ്ഞാൽ

മതി. സൂക്ഷ്മമായി അതു ചെയ്യാൻ നിനക്കാകുമെന്ന് എനിക്കറിയാം. ചെയ്യാമോ?" എന്ന് ചോദിച്ചു. കൂർത്ത മുനകളുള്ള ഒരു കരിങ്കൽക്കഷണം അവൻ രാമനാരായണനെ ഏല്പിച്ചു.

ഒരു കല്ലേറിയലിൽ മാത്രമായി തീർന്നതായിരുന്നില്ല അത്. രാമ നാരായണൻ പറഞ്ഞു. ഉന്നം വച്ച് എറിഞ്ഞ കല്ല് കൊണ്ട്, ഗോപി കാണിച്ചുകൊടുത്തയാളിന്റെ തലമുറിഞ്ഞ് ചോര വാർന്നൊഴുകുന്നതിലും അത് തീർന്നില്ല. അസഹ്യമായ വേദന മൂലം കൈകൾ കൊണ്ട് തല യിൽപ്പിടിച്ച് അയാൾ അവിടെ ചരിഞ്ഞു വീണു. ചുറ്റുംകൂടിയവർ കാര ണമറിയാതെ പകച്ചുനിൽക്കുന്നതുകണ്ട് ഗോപി ചിരിച്ചുകൊണ്ട് അവന്റെ ചുമലിൽ മൃദുവായി അടിച്ചു.

"വാ നമുക്ക് പോകാം." സ്കൂട്ടറിൽ പോകുന്നതിനിടയിൽ അവൻ പറഞ്ഞു.

"ഒരുപാട് നാളായി ഞാൻ കൊണ്ടുനടന്നിരുന്ന ഒരു ആഗ്രഹമായി രുന്നു നീ നടത്തിയത്." റോഡരികിൽ അവൻ സ്കൂട്ടർ നിർത്തി. കീശ യിൽ നിന്നും കുറേ രൂപയെടുത്ത് കൊടുത്തിട്ട് ഗോപി തുടർന്നു.

"കല്ലുകൊണ്ട് തലപൊട്ടി വീണ ആൾ ആരാണെന്ന് നിനക്കറിയാമോ? എന്റെ അമ്മയെ പിഴപ്പിച്ചവനാണ് അയാൾ. ആ പാപമാണ് ഞാൻ. കൂടെ ക്കൂടെ കല്ലെറിഞ്ഞ് ഞാൻ അയാളെ ഇല്ലാതാക്കും."

പണം വാങ്ങാതെ നടന്നുപോന്ന രാമനാരായണൻ ഭാവിയിൽ ഗോപി യുമായി ബന്ധം തുടരുകയില്ലെന്ന് തീരുമാനിച്ചു.

"രൂപ തന്ന് എന്നെ വിലക്കെടുക്കാമെന്ന് നീ വിചാരിക്കരുതായിരുന്നു. ഒരു സ്നേഹിതനെന്ന നിലയ്ക്ക് സഹായം ആവശ്യപ്പെട്ടപ്പോൾ അതു ഞാൻ നൽകുകമാത്രമായിരുന്നു ചെയ്തത്."

അങ്ങനെ പറഞ്ഞു പിരിഞ്ഞെങ്കിലും അവനെ തേടി പോലീസെത്തി. രാമനാരായണൻ പൊലീസ് കസ്റ്റഡിയിലായി. അടിച്ചും ഇടിച്ചും മാത്ര മല്ല പോലീസ് അവനെ ശിക്ഷിച്ചത്. ആ പൊലീസുകാരിൽ ഒരാൾ അവനെ ശാരീരികമായി ഭേദ്യവും ചെയ്തു. ഒരാഴ്ച നീണ്ട തടവിനുശേഷം അവനെത്തിരക്കി വന്നത് അവന്റെ അമ്മ മാത്രമായിരുന്നില്ല. പൊലീ സുകാർ എഴുന്നേറ്റുനിന്ന് ആദരവോടെ വണങ്ങിയ നാരായണയ്യരും സ്റ്റേഷനിലെത്തിയിരുന്നു. "സാർ, സാർ.." എന്ന് ആവർത്തിച്ചുകൊണ്ട് ബഹുമാനത്തോടെ ഓച്ഛാനിച്ചു നിന്ന പൊലീസുകാർ നിരുപാധികം തന്നെ വിട്ടയച്ചതെന്തിനാണെന്ന് രാമനാരായണന് മനസ്സിലായില്ല. അമ്മ എത്തിയതിനു പിന്നാലെ നാരായണയ്യർ എന്തിനാണ് സ്റ്റേഷനിൽ വന്നത്? പബ്ലിക്ക് ഹെൽത്ത് ലബോറട്ടറി ഡയറക്ടറായി റിട്ടയർ ചെയ്ത ഉയർന്ന ഉദ്യോഗസ്ഥൻ എന്നതിലുപരി ഗവൺമെന്റിൽ സ്വാധീനമുള്ള ധനികൻ കൂടിയാണ് അയാളെന്ന് രാമനാരായണന് അറിവില്ലായിരുന്നു. നാരായ ണയ്യരുടെ ജീവിതം കനൽമൂടപ്പെട്ട വലിയൊരു രഹസ്യമായിരുന്നു. ആ രഹസ്യത്തിൽ തന്റെ അമ്മ പങ്കാളിയായിരുന്നുവെന്നും അവൻ അറി ഞ്ഞിരുന്നില്ല.

എട്ട്

നഗരത്തിലെ പടിഞ്ഞാറേപ്രാന്തത്തിലായിരുന്നു നൂറിൽപ്പരം വർഷങ്ങളുടെ പഴക്കമുള്ള ക്രൈസ്തവമിഷൻ സ്കൂൾ. അതിനോട് തൊട്ടുചേർന്ന് വേട്ടയ്ക്കൊരു മകന്റെ ക്ഷേത്രത്തിന് രണ്ടുനൂറ്റാണ്ടുകളുടെ പഴക്കമെങ്കിലും ഉണ്ടെന്ന് പൊതുവെ കരുതിയിരുന്നു. രാജാക്കൻമാരുടെ പഴയകാല വേട്ടകളെ അനുസ്മരിപ്പിച്ചുകൊണ്ട് ക്ഷേത്രത്തിന് മുൻപിലുള്ള വിശാലമായ മൈതാനത്ത് മരങ്ങൾ കുഴിച്ചുവച്ച് കാടിന്റെ പ്രതീതി ജനിപ്പിച്ചശേഷം പത്തുദിവസം നീളുന്ന ക്ഷേത്ര ഉത്സവത്തിന്റെ അവസാനദിവസം വേട്ടയെന്ന ചടങ്ങ് രാത്രി ആചരിച്ചിരുന്നു. അതു കാണാൻ അച്ഛനുമൊത്ത് ഞാൻ പോയിരുന്നു. അമാവാസിയുടെ അന്ധകാരത്തിന്റെ കംബളത്തെ കീറിമുറിച്ചുകൊണ്ട് രണ്ടുനിരകളിലായി കത്തിച്ച ദീപയഷ്ടികളുടെ അകമ്പടിയോടെ രാജാവിന്റെ വേഷമണിയുന്ന ക്ഷേത്രകാര്യക്കാരൻ ഒരു വെള്ള കുതിരപ്പുറത്ത് എത്തുന്നു. ഇലപോലും അനങ്ങാത്ത നിശ്ശബ്ദത അവിടെ നിറഞ്ഞുനിൽക്കും. കുതിരപ്പുറത്തു നിന്നിറങ്ങി അമ്പും വില്ലുമായി അയാൾ മരത്തിന്റെ ചുവട്ടിൽ ഒളിച്ചുവച്ചിരിക്കുന്ന കൃത്രിമ മൃഗത്തെ ലാക്കാക്കി അമ്പ് എയ്യുന്നു. അപ്പോൾ നിശ്ശബ്ദതയെ ഭേദിച്ചുകൊണ്ട് വാദ്യങ്ങളിൽ നിന്ന് ശബ്ദം ഉയരുന്നു. ചുറ്റും കൂടിനിൽക്കുന്നവർ ഉച്ചത്തിൽ ശബ്ദമുണ്ടാക്കി കാട്ടിനകത്തെ മൃഗങ്ങളെ ആക്രമിക്കുന്ന പ്രതീതി സൃഷ്ടിച്ച് ബഹളമുണ്ടാക്കുന്നു. അതിനുശേഷം മടങ്ങുന്നവർ ആ ചടങ്ങിനെ ഓർമ്മിച്ചുകൊണ്ട് മരച്ചില്ലകൾ വീട്ടിൽ കൊണ്ടുപോയി കവാടത്തിന് മുകളിൽ കുത്തിവയ്ക്കുന്നു. അടുത്ത വർഷത്തെ വേട്ടക്കാലം വരെ സൂക്ഷിക്കുന്ന ഉണങ്ങിയ ആ മരച്ചില്ല പ്രേതബാധയിൽ നിന്ന് കാത്തുരക്ഷിക്കുമെന്ന് വീട്ടുകാർ വിശ്വസിക്കുന്നു.

അപകടങ്ങൾ ഒഴിഞ്ഞുപോകുന്നതിനായി മന്ത്രച്ചരടുകളും ഏലസുകളും ധരിക്കുന്നതു പോലെ ഇതും ആചാരമായി മാറിയിരുന്നു. അച്ഛനുമൊത്ത് മടങ്ങിയെത്തി വീട്ടിലേക്കു പ്രവേശിക്കുന്ന കവാടത്തിനുമുകളിൽ മരച്ചില്ല സ്ഥാപിക്കാൻ ഞാൻ സമ്മതിച്ചില്ല. അച്ഛന്റെയും അമ്മയുടെയും ഉറക്കമുറിക്കുമുകളിൽ ആ മരച്ചില്ല ഉറപ്പിച്ചുവച്ച എന്നെ അച്ഛൻ കളിയാക്കി.

“ഞങ്ങളുടെ മുറിയിൽ കയറാൻ വരുന്ന പ്രേതം മക്കളുടെ അടുത്തു വരില്ലേ.”

“ഞങ്ങൾ നാലുപേരില്ലേ? പ്രേതത്തെ പേടിപ്പിക്കാനുള്ള വിദ്യ ഞങ്ങൾക്കറിയാം.”

അതു കേട്ട് അച്ഛൻ മന്ദഹസിച്ചു. കഷണ്ടി കയറിത്തുടങ്ങിയ തലയിൽ വിരലുകളോടിക്കുന്നത് ശീലമായിരുന്ന അച്ഛന്റെ മീശയിലെ ഒന്നുരണ്ടു മുടികൾ വെളുത്തിരുന്നു. വാസന്തിയായിരുന്നു അത് കണ്ടുപിടിച്ചത്.

"അതു മുറിച്ചുകള അച്ഛാ. ആരെങ്കിലും കണ്ടാൽ അച്ഛൻ വയസ്സനായെന്ന് വിചാരിക്കും."

"ശരിയല്ലേ. അച്ഛൻ വയസ്സനായി നാലുമക്കളുടെ അച്ഛൻ. തലമുടിയിലെ വെളുത്ത ഇഴകൾ അതിന്റെ അംഗീകാരം മാത്രമല്ല, ഈ ലോകത്തോടുള്ള പ്രഖ്യാപനം കൂടിയാണ്."

അപ്പോൾ അച്ഛന്റെ മുഖത്തെ മാംസപേശികൾ തുടുത്ത് കണ്ണുകൾ പ്രകാശമാനമാകുമായിരുന്നു. ഒരിക്കലും ശബ്ദം ഉയർത്തി അച്ഛൻ സംസാരിച്ചിരുന്നില്ല. ഹിതമില്ലാത്തതിന്റെ നേർക്ക് അദ്ദേഹം മുഖം തിരിച്ചിരുന്നു. പഠിത്തകാര്യങ്ങൾ അന്വേഷിക്കുന്നതിനിടയിൽ അച്ഛൻ ഓർമ്മിപ്പിക്കുമായിരുന്നു: "വല്ലാത്ത കാലമാണ്. തൊട്ടതിനും പിടിച്ചതിനും മത്സരമാണ്. സ്നേഹത്തിന്റെ നേരിയ ലാളനപോലും ഒരു ജീവിതത്തേയും സാന്ത്വനപ്പെടുത്തുകയില്ലെന്ന് മറക്കരുത്!"

മക്കളുടെ നിസ്സാരമായ ആവശ്യം പോലും ശ്രദ്ധിക്കുന്നതിൽ ജാഗരൂകരുനായിരുന്ന അച്ഛൻ കുളിരുള്ള കാറ്റ് പൊടുന്നനെ അന്തരീക്ഷത്തിൽ അലിഞ്ഞുചേരുംപോലെ അപ്രത്യക്ഷനാവുകയായിരുന്നു.

വെള്ളത്തുണികൊണ്ട് മൂടി വാഴയിലയിൽ കിടത്തിയിരുന്ന അച്ഛന്റെ തലയ്ക്കു മുകളിലായി നാളികേരം രണ്ടായി മുറിച്ച് ഒരു പാതിയിൽ എണ്ണ നിറച്ച് തുണിത്തുണ്ടിൽ പൊതിഞ്ഞ എള്ളിന്റെ കിഴികൾ കത്തിച്ചുവച്ചിരുന്നു. അപ്പോൾ ശിരസ്സിനടുത്തായി ഇരിക്കാൻ വന്ന അമ്മയുടെ കാൽ തട്ടി ആ ദീപം അവിടെ ചിതറി വീണ് തീപടർന്ന ഓർമ്മ ഒരുപാടുകാലം എന്നോടൊപ്പമുണ്ടായിരുന്നു. തൂവി വീണ എണ്ണയിലൂടെ പടർന്ന തീനാളങ്ങൾ കെടുത്താനായി ശ്രമിക്കുന്നതിനിടയിൽ തലയുയർത്തി നോക്കിയപ്പോഴാണ് അച്ഛന്റെ ഉറക്കറയുടെ മുന്നിൽ വച്ചിരുന്ന മരച്ചില്ലകൾ നിലത്തു വീണു കിടക്കുന്നത് കണ്ടത്. വീണ്ടും മനസ്സിനെ കീറിമുറിക്കാനായി ആ ഓർമ്മകൾ ഉയർന്നുവന്നത് ഒട്ടും പ്രതീക്ഷിക്കാത്ത അവസരത്തിലായിരുന്നു.

തിരഞ്ഞെടുപ്പ് പ്രചാരണത്തിന്റെ ഭാഗമായി ചെറുസംഘങ്ങൾ വീടുകൾ തോറും കയറി നോട്ടീസുകൾ വിതരണം ചെയ്യുന്നതോടൊപ്പം വീട്ടിലുള്ളവരോട് സ്ഥാനാർത്ഥിയുടെ വൈശിഷ്ട്യങ്ങളെക്കുറിച്ച് പൊടിപ്പും തൊങ്ങലും ചേർത്ത് സംസാരിക്കുന്നതിനിടയിലായിരുന്നു അതു സംഭവിച്ചത്.

ഞാൻ പറയുന്നത് ആരും വിശ്വസിക്കില്ലെന്ന് എനിക്ക് നന്നായറിയാമായിരുന്നു. അതുകേട്ട് നീ മന്ദഹസിക്കുന്നത് എനിക്ക് മനസ്സിൽ കാണാവുന്നതാണ്. അപ്പോൾ നീ ചോദിക്കും. 'നമ്മൾ ജീവിക്കുന്നത് ഏത് നൂറ്റാണ്ടിലാണ്. വേട്ടയ്ക്കൊരു മകനും വേട്ടയെന്ന ആചാരവും വിശ്വാസം നിലനിർത്താൻ ആവശ്യമായിരിക്കാം. എന്നാൽ... ഈ പറയുന്നത്? എന്നോടല്ല മറ്റാരോടെങ്കിലുമായിരുന്നെങ്കിൽ അവർ സംശയിക്കുമായിരുന്നു സമനില തെറ്റിത്തുടങ്ങിയോ എന്ന്. കളിയാക്കാനാണെങ്കിലും തലയിലെ ആണി ഇളകാറുണ്ടെന്ന് പറയാറില്ലേ?'

വിശ്വസിക്കുന്നുണ്ടോ അവിശ്വസിക്കുന്നുണ്ടോയെന്നതല്ല കാര്യം. നിരവധി കെട്ടുകഥകൾ നിറഞ്ഞതാണ് ജീവിതം. അവയുടെ അഭാവത്തിൽ ജീവിതം വരണ്ട ഭൂമി പോലെയാകുമായിരുന്നില്ലേ? ഭാവന കൊണ്ട് മെനയുന്ന പല കഥകളും പിൽക്കാലത്ത് യാഥാർത്ഥ്യങ്ങളാകുന്ന എത്രയെത്ര സംഭവങ്ങൾ. ഇതും അതുപോലെയാണോ?

വേട്ടയ്ക്കൊരുമകൻ ക്ഷേത്രഭരണവുമായി ബന്ധപ്പെട്ട കുടുംബങ്ങൾക്ക് വസിക്കാനായി ക്ഷേത്രത്തിന് പിന്നിൽ നിരനിരയായി വീടുകൾ നിർമ്മിച്ചിരുന്നു. മുൻകാലത്ത് ഊരാൺമക്കാരുടേതായിരുന്നു ആ ക്ഷേത്രം. പിന്നീട് അത് ഗവൺമെന്റ് ഏറ്റെടുത്തു. ക്ഷേത്ര ജോലിക്കാർ വസിച്ചിരുന്ന ആ വീടുകളിൽ നിന്ന് നിസ്സാരമായ വാടക മാത്രമേ ഈടാക്കിയിരുന്നുള്ളു. റോഡിലേക്ക് ഇറങ്ങാവുന്നവിധം ഉറപ്പിച്ചിരുന്ന കതകിന് ഇടത്തും വലത്തുമായി അരമതിലിനു മുകളിൽ കമ്പിഅഴികൾ ഘടിപ്പിച്ചിരുന്നു. അതിനു പിന്നിലായി തറയോട് പാകിയ നീണ്ട ഇടനാഴി. കതകു തുറന്ന് അകത്തേക്ക് കടക്കുന്നതിനിടയിൽ ഇടനാഴിയുടെ വലതുവശത്തെ കസേരയിലിരുന്ന് പുസ്തകം വായിച്ചിരുന്ന ഒരാൾ എന്തുവേണമെന്ന് കൈകൾ കൊണ്ട് ആംഗ്യഭാഷയിൽ ചോദിച്ചു. ആഗമനോദ്ദേശ്യം അറിയിച്ച ഞങ്ങളെ അകത്തേക്ക് അദ്ദേഹം ക്ഷണിച്ചു. ഇടനാഴിയുടെ അറ്റത്തുള്ള മുറിയ്ക്കകത്തു കയറിയ എനിക്ക് വിശ്വസിക്കാനായില്ല. സ്തംഭിക്കുകയായിരുന്നില്ല, വിറയൽ ശരീരത്തിൽ പടരുകയായിരുന്നു. മുന്നോട്ടു വച്ച കാൽ പിന്നോട്ടെടുക്കാനാവാതെ ഞാൻ തറച്ചുനിന്നു.

ചാരുകസേരയിൽ കിടന്നിരുന്ന ആൾ പതിയെ എഴുന്നേറ്റ് മുൻവശത്തു വച്ചിരുന്ന കണ്ണടയെടുത്ത് വച്ചു. ഉള്ളിൽ നിറഞ്ഞ നിലവിളി തൊണ്ടയിൽ കുരുങ്ങി. കൈയിലിരുന്ന നോട്ടീസുകൾ നിലത്തു വീണ് ചിതറി. അതുകണ്ട് നോട്ടീസുകൾ കുനിഞ്ഞെടുക്കുന്നതിനിടയിൽ അദ്ദേഹം ചിരിക്കുന്നുണ്ടായിരുന്നു. 'അച്ഛൻ'. ഞാൻ പറഞ്ഞത് പുറത്തേക്കു വന്നില്ല. ഞാൻ പിന്നോട്ട് മാറി പുറത്തേക്ക് ഇറങ്ങി. അതുകണ്ട് അന്തം വിട്ട് എന്നോടൊപ്പം ഉണ്ടായിരുന്നവരും എന്റെ പിന്നാലെ ഓടി വന്നു. തിരിഞ്ഞുനോക്കാൻ എനിക്കു കഴിയുമായിരുന്നില്ല. ഇടനാഴിയിലിരുന്ന ആൾ നിലത്തു നിന്നുനുള്ളിപ്പെറുക്കിയെടുത്ത നോട്ടീസുകൾ ഉയർത്തിക്കാട്ടി വിളിച്ചുപറയുന്നുണ്ടായിരുന്നു: ഇതു കൂടി കൊണ്ടുപോകൂ. സഹപ്രവർത്തകരോട് ഒന്നും പറയാനാവാതെ കുഴങ്ങിനിന്ന എന്നോട് അവരിലൊരാൾ ചോദിച്ചു: സുഖമില്ലേ?

മടങ്ങി വീട്ടിൽ പോകാനാവാതെ ലക്ഷ്യമില്ലാതെ നടക്കാനായിരുന്നു അപ്പോൾ തോന്നിയത്. മാനസികവിക്ഷോഭത്തിൽപ്പെട്ട ഒരു പരിചയക്കാരൻ കാറോടിച്ച് ആത്മഹത്യ ചെയ്യാൻ നടത്തിയ ശ്രമം പാഴായതിനെപ്പറ്റി അപ്പോൾ ഞാൻ ആലോചിച്ചു. നാലാം വർഷത്തെ പരീക്ഷാഫലം വരുന്നതോടെ എല്ലാപേരോടും വിടപറഞ്ഞ് അജ്ഞാതമായ എവിടെയെങ്കിലും പോയി എന്തെങ്കിലും ജോലി ചെയ്യാൻ ആഗ്രഹിച്ചിരിക്കവെയാണ് സപ്തനാഡികളേയും വിറങ്ങലിപ്പിച്ച ആ കാഴ്ച.

മതിഭ്രമമായിരുന്നോ? വേനൽച്ചൂടിൽ തിളക്കുന്ന റോഡിൽ മരീചിക ഉയരുന്നത് കണ്ടിട്ടുള്ളതാണ് അപ്പോൾ ഞാനോർത്തത്. ചക്രവാളങ്ങളില്ലാത്ത മരുഭൂമിയിൽപ്പെട്ട പഥികൻ മനോവിഭ്രാന്തിയിൽ പെടുന്നതിനെപ്പറ്റി ഞാൻ വായിച്ചിരുന്നു. പച്ചപ്പും തടാകവും പഴങ്ങളും പൂക്കളും മാടിവിളിക്കുകയാണെന്ന തോന്നലിൽ യാത്രക്കാരൻ ദിശ തെറ്റിപ്പോകുന്നു. അയാളറിയാതെ മരണത്തിലേക്ക് നടന്നുചെല്ലുന്നു.

ചാരുകസേരയിൽ നിന്നെഴുന്നേറ്റ അദ്ദേഹം അപരിചിതനെപ്പോലെയായിരുന്നില്ല പെരുമാറിയതെന്ന് എനിക്ക് തീർച്ചയുണ്ടായിരുന്നു. വായിച്ചുകൊണ്ടിരുന്ന പുസ്തകം അടച്ചുവച്ച് കണ്ണട ധരിക്കുന്നതിനിടയിൽ എന്നെ നോക്കി അദ്ദേഹം മന്ദഹസിച്ചതെന്തിനായിരുന്നു? അച്ഛൻ ചിരിക്കുമ്പോൾ കണ്ണുകളുടെ ഇരുവശവും കൂമ്പിപ്പോകുന്നതാണ് അപ്പോൾ ഞാനോർത്തത്. ശബ്ദത്തോടെ അച്ഛൻ ചിരിച്ചിരുന്നില്ല. ഇരിക്കുമ്പോഴും നടക്കുമ്പോഴും കിടക്കുമ്പോഴും ആഹാരം കഴിക്കുമ്പോഴുമെല്ലാം അച്ഛന്റെ ചലനങ്ങൾ മന്ദതാളത്തിലുള്ളതായിരുന്നു. ഉച്ചത്തിൽ സംസാരിക്കുന്നത് അദ്ദേഹം ഇഷ്ടപ്പെട്ടില്ല. മക്കളുടെ കുസൃതികളിൽ കുപിതയായി ഒച്ചയിടുന്ന അമ്മയെ അതിൽ നിന്നും അച്ഛൻ തടഞ്ഞിരുന്നത് അതിശാന്തമായ നോട്ടത്തിലൂടെയായിരുന്നു. ചാടി ഓടിവരുന്നവരെപ്പോലും പിടിച്ചുനിർത്തുന്ന തരത്തിലുള്ളതായിരുന്നു അച്ഛന്റെ നോട്ടം. ആ നോട്ടവും ആ ചലനവുമല്ലേ ഞാൻ അദ്ദേഹത്തിൽ കണ്ടത്. നല്ല കറുപ്പുള്ള മീശയിൽ നര പടർന്നിരുന്നു. മുടി കൊഴിഞ്ഞുപോയ തലയിൽ ഇടയ്ക്ക് അദ്ദേഹം കൈകൊണ്ട് തലോടിയിരുന്നില്ലേ?

ചാരുകസേരയിൽ നിന്നെഴുന്നേറ്റ ആ മനുഷ്യനും ഞാനും തമ്മിൽ എത്ര വർഷത്തെ അകൽച്ചയാണുണ്ടായിരുന്നത്? ഏഴാം സ്റ്റാൻഡേർഡിലായിരുന്നു ഞാൻ. സ്കൂളിൽ നിന്ന് വന്നിട്ട് ശശിയോടൊപ്പം കളിക്കാൻ പോയി മടങ്ങിവരുമ്പോൾ വീടിനു മുമ്പിൽ കുറേപ്പേർ കൂടി നിൽക്കുന്നുണ്ടായിരുന്നു. അവരിലൊരാൾ എന്റെ അടുത്തുവന്നു. അയൽപക്കത്തെ വാസുദേവൻ നായർ സാറായിരുന്നു അദ്ദേഹം. എന്റെ തലയിൽ തലോടിക്കൊണ്ട് കൈകൾ ഗ്രഹിച്ച് എന്നോടൊപ്പം വീട്ടിൽ കയറിയ അദ്ദേഹത്തോടൊപ്പം അവിടെയും ഇവിടെയും നിൽക്കുന്നവരും വീട്ടിലേക്കു വന്നു. ആരും ഒന്നും പറഞ്ഞില്ല. ഞാൻ കാര്യം മനസ്സിലാക്കിയിരുന്നു.

ഒരു ദിവസം പോലും സുഖമില്ലാതെ അച്ഛൻ കിടന്നില്ല. ശാരീരികാസ്വാസ്ഥ്യത്തെപ്പറ്റിയും അദ്ദേഹം ആവലാതിപ്പെട്ടില്ല. എന്നിട്ടും ഇത്ര പെട്ടെന്ന്? ഹൃദയാഘാതത്തിന് കാരണമാകുന്നത് അനിയന്ത്രിതമായ വികാരവിക്ഷോഭമാണെന്ന് എനിക്കറിയാമായിരുന്നു. അത്തരമൊരു വിക്ഷോഭം ഉണ്ടാകാൻ എന്തായിരുന്നു കാരണം? മരണാനന്തരചടങ്ങുകൾക്കിടയിലോ അതിനു ശേഷമോ ഞാൻ കരഞ്ഞില്ല. പിന്നീട് അതാലോചിച്ച് ഞാൻ സങ്കടപ്പെട്ടിരുന്നു. എന്തുകൊണ്ടായിരുന്നു അങ്ങനെ സംഭവിച്ചത്? നാലുമക്കളിൽ എന്നോടായിരുന്നു അച്ഛന് കൂടുതൽ ഇഷ്ടം.

അതിന്റെ പേരിൽ അനിയത്തിമാർ കലഹിക്കുമ്പോൾ അച്ഛൻ പറയുമായിരുന്നു. 'നന്നായി, എന്നേക്കാൾ നിങ്ങൾക്ക് അവനോടല്ലേ ഇഷ്ടം.' എന്റെ പഠിത്തത്തിൽ ശ്രദ്ധിച്ചിരുന്ന അദ്ദേഹം എന്നിൽ നിന്ന് എന്തൊക്കെയോ പ്രതീക്ഷിച്ചിരുന്നു. വാസുദേവൻനായർ സാർ അതു സൂചിപ്പിച്ച് എന്നെ ഉപദേശിക്കുമായിരുന്നു.

"കളിച്ച് നടക്കുന്നതെല്ലാം നല്ലതു തന്നെ. ദാമോദരൻനായരെ നിരാശപ്പെടുത്തരുത്."

കുറേ നേരം ചുറ്റിക്കറങ്ങിയിട്ട് സന്ധ്യയോടെ വീട്ടിൽ മടങ്ങിയെത്തിയപ്പോൾ വാസന്തിയുടെ കത്ത് എന്നെ കാത്തിരിക്കുകയായിരുന്നു. ലോകം മുഴുവൻ ചുറ്റിക്കറങ്ങി അത് എന്റെ കൈയ്യിലെത്താൻ ഒന്നിൽപ്പരം മാസങ്ങൾ വേണ്ടിവന്നു. വിയന്നയിലെ വിശേഷങ്ങൾ. ആശുപത്രിയിലെ ജീവിതം. പുതിയ സ്ഥലത്തെ സൗകര്യങ്ങൾ, വീടിനുമുന്നിലുള്ള പൂന്തോട്ടത്തിൽ സൗരഭ്യം നിറയ്ക്കുന്ന വിവിധ നിറത്തിലുള്ള പൂക്കളുടെ വിവരണം. എല്ലാം വിശദമായി എഴുതിയതിനുശേഷം അനിയത്തിമാരുടെ കുടുംബകാര്യങ്ങൾ ആരാഞ്ഞ അവൾ അമ്മയെക്കുറിച്ച് പുലർത്തിയ മൗനം വേദനിപ്പിക്കുന്നതായി. പെൺമക്കളിൽ അവളോടായിരുന്നു അമ്മയ്ക്ക് അടുപ്പവും പ്രിയവും. പ്രായപൂർത്തിയായതോടെ അവൾക്കുവേണ്ടി ആഭരണങ്ങൾ വാങ്ങുന്നതിലും വിലകൂടിയ തുണി വാങ്ങി വേഷങ്ങൾ തുന്നുന്നതിലും അമ്മ പ്രത്യേക താത്പര്യം കാണിച്ചിരുന്നു. എന്നിട്ടും അമ്മയുടെ സുഖവിവരം പോലും അവൾ തിരക്കാത്തതെന്തുകൊണ്ടായിരുന്നു. വൃത്തികെട്ട ആ ഭാസ്കരൻനായർ ഈ കുടുംബത്തെ നശിപ്പിക്കുമെന്ന് മുമ്പൊരു ദിവസം അവൾ പറയാൻ എന്തായിരുന്നു കാരണം? അതിൽ നിന്നുള്ള പകയായിരുന്നോ, അമ്മയെ മറക്കാൻ അവളെ പ്രേരിപ്പിച്ചത്. കത്തിനൊടുവിൽ അവൾ എഴുതി: "ഒരു കാര്യം ചേട്ടനെ അറിയിക്കാനാണ് കത്തെഴുതിയത്. എഴുതിത്തുടങ്ങിയപ്പോൾ എന്തൊക്കെയോ എഴുതി. കഴിഞ്ഞ മാസം മോന് ഒരു വയസ്സായി. ദാമുവെന്നാണ് ഞങ്ങൾ അവനെ വിളിക്കുന്നത്. അങ്ങനെ വിളിക്കുമ്പോൾ അവൻ പതിയെ തലയുയർത്തി നോക്കി ചിരിക്കും. അച്ഛൻ ചിരിക്കുന്നത് ചേട്ടന് ഓർമ്മയില്ലേ? അതുപോലെ."

ഒരു പാട് കാലത്തിനുശേഷം ഞാൻ കരഞ്ഞു. ആരും കാണാതെ ആരും അറിയാതെ. കുറേനേരം നിശ്ശബ്ദമായി. ദുഃഖത്തെ കഴുകിക്കളയാൻ കണ്ണുനീരിനാകുമെന്ന് പറഞ്ഞ ആൾ നുണയായിരുന്നുവെന്നാണ് എനിക്ക് തോന്നിയത്. കരയുന്തോറും മനസ്സ് കൂടുതൽ കൂടുതൽ വിങ്ങുകയായിരുന്നു.

ഒമ്പത്

അന്നുരാത്രി ഞാനുറങ്ങിയില്ല. വിളക്കെല്ലാം അണച്ചതോടെ ഇരുട്ടിന്റെ അഗാധതയിൽ വീട് നിപതിച്ചു. അതിൽ ഞങ്ങൾ മൂന്നുപേർ. അമ്മയും ഞാനും അമ്മുക്കുട്ടിയമ്മയും. പുലരാൻ വേണ്ടി മാത്രം ഒരു രാത്രി

ചെലവഴിക്കാൻ എവിടെ നിന്നോ വന്ന് എവിടേക്കോ പോകുന്ന യാത്രക്കാരെപ്പോലെ. അവരിൽ ഞാൻ മാത്രം ഓർമ്മകളുടെ തടവറയിലകപ്പെട്ട് ശ്വാസംമുട്ടി സ്വയം ശപിച്ച് രാത്രിയുടെ ഓരോ മിനിട്ടും എണ്ണിത്തീർക്കുന്നു.

കൊടുങ്കാറ്റിൽ ഉലയുന്ന കടൽത്തിരകൾ ഗുഹയുടെ ഭിത്തികളിൽ വന്നിടിച്ച് പ്രതിധ്വനിക്കുന്നു. ഭിത്തിയിൽ ഇടിച്ച് ഹുങ്കാരത്തോടെ ഉയർന്നു പൊങ്ങുന്ന തിരകൾ. ഒന്നിനു പുറകെ ഒന്നായി മറിഞ്ഞുമറിഞ്ഞു വീഴുന്ന തിരമാലകൾക്കിടയിലൂടെ മുഴങ്ങുന്ന ശബ്ദം ഉയരുകയും പൊങ്ങുകയും ചെയ്യുന്നു. പെട്ടെന്ന് അലകൾ ശാന്തമാകുന്നു. അപ്പോൾ മുഴക്കം കൂടുതൽ ശക്തമാകുന്നു. നിരവധി വർഷങ്ങളായി തിരകൾ വന്നടിച്ച് പാറക്കെട്ടുകൾക്കകത്ത് ഉണ്ടായ ഗഹ്വരങ്ങളിൽ നിന്നും ഉയർന്നുപൊങ്ങിയിരുന്ന ശബ്ദം ആർത്തനാദം പോലെ ചുറ്റുപാടും പടരുന്നു. അറിയാതെ മേശവിളക്ക് തെളിയിച്ച് കിടക്കയിൽ നിന്നെഴുന്നേറ്റ് കസേരയിലിരിക്കുമ്പോൾ എവിടെ നിന്നോ വന്ന് എവിടെയോ ഒടുങ്ങുന്ന ശബ്ദം മുറിയിൽ നിറഞ്ഞു നിൽക്കുകയാണെന്നു തോന്നി. എവിടെയോ മുഴങ്ങുന്ന നാഴികമണിയുടെ ശബ്ദം ജാലകപ്പഴുതിലൂടെ ഊർന്നുവന്നു. പുലർന്നു തുടങ്ങി. വെളിച്ചത്തിന്റെ നാരുകൾ മുറിയിൽ വിചിത്രരൂപങ്ങൾ സൃഷ്ടിച്ചുകൊണ്ട് വീണിരുന്നു. കാതുകളിൽ മുഴക്കം മാറ്റൊലികൊണ്ടു.

പ്രഭാതഭക്ഷണത്തിനുശേഷം ഓഫീസിലേക്ക് പോകുംമുമ്പ് അമ്മ ആരോടോയെന്ന പോലെ പറഞ്ഞു:

"വോളണ്ടറി റിട്ടയർമെന്റിന് ഞാനപേക്ഷിച്ചു."

അപ്പോൾ മനസ്സ് എന്നോട് പറഞ്ഞു. "ഇനിയുമില്ലേ ആറേഴുകൊല്ലം." അശരീരി കേൾക്കുംപോലെ, ഞാനിരുന്നു. പ്രതികരണമില്ലാതെ. പത്തിൽപ്പരം കൊല്ലങ്ങൾ. ഡെപ്യൂട്ടി തഹസീൽദാർ. തഹസീൽദാർ, ലാന്റ് അക്വിസിഷൻ സ്പെഷ്യലാഫീസർ. റവന്യൂ ഡിവിഷൻ ഓഫീസർ. സ്വർണ്ണത്തിന് സ്വർണ്ണമായും രൂപയ്ക്ക് രൂപയായും, ഭൂമിക്ക് ഭൂമിയായും. ദാക്ഷിണ്യമോ വിട്ടുവീഴ്ചയോയില്ലാത്ത മൃഗയാവിനോദത്തെ അനുസ്മരിപ്പിച്ച യാത്ര. ഒരുപാട് നേടി. ഒടുവിൽ... ബാക്കിപത്രം തയ്യാറാക്കാനാണോ വോളണ്ടിയർ റിട്ടയർമെന്റ്? പ്രഭാതഭക്ഷണത്തിന്റെ ഉച്ഛിഷ്ടങ്ങൾ നിറഞ്ഞ പാത്രങ്ങൾ എടുത്തു മാറ്റുന്നതിനിടയ്ക്ക് അമ്മുക്കുട്ടിഅമ്മ സ്വഗതമെന്നോണം പറഞ്ഞു:

"നന്നായി. കഴിഞ്ഞ മൂന്നുനാല് മാസമായി ഉറക്കം പോലുമില്ലാതെയാണ് പാവം നേരം വെളുപ്പിച്ചിരുന്നത്!"

ഒരു കൂരയ്ക്ക് താഴെ ജീവിക്കുക. പ്രഭാത ഭക്ഷണത്തിനും അത്താഴത്തിനും ഒരു മേശയ്ക്കു ചുറ്റും ഇരുന്ന് ആഹാരം പങ്കിടുമ്പോൾ അന്യോന്യം തിരിച്ചറിയാനാവാത്ത അവസ്ഥ. വിനിമയത്തിനുപോലും ഉപയോഗിക്കാതെ ഭാഷ ഉറഞ്ഞുപോയിരുന്നു. അപൂർവ്വം സന്ദർഭങ്ങളിൽ മാത്രമേ അമ്മയുടെ മുഖത്ത് ഞാൻ നോക്കിയിരുന്നുള്ളു. 'ഡിഗ്രിക്ക്

ശേഷം എന്തു ചെയ്യാനാണ് പ്ലാൻ'. അത് ചോദിക്കുമ്പോൾ അമ്മ പ്രതീക്ഷി ച്ചിരുന്ന ഉത്തരമെന്താണെന്ന് എനിക്കറിയാമായിരുന്നു. നിയമബിരുദം നേടി അഡ്വക്കേറ്റായി നില ഉറപ്പിക്കുന്ന മകനോടൊപ്പം സർവ്വീസിൽ നിന്ന് വിരമിച്ചശേഷം നിയമജീവിതത്തിലേക്ക് വീണ്ടും മടങ്ങാൻ അമ്മ മോഹി ച്ചിരുന്നു. ഔദ്യോഗിക ജീവിതത്തിലെ ബന്ധങ്ങളും പരിചയങ്ങളും അനു ഭവങ്ങളും അതിന് ഉപകരിക്കുമെന്ന് അമ്മയ്ക്കറിയാമായിരുന്നു. മുമ്പൊരു ദിവസം അവ്യക്തമായി അമ്മ അത് സൂചിപ്പിച്ചിരുന്നു. 'ഇനി പഠിക്കാൻ എനിക്ക് വയ്യ.' ഒറ്റവാക്യത്തിൽ ആ സങ്കല്പകൊട്ടാരത്തെ തകർത്തെ ങ്കിലും അമ്മ പ്രതീക്ഷ കൈവിട്ടിരുന്നില്ല. പിന്നീട് അമ്മ ഒന്നും മിണ്ടിയില്ല.

ഓഫീസിൽ പോകാനിറങ്ങുന്നതിന് മുമ്പ് മുറിയിൽ കയറി ഹാന്റ് ബാഗെടുത്തുകൊണ്ടുവന്ന അമ്മയെ ഞാൻ നോക്കി നിന്നു. അമ്മയുടെ കണ്ണുകളിലെ പ്രകാശനക്ഷത്രങ്ങളെ അപ്പോൾ കാണാനില്ലായിരുന്നു. വെളുത്ത മുടിയിഴകൾ. ചുളിവു വീണ കവിളുകൾ. എവിടെ നിന്നോ ഇഴഞ്ഞുവന്ന അനാഥത്വം ചടുലമായ കാൽവയ്പ്പുകളിൽ ഭാരം പോലെ തൂങ്ങിക്കിടക്കുകയാണെന്നു തോന്നി. കൊഴിഞ്ഞുവീണ കൊല്ലങ്ങളുടെ അടയാളങ്ങൾ അമ്മയുടെ ശരീരത്തിൽ പ്രത്യക്ഷപ്പെട്ടു തുടങ്ങിയിരുന്നു. മദ്ധ്യവയസ്സു പിന്നിട്ടിരുന്നതേ ഉണ്ടായിരുന്നുള്ളു. പ്രായം പറന്നെത്തുക യാണോ?

ഔദ്യോഗിക യാത്രയ്ക്കിടയിൽ ഒരിക്കൽ അപ്രതീക്ഷിതമായി വീട്ടിൽ വന്ന് പെട്ടെന്ന് അമ്മ മടങ്ങിയത് അറിയിച്ചുകൊണ്ട് സുപ്രിയ മുമ്പൊരി ക്കൽ എഴുതിയിരുന്നു. 'കൈക്കുഞ്ഞിന് സ്വർണ്ണ അരഞ്ഞാണവും കാൽത്തളകളും ഗുരുവായൂരപ്പന്റെ ചിത്രമുള്ള ലോക്കറ്റും മാലയും അമ്മ കൊണ്ടുതന്നു. എന്നിട്ടു പറഞ്ഞു: വേറൊരു ദിവസം വരാം ഇന്ന് തിര ക്കുണ്ട്.' ആ കത്തിൽ അവൾ ആരാഞ്ഞു? അമ്മയ്ക്ക് എന്തെങ്കിലും അസുഖം? അമ്മയെ നോക്കി നിന്നപ്പോൾ ഞാനും എന്നോട് ചോദിച്ചത് അതുതന്നെയായിരുന്നു. അലകളുടെ മുഴക്കം കാതുകളിൽ നിറയുകയാ യിരുന്നു അപ്പോഴും.

ഇലക്ഷൻ ആഫീസിലെത്തിയപ്പോഴേയ്ക്ക് പ്രചരണക്കാരുടെ സ്ക്വാഡ് പോയിരുന്നു. ആർക്കുവേണ്ടിയും അവർക്ക് കാത്തുനിൽക്കാ നാകുമായിരുന്നില്ല. മൂന്നുദിവസം കഴിയുമ്പോഴേക്കും വോട്ടെടുപ്പ് എത്തു മായിരുന്നു. സ്ക്വാഡ് പ്രചരണത്തോടൊപ്പം സ്ഥാനാർത്ഥിയുടെ പേരും ചിഹ്നവും രേഖപ്പെടുത്തിയ ചെറുനോട്ടീസുകളും വിതരണം ചെയ്യുകയാ യിരുന്നു അപ്പോൾ. ഞാൻ ചെല്ലുമ്പോൾ ഓഫീസ് ശൂന്യമായിരുന്നു. കുറേ പ്ലാസ്റ്റിക് കസേരകളും കാലൊടിഞ്ഞതും അല്ലാത്തതുമായ ഏതാനും മേശകളും. ചുമരുകളിൽ സ്ഥാനാർത്ഥിയുടെ ചിത്രം അടയാളപ്പെടുത്തിയ പോസ്റ്ററുകൾ. മേശപ്പുറത്തും നിലത്തും കടലാസുതുണ്ടുകളും നോട്ടി സുകളും ചിതറിക്കിടക്കുന്നു. അതെല്ലാം നോക്കി കുറേ നേരം ഒറ്റയ്ക്കി രുന്നപ്പോൾ വേട്ടയ്ക്കൊരുമകൻ ക്ഷേത്ര പരിസരത്തുപോകാനുള്ള ആഗ്രഹം എന്നെ വരിഞ്ഞുമുറുക്കുകയായിരുന്നു. ആ വീട്ടിൽ വീണ്ടും

ചെന്നാലോ? ഇന്നലത്തെ അനുഭവം ആവർത്തിക്കുമോ? ചാരുകസേര യിൽ നിന്നെഴുന്നേറ്റ് സാവധാനം കണ്ണട എടുത്തിട്ട് ആഗതനെ നോക്കി മന്ദഹസിക്കുന്ന അദ്ദേഹം അവിടെ ഉണ്ടാകുമോ? വന്യജീവിയെപ്പോലെ ഭയം എന്നെ ആക്രമിക്കുകയായിരുന്നു അപ്പോൾ. മുന്നിലും ഇരുവശ ങ്ങളിലും മുറുമുറുത്തുകൊണ്ട് ഉയർന്നു ചാടിവീഴാനായി മുൻകാലുകളിൽ ഊന്നുനിൽക്കുന്ന അവ കടിച്ചുകീറി തിന്നുമെന്ന തോന്നൽ ശക്തിപ്പെടു കയായിരുന്നു. പെട്ടെന്ന് ഞാൻ ഓഫീസിൽ നിന്ന് പുറത്തിറങ്ങി.

സൂര്യവെളിച്ചം പടർന്ന റോഡ് നിറയെ ആളുകളും ഇരുചക്രവാഹന ങ്ങളും കാറുകളും. നടപ്പാതയില്ലാത്ത ചെറിയ റോഡ്. ഇരുവശത്തും. പലതരം സാധനങ്ങൾ വിൽക്കുന്ന കടകൾ. അവയിലും നിറയെ ആളു കൾ. ആ തിരക്കിൽ സ്വയം അപ്രത്യക്ഷപ്പെട്ടാൻ രക്ഷപ്പെടാനാകുമെന്ന വിചാരം എന്നെ നടക്കാൻ പ്രേരിപ്പിച്ചു. എവിടെയെങ്കിലും എത്താൻ വേണ്ടിയായിരുന്നില്ല ഞാൻ നടന്നുതുടങ്ങിയത്. എങ്കിലും കാലുകൾ ക്കറിയാമായിരുന്നു ഇന്നലെ ഞാൻ ചെന്ന റോഡും വീടും. അവിടെയെ ത്തിയ എനിക്ക് വിശ്വസിക്കാനായില്ല, ആ വീട് പൂട്ടിയിരിക്കുന്നു.

അവിടെ താമസിച്ചിരുന്നവർ ഇന്നലെ രാത്രിയോടെ പോയെന്ന് അടുത്ത വീട്ടിൽ നിന്നൊരാൾ ഇറങ്ങിവന്ന് പറഞ്ഞിട്ട് കൂട്ടിച്ചേർത്തു.

“ഈ കെട്ടിടങ്ങൾ അക്വയർ ചെയ്ത രേഖകൾ പരിശോധിക്കാൻ വന്നവരാണ് അവർ.”

വീട്ടിൽ കയറി കതകടയ്ക്കുന്നതിനിടയിൽ അയാൾ പറയുന്നുണ്ടാ യിരുന്നു:

“ഞങ്ങൾ കോടതിയിൽ പോകും.”

ആ വീട് പൂട്ടിയിരിക്കുന്നത് കണ്ടപ്പോൾ നിരാശ തോന്നിയെങ്കിലും അതു നന്നായെന്ന് പിന്നീട് തോന്നി. അദ്ദേഹത്തെ വീണ്ടും കാണാനാ വില്ലെന്ന വിചാരം കാറ്റത്ത് ഒഴിഞ്ഞുപോകാത്ത മേഘത്തുണ്ടുപോലെ മനസ്സിനു ഭാരമായി. അപ്പോൾ വിഷാദമായിരുന്നോ എനിക്കുണ്ടായത്.

ഇലക്ഷൻ ഓഫീസിൽ പിന്നെ ഞാൻ പോയില്ല. ചിലർ അന്വേഷിച്ചു വന്നു. പ്രചരണം പൂർത്തിയായിരുന്നെങ്കിലും തുടർന്നുള്ള പ്രവർത്തന ങ്ങളുമായി സഹകരിക്കാൻ പ്രേരിപ്പിച്ചെങ്കിലും എനിക്കതിൽ താത്പര്യം ഇല്ലാതായി. ഞാനറിയാതെ ഞാൻ മാറുകയായിരുന്നു. ചുറ്റുപാടുകളോട് സംവദിക്കാനോ അതിന്റെ ഭാഗമാകാനോ മനസ്സ് വിസ്സമ്മതിക്കുകയായി രുന്നു.

രണ്ടു ദിവസത്തിനുശേഷം നടക്കുന്ന വോട്ടെടുപ്പിൽ ആരു ജയി ക്കുന്നു എന്നതിനെപ്പറ്റി ഞാൻ ആലോചിച്ചില്ല. തിരഞ്ഞെടുപ്പ് പ്രചരണ ങ്ങളോട് യാത്രപറഞ്ഞതിനോടൊപ്പം വേട്ടയ്ക്കൊരുമകന്റെ ക്ഷേത്രവും ക്ഷേത്രപരിസരവും മറക്കാനായിരുന്നു ഞാനാഗ്രഹിച്ചത്. എനിക്കതിനു സാധിച്ചില്ല. ശ്രീകോവിലിൽ ഒറ്റത്തിരിനാളത്തിൽ തെളിയുന്ന ഈശ്വര വിഗ്രഹത്തിലേക്ക് നോക്കിനിൽക്കാൻ ഞാനിഷ്ടപ്പെട്ടില്ല. എന്റെ മനസ്സും

എന്റെ ഹൃദയവും എന്റെ പ്രജ്ഞയും ഓർമ്മകളും അനുഭവങ്ങളും അപഹരിക്കപ്പെടുകയാണെന്ന ഭയം പതുക്കെ എന്റെ സിരകളിലൂടെ പടരുകയായിരുന്നു. ചാരുകസേരയിൽ നിന്നെഴുന്നേറ്റ് കണ്ണട വച്ചിട്ട് ചിരിക്കുന്ന അദ്ദേഹത്തിന്റെ രൂപം മനസ്സിലെവിടെയോ മായാതെ പതിഞ്ഞുകിടന്നു.

സത്യത്തിൽ ഈ അനുഭവത്തോടെ ഞാനൊരു അന്ധവിശ്വാസിയായി. യുക്തിയുടെ തുലാസിലിട്ട് അനുഭവങ്ങളെ തൂക്കിയെടുക്കുന്ന രീതിയെ ഞാൻ അവിശ്വസിക്കാൻ തുടങ്ങി.

അയഥാർത്ഥമായ അത്തരമൊരനുഭവം എനിക്കു വേണമായിരുന്നു ജീവിക്കാൻ. അതില്ലെങ്കിൽ മരണം വിളിപ്പുറത്താണെന്ന് ഞാൻ ഭയന്നു.

പത്ത്

മരിച്ചവരെ മറക്കാതിരിക്കുന്നതുപോലെ പ്രധാനമാണ് ജീവിച്ചിരിക്കുന്നവരോട് കാരുണ്യപൂർവ്വം പെരുമാറേണ്ടത് മനുഷ്യത്വമാണെന്ന് നീ പറഞ്ഞത് ശരിയാണ്.

മരിച്ചു മണ്ണടിയുന്നവർ എത്ര നല്ലവരായിരുന്നുവെന്ന് തോന്നാൻ ഒരു കാരണം അവരുടെ നഷ്ടം നികത്താനാവാതെ വരുന്നതുകൊണ്ടാണെന്ന് നീ സൂചിപ്പിച്ചതിന്റെ അർത്ഥം എനിക്കറിയാമായിരുന്നു. അതിൽ നിന്നുണ്ടാകുന്ന പശ്ചാത്താപം നീറ്റലാവുന്നു. നീ വലിയ ഫിലോസഫറെപ്പോലെ ചിലപ്പോൾ സംസാരിക്കുന്നത് ഞാൻ അവിശ്വാസത്തോടെ കേട്ടിരിക്കുമ്പോൾ ഇത്രയും ചെറുപ്പത്തിനിടയിൽ എങ്ങനെ ഇത്രയും അറിവ് നീ നേടിയെന്നത് എന്നെ അതിശയപ്പെടുത്തിയിരുന്നു. വെറുമൊരു പുസ്തകപ്പുഴു അല്ലെന്നെനിക്കു തോന്നി. വായനയുടെ അജ്ഞാത ലോകത്ത് വിഹരിക്കുന്ന പറവയായി നീ എന്റെ മനസ്സിൽ നിറഞ്ഞുനിന്നു.

എല്ലാം അറിയുന്ന നിന്റെ ചിരി. കണ്ണുകളിൽ നിറയുന്ന വെളിച്ചം. ആ പ്രഭ പടരുന്ന മുഖം. ഇതെല്ലാം നിനക്കു തന്നതാരാണ്?

നിന്നോട് സംസാരിച്ച് തുടങ്ങിയാൽ അത് നിർത്താൻ എനിക്കു കഴിയാറില്ല. അതൊരു ബലഹീനതയാണെന്ന് എനിക്കറിയാം. എവിടെ തുടങ്ങണം, എവിടെ വച്ച് വിരാമമിടണം എന്നീ കാര്യങ്ങളെപ്പറ്റി എനിക്കറിയാം. മറ്റുള്ളവരുമായ ഇടപെടലുകളിൽ കർശനമായി അത് ഞാൻ പാലിക്കാറുമുണ്ട്. അത്തരം സന്ദർഭങ്ങളിലെല്ലാം ഞാനറിയാതെ എന്നെ നിയന്ത്രിക്കാനും സാധിക്കാറുണ്ട്. പക്ഷേ, നിന്റെ കാര്യത്തിൽ... നിന്റെ മുൻപിൽ ഞാൻ തോറ്റിരിക്കുന്നു. എന്റെ മുന്നിൽ നീ വന്നിരിക്കുന്നതോടെ ഞാൻ സംസാരിച്ചുതുടങ്ങുന്നു. എന്താണിതിന് കാരണം? നിന്നോട് എല്ലാം പറയുന്നതോടെ വികാരവിരേചനം സംഭവിക്കുമെന്ന പ്രതീക്ഷയാണോ? അതല്ല ഏറ്റുപറച്ചിലാകുന്ന കുറ്റസമ്മതമാണോ? അതിന്റെയൊന്നും ആവശ്യമില്ലെന്ന് എനിക്ക് നന്നായറിയാം. ആരോടും കുറ്റസമ്മതം നടത്തേണ്ട കാര്യമെനിക്കില്ല. സത്യത്തിൽ മറ്റുള്ളവർ വേണം എന്നോട്

കുറ്റസമ്മതം നടത്താൻ. എന്നെ വേട്ടയാടിയവർ. എന്നെ അകാരണമായി വേദനിപ്പിച്ചവർ. എന്നെ നശിപ്പിക്കാനായി തടസ്സങ്ങൾ സൃഷ്ടിച്ചവർ. ആരൊക്കെയാണ് അവരെന്ന് എനിക്കറിയാം. അതേപ്പറ്റി വ്യക്തമായ ധാരണ എനിക്കുണ്ടെന്ന് അവർക്കുമറിയാം. അവരൊക്കെ കുറ്റം സമ്മതിച്ച് എന്റെ മുമ്പിൽ പശ്ചാത്താപവിവശരായി അണിനിരക്കുമെന്ന് ഞാനൊരിക്കലും പ്രതീക്ഷിച്ചിട്ടില്ല. അത്തരമൊരാഗ്രഹം ഒരുവട്ടം പോലും എന്നിൽ നാമ്പിട്ടില്ല. എന്നാൽ എന്റെ മുമ്പിൽ നീ വന്നിരിക്കുമ്പോൾ എന്റെ കരുതലുകളുടെ കവാടം മലർക്കെ തുറക്കുന്നു. എന്താണ് ഈ രസതന്ത്രത്തിന്റെ രഹസ്യം? അറിയില്ല, എനിക്ക്. എത്രയോ പ്രാവശ്യം അതേപ്പറ്റി ആലോചിച്ചുവെന്ന് എനിക്ക് നിശ്ചയമില്ല. ഒരുപക്ഷേ ക്ഷമാപൂർവ്വം എന്നെ കേൾക്കാൻ ഒരാൾ ഉണ്ടെന്ന വിശ്വാസമായിരിക്കും കാരണം. ചിലപ്പോൾ ഞാൻ പറയുന്നത് കേട്ടിരിക്കുമ്പോൾ നീയറിയാതെ കണ്ണടയുന്നത് യാതൊരു പുതുമയുമില്ലാത്ത കാര്യങ്ങൾ ഞാൻ ആവർത്തിക്കുന്നതിൽ നിന്നുണ്ടാകുന്ന മുഷിപ്പായതു കൊണ്ടാണോ? ആവോ എനിക്കറിയില്ല. എന്നാൽ കഴിഞ്ഞ തവണ നീ പറഞ്ഞില്ലേ എനിക്കെല്ലാം കേൾക്കണം. എന്നിൽ നിന്നും ഒന്നും ഒളിച്ചുവയ്ക്കില്ലെന്ന ഉറപ്പു നൽകിയിട്ടുള്ളതല്ലേ? എല്ലാം എനിക്കു കേൾക്കണം. അരുതാത്തതും അരുതുള്ളതുമെല്ലാം.

അങ്ങനെ നീ ആവർത്തിച്ചതുകൊണ്ടാണ് ഞാൻ പോലും മറന്നു തുടങ്ങിയിരിക്കുന്ന കാര്യങ്ങൾ ചികഞ്ഞ് കോർത്തെടുക്കാനായി ശ്രമിക്കുന്നത്. എനിക്കറിയാം അങ്ങനെ നിർമ്മിക്കുന്ന ഒരു മാലയിൽ സൗന്ദര്യമുള്ള പൂക്കളൊന്നുമുണ്ടാവില്ലെന്ന്. നിനക്കറിയാമല്ലോ, പരിമളവാഹിയായ ഒരു ഇതൾ പോലും എന്റെ ജീവിതത്തെ അനുഗ്രഹിച്ചിട്ടില്ലെന്ന്.

നിർജ്ജനമായ വിശാലതകളിലൂടെ നടക്കുന്ന ഒരു യാത്രക്കാരനെ ഞാൻ എപ്പോഴും ഓർമ്മിച്ചിരുന്നു. അകലേക്ക് മാറിക്കൊണ്ടിരിക്കുന്ന ചക്രവാളങ്ങളിലെത്തപ്പെടാനാവില്ലെന്നറിഞ്ഞുകൊണ്ട് നടത്തം നിർത്താത്ത യാത്രക്കാരൻ.

ശരിയാണ്. ചിന്തകൻമാർ രേഖപ്പെടുത്തിയിട്ടില്ലേ, അനവസാനമായ യാത്രയാണ് ജീവിതമെന്ന്. ഒന്നും കൂട്ടുകയോ കുറയ്ക്കുകയോ ചെയ്യാത്ത യാത്ര. എന്നാൽ എന്തിനാണീ യാത്രയെന്ന് ചോദിക്കാൻ പലരും മുതിരാറില്ല. അപൂർവ്വം ചിലർ ആ ചോദ്യം ചോദിക്കുന്നു. അതോടെ നരകത്തിന്റെ വാതിൽ തുറക്കുന്നു.

പതിനൊന്ന്

വർഷങ്ങൾക്ക് മുമ്പ് ഒരാഴ്ച്ചത്തെ അവധി ചെലവാക്കാനായി മകളുമായി വന്ന സുജാത മൂന്നാംപക്കം മടങ്ങിപ്പോകാനുള്ള ഒരുക്കങ്ങൾ തുടങ്ങിയതിനിടയിൽ എന്നോട് പറഞ്ഞു: ഇവിടെ വരാൻ പാടില്ലായിരുന്നു.

ഒരു സന്ധ്യയ്ക്കായിരുന്നു ഭർത്താവും മകളുമൊത്ത് അവൾ വന്നത്. അവധിപോലും പ്രയോജനപ്പെടുത്താതെ മൂന്നുമാസമായി ജോലി

ചെയ്തിരുന്ന സുജാത അമ്മയോടൊപ്പം ഒരാഴ്ച ചെലവിടാമെന്ന പ്രതീക്ഷയിലായിരുന്നു. അകലെ നിന്ന് വിവരങ്ങൾ ആരായുക മാത്രമാണ് സുജാത ചെയ്തിരുന്നത്. വീട്ടിൽ വന്ന് കുറേ ദിവസം ചെലവിടാൻ ആഗ്രഹം പ്രകടിപ്പിച്ചിരുന്ന അവളെ അതിൽ നിന്ന് അമ്മ നിരുത്സാഹപ്പെടുത്തി.

"നിന്റേയും മകളുടേയും കാര്യങ്ങൾ നോക്കാനുള്ള ആരോഗ്യം അമ്മുക്കുട്ടിയമ്മയ്ക്കില്ല. ഓഫീസിൽ പോയാൽ വളരെ വൈകും ഞാൻ മടങ്ങുമ്പോൾ. നിന്റെ ചേട്ടനാണെങ്കിൽ പരദേശിയെപ്പോലെ ചുറ്റിക്കറങ്ങുകയാണ്."

തന്റെ ജീവിതത്തിൽ നിന്ന് വാസന്തിയെ ബഹിഷ്ക്കരിച്ചിരുന്ന അമ്മ മറ്റു രണ്ടുമക്കളെ നിരാകരിച്ചിരുന്നില്ലെങ്കിലും സ്വാഗതം ചെയ്തിരുന്നില്ല. ഭൂതകാലമില്ലാതെ ജീവിക്കാനുള്ള പരിശ്രമത്തിലായിരുന്നു അമ്മ.

"അമ്മയ്ക്ക് ആരോടും സ്നേഹമില്ലെന്ന് എനിക്കറിയാമായിരുന്നു. എന്നിട്ടും.." അത് പറഞ്ഞിട്ട് അവൾ കൂട്ടിച്ചേർത്തു. "ഞാൻ എത്ര വലിയ മണ്ടിയാണ്."

സുജാതയുടെ സ്വരത്തിൽ അമർഷം.

"ഞങ്ങൾ വന്നുകയറുമ്പോൾ മുൻവശത്തിരിക്കുകയായിരുന്നു അമ്മ. മുത്തശ്ശിയെന്നു വിളിച്ചുകൊണ്ട് ഓടി അടുത്തുചെന്ന മോളുടെ തലയിൽ തലോടിക്കൊണ്ട് ഒന്നും പറയാതെ മുറിയിൽകയറിപ്പോയി. സ്തബ്ധിച്ചു നിന്നുപോയി ഞാൻ."

"അമ്മയ്ക്ക് അസുഖമായിരിക്കും."

മോളുടെ അച്ഛൻ ഭരതൻ അപ്പോൾ എന്നെ ആശ്വസിപ്പിച്ചു.

എനിക്കറിയാമായിരുന്നു ഭരതൻ നുണപറയുകയാണെന്ന്. ജാള്യതയിൽ നിന്ന് എന്നെ രക്ഷപ്പെടുത്താനുള്ള ഒരു തന്ത്രം. എന്നിട്ട് അവൾ ചോദിച്ചു.

"ചേട്ടനെങ്ങനെ ഇവിടെ ജീവിക്കുന്നു?"

അതുകേട്ട് ചിരിച്ചുകൊണ്ട് ഞാൻ പറഞ്ഞു:

"ഇവിടെ എനിക്ക് പരമസുഖമാണ്. അസ്സൽ സ്വർഗ്ഗം."

"ആ സ്വർഗ്ഗം വേണ്ടെന്ന് വച്ച് എന്നോടൊപ്പം പോരൂ. വലിയൊരു വീട്ടിലാണ് ഞങ്ങൾ താമസിക്കുന്നത്. ഭരതനും ഞാനും രാവിലെ ഓഫീസിൽ പോയാൽ വൈകുന്നേരമാകും മടങ്ങാൻ. അപ്പോഴേക്കും സ്കൂൾ ബസ്സിൽ മോൾ വരും. അവളുടെ കാര്യങ്ങൾ നോക്കാൻ വീട്ടിൽ മാധവിയുണ്ട്. എല്ലാ സൗകര്യങ്ങളും വീട്ടിലുണ്ട്. കുറച്ചുദിവസം അവിടെ താമസിച്ച് വായിക്കുകയോ എഴുതുകയോ ചെയ്തുകൂടേ? സ്വർഗ്ഗമല്ലെങ്കിലും അവിടം നരകമല്ല."

"മറ്റൊരിക്കൽ ഞാൻ വരാം. അടുത്തയാഴ്ച ഞാൻ ജോലിക്കു പോയി തുടങ്ങുകയാണ്. അതൊഴിവാക്കാൻ വയ്യ."

"ജോലിയോ? എന്ത് ജോലിക്ക്? അപ്പോൾ പഠിത്തം?"

"ഒരു ബി.എ. പോരെ ജീവിതത്തിന്."

"എം.എ.യും എം.എസ്സും നേടിയവർക്ക് ബസ് കണ്ടക്ടർ ജോലി പോലും കിട്ടാത്തപ്പോഴാണ്. ബി.എ. വേണ്ട, തൽക്കാലം ജോലിക്കൊന്നും പോകണ്ട. മൂന്നാല് കൊല്ലം കൂടി പഠിക്കൂ."

"ഇനി പഠിക്കാനോ? ഇതുതന്നെ വളരെ കൂടുതലാണെന്നാണ് എനിക്ക് തോന്നിയിട്ടുള്ളത്. അമ്മ പറയുന്നതുപോലെ ബി.എൽ. നേടി അഡ്വക്കേറ്റാവുക. എന്നിട്ട് മത്സരപരീക്ഷയിൽ ശുപാർശ ചെയ്ത് ജുഡീഷ്യറിയിൽ കയറിപ്പറ്റുക. ഇല്ല അതിനൊന്നും എനിക്ക് വയ്യ."

"വേണ്ട. അതൊന്നും. ഒരു പോസ്റ്റ് ഗ്രാജുവേഷനെങ്കിലും ഉണ്ടായാൽ ഏതെങ്കിലും ഒരു കോളേജിൽ ലക്ചറാകാൻ കഴിയുമല്ലോ?"

"അതിനൊന്നും പറ്റിയ ശരീരമല്ല എന്റേത്, മനസ്സും."

"പിന്നെ എന്ത് ജോലിക്കാണ് പോവുന്നത്."

"പത്രപ്രവർത്തകനായി."

"അയ്യോ, ആയുഷ്ക്കാലം മുഴുവൻ ദാരിദ്ര്യം ഇരന്നുവാങ്ങാൻ തീരുമാനിച്ചോ?"

"എത്ര നല്ലതാണ് അതെന്ന് നിനക്കറിയാമോ? നാലോ അഞ്ചോ അക്കങ്ങളുള്ള ശമ്പളത്തിനു നൽകാൻ സാധിക്കാത്ത സ്വാതന്ത്ര്യം എന്റെ തൊഴിൽ തരും."

"സ്വാതന്ത്ര്യം മുറിച്ചുതിന്നാൽ വിശപ്പ് അടങ്ങോ? കഷ്ടം, ചേട്ടൻ ഇങ്ങനെയായിപ്പോയല്ലോ."

"എല്ലാവരും പല്ലക്കിൽ കയറി യാത്ര ചെയ്താൽ ചുമക്കാൻ ആളില്ലാതാവും."

സുജാതയുമായി നടന്ന സംസാരം അമ്മ മുറിയിൽ കേട്ടിരിക്കുകയായിരുന്നുവെന്ന് ദിവസങ്ങൾക്കു ശേഷമാണ് ഞാൻ അറിഞ്ഞത്. അന്യരുടെ സംഭാഷണങ്ങളിൽ അമ്മ ചെവികൊടുക്കാറില്ലെന്നായിരുന്നു ഞാൻ വിചാരിച്ചിരുന്നത്. യാഥാർത്ഥ്യം മറിച്ചായിരുന്നുവെന്ന അറിവിൽ അമ്മയോട് എനിക്കും അമർഷവും അവജ്ഞയും തോന്നി. മക്കളെ സ്നേഹിക്കുന്നതിനുപകരം അമ്മ മക്കളെ വെറുത്തിരുന്നോ? വലിയ വില കൊടുത്താണ് സുജാതയുടെ ഭർത്താവിനെ വിലയ്ക്കുവാങ്ങിയത്. പുറമെ സുപ്രിയയുടെ അക്കൗണ്ടിൽ വലിയൊരു തുക നിക്ഷേപിച്ചിരുന്നു. എന്നാൽ മംഗല്യവതികളാകുന്നതിലോ ഭദ്രമായ കുടുംബനാഥകളാകുന്നതിനോ അവർ അമ്മമാരാകുന്നതിനോ അമ്മയ്ക്ക് ഉത്കണ്ഠയുണ്ടായിരുന്നില്ലെന്ന് വിവാഹിതരായ അവർ യാത്ര പറഞ്ഞശേഷമുള്ള അമ്മയുടെ പെരുമാറ്റം വാചാലമാക്കിയിരുന്നതായി ഞാൻ സംശയിച്ചിരുന്നു. മക്കളുടെ ഭാവി ഓർത്ത് ഭയമില്ലാതെ ജീവിക്കണം. പണമുണ്ടെങ്കിൽ എന്തും വാങ്ങാം. പക്ഷേ, അമ്മയ്ക്ക് കിട്ടാതെ പോയത്

മനസ്സമാധാനമായിരുന്നുവെന്ന് ഞാനറിഞ്ഞിരുന്നു. ഉറക്കറയിൽ വിളക്കുകൾ തെളിച്ച് ഇരുട്ടിനെപ്പേടിച്ച് പ്രഭാതമെത്തുന്നതുവരെ അസ്വസ്ഥയായി അമ്മ കാത്തിരിക്കുന്നതിന്റെ മൂകസാക്ഷിയായിരുന്നു ഞാൻ. ആ രാത്രികളിൽ വിങ്ങിനിന്നിരുന്ന നിശ്ശബ്ദതയെ കീറിമുറിച്ചിരുന്നത് അമ്മയുടെ നിശ്വാസങ്ങളായിരുന്നു. ഒരുപാട് സങ്കടങ്ങളുടെയോ ഇച്ഛാഭംഗങ്ങളുടെയോ നനവുള്ളതാണ് ആ നിശ്വാസങ്ങളെന്ന് എനിക്കു തോന്നി. ആരുടെ മുമ്പിലും അമ്മ മനസ്സുതുറന്നില്ല. ആരും അതിനായി അമ്മയുടെ മുമ്പിലെത്തിയില്ല.

അമ്മയുടെ ജീവിതത്തിൽ മാഞ്ഞുപോകാത്ത നിഴലായി ഞാൻ മാറിയിരുന്നു. ദീപത്തെ ചുറ്റുകയും വളയുകയും ചെറുതാകുകയും ചെയ്തിരുന്ന നിഴൽവൃത്തം. വൈകുന്നേരത്തോടെ സുജാതയെയും മകളെയും കൊണ്ടുപോകാൻ എത്തിയ കാറിൽ പെട്ടികൾ കയറ്റിവയ്ക്കുന്നതിനിടയിൽ മുത്തശ്ശിയോട് യാത്ര ചോദിക്കാൻ മുതിർന്ന മകളെ അവൾ തടഞ്ഞു:

“വേണ്ട മോളേ, മുത്തശ്ശിക്ക് അസുഖമാണ്. ശല്യപ്പെടുത്തേണ്ട.”

ആരോടും യാത്രചോദിക്കാതെ അവർ മടങ്ങുന്നത് അടച്ചിരുന്ന കതകുകൾ തുറന്നു പുറത്തുവന്ന് അമ്മ നോക്കിനിന്നു. സുജാതയുടെ മകൾ അതു കാണുന്നുണ്ടായിരുന്നു.

മദ്ധ്യവേനലവധിക്കാലം വീട്ടിൽ ചെലവഴിക്കാൻ തയ്യാറായ സുപ്രിയയെ അതിൽനിന്ന് സുജാത വിലക്കിയത് അറിഞ്ഞ് അമ്മുക്കുട്ടിയമ്മയോട് അമ്മ പറഞ്ഞു:

“ഓരോരുത്തർക്കും വച്ചുവിളമ്പാൻ ആരുമില്ല ഇവിടെയെന്ന് അവർക്കൊന്നും അറിയില്ലേ?”

ഔദ്യോഗിക ജീവിതത്തോട് വിടപറഞ്ഞശേഷം സ്വയം ഒറ്റപ്പെടാൻ അമ്മ തീരുമാനിക്കുകയായിരുന്നു. മുറിക്കകത്തു വച്ച് ഒറ്റയ്ക്കായി ഭക്ഷണം. അമ്മുക്കുട്ടിയമ്മയോട് മാത്രം ആവശ്യങ്ങൾ പങ്കുവച്ചിരുന്ന അമ്മ കിടക്കയിൽ നിന്ന് വല്ലപ്പോഴും മാത്രമേ എഴുന്നേറ്റുള്ളു. രാവിലെ ആഹാരത്തിനുശേഷം മുറ്റത്തിറങ്ങി നടക്കുന്നതിനിടയിൽ അവിടെയും ഇവിടെയും ചിതറി വളർന്നിരുന്ന പൂച്ചെടികൾക്ക് തടമുണ്ടാക്കി വെള്ളം നനയ്ക്കുമായിരുന്നു. കുറച്ചുദിവസം പിന്നിട്ടപ്പോൾ അതും ഉപേക്ഷിച്ചു. വളവും വെള്ളവുമില്ലാതെ ആ ചെടികൾ കരിഞ്ഞു തുടങ്ങി.

അധികാരത്തിന്റെ അനുഗ്രഹങ്ങൾ നിറഞ്ഞ ജീവിതത്തിനു നേരെ അമ്മ കവാടകങ്ങൾ അടച്ചിട്ടതെന്തിനായിരുന്നു? ആരോടുള്ള പ്രതികാരത്തിന്റെ പ്രകടനമായിരുന്നു ആ തീരുമാനം?

ഹ്രസ്വമായിരുന്നു അമ്മയുടെ ദാമ്പത്യം. വിവാഹിതയായ ആദ്യകൊല്ലം മാതാവായി. നാല് കൊല്ലത്തിനിടയിൽ നാല് കുട്ടികൾ. പ്രസവശുശ്രൂഷയ്ക്കും മക്കളുടെ പരിചരണത്തിനും വീട്ടുകാര്യങ്ങളുടെ ചുമതലയ്ക്കും എത്തിയ അമ്മുക്കുട്ടിയമ്മ പോറ്റമ്മയാവുകയായിരുന്നു. അച്ഛന്റെ അപ്രതീക്ഷിത മരണവും ഇതിനിടയിൽ അമ്മയ്ക്ക് നേരിടേണ്ടി

വന്നു. അക്കാലത്തെ പ്രതിസന്ധികളെ അമ്മ അതിജീവിച്ചതെങ്ങനെയായിരുന്നു? ആ ചോദ്യം കൂടെക്കൂടെ അസ്വസ്ഥപ്പെടുത്തിക്കൊണ്ട് ഉറക്കത്തിലും എന്നെ പിന്തുടർന്നിരുന്നു.

വാസന്തി ഒളിച്ചോടുമെന്ന് അമ്മ സ്വപ്നത്തിൽപ്പോലും നിനച്ചിരുന്നില്ല. യാത്രയ്ക്കിടയിൽ വഴിതെറ്റിപ്പോകുന്നതു പോലെയായിരുന്നു അത്. പെട്ടെന്ന് അതു മനസ്സിലാക്കാൻ അമ്മക്കു സാധിച്ചു. തെറ്റു തിരുത്തി യാത്ര തുടർന്നു.

ഇതെല്ലാം അഭിമുഖീകരിക്കാനുള്ള മാനസികമായ കെല്പ് അമ്മയ്ക്ക് എങ്ങനെ കിട്ടി? അച്ഛന്റെ നിഴലിൽ ജീവിക്കാനായിരുന്നു അമ്മ ഇഷ്ടപ്പെട്ടത്. അച്ഛന്റെ ഹിതാഹിതങ്ങൾ മനസ്സിലാക്കാൻ അമ്മയ്ക്ക് സാധിച്ചിരുന്നു. ഔദ്യോഗിക ജീവിതത്തിലെ പ്രയാസങ്ങളും സഹപ്രവർത്തകരിൽ നിന്നുള്ള എതിർപ്പുകളും നേരിടാൻ സ്നേഹസമ്പന്നമായ കുടുംബജീവിതം ഉപകരിച്ചതായി അച്ഛൻ പറഞ്ഞിരുന്നു. മിടുക്കരായി നാലു കുട്ടികൾ വളർന്നതെങ്ങനെയെന്നതോർത്ത് അച്ഛൻ അദ്ഭുതപ്പെട്ടു. കുറേക്കാലങ്ങൾക്കുശേഷം ഔദ്യോഗികമായ തിരക്കുകളൊഴിവാക്കി വീട്ടിൽ മടങ്ങുന്നത് അച്ഛന്റെ പതിവായി, ഭാര്യയും നാലു കുട്ടികളും നൽകുന്ന ഊഷ്മളത ആസ്വദിക്കാൻ.

ഇരുപതോളം കൊല്ലങ്ങൾ അച്ഛന്റെ ക്യാമ്പ് ക്ലർക്കായിരുന്ന ശിവരാമൻപിള്ള അക്കാലത്തെ വേദനയോടെ ഓർമ്മിച്ചിരുന്നു. അച്ഛന്റെ മരണത്തിനുശേഷം ഔദ്യോഗികജീവിതത്തിൽ അമ്മയെത്തിയത് അയാളുടെ ശ്രമം കൊണ്ടായിരുന്നു. ആദ്യമൊക്കെ അമ്മ വഴങ്ങിയില്ല. നിയമജീവിതം ഉപേക്ഷിക്കാനുള്ള താത്പര്യക്കുറവ് അറിയിക്കുമ്പോഴെല്ലം നാല് കുട്ടികളെ ഏല്പിച്ചിട്ടാണ് തന്റെ സാർ യാത്രപറഞ്ഞതെന്ന് അയാൾ ഓർമ്മിപ്പിച്ചു. 'മിസ്സിസ് ദാമോദരൻനായർ ഭദ്രമായ ജീവിതത്തെ ഇടംകൈകൊണ്ട് തട്ടിക്കളയരുത്. അത് നഷ്ടപ്പെടുത്തിയിട്ട് എങ്ങനെ കുടുംബം മുന്നോട്ടുപോകുമെന്ന് ആലോചിച്ചിട്ടുണ്ടോ?' അയാൾ നടത്തിയ അഭ്യർത്ഥനകൾക്കും താക്കീതുകൾക്കും ഭീഷണികൾക്കും ശേഷമാണ് ഉദ്യോഗസ്ഥയാവാൻ അമ്മ തീരുമാനിച്ചതെങ്കിലും എത്രയോ നേരത്തെ അതിലേയ്ക്കുള്ള യാത്ര അമ്മ തുടങ്ങിയിരുന്നുതായി ഞാൻ ഊഹിച്ചിരുന്നു.

ദാമോദരൻസാറിന്റെ കാരുണ്യത്തെപ്പറ്റി ശിവരാമൻനായർക്ക് ഒരുപാട് പറയാനുണ്ടായിരുന്നു. കണ്ണടയ്ക്കണ്ട, കാണുന്നില്ലെന്ന് ഭാവിച്ചാൽ മതിയായിരുന്നു, ഇട്ടു മൂടാനുള്ള പണം വാരിക്കൂട്ടാൻ. ഒരിക്കലും അതിനൊന്നും അദ്ദേഹം കീഴടങ്ങിയില്ല.

"ചില മാസങ്ങളിൽ ശമ്പളത്തിൽ പകുതിയേ കൈയിലുണ്ടാകൂ. പകുതിയിലധികം പലരും വാങ്ങിയിട്ടുണ്ടാകും." അയാൾ ഓർമ്മിച്ചിരുന്നു.

എല്ലാം പഴങ്കഥകളായി. ആരുമൊന്നും ഓർമ്മിച്ചില്ല. പെൻഷനായി കുടുംബസമേതം ജന്മനാട്ടിലേയ്ക്ക് പോയ ശിവരാമൻപിള്ളയും

ഓർമ്മയായി. ഒരു ദിവസം അയാളെ പോയി സന്ദർശിക്കണമെന്ന് വിചാരിച്ചിരുന്നുവെങ്കിലും അതും മനസ്സിൽ അവശേഷിച്ചു.

രാവിലെ പത്തുമണിക്ക് വീട്ടിൽ നിന്നിറങ്ങി രാത്രി വളരെ വൈകി മാത്രം മടങ്ങുന്നത് എന്റെ പതിവായി. ലൈബ്രറിയിൽ പകലുകൾ ചെലവിടുന്നതും ശീലമായി. ഒരു കൊല്ലത്തെ അപ്രന്റീസ്ഷിപ്പ് പൂർത്തിയാക്കിയ ശേഷം സ്ഥിരമാക്കുന്ന കാര്യം ആലോചിക്കാമെന്ന മാനേജ്മെന്റിന്റെ തീരുമാനം മൂന്ന് നാല് മാസങ്ങൾക്കുള്ളിൽ തിരുത്തി. പത്രാധിപസമിതിയിൽ ഒരു കസേര കിട്ടിയതോടെ ഞാൻ മുഴുസമയ പത്രപ്രവർത്തകനാകുക മാത്രമല്ല ചെയ്തത്, പത്രപ്രവർത്തനം എന്റെ ജീവിതമായി.

അക്ഷരങ്ങളുടെ മാസ്മരികലോകത്തിലേയ്ക്കുള്ള കവാടങ്ങൾ ഓരോന്നായി എനിക്കുമുമ്പിൽ തുറക്കുകയായിരുന്നു. എന്റെ ജീവിതത്തിലെ യുറേക്കാ മുഹൂർത്തങ്ങളായ ദിവസങ്ങൾ.

വീട്ടിൽ വൈകി മടങ്ങിവരുമ്പോൾ അമ്മയുടെ മുറിയിലെ അടഞ്ഞുകിടക്കുന്ന കതകുകൾക്കിടയിലൂടെ ഊർന്നുവീണിരുന്ന വെളിച്ചത്തിന്റെ നരച്ച തുണ്ടുകൾ വാർന്നുപോയ കണ്ണീർക്കണങ്ങളുടെ പാടുകളെപ്പോലെ തോന്നിച്ചിരുന്നു. ഊണുമേശയിൽ അടച്ചുവച്ചിരുന്ന അത്താഴം തണുത്തുവിറങ്ങലിച്ചിരുന്നു. പല ദിവസങ്ങളിലും അത്താഴം അടച്ചുവച്ചിരുന്ന പാത്രങ്ങൾ ഞാൻ തുറക്കുക പോലും ചെയ്തില്ല. ഒരു ദിവസം ആ പതിവ് തെറ്റി. അത്താഴത്തിനായി ഊണുമേശയ്ക്കരികിലുള്ള കസേരയിൽ ഞാൻ ചെന്നിരിക്കുന്നത് അമ്മുക്കുട്ടിഅമ്മ കാത്തിരിക്കുകയായിരുന്നു. ഭക്ഷണസാധനങ്ങൾ പാത്രത്തിൽ എടുത്തുവച്ച് കഴിക്കുന്നതിനിടയിൽ അടുക്കളയിലെ വിളക്കുതെളിയിച്ചിട്ട് അമ്മുക്കുട്ടിയമ്മ വന്നു. ഒച്ചയുയർത്താതെ അവർ പറഞ്ഞു: അമ്മയ്ക്ക് തീരെ വയ്യ. സമയാസമയത്ത് ഭക്ഷണവും കഴിക്കുന്നില്ല.

അമ്മയുടെ ഉൾമുറിയിലെ കതകുകൾ പൂട്ടിയിരുന്നില്ല. മെല്ലെ കതകു തുറന്നു കയറിച്ചെല്ലുമ്പോൾ അമ്മ ഉറങ്ങിയിരുന്നില്ല. കിടക്കയിൽ നിന്നെഴുന്നേൽക്കാൻ അമ്മ ശ്രമിച്ചു. ഇരുവശത്തും കൈകൾ അർപ്പിച്ച് എഴുന്നേൽക്കാനാവാതെ അമ്മ വിഷമിക്കുകയായിരുന്നു. അപ്പോൾ ഉയർത്തിയ കൈകളിൽപ്പിടിച്ച് അമ്മയെ ഞാൻ കിടക്കയിൽ നിന്നെഴുന്നേൽക്കാൻ സഹായിച്ചു. കിടക്കയ്ക്കടുത്തുള്ള ചാരുകസേരയിൽ പതിയെ അമ്മ ചാരിയിരിക്കുന്നത് നോക്കിനിന്ന ഞാൻ ചാരുകസേരയിൽ നിന്നെഴുന്നേറ്റ് കണ്ണടയെടുക്കുന്ന അച്ഛനെ ഓർമ്മിച്ചു. അപ്പോഴാണ് ഞാനറിയുന്നത് അമ്മ അവശയാണെന്ന്.

കിടക്കക്കടുത്തുള്ള കസേരയിലിരിക്കാൻ കണ്ണുകൊണ്ട് ആംഗ്യം കാണിച്ചിട്ട് അമ്മ എന്നെ നോക്കി കിടന്നു. കുറച്ചു നേരത്തിനു ശേഷം അമ്മ പറഞ്ഞു:

“നിന്നെ കാത്തിരിക്കുകയായിരുന്നു.”

പിന്നെ അമ്മ ഒന്നും മിണ്ടിയില്ല. എനിക്കൊന്നും പറയാൻ കഴിയുമായിരുന്നില്ല. എനിക്ക് വാക്കുകൾ നഷ്ടപ്പെട്ടിരുന്നു. സംസാരിക്കാൻ എനിക്ക് സാധിക്കുമായിരുന്നില്ല. ഒന്നും ഉരിയാടാനാവാതെ ഞാൻ അമ്മയെ നോക്കിയിരുന്നു. അമ്മയുടെ പ്രകാശം കെട്ട കണ്ണുകളിൽ ദുഃഖ സാഗരം ശബ്ദമില്ലാതെ അലയടിക്കുകയായിരുന്നു. കസേരയിൽ ഇരുന്ന എന്റെ കരങ്ങൾ ഗ്രഹിച്ചിട്ട് അമ്മ പറഞ്ഞു തുടങ്ങി.

പന്ത്രണ്ട്

എന്തിനായിരുന്നു എന്നോട് അമ്മ മനസ്സുതുറന്നത്? വർഷങ്ങൾ പിന്നിട്ടെങ്കിലും അതിന് തൃപ്തികരമായ വിശദീകരണം കണ്ടെത്താനെനിക്കായില്ല. എന്റെ കാര്യത്തിൽ അമ്മയ്ക്ക് നിരാശയുള്ളതായി ഞാൻ മനസ്സിലാക്കിയിരുന്നു. പ്രത്യക്ഷത്തിൽ എന്നെ കുറ്റപ്പെടുത്താതെ അതിന്റെ ഉത്തരവാദിത്വം അമ്മ സ്വയമേറ്റെടുത്തതാണ് എന്നെ വിസ്മയിപ്പിച്ചത്. എന്നോട് നീതി കാണിക്കാനായില്ലെന്ന് അമ്മ സങ്കടപ്പെട്ടു. പെൺമക്കളുടെ ഭാവിഭദ്രമാക്കാനുള്ള പരിശ്രമത്തിനിടയിൽ എനിക്കുവേണ്ടി ഒന്നും ചെയ്യാനായില്ല. കൂടുതൽ പഠിക്കണമെന്ന് സൂചിപ്പിക്കുകയല്ലാതെ അക്കാര്യത്തിൽ സമ്മർദ്ദം ചെലുത്തിയിരുന്നെങ്കിൽ ബി.എ. ബിരുദത്തിൽ വച്ച് ഞാനവസാനിപ്പിക്കുമായിരുന്നില്ലെന്ന് അമ്മ വിശ്വസിച്ചിരുന്നു.

"കൂടുതൽ പഠിക്കാൻ എനിക്ക് ഒട്ടും താത്പര്യമുണ്ടായിരുന്നില്ല. വീണ്ടും രണ്ടു മൂന്നു കൊല്ലങ്ങൾ കൂടി പാഴാക്കാമെന്നല്ലാതെ ഒന്നും സംഭവിക്കുമെന്ന് ഞാൻ പ്രതീക്ഷിച്ചിരുന്നില്ല. അതിനേക്കാൾ നല്ലത് ഇഷ്ടപ്പെട്ട തൊഴിൽ ചെയ്യുന്നതാണെന്ന് എനിക്ക് തോന്നി."

ഞാൻ പറയുന്നത് നിശ്ശബ്ദയായി അമ്മ കേട്ടിരുന്നു.

അകാലത്തിലെത്തിയ വാർദ്ധക്യമാണോ മനോവേദനയാണോ അമ്മയെ പീഡിപ്പിച്ചിരുന്നതെന്ന് തിരിച്ചറിയൻ എനിക്കായില്ല. പെൺമക്കളെപ്പോലെ തന്നെ ഉപേക്ഷിച്ച് ഞാൻ വീടുവിടാത്തതെന്തെന്ന അമ്മയുടെ ചോദ്യത്തിന് എനിക്കുത്തരമില്ലായിരുന്നു. ജനിച്ചു വളർന്ന വീട് വിട്ടുപോകാൻ മറ്റൊരിടം എനിക്കില്ലായിരുന്നുവെന്ന് അമ്മയ്ക്കറിയാമായിരുന്നില്ലേ? കോളേജിൽ ചേർന്ന വർഷം എല്ലാ വഴികളും ബന്ധിച്ച് എന്നെ കൂട്ടിലാക്കിയത് അമ്മ മറന്നിരുന്നോ? വീണ്ടും അതൊന്നും പുറത്തെടുത്ത് വിചാരണയ്ക്ക് ഞാൻ മുതിർന്നില്ല. അങ്ങനെ ചെയ്താൽ അത് അമ്മയ്ക്ക് താങ്ങാവുന്നതിനേക്കാൾ കഠിനമായിരിക്കുമെന്ന് ഞാൻ വിചാരിച്ചു.

അവിഞ്ഞ പഴത്തിന്റെ ദുർഗന്ധം മുറിയിൽ നിറഞ്ഞുനിന്നിരുന്നു. ഒപ്പം മുറിയിൽ ചിതറിക്കിടക്കുന്ന അഴുക്കു വസ്തുക്കളിൽ നിന്നുള്ള വിയർപ്പുനാറ്റവും. ഔദ്യോഗിക ജീവിതത്തിന്റെ ഓർമ്മകളായി കിടക്കയ്ക്കടുത്തുള്ള മേശയ്ക്ക് മുകളിൽ കടലാസുകെട്ടുകൾ. അതിനടുത്ത്

ചെറിയൊരു മേശയും സ്റ്റൂളും. മേശയിൽ പൊടി നിറഞ്ഞിരിക്കുന്നു. ഫ്ളാസ്കിൽ നിന്ന് ആവി പാറുന്ന വെള്ളം ഗ്ലാസിൽ പകർന്നു കുടിച്ചു കൊണ്ട് വായുവിന്റെ ശല്യം തുടങ്ങിയിരിക്കുകയാണെന്ന അമ്മയുടെ ആത്മഗതം വിരാമമില്ലാത്ത കാലത്തിന്റെ പടയോട്ടത്തെ അനുസ്മരിപ്പി ക്കുകയായിരുന്നോ?

ലാന്റ് അക്വിസിഷൻ സ്പെഷ്യൽ ഓഫീസറായതോടെ ഭാസ്കരൻ നായർ വീട്ടിലെ സ്ഥിരം സന്ദർശകനായതിൽ വാസന്തി അസ്വസ്ഥത പ്രകടിപ്പിച്ചത് അമ്മ മറന്നിരുന്നില്ല.

“ദാമുവേട്ടന്റെ പകരക്കാരനായാണ് ഭാസ്കരൻനായരെ അവൾ കണ്ടത്. അമ്മുക്കുട്ടിയമ്മയോട് അതു പറഞ്ഞ് അവൾ ശണ്ഠകൂടുമായി രുന്നു. അതെല്ലാം ഞാനറിഞ്ഞപ്പോൾ എല്ലാം കൈവിട്ടുപോയിരുന്നു.”

അമ്മയുടെ സംസാരത്തിൽ വിറയൽ പടരുകയാണെന്ന് എനിക്കു തോന്നി. കുറ്റസമ്മതം നടത്താനാണോ അമ്മ ഒരുങ്ങുന്നത്. അതി ലൊന്നും എനിക്ക് താത്പര്യമില്ലെന്ന് പറഞ്ഞിട്ട് ഞാൻ മുറിയിൽ നിന്നി റങ്ങി. മുറിയിലെ സ്യൂട്ട് കേസിൽ സൂക്ഷിച്ചിരുന്ന യാർഡ്‌ലി പൗഡറിന്റെ ടിൻ കൊണ്ടുവന്ന് അമ്മയുടെ കിടക്കയിൽ ഞാൻ വിതറി. മദിപ്പിക്കുന്ന ലാവെൻഡർ സുഗന്ധം. ആ മുറിക്കകത്ത് അപ്പോൾ ഓർമ്മയുടെ സ്വർണ്ണ പ്പൊട്ടുകൾ നൃത്തം വയ്ക്കുകയായിരുന്നു.

ആ പൗഡർ ടിന്നും അതോടൊപ്പമുള്ള കത്തുകളും നശിപ്പിക്കണ മെന്ന് വിചാരിച്ചപ്പോഴെല്ലാം നിന്നെ ഞാൻ ഓർമ്മിച്ചു. നളിനി ടീച്ചറിന് നൽകാനായി എഴുതിയ കത്തുകൾ വായിക്കാൻ നീ കൗതുകം പ്രകടി പ്പിച്ചിരുന്നത് ഞാൻ മറന്നിരുന്നില്ല. നിനക്കുവേണ്ടി ആ കത്തുകൾ ഞാൻ സൂക്ഷിക്കുകയായിരുന്നു. ഒരു സ്വപ്നത്തുണ്ടുപോലെ യാർഡ്‌ലി പൗഡർ ടിന്നും. അതിന് നല്ലൊരുപയോഗം ഉണ്ടായത് ചാരിതാർത്ഥ്യം തരുന്ന തായി.

മുറിയിൽ നിറഞ്ഞ പരിമളം ശ്വസിച്ച അമ്മയുടെ വലിഞ്ഞു മുറുകിയ സിരകളിൽ അയവ് വരുന്നതായി എനിക്കുതോന്നി. കസേരയിൽ നിന്നെ ഴുന്നേറ്റ് കിടക്കയിൽ ചാരിക്കിടന്ന് കണ്ണുകളടയ്ക്കുമ്പോൾ വികാരശൂന്യ മായിരുന്ന അമ്മയുടെ മുഖത്ത് പലതരം വിചാരങ്ങൾ സൃഷ്ടിച്ച തരംഗ ങ്ങൾ മിന്നി മാറുന്നത് നോക്കി കുറച്ചുനേരം ഞാനിരുന്നു.

അദൃശ്യയായ ആരോ അന്ധകാരത്തെ തുടച്ചു വൃത്തിയാക്കിത്തുടങ്ങി യിരിക്കുന്നുവെന്നറിയിച്ചുകൊണ്ട് വെളിച്ചത്തിന്റെ അലകൾ സാവധാനം അകലെ നിന്നിറങ്ങി വരികയായിരുന്നു.

അമ്മ വീണ്ടും ഉറക്കത്തിലേക്ക് മടങ്ങിയിരുന്നു. അപ്പോഴും ആ മുറി വിട്ടുപോകാതിരിക്കാൻ മടിച്ച് ലാവെൻഡറിന്റെ വാസന അവിടെ തടഞ്ഞു നിന്നു.

ശബ്ദമുണ്ടാക്കാതെ മുറിയിൽ പോയി കിടക്കയിൽ കിടന്നെങ്കിലും എനിക്ക് ഉറങ്ങാനായില്ല. ജനാലയ്ക്കപ്പുറത്തുള്ള റോഡ് ഉണർന്നിരുന്നു.

കണ്ടതും കേട്ടതും അയഥാർത്ഥമാണെന്നു തോന്നുന്ന ചില നിമിഷങ്ങൾ അപൂർവ്വമായെങ്കിലും സംഭവിക്കാറുള്ളതാണ്. എന്തിനാണ് രാത്രി മുഴുവൻ ഉറങ്ങാതെ എനിക്കുവേണ്ടി അമ്മ കാത്തിരുന്നത്? മനസ്സിനെ അലട്ടുകയോ സൂക്ഷിച്ചുവയ്ക്കുകയോ ചെയ്തിരുന്നതെല്ലാം എന്നോട് പറയാൻ കാരണമെന്തായിരുന്നു?

അമ്മയും മകനുമെന്ന ബന്ധത്തിന്റെ വിശുദ്ധത ഞങ്ങൾ തമ്മിലുള്ളതായി എനിക്കു തോന്നിയിരുന്നില്ല. അമ്മയുടെ സാന്നിദ്ധ്യത്തിൽ നിന്ന് മാറിപ്പോകാനായിരുന്നു ഞാൻ ശ്രമിച്ചിരുന്നത്. എന്നിട്ടും എന്നോട് അമ്മയ്ക്ക് വാത്സല്യം നിറഞ്ഞ സ്നേഹമുണ്ടെന്നത് ഒരു വെളിപാടു പോലെ എന്നെ അസ്വസ്ഥനാക്കി.

നിയമക്കുരുക്കുകൾ കൊണ്ട് സങ്കീർണ്ണമായ ഔദ്യോഗിക ജീവിതത്തിൽ നിയമത്തിന്റെ ബലതന്ത്രത്തിൽ ഉറച്ചുനിൽക്കാൻ ഭാസ്കരൻ നായർ ചേട്ടനായിരുന്നു സഹായിച്ചിരുന്നതെന്ന് അമ്മ പറഞ്ഞത് എന്തിനായിരുന്നു. മരിച്ചുപോയ ഭവാനി കുഞ്ഞമ്മയുടെ മകൻ ഭാസ്കരൻ നായർ തനിക്ക് ജ്യേഷ്ഠ സഹോദരനായിരുന്നുവെന്ന് അമ്മ പറഞ്ഞത് എന്തിനായിരുന്നു? മരിച്ചുപോയ ഭവാനി കുഞ്ഞമ്മ നിയമവകുപ്പിലെ അഡീഷണൽ സെക്രട്ടറിയായിരുന്നെന്നോ റവന്യൂ വകുപ്പിലെ സെക്രട്ടറിയായി ഉയർന്ന ദാമുവേട്ടന്റെ വത്സലശിഷ്യന് അദ്ദേഹത്തിന്റെ പകരക്കാരനാകാനാവില്ലെന്നോ വാസന്തിക്കറിയാമായിരുന്നില്ലേ? സംസാരത്തിനിടയിൽ അമ്മ പറഞ്ഞു:

“ദാമുവേട്ടന്റെ മരണം നിങ്ങളെയൊന്നും ഒട്ടും ബാധിച്ചിരുന്നില്ല. അങ്ങനെ സംഭവിക്കാതിരിക്കാൻ മോനറിയാമോ ഞാൻ നൽകിയത് എന്റെ ജീവിതമായിരുന്നു.”

അതു പറഞ്ഞിട്ട് അമ്മ മൗനത്തിലേക്ക് മടങ്ങി. എന്തെങ്കിലും വീണ്ടും പറയുമെന്ന് ഞാൻ പ്രതീക്ഷിച്ചു. അമ്മ ഒന്നും പറഞ്ഞില്ല.

അതിനുശേഷം പഴയതുപോലെ അമ്മ മൗനത്തിന്റെ ലോകത്തിൽ സ്ഥിരതാമസക്കാരിയായി. ബോധപൂർവ്വമായിരുന്നു അമ്മയുടെ ആ തീരുമാനം. അകന്ന് നിൽക്കുന്ന മരണത്തെ ക്ഷണിക്കുകയായിരുന്നോ അപ്പോൾ അമ്മ. അതോ മക്കളുടെ സ്നേഹശൂന്യതയ്ക്കെതിരെയുള്ള പ്രതികാരമായിരുന്നോ? വർഷങ്ങൾ ഒരുപാട് പിന്നിട്ടു. അതിനുള്ള വിശദീകരണം എനിക്കിനിയും കിട്ടിയില്ല.

പതിമ്മൂന്ന്

വാസന്തിയും സുജാതയും എന്നെ വിശ്വസിച്ചില്ല. അമ്മയ്ക്കുവേണ്ടി ചേട്ടൻ നുണ പറയുകയാണെന്ന് വിധിയെഴുതിയ അവർക്ക് അതിന് പല കാരണങ്ങൾ നിരത്തി വയ്ക്കാനുണ്ടായിരുന്നു.

‘എല്ലാം ഞങ്ങൾക്കറിയാം. എല്ലാം കണ്ടും കേട്ടും മനംമടുപ്പോടെ ദിവസങ്ങൾ തള്ളിനീക്കിയതെങ്ങനെയെന്ന് ആരും അറിഞ്ഞില്ലെ’ന്ന് അവർ ആവർത്തിച്ചിരുന്നു. രാവിലെ വീടു വിട്ടിറങ്ങിയാൽ സന്ധ്യയ്ക്കു ശേഷം മാത്രം മടങ്ങിച്ചെന്നിരുന്ന ഞാൻ അറിയാത്ത അല്ലെങ്കിൽ എനിക്ക് അജ്ഞാതമായ നാടകങ്ങൾ അരങ്ങേറിയിരുന്നുവെന്നത് ഒരുപക്ഷേ യാഥാർത്ഥ്യമായിരുന്നിരിക്കാം. എങ്കിലും അമ്മ നുണ പറയുകയാണെന്ന് എനിക്ക് വിശ്വസിക്കാൻ വയ്യായിരുന്നു. മറിച്ച് സത്യത്തിന്റെ വിരൂപമായ മുഖം ഞാൻ കാണാതിരിക്കാൻ അമ്മ നുണക്കഥകൾ കെട്ടിച്ചമയ്ക്കുക യായിരുന്നോ? അത്തരത്തിലുള്ള ആലോചനകൾ എന്നെ തളർത്തി. ഈ ലോകത്ത് ക്ഷണിക്കപ്പെടാത്ത അതിഥി ആണെന്ന തോന്നലിന്റെ തടവറയിലായിരുന്നു ഞാൻ. അതിൽ നിന്ന് മോചനമില്ലെന്നാണോ ഇത് സൂചിപ്പിക്കുന്നത്.

മാസത്തിൽ രണ്ടുമൂന്നു കത്തുകളെഴുതുന്നത് നിഷ്ഠയാക്കിയിരുന്ന വാസന്തി ജനിച്ചുവളർന്ന നാടിനെ മറന്ന വിധം പെരുമാറിയതിനെതിരെ വിരൽചൂണ്ടിയ എന്നെ അവൾ അറിയിച്ചു:

‘ചേട്ടൻ തെറ്റിദ്ധരിക്കുകയാണ്. നാടും വീടും ഞാനൊരിക്കലും മറ ന്നിട്ടില്ല. അതിനെനിക്ക് എങ്ങനെ സാധിക്കും? വീടിന്റെ പിന്നിലുള്ള കൂറ്റൻ പ്ലാവിന്റെ തണലിൽ കഞ്ഞിയും കറിയും വച്ച് നമ്മൾ കളിച്ചിരുന്ന നാൾ മുതൽ എല്ലാം ഞാൻ ഓർമ്മിക്കാറുള്ളതാണ്. ആ ഓർമ്മകളുടെ മാധുര്യം നുണഞ്ഞാണ് എന്റെ കുട്ടികൾ വളരുന്നത്. എന്നാൽ എന്റെ ജീവിത ത്തിലെ കറുത്തപാടായി മായാതെ നിൽക്കുന്ന പലതും അവർ അറിയ രുതെന്ന് എനിക്ക് മോഹമുണ്ട്. ഇക്കാലമെല്ലാം അക്കാര്യത്തിൽ ഞാൻ വിജയിച്ചു. എന്റെ കുട്ടികളിൽ നിന്ന് അതൊക്കെ എത്രകാലം ഒളിച്ചു വയ്ക്കും? നാട്ടിൽ പോകണമെന്ന് ശഠിച്ച് ഇളയമോൾ അർച്ചന കലഹി ക്കുന്നത് പതിവായിട്ടുണ്ട്. ഇടയ്ക്കൊരു ദിവസം അവൾ ഭീഷണിയുടെ സ്വരത്തിൽ പറഞ്ഞു: “ഒരു ദിവസം ആരും അറിയാതെ ഞാനൊറ്റയ്ക്ക് പോകും. സത്യത്തിൽ വലിയൊരു പ്രതിസന്ധിയിലാണ്. ചേട്ടാ, അവരൊന്നും അമ്മയുടെ സ്നേഹശൂന്യത അറിയരുതെന്ന് ഞാൻ ആഗ്രഹിക്കുന്നു. അറി ഞ്ഞാൽ എല്ലാം തകരുമെന്ന് എനിക്ക് പേടിയാണ്.”

വാസന്തി നിഴലിനെ ഭയപ്പെടുകയാണെന്നും സത്യം അതിനുമപ്പുറ മാണെന്നും ഞാനവളെ അറിയിച്ചിരുന്നു. ഏറ്റുപറച്ചിലിന്റെ സ്വഭാവത്തിൽ അമ്മ പറഞ്ഞതെല്ലാം അവളെ ഞാനറിയിച്ചു. സുജാതയും സുപ്രിയയു മെല്ലാം എന്നിലൂടെ എല്ലാം മനസ്സിലാക്കിയിരുന്നു. എന്നാൽ വാസന്തിയെ വിശ്വസിക്കാനാണ് സുജാത തയ്യാറായത്. മറുപടിക്കത്തിൽ അവൾ എഴുതി:

‘പലതും ചേട്ടനിൽ നിന്നും ചേച്ചി മറച്ചുവച്ചിരിക്കുകയാണ്. ചേട്ട നൊന്നും അറിയരുതെന്ന് ചേച്ചിക്ക് നിർബന്ധമുണ്ട്...’

ചേച്ചിമാരുടെ അഭിപ്രായങ്ങളോട് യോജിച്ചിരുന്നെങ്കിലും അത്തരം കാര്യങ്ങളിൽ സുപ്രിയ അജ്ഞാതയായിരുന്നു.

“ജീവിതത്തിൽ ഒരു കുറവും ഞങ്ങൾക്കുണ്ടായിട്ടില്ല. അതിനു വേണ്ടി അമ്മ...”

ആ വാചകം മുഴുമുപ്പിക്കാൻ സുപ്രിയയ്ക്ക് കഴിഞ്ഞിരുന്നില്ല. അവൾ വിക്ഷോഭത്തിൽപ്പെട്ട് ഉലഞ്ഞിരുന്നു. ചില അവസരങ്ങളിൽ ശബ്ദമുണ്ടാക്കാതെ അവൾ കരഞ്ഞിരുന്നു. ചേച്ചിമാരെ തള്ളിപ്പറയാനോ അമ്മയെ നിരാകരിക്കാനോ സുപ്രിയയ്ക്ക് സാധിച്ചില്ല.

ഇൻകം ടാക്സ് ഡിപ്പാർട്ട്മെന്റിൽ ഒരു മേഖലയുടെ മേധാവിയായി ആസാമിലേക്ക് സ്ഥലംമാറ്റിയ ഭർത്താവുമൊത്ത് മാറിത്താമസിക്കാനുള്ള ഒരുക്കത്തിലായിരുന്നു അവൾ.

‘ചേട്ടന് എല്ലാം അറിയാം. ഒരു ദിവസം അതേപ്പറ്റി ഞങ്ങൾ ഒരുപാട് നേരം സംസാരിക്കുകയുണ്ടായി.’ ഒടുവിൽ അദ്ദേഹം പറഞ്ഞു:

‘സുപ്രിയയുടെ ചേട്ടൻ പറയുന്നതിനോട് യോജിക്കാനാണ് എനിക്ക് തോന്നുന്നത്.’ കെ.എസ്.കെ.യെന്ന് സുഹൃദ്‌വലയത്തിൽ അറിയപ്പെട്ടിരുന്ന കെ.എസ്.കൃഷ്ണകുമാറിന്റെ അഭിപ്രാത്തോടൊപ്പം സുപ്രിയ കൂട്ടിച്ചേർത്തു:

‘വാസന്തി ചേച്ചി പറയുന്നത് ഒരുപക്ഷേ ശരിയായിരിക്കാം. എനിക്കന്ന് അതൊന്നും തിരിച്ചറിയാനുള്ള പ്രായമായിരുന്നില്ല. അങ്കിൾ വരുമ്പോൾ മുറിയിൽ അടച്ചുപൂട്ടി ഞങ്ങളിരിക്കുന്നത് പതിവായിരുന്നു.’

വികാരം കലർത്താതെ കാര്യങ്ങൾ പരിശോധിക്കുന്നതിൽ സുപ്രിയ സദാ ശ്രദ്ധിച്ചിരുന്നു. ‘ചെറിയൊരു കൈത്തെറ്റുപോലും മറ്റുള്ളവർക്ക് ദ്രോഹകാരണമാകരുതേയെന്ന് എപ്പോഴും ഞാൻ പ്രാർത്ഥിക്കുമായിരുന്നു. സ്വീകരണമുറിയിലും അമ്മയുടെ ഉറക്കറമുറിയിലുമായി ഭാസ്കരൻനായർ മാറിമാറിയിരിക്കുകയും, നിറുത്തില്ലാതെ അവർ സംഭാഷണം നടത്തുകയും ചെയ്യുന്നതിനിടയിൽ തെരുവുവിളക്കുകൾ തെളിയുകയും മുറ്റത്തുനിന്ന് ഇരുട്ടുകയറിവരികയും ചെയ്യുന്നതോടെ അത്താഴം കഴിച്ചെന്ന് വരുത്തിത്തീർത്ത് വാസന്തിയുടെ മുറിയിൽ സുജാതയും സുപ്രിയയും ഒരുമിച്ച് രാത്രി ചെലവിട്ടിരുന്നത് ആരെയെങ്കിലും ഭയന്നായിരുന്നോ?’

അർദ്ധരാത്രിയോടെ മടങ്ങിവരുമ്പോൾ വീട് നല്ല ഉറക്കത്തിൽ അമർന്നിരിക്കും. ഊണുമേശയിൽ അടച്ചുവച്ചിരുന്ന അത്താഴവും ഊണുമുറിയിലെ ഒറ്റബൾബും മാത്രം ഉറങ്ങാതെ എന്നെ കാത്തിരുന്നു. വല്ലപ്പോഴും ഉറക്കം മുറിച്ച് അമ്മുക്കുട്ടിയമ്മ അടുക്കളവാതിൽ തുറന്ന് എത്തിനോക്കിയിട്ട് മടങ്ങിപ്പോയിരുന്നു. ആ ദിവസങ്ങളിലായിരുന്നോ ഈ നാടകങ്ങൾ? അങ്ങനെയെങ്കിൽ അമ്മ നുണപറയുകയായിരുന്നോ? പെൺമക്കൾക്ക് പിന്നാലെ മകനെ കൂടി നഷ്ടപ്പെടുമെന്ന ആശങ്കയായിരുന്നോ അമ്മയെ അസ്വസ്ഥയാക്കിയത്?

“എല്ലാവരും എല്ലാം മറന്നു കഴിഞ്ഞു. വേറൊരു ജീവിതത്തിലെത്തപ്പെടുക മാത്രമല്ല ആ ജീവിതത്തിൽ നരകം എത്തി നോക്കരുതേയെന്ന പ്രാർത്ഥനയുമായാണ് ഓരോ രാത്രിയും പുലരുവോളം ഞങ്ങൾ

കാത്തിരുന്നത്.” നൗക കാറ്റിലും കോളിലും പെടാൻ അനുവദിക്കുകയി ല്ലെന്ന ദൃഢപ്രതിജ്ഞയിലായിരുന്നു. അവർ പറയാതെ പറഞ്ഞിരുന്നു. സുജാത വിശേഷിച്ചും.

അമേരിക്കയിലെ ഐവീലീഗ് കോളേജുകളിലൊന്നായ ഹാർവാർഡ് യൂണിവേഴ്സിറ്റിയിൽ ഉപരിപഠനത്തിനായി മൂത്തമകൻ പോകുന്ന സന്തോഷവർത്തമാനം അറിയിക്കാനെഴുതിയ കത്തിൽ വാസന്തി അറി യിച്ചു: ‘അർച്ചനയെപ്പോലെ തൊട്ടാവാടിയല്ല ദാമു. അച്ഛനെപ്പോലെ നല്ല അച്ചടക്കമുള്ളവനാണ് അവൻ. കോളേജിൽ ചേർന്ന് ആദ്യസെമസ്റ്ററിൽ അവൻ ലക്ഷ്യമിട്ടിരുന്നതാണ് ഹാർവാർഡ്. ‘ഉപരിപഠനത്തിന് സ്കോളർ ഷിപ്പ് കിട്ടിയില്ലെങ്കിൽ സ്റ്റുഡന്റ് മെസ്സിലെ കുശ്നിപ്പണിക്കാരനായെങ്കിലും ഞാനവിടെ എത്തുമെന്ന് അവൻ പറയുമായിരുന്നു. അവന്റെ സ്വപ്നമാ യിരുന്നു ഹാർവാഡ്.’ എല്ലാം വിശദമായി ചേട്ടനെഴുതുമെന്ന് അവൻ ഭീഷണിപ്പെടുത്തിയിരിക്കുകയാണ്. എല്ലാ അനുഗ്രഹങ്ങളും അവനുണ്ടാ യിരിക്കണം. സത്യത്തിൽ ചേട്ടനെ കാണാൻ എന്നിക്ക് എത്ര ആഗ്രഹ മുണ്ടെന്നോ? കഴിഞ്ഞ ദിവസം ഉറക്കത്തിൽ ഞാൻ ചേട്ടനുമായി കുശലം പറയുന്നത് കേട്ടുണർന്ന നാസ്സർ അത് പറഞ്ഞ് കുട്ടികളുടെ മുന്നിൽ വച്ച് എന്നെ ഒരുപാട് കളിയാക്കി. അപ്പോൾ നാസ്സർ ചോദിച്ചു:

‘ഒന്നോ രണ്ടോ ആഴ്ച നാട്ടിൽപ്പോകാൻ പ്ലാൻ ചെയ്തുകൂടേ? അതു കേട്ടിരിക്കുകയായിരുന്നു അർച്ചന, അതിന്റെ പേരിൽ നടന്ന ബഹളം! ഈശ്വരാ, അവരോട് ഞാനെന്ത് പറയും? ഇതറിഞ്ഞ സുജാത പറഞ്ഞ തെന്തായിരുന്നോ? എല്ലാം മറന്നോ ചേച്ചി! ഉറങ്ങാൻ പേടിച്ച് മുറിയിൽ ഒരുമിച്ച് കഴിഞ്ഞ ദിവസങ്ങൾ. കുളികഴിഞ്ഞ് പുറത്തുവരുമ്പോൾ സുഖം ആരാഞ്ഞുകൊണ്ട് ആ നീചൻ വന്നത് മറന്നോ?

പ്രതിസന്ധിയിലായത് ഞാനായിരുന്നു. ഞാൻ ആരെ വിശ്വസിക്കണം?

പ്രലോഭനങ്ങൾക്ക് വഴങ്ങാതെ ഔദ്യോഗിക ജീവിതത്തിൽ വിട്ടുവീഴ്ച യില്ലാത്ത സമീപനത്തിന്റെ ഫലമായി ശിക്ഷിക്കപ്പെട്ട് സ്ഥലംമാറ്റപ്പെട്ട ഭർത്താവുമൊത്ത് ഏതാനും ദിവസം ചെലവിടാനായി വന്നെങ്കിലും രണ്ടാ മത്തെ ദിവസം സുപ്രിയ മടങ്ങി. നിറഞ്ഞ കണ്ണുകളുമായി എന്റെ കൈകളിൽ മുറുകെപ്പിടിച്ചുകൊണ്ട് അവൾ പറഞ്ഞു:

“വാസന്തിച്ചേച്ചിയും സുജാതച്ചേച്ചിയും വീട്ടിൽ വരാൻ വിസമ്മതി ക്കുന്നതിന്റെ കാരണം ഇപ്പോൾ എനിക്കു മനസ്സിലായി. അമ്മയുടെ സമ്പത്ത് കണ്ടല്ല കുമാർ എന്നെ വിവാഹം ചെയ്തത്. ഈശ്വരനുപോലും അദ്ദേഹത്തെ വിലയ്ക്കു വാങ്ങാൻ സാധിക്കില്ലെന്ന് എനിക്കറിയാം. കോളേജിൽ പഠിക്കുമ്പോൾ പരിചയമായവരാണ് ഞങ്ങൾ. ഒരു വില്ലേജ് ശിപായിയുടെ മകനെ ഭർത്താവായി സ്വീകരിക്കാൻ അമ്മ അനുവദിക്കി ല്ലെന്ന് എന്നേക്കാൾ കുമാറിന് നിശ്ചയമുണ്ടായിരുന്നു. ഒരു സന്ദർഭത്തി നായി ഞാൻ കാത്തിരിക്കുകയായിരുന്നു. അമ്മയെ ധിക്കരിച്ചുകൊണ്ട് വാസന്തിച്ചേച്ചി ഇറങ്ങിപ്പോയപ്പോൾ ഏറെ സന്തോഷിച്ചത് ഞാനായി രുന്നു... അപ്പോഴും എന്നോട് പ്രത്യേക വാത്സല്യം കാണിച്ചിരുന്ന അമ്മ

ഒടുവിൽ എന്നെ മനസ്സിലാക്കുമെന്നും പ്രതീക്ഷിച്ചിരുന്നതാണ്. ചേട്ടന റിയാമോ എന്നോട് അമ്മ എന്താണ് പറഞ്ഞതെന്ന്? നിന്റെ കുമാറിന്റെ അച്ഛനില്ലേ ലക്ഷ്മണൻ പിള്ള. ഇവിടെ അടുക്കളക്കാരനാകാനുള്ള യോഗ്യത പോലും അയാൾക്കില്ല. അയാളുടെ മകനെ ഞാൻ മരുമകനായി സ്വീക രിക്കണമെന്നാണോ നീ ആവശ്യപ്പെടുന്നത്. അതിനുശേഷം അതേപ്പറ്റി അമ്മയോട് ഞാനൊന്നും പറഞ്ഞില്ല. മൂന്നുകൊല്ലം കുമാർ എനിക്കു വേണ്ടി കാത്തു. ഒടുവിൽ എല്ലാം വിട്ടിറങ്ങിപ്പോകുമെന്നറിഞ്ഞ എന്നോട് അമ്മ പറയുകയായിരുന്നു. 'കുമാർ വിശപ്പറിഞ്ഞവനാണ്.' കഴിഞ്ഞ ദിവസം കുമാറിന്റെ ട്രാൻസ്ഫർ കാര്യം അറിയിക്കാൻ ചെന്ന എന്നെ കണ്ട അമ്മ കിടക്കുകയായിരുന്നു. കുറേ നേരം അവിടെ നിന്നു. ഉറങ്ങും പോലെ കിടക്കുന്ന ഒരാളെ ഉണർത്താൻ എനിക്ക് കഴിയുമായിരുന്നില്ല.

പതിവുപോലെ മദ്രാസ് മെയിൽ വൈകുമെന്ന അറിയിപ്പുമായി അവ രോടൊപ്പം റയിൽവേ സ്റ്റേഷനിലെത്തിയ എനിക്ക് അതൊരനുഗ്രഹമായി തോന്നി.

ഒരു കൂരയ്ക്ക് താഴെ നാല്പത്തിയെട്ട് മണിക്കൂർ ചെലവിട്ടെങ്കിലും നിശ്ശബ്ദതയുടെ അദൃശ്യഭിത്തി ഞങ്ങൾക്കിടയിൽ ഉയർന്നുനിന്നിരുന്നു. കസേരയിലിരിക്കുമ്പോൾ പോലും ശബ്ദമുണ്ടാകാതിരിക്കാൻ ശ്രദ്ധിക്കു മായിരുന്ന കുമാറിനെ സുപ്രിയ പതുക്കെ കളിയാക്കുമായിരുന്നു.

"ഞാൻ വേണ്ടെന്ന് പറഞ്ഞതല്ലേ? എനിക്കറിയാമായിരുന്നു നമ്മൾ ക്ഷണിക്കപ്പെടാത്തവരാണെന്ന്. ചേട്ടനറിമായോ അപ്പോൾ കുമാർ പറ യുകയായിരുന്നു: "ശുദ്ധമായ മനസ്സോടെ നല്ല കാര്യങ്ങൾ ചെയ്താൽ മറ്റുള്ളവരും അങ്ങനെ പെരുമാറാൻ സ്വയം നിർബന്ധിതരാകുമെന്ന്."

"എന്നെ ഉപദേശിച്ച ആധുനിക ഗാന്ധി എവിടെപ്പോയി?"

മന്ദഹസിക്കുമ്പോൾ ഒരു പൂമൊട്ടുവിരിയുമ്പോലെ അവളുടെ കവിളു കളിൽ നുണക്കുഴികൾ തെളിയുന്നത് ഞാൻ നോക്കിയിരിക്കുമായിരുന്നു.

പ്ലാറ്റ്ഫോം താരതമ്യേന വിജനമായിരുന്നു ഞങ്ങൾ എത്തുമ്പോൾ. എക്സ്പ്രസ്സോ കാഫിയുമായി ഒഴിഞ്ഞുകിടന്ന കസേരയിലിരുന്ന എന്നോ ടായി കുമാർ പറഞ്ഞു:

"ട്രെയിൻ വൈകിയത് നന്നായി. കുറച്ചു നേരം വർത്തമാനം പറ ഞ്ഞിരിക്കാമല്ലോ."

"ചേട്ടന്റെ അജ്ഞാത ആരാധകനാണ് കുമാർ. മാസികകളിൽ അച്ച ടിച്ചുവരുന്ന ചേട്ടന്റെ കവിതകളെല്ലാം ശേഖരിച്ചു വയ്ക്കുക മാത്രമല്ല മോളെകൊണ്ട് വായിപ്പിക്കുകയും ചെയ്യുമായിരുന്നു. അങ്ങനെ അഞ്ജ ലിയും ആരാധകരുടെ ക്യൂവിലെത്തിയിരിക്കുകയാണ്."

ഞാനൊന്നും പറഞ്ഞില്ല. സതീർത്ഥനായിരുന്ന രാമകൃഷ്ണനു വേണ്ടി നളിനിടീച്ചറിന് നൽകാനായി പ്രേമലേഖനങ്ങൾ എഴുതി ത്തുടങ്ങിയതിന് പിന്നാലെ രഹസ്യമായി എഴുതി സൂക്ഷിച്ചിരുന്ന കവിത കൾ പ്രസിദ്ധീകരിക്കാൻ എനിക്ക് ധൈര്യമില്ലായിരുന്നു. കോളേജ്

മാഗസീനിനുവേണ്ടി നടത്തിയ മത്സരത്തിൽ സമ്മാനം കിട്ടിയതോടെ ധൈര്യം കിട്ടി.

ഏകാന്തതയുമായുള്ള സല്ലാപങ്ങളും എന്റെ ഒറ്റപ്പെടലുകളും എന്റെ ദുഃഖങ്ങളും എന്റെ വിഷാദങ്ങളും കോളേജിലെ സാഹിത്യവൃത്തങ്ങളിൽ ചർച്ചാവിഷയമായിരുന്നു. യൂണിയൻ തിരഞ്ഞെടുപ്പ് പ്രവർത്തനങ്ങൾക്കിടയിൽ ആ കവിതകളുടെ പേരിൽ ആരാധകരുള്ളതായി ഞാനറിഞ്ഞിരുന്നു.

ഓരോ ക്ലാസിലും കയറിയിറങ്ങി സ്ഥാനാർത്ഥികളെ പരിചയപ്പെടുത്തുന്നതിനിടയിലായിരുന്നു അതു സംഭവിച്ചത്. എം.എ. ഇംഗ്ലീഷ് ലിറ്ററേച്ചർ വിദ്യാർത്ഥിയായ ഗോപകുമാർ സ്വയം പരിചയപ്പെടുത്തിയിട്ട് എന്നോട് പറഞ്ഞു:

“ഇന്ന് വൈകിട്ട് ടൗൺഹാളിൽ കവിതാ സമിതിയുടെ ഒരു ചടങ്ങുണ്ട്. അതിന് വരുമോ?”

നഗരത്തിലെ ഉന്നത കുടുംബങ്ങളിൽപ്പെട്ടവരുടെ ഒരു കൂട്ടായ്മയായിരുന്നു കവിതാ സമിതി. രവീന്ദ്രസംഗീതത്തിൽ അനുരക്തരായ അവർ പ്രധാനമായും ആലപിച്ചിരുന്നത് ബംഗാളി ഗാനങ്ങളായിരുന്നു. അപൂർവ്വം അവസരങ്ങളിൽ കവിതാസമിതിയുടെ പരിപാടിയിൽ മലയാളം കവിതകൾക്കും സ്ഥാനം കിട്ടിയിരുന്നു.

കോളേജിനടുത്തുള്ള പോറ്റി ഹോട്ടലിൽ നിന്ന് കാപ്പികുടിച്ച് ഇറങ്ങുമ്പോൾ കാത്തുനിൽക്കുകയായിരുന്ന ഗോപകുമാറുമൊത്ത് ടൗൺ ഹാളിൽ ചെല്ലുമ്പോൾ നിറഞ്ഞ സദസ്സുകണ്ട് എനിക്ക് അദ്ഭുതം തോന്നി. കവിതകേൾക്കാൻ ഇത്രയേറെ ആളുകൾ സന്നിഹിതരാകുന്നത് എന്റെ സങ്കല്പത്തിനതീതമായിരുന്നു. എന്നാൽ കവിതാക്കമ്പക്കാർ എന്നതിലുപരി അഭിജാതമായ കുടുംബങ്ങളിലെ അംഗങ്ങളുടെ ഒരു ഒത്തുചേരലായിരുന്നു അതെന്ന് പിന്നീടാണ് ഞാൻ തിരിച്ചറിഞ്ഞത്. ഗീതാഞ്ജലിയിൽ നിന്നുള്ള വന്ദനശ്ലോകവുമായി ആരംഭിച്ച കാവ്യാലാപനത്തിൽ രവീന്ദ്രസംഗീതം നിറഞ്ഞുതുളുമ്പുന്നതിനിടയിൽ ഒന്നുരണ്ടു മലയാള കവിതകളോടൊപ്പം ഞാനെഴുതിയ ഒരു കവിത ആലപിക്കപ്പെട്ടത് അപൂർവ്വമായ അനുഭവമായി. ഞാനറിയാതെ എനിക്കു പരിചിതമില്ലാത്തൊരിടത്ത് എത്തിച്ചേർന്ന അനുഭവം. സന്ധ്യാമലരുകൾ പൊഴിക്കുന്ന വാസന എനിക്ക് ചുറ്റും നിറയുകയായിരുന്നു.

കവിതാപാരായണത്തിനു ശേഷം ടൗൺഹാളിൽ നിന്ന് പുറത്തിറങ്ങുമ്പോൾ ഗോപകുമാർ എന്നെ തിരക്കി വരികയായിരുന്നു. കൂടെയുണ്ടായിരുന്ന പെൺകുട്ടിയെ അയാൾ പരിചയപ്പെടുത്തി. ബാലചന്ദ്രന്റെ കവിത ആലപിച്ച നളിനിയാണിത്. എന്റെ സതീർത്ഥ. ചെറുപൂക്കളുടെ പ്രിന്റുള്ള വോയിൽ സാരിയും അതിനുചേർന്ന ബ്ലൗസും ധരിച്ച് ഒറ്റയ്ക്ക് അലസമായി നടന്നു പോകുന്ന നളിനിടീച്ചറിനെ അപ്പോൾ ഞാനോർത്തു. എന്റെ ജീവിതവുമായി നളിനിമാർക്ക് എന്ത് ബന്ധം? മുൻമന്ത്രിയുടെ ചെറുമോളായ നളിനിനായർ കഴിഞ്ഞ കൊല്ലത്തെ കോളേജ് വാർഷിക ദിവസം പാട്ടുപാടി സദസ്സിന്റെ ആരാധനാപാത്രമായിരുന്നു. ദീപങ്ങൾ നിറഞ്ഞ

വേദിയിലിരുന്ന് സംഗീതോപകരണങ്ങൾക്കിടയിൽ അതിമധുരമായി പാടിയിരുന്ന നളിനിയുടെ ലളിതമായ വേഷവും അനാഡംബരതയും ഒരു പാട് പേരെ വശീകരിച്ചിരുന്നു. അതിനുശേഷം മറ്റുള്ളവരുടെ കാഴ്ചയിൽ നിന്നു മറഞ്ഞുനിൽക്കാൻ ആ പെൺകുട്ടി ശ്രദ്ധിച്ചിരുന്നു. ഒന്നുരണ്ടു പ്രാവശ്യം കോളേജ് മന്ദിരത്തിലെ വരാന്തയിലും ടെന്നീസ് കോർട്ടിനടുത്തുള്ള നടപ്പാതയിലും വച്ച് കണ്ടിരുന്നുവെങ്കിലും ദുർബലമായ ചിരിയിൽ പരിമിതപ്പെട്ടിരുന്നു ആ പരിചയം. അതിനുശേഷം ആദ്യമാണ് ഗോപകുമാറിലൂടെ എന്റെ കവിതയുടെ ആരാധികയായി നളിനിയെത്തിയത്.

"ഗോപകുമാർ പറഞ്ഞിരുന്നു കവിത ചൊല്ലുന്നത് കേൾക്കാൻ ബാലചന്ദ്രനെ കൊണ്ടുവരുമെന്ന്. വളരെ നന്ദിയുണ്ട് പങ്കെടുത്തതിൽ. സത്യത്തിൽ ആദ്യം ഞാൻ അമ്പരപ്പിലായിരുന്നു. ഗോപകുമാറിനോടൊപ്പം സദസ്സിൽ ബാലചന്ദ്രനെ കണ്ടപ്പോൾ. തന്റെ കവിത ചൊല്ലുന്നത് കേൾക്കാൻ അജ്ഞാതനായെത്തിയ കവിയെന്ന നിലയ്ക്ക് അപൂർവ്വമായ അനുഭവം അല്ലേ." അത് പറഞ്ഞിട്ട് നളിനി നായർ ചോദിച്ചു:

"കവിതകൾ സമാഹരിച്ചുകൂടേ?"

"ഒരു പുസ്തകത്തിനുള്ള കവിതകൾ ഇല്ല. അല്ലെങ്കിലും ഞാനൊരു പ്രൊഫഷണൽ കവിയല്ല." ആ സമാഗമം അവിടെ അവസാനിച്ചു.

പിന്നീടൊരിക്കൽ കൂടി നളിനി നായരുമായി ഞാൻ സംസാരിച്ചു. വർഷാന്തപരീക്ഷകൾ കഴിഞ്ഞിരുന്നു. അവധിയ്ക്കായി കോളജ് അടയ്ക്കാറായിരുന്നു. കോളേജ് മന്ദിരത്തിന് എതിരെയുള്ള ബസ് സ്റ്റോപ്പിൽ നിൽക്കുകയായിരുന്ന നളിനി നായർ എന്നെ കണ്ട് മന്ദഹാസത്തോടെ അടുത്തുവന്നു.

"ബാലചന്ദ്രനെ കോളേജിൽ ഞാൻ തിരക്കിയിരുന്നു. നാളെ ഞാൻ നാട്ടിലേക്ക് മടങ്ങുകയാണ്. അടുത്തയാഴ്ച എന്റെ വിവാഹമാണ്. എല്ലാം പെട്ടെന്നായിരുന്നു. വരട്ടെ, കാണാം."

കൈകൾ കൂപ്പി മടങ്ങുന്നതിനിടയിൽ നളിനിനായർ പറഞ്ഞു:

"എന്റെ കൂട്ടുകാരിയാണ് പ്രിയ."

എന്തിനാണ് ആ പെൺകുട്ടി അങ്ങനെ പറഞ്ഞതെന്ന് വളരെക്കാലം ഞാനാലോചിച്ചിരുന്നു. യാത്രയ്ക്കിടയിൽ നാം എത്രയോ പേരേ കണ്ടുമുട്ടുന്നു. പരിചയപ്പെടുകയും പിരിയുകയും ചെയ്യുന്നു. വീണ്ടും കണ്ടുമുട്ടുമെന്ന പ്രതീക്ഷയില്ലാതെ അത്തരമൊരു പരിചയപ്പെടൽ മാത്രമായിരുന്നോ അതും.

"എനിക്ക് നല്ല നിശ്ചയമില്ല. സുപ്രിയയുടെ ചേട്ടനെ എങ്ങനെ അഭിസംബോധന ചെയ്യണമെന്നെനിക്കറിയില്ല. അവൾ വിളിക്കുന്നതുപോലെ ചേട്ടനെന്ന് അഭിസംബോധന ചെയ്യാനാണ് എനിക്കിഷ്ടം. അങ്ങനെ ചെയ്യുമ്പോൾ അതിരുകവിഞ്ഞ സ്വാതന്ത്ര്യമെടുക്കലാകുമെന്ന പേടിയിലാണ് ഞാൻ."

"കുമാർ എന്താണ് പറയുന്നത്. ചേട്ടനെ ചേട്ടനെന്നല്ലാതെ പേരു ചൊല്ലി അഭിസംബോധന ചെയ്യാനാവുമോ?"

സുപ്രിയയുടെ സംശയത്തിന് ഞാനാണ് പരിഹാരം നിർദ്ദേശിച്ചത്.

"തുല്യനിലയിൽ പെരുമാറുന്നതാണ് നല്ലത്. കുമാറിന് എന്തു കൊണ്ട് എന്റെ പേരു പറഞ്ഞ് അഭിസംബോധന ചെയ്തുകൂടാ."

അപ്പോൾ ഹൃദ്യമായ മന്ദഹാസത്തോടെ കുമാർ പറഞ്ഞു:

"ശരിക്കും എനിക്ക് ബാലചന്ദ്രനോട് അസൂയയാണ്. ആരെയും വണ ങ്ങാതെ... ചെയ്യുന്ന ജോലിയോട് സത്യസന്ധനാകാൻ പോലും കഴിയാ ത്തവരാണ് എന്നെപ്പോലുള്ളവർ. കോടികളുടെ നികുതി വെട്ടിപ്പ് കണ്ടു പിടിച്ചതിനുള്ള ശിക്ഷയാണ് ഗോഹാട്ടിയിലേക്കുള്ള എന്റെ നാടുകടത്തൽ. സത്യത്തിൽ അതൊരു അനുഗ്രഹമായിരിക്കുകയാണ്. വെട്ടിപ്പും തട്ടിപ്പും താരതമ്യേന കുറവെന്നതിനു പുറമെ രാഷ്ട്രീയ ഇടപെടലുകളും അവിടെ കുറവാണെന്നാണ് കേൾക്കുന്നത്. എന്തോ അതിലൊന്നും എനിക്ക് വിശ്വാസമില്ല. ഏതിനും പോകാതെ വയ്യല്ലോ." കുമാറിന്റെ ആത്മാ ലാപത്തെ തടസ്സപ്പെടുത്തിക്കൊണ്ട് സുപ്രിയ ചോദിച്ചു.

"ഗോഹാട്ടി നല്ലൊരു സ്ഥലമാണെന്ന് പറഞ്ഞു കേൾക്കുന്നു. വൃത്തി യുള്ള ഒരു വീട് കണ്ടെത്താൻ ഏർപ്പാട് ചെയ്തിട്ടുണ്ട്. ചേട്ടന് അവിടെ വന്ന് ഒന്നു രണ്ടുമാസം താമസിക്കരുതോ?"

"അതിനൊന്നും ഞാനില്ല. ഡൽഹിയിൽ സ്ഥലം മാറിയപ്പോൾ സുജാ തയും ക്ഷണിച്ചതാണ്. വാസന്തിയുടെ ക്ഷണം ഭീഷണിയായി പേടിപ്പെടു ത്താൻ തുടങ്ങിയിട്ട് കുറച്ചുകാലമായി. ഞാനൊരിടത്തുമില്ല. ഇവിടെ ഞാനും എന്റെ ഏകാന്തതയുമായി..."

"ശരിയാണ്. ബാലചന്ദ്രൻ പറഞ്ഞത്. ഒറ്റയ്ക്കുള്ള ജീവിതം. എന്നും എനിക്കൊരു ഉട്ടോപ്യയാണ്."

"നന്നായി. കുമാറിന്റെ മനസ്സിലിരിപ്പ് ഇങ്ങനെയെങ്കിലും പുറത്തുവ ന്നല്ലോ?" സുപ്രിയയുടെ ശബ്ദത്തിൽ പരിഭവം.

"അതല്ല. ഞാൻ പറഞ്ഞതിന്റെ ഉദ്ദേശ്യം. ഓരോരുത്തർക്കും അവരു ടേതായ ഇടങ്ങളുണ്ട്. അതു കണ്ടെത്തുക ദുഷ്കരമാണെങ്കിലും അതിനു കഴിഞ്ഞാൽ സത്യത്തിൽ അതോടെ സ്വന്തം അസ്തിത്വമാണ് ഉറപ്പാകു ന്നത്."

"ആർക്കും അതു ഭേദിക്കാനാവില്ല. ഒരു കണക്കെഴുത്തുകാരനായി പ്രവർത്തിക്കാനാണ് ജനിച്ചതെന്നു പോലും എനിക്കു തോന്നിയിട്ടുണ്ട്."

അകലെ നിന്നെത്തിയ ട്രെയിനിന്റെ ശബ്ദത്തിൽ കുമാറിന്റെ ചിരി മാഞ്ഞുപോയി.

അലകളില്ലാത്ത ജലാശയത്തിൽ ഒരു കല്ലുവന്നു വീണ് ചലനമുണ്ടാക്കി ഒടുങ്ങുന്നതുപോലെയായിരുന്നു സുപ്രിയയുടെ സന്ദർശനം. എല്ലാം പഴയ മട്ടിൽ. റിക്കാർഡിന്റെ ചാലിൽ നിന്നും സൂചി മാറാതെ ഒരേ പാട്ട് ആവർത്തിച്ചുകൊണ്ടിരുന്നു.

ഭാഗം രണ്ട്

പതിന്നാല്

അമ്മുക്കുട്ടിയമ്മ പറയുന്നത് കേട്ടിരുന്ന ഞാൻ കസേരയിൽ നിന്നെഴുന്നേൽക്കാനാവാതെ അവശനാവുകയായിരുന്നു. കൈകളും കാലുകളും തണുത്തുവിറങ്ങലിച്ച് മഞ്ഞുകട്ടയായി. ഊണുമുറിയിലെ വടക്കേവശത്തു സ്ഥാപിച്ചിട്ടുള്ള റഫ്രിജറേറ്ററിലെ അസുഖകരമായ ശബ്ദം നിശ്ശബ്ദതയെ അസ്വസ്ഥപ്പെടുത്തി. അടുക്കളവാതിൽ ചാരി നിഴലിൽ നിൽക്കുന്ന അവരുടെ മുഖം വ്യക്തമായി കാണാനാവുമായിരുന്നില്ല. നിർത്തിയും മുറിച്ചും സംസാരിച്ചുകൊണ്ടിരുന്ന അവർ പൊടുന്നനെ മിണ്ടാതായി. ഊണുമുറിയിലേക്കുള്ള ഇടനാഴിയിൽ വീണുകിടന്ന വെളിച്ചത്തിൽ ഒരു നിഴൽ വന്നുവീഴുന്നത് കണ്ട് അവർ അങ്ങോട്ടു ചെന്നു.

രാവിലെ മാത്രമാണ് അവരെ ഞാൻ നേർക്കുനേർ കണ്ടിരുന്നത്. കുളികഴിഞ്ഞ് വസ്ത്രങ്ങൾ മാറി ഊണുമേശയ്ക്കരികിൽ പ്രഭാതഭക്ഷണവുമായി എത്താറുള്ള അവർ ഒന്നും മിണ്ടിയിരുന്നില്ല. ഭക്ഷണസാധനങ്ങൾ അടച്ച പാത്രങ്ങൾ മേശപ്പുറത്തു നിരത്തിവച്ചിട്ട് അടുക്കളയിൽ നിന്നും ചൂടുപാറുന്ന ചായകൊണ്ടു വരുമ്പോൾ തലയുയർത്തി നോക്കാറുണ്ടായിരുന്നെങ്കിലും അവരുടെ മുഖം എനിക്ക് അപരിചിതമായിരുന്നു. ചെറിയൊരു മന്ദഹാസമോ പരിചയത്തിന്റെ അടയാളമോ അവരുടെ മുഖത്ത് ഞാൻ കണ്ടിരുന്നില്ല. നാടകത്തിലെ രണ്ടു കഥാപാത്രങ്ങൾ. ആഹാരം കഴിഞ്ഞ് ഞാൻ എണീക്കുന്നതും കാത്ത് നിൽക്കുകയായിരിക്കും അവർ. എച്ചിൽ പാത്രങ്ങൾ എടുത്തുകൊണ്ടുപോകുന്നതിൽ പുലർത്തിയിരുന്ന ശ്രദ്ധയും സൂക്ഷ്മതയും അമ്മുക്കുട്ടിയമ്മയുടെ പ്രത്യേകതയായിരുന്നു.

ഒരിക്കലും തെറ്റാത്ത പതിവാണ് അന്ന് അത്താഴത്തിനിരുന്നപ്പോൾ അമ്മുക്കുട്ടിയമ്മ തെറ്റിച്ചത്! 'എന്റെ മുലപ്പാൽ കുടിച്ചാണ് കുഞ്ഞുവളർന്നതെന്ന്' പറയാൻ അവർ നിർബന്ധിതയായതിന്റെ കാരണം എനിക്ക് മനസ്സിലായിരുന്നു. ഓരോ ദിവസം പിന്നിടുന്തോറും അമ്മയുടെ ശാരീരികമായ അവശതകൾ വർദ്ധിക്കുകയായിരുന്നു.

കാരണമൊന്നുമില്ലാതെ അമ്മ കരയുന്നതിൽ അവർ വേവലാതിപ്പെട്ടു. സഹിക്കാൻ വയ്യാത്ത വേദനയാണോയെന്ന് ചോദിച്ചശേഷം എന്തു ചോദിച്ചാലും പറയാതായിട്ട് മാസങ്ങളായെന്ന് അവർ പരാതിപ്പെടുകയായിരുന്നു. ആഹാരത്തോട് താത്പര്യമില്ലാതായിട്ടും മാസങ്ങൾ പിന്നിടുന്നു. കുറച്ചു ദിവസം വരെ ഉറങ്ങാനൊന്നും പ്രയാസമില്ലായിരുന്നു. ചായ

കുടിച്ചശേഷം പ്രഭാതകൃത്യങ്ങൾ മുടക്കാറില്ലായിരുന്നു. കുളികഴിഞ്ഞ് കയറിക്കിടന്നാൽ സന്ധ്യ കഴിയും എഴുന്നേൽക്കാൻ. "ഇതെല്ലാം കണ്ട് എന്റെ മനസ്സ് മുരടിക്കുകയാണ്. ഞാനെന്ത് ചെയ്യാൻ?" മറുപടിക്ക് വേണ്ടി യായിരുന്നില്ല അവർ എന്നോടത് ചോദിച്ചത്.

കുറേനേരമായി അവരെന്നെ നോക്കിനിൽക്കുകയായിരുന്നു. അങ്ങനെ മിണ്ടാതെ നിന്ന ശേഷമാണ് 'ഞാനവരുടെ മുലപ്പാൽ കുടിച്ചുവളർന്ന' കാര്യം അവർ വെളിപ്പെടുത്തിയത്. മുലഞെട്ടുകൾ വിണ്ടുകീറിയതുമൂലം കുഞ്ഞ് പാലുകുടിക്കുമ്പോൾ സഹിക്കാൻ വയ്യാത്ത വേദനകൊണ്ട് അമ്മ ഞരങ്ങുന്നത് കണ്ടതോടെയാണ് മുലപ്പാലുള്ള മറ്റൊരാളെ തിരക്കിയ അച്ഛൻ അമ്മുക്കുട്ടിയമ്മയെ കണ്ടെത്തിയത്. പ്രസവിച്ച് ഏഴു ദിവസം പിന്നിട്ട കുഞ്ഞ് മരിച്ച സങ്കടത്തിലായിരുന്നു അവർ. അമ്മയെപ്പോലെ അവർക്കും ഇരുപത്തിരണ്ടോ ഇരുപത്തിമൂന്നോ വയസ്സുമാത്രമേ പ്രായ മുണ്ടായിരുന്നുള്ളു. അച്ഛന്റെ നിരവധി നാളുകൾ നീണ്ട അനുനയന ങ്ങൾക്കൊടുവിൽ വീട്ടിൽ വന്ന അമ്മുക്കുട്ടിയമ്മ പിന്നീട് മടങ്ങിപ്പോയില്ല. പ്രസവത്തിനു മുമ്പേ സ്ത്രീധനതർക്കം മൂലം അവരുടെ ഭർത്താവ് വീടു വിട്ടുപോയിരുന്നു.

"ദാമോദരൻനായർ സാർ ഞങ്ങളുടെ ദൈവമായിരുന്നു. ഞങ്ങൾക്ക് ഒരു ജീവിതം തന്നത് അദ്ദേഹമായിരുന്നു. അങ്ങനെയൊരാൾ ആവശ്യ പ്പെട്ടപ്പോൾ..." അമ്മുക്കുട്ടിയമ്മ ഓർമ്മകളിൽ മുങ്ങി.

ഓഫീസ് ശിപായിയായിരുന്ന വാസുദേവൻപിള്ളയുടെ മകളായിരുന്നു അമ്മുക്കുട്ടിയമ്മയെന്ന് ഒരിക്കൽ അമ്മ പറഞ്ഞിരുന്നു. "ഭാര്യയും അമ്മു ക്കുട്ടിയമ്മയ്ക്ക് പുറമെ രണ്ടു പെൺമക്കളും വിവാഹപ്രായം കഴിഞ്ഞ സഹോദരിമാരും അയാളുടെ സംരക്ഷണത്തിലായിരുന്നു. എണ്ണിച്ചുട്ടെ ടുത്ത അപ്പം പോലെ കിട്ടുന്ന മാസശമ്പളം ഒന്നിനും തികയുമായിരു ന്നില്ല. ദാമുവേട്ടൻ വാരിക്കോരി സഹായിച്ചു. അടുക്കളക്കാരിയായി മാത്ര മല്ല ചെറുപ്പക്കാരിയായ അമ്മുക്കുട്ടിയമ്മ വന്നതെന്ന് പലരും പറഞ്ഞി രുന്നു. എല്ലാം ഞാൻ അറിയുമ്പോൾ വൈകി."

അമ്മ പൂർത്തിയാക്കിയില്ല. ഇക്കഴിഞ്ഞ കാലം മുഴുക്കെ സംശയവു മായി ജീവിക്കുകയായിരുന്നോ അമ്മ. എന്നാൽ അത്തരമൊരു നിഴൽ അമ്മുക്കുട്ടിയമ്മയുമായുള്ള ബന്ധത്തിൽ വീണിരുന്നില്ലെന്ന് എനിക്ക് തോന്നിയിട്ടുണ്ട്. അടുത്ത ബന്ധുവിനെപ്പോലെ അവരോട് അമ്മ പെരു മാറി. അവർ ജീവിക്കുന്നത് അമ്മയ്ക്ക് വേണ്ടിയായിരുന്നെന്നു പോലും ഞാൻ സംശയിച്ചു. ഔദ്യോഗിക ജീവിതം മുറിയാതിരിക്കുന്നതിനായി അമ്മുക്കുട്ടിഅമ്മയുടെ സാന്നിദ്ധ്യം അനിവാര്യമാണെന്ന ചിന്തയായി രുന്നോ അമ്മയ്ക്കുണ്ടായിരുന്നത്. പ്രതികൂലമായ ഏതു സാഹചര്യ ത്തേയും സ്വന്തം സൗകര്യത്തിനായി മാറ്റിയെടുക്കാൻ അമ്മ സമർത്ഥ യായിരുന്നു. അമ്മുക്കുട്ടിയമ്മയുടെ കാര്യത്തിലും അതായിരുന്നോ സംഭ വിച്ചത്?

ഭക്ഷണവും വസ്ത്രങ്ങളും കിടക്കയും തന്നവരോട് നന്ദിയോട് പ്രവർത്തിക്കുക മാത്രമായിരുന്നില്ല അമ്മുക്കുട്ടിയമ്മയെന്ന് എനിക്കറിയാമായിരുന്നു.

അമ്മയെയും ഞങ്ങളെയും അവർ കലവറയില്ലാതെ സ്നേഹിച്ചു. പൊങ്ങൻപനി മൂലം കിടപ്പിലായ വാസന്തിയെ പരിചരിക്കാനും അതിന്റെ പാടുകൾ മായ്ച്ചുകളയാൻ പലതരം ഔഷധക്കൂട്ടുകൾ ഉപയോഗിക്കാനും അവർ കാണിച്ച ശ്രദ്ധയും ശുഷ്കാന്തിയും അസാധാരണമായിരുന്നു.

"അമ്മുക്കുട്ടിയമ്മയില്ലായിരുന്നെങ്കിൽ ജീവിച്ചിരിക്കുമായിരുന്നോയെന്നു പോലും ഞാൻ സംശയിച്ചിട്ടുണ്ട്." വാസന്തി ഓർമ്മിച്ചിരുന്നു.

നാല് കുട്ടികളെ പ്രസവിച്ചെങ്കിലും യൗവ്വനം വാർന്നുപോകാതിരിക്കാനായി അമ്മ ശ്രദ്ധിച്ചിരുന്നു. ഉദ്യോഗസ്ഥയായി ഉയരങ്ങൾ കയറിപ്പോകുന്നതിനിടയിൽ മക്കളെ അമ്മ മറന്നിരുന്നതായി അവൾ കുറ്റപ്പെടുത്തുകയുണ്ടായി.

"ഞങ്ങളുടെ സാമർത്ഥ്യംകൊണ്ടാണ് ഡിഗ്രിയും പോസ്റ്റ് ഗ്രാജുവേഷനുമൊക്കെ നേടാനായത്. ആഹാരവും വസ്ത്രവും കൊണ്ട് തീരുന്നതാണോ ജീവിതം."

അമ്മയോട് സുജാത ചോദിച്ചു. അമ്മയ്ക്കതിന് മറുപടിയില്ലായിരുന്നുവെന്ന് അവൾ പറയുമായിരുന്നു.

ഞാൻ വിവാഹിതനാകണമെന്ന് അമ്മുക്കുട്ടിയമ്മയിലൂടെ അമ്മ സംസാരിക്കുകയാണെന്ന് എനിക്കറിയാമായിരുന്നു. രാവിലെ മുതൽ അർദ്ധരാത്രി വരെ ദിനപത്ര ഓഫീസിൽ ചെലവിടുന്നത് കൊണ്ട് മാത്രം ജീവിതം അവസാനിക്കുന്നില്ലെന്ന് എനിക്കറിയാമായിരുന്നു. പത്രപ്രവർത്തകനായ ആദ്യവർഷങ്ങളിൽ കവിതകളെഴുതുന്നതിനു വേണ്ടി രാത്രികൾ ചെലവിട്ടിരുന്നത് നിരവധി സ്മരണകളിലൊന്നുമാത്രമായിരുന്നു. പതുക്കെപ്പതുക്കെ മനസ്സിലെ തീ അണയുകയായിരുന്നു. കത്തിപ്പടരാതെ അണഞ്ഞുപോയ കനൽക്കൂന. ഞാനെഴുതിയ കവിതകൾ ചിലർ ഓർമ്മിപ്പിച്ചു. അപ്പോഴെല്ലാം ആ കാലത്തോട് അപരിചിതനായി മാറിയിരുന്നതായി ഞാൻ മനസ്സിലാക്കി.

ഞാനെഴുതിയ വിവാദം സൃഷ്ടിച്ച മുഖപ്രസംഗങ്ങൾ വായിച്ച സഹപ്രവർത്തകനായ രാമചന്ദ്രൻ പറഞ്ഞു:

"എന്റെ മനസ്സിൽ വാടിക്കിടക്കുന്ന സ്വപ്നങ്ങളുടെ നിഴലുകളെ തന്റെ കുറിപ്പുകൾ പലപ്പോഴും വാചാലമാക്കുന്നതായി എനിക്കു തോന്നാറുണ്ട്."

കാമുകിക്കുവേണ്ടി കുടുംബവുമായി കലഹിച്ച രാമചന്ദ്രൻ സ്വപ്നങ്ങളിലായിരുന്നു ജീവിച്ചത്.

"വിലയ്ക്ക് വാങ്ങാനോ വിൽക്കാനോ കഴിയാത്തതാണ് എന്റെ സ്വപ്നങ്ങൾ. അവ ഉടഞ്ഞുപോയാൽ ഇല്ലാതാകുന്നത് എന്റെ നിസ്സാരമായ ജീവിതമായിരിക്കും."

വിറയാർന്ന ശബ്ദത്തിൽ അയാൾ പറയുമായിരുന്നു. എന്റെ ഏകാന്തത അയാൾ ഇഷ്ടപ്പെട്ടിരുന്നതായി ഞാനറിഞ്ഞിരുന്നു.

"ആൾക്കൂട്ടത്തിന്റെ ഭാഗമാകാതെ ജീവിക്കാൻ ഇക്കാലമെല്ലാം എനിക്കായി. ഒരുപാട് നഷ്ടങ്ങൾ അതുകൊണ്ട് എനിക്കുണ്ടായിട്ടുണ്ട്. എന്നാൽ ആ നഷ്ടങ്ങളെ നിസ്സാരമാക്കുന്നതാണ് ഞാൻ സ്വന്തമാക്കിയ എന്റെ ലോകം."

രാമചന്ദ്രൻ എന്നോട് യോജിക്കുമായിരുന്നു. അയാളുടെ ക്ഷണം സ്വീകരിച്ച് അയാളുടെ വീട്ടിൽ നടത്തിയ സന്ദർശനം ആ സംഭാഷണത്തെ തുടർന്നായിരുന്നു. സൂചനകൾ നേരത്തെ കിട്ടിയിരുന്നുവെങ്കിൽ തീർച്ചയായും രാമചന്ദ്രന്റെ വീട് ഞാനൊഴിവാക്കുമായിരുന്നു.

ഒരവധി ദിവസമായിരുന്നു ഞാൻ അയാളുടെ വീട്ടിൽ പോയത്. ഭാര്യയും രണ്ടു കുട്ടികളുമുള്ള ചെറിയ കുടുംബമായിരുന്നു അയാളുടേത്. അയാളെന്നെ കാത്തിരിക്കുകയായിരുന്നു. ഹൃദ്യമായി ചിരിച്ചുകൊണ്ട് 'എനിക്കറിയാം ബാലചന്ദ്രൻ സാറിനെ'യെന്ന് രാമചന്ദ്രന്റെ ഭാര്യ പറഞ്ഞു.

"കോളേജിൽ പഠിക്കുന്ന കാലത്ത് ഞങ്ങളെല്ലാം സാറിന്റെ ആരാധകരായിരുന്നു. ആഴ്ച്ചപതിപ്പുകളിൽ പ്രസിദ്ധീകരിച്ചിരുന്ന സാറെഴുതിയ കവിതകൾ വെട്ടിയെടുത്ത് സൂക്ഷിച്ചിരുന്ന ഒരു കൂട്ടുകാരിയെനിക്കുണ്ടായിരുന്നു. ബാലചന്ദ്രൻസാറിന്റെ അജ്ഞാതകാമുകിയെന്ന് പറഞ്ഞ് ഞങ്ങൾ അവളെ കളിയാക്കുമായിരുന്നു."

അങ്ങനെ കുശലങ്ങളും ചായകുടിയും നടത്തുന്നതിനിടയിലാണ് രാമചന്ദ്രന്റെ രണ്ടുകുട്ടികളും ഊമകളാണെന്ന് ഞാനറിയുന്നത്.

"ഇരട്ടകളാണവർ. ജനിച്ചപ്പഴേ ഊമകളായിരുന്നു." മക്കളെ പരിചരിക്കാൻ കോളേജ് അധ്യാപികയായിരുന്ന വിലാസിനി ജോലി വേണ്ടെന്ന് തീരുമാനിച്ചതിനെപ്പറ്റി പറയവെ രാമചന്ദ്രൻ വെളിപ്പെടുത്തി: "ഓപ്പറേഷൻ കൊണ്ട് ശ്രവണശേഷി കിട്ടുമെന്നാണ് ഡോക്ടർ പറയുന്നത്. ഏഴ് വയസ്സേ ആയുള്ളു. പത്തുവയസ്സാവട്ടെയെന്നാണ് ഡോക്ടർമാരുടെ ഉപദേശം."

രാമചന്ദ്രന് പുറമെ പത്രമാഫീസിൽ എനിക്ക് വേറെയും നല്ല സ്നേഹിതൻമാരുണ്ടായിരുന്നു. ജീവിതവുമായുള്ള സമീപനത്തിൽ, തൊഴിലിനോടുള്ള നിലപാടിൽ അങ്ങനെ വൈകാരികമായി ഞാനുമായി പൊരുത്തമുണ്ടായിരുന്ന ജോർജ്ജ് വർഗ്ഗീസും ദേവാനന്ദും ഗോപികൃഷ്ണനുമെല്ലാം ഒരു മേശയ്ക്കു ചുറ്റുമിരുന്ന് ജോലി ചെയ്തിരുന്നതോടൊപ്പം പതുക്കെ അവരെന്റെ ജീവിതത്തിലും പങ്കാളികളായി. കമ്മ്യൂണിസ്റ്റ്

പ്രസ്ഥാനത്തിന് ചെറുപ്പം നൽകിയവരായിരുന്നു അവരൊക്കെ. പൊലീസിന്റെ മർദ്ദനമേറ്റ ക്ഷതങ്ങളായിരുന്നു ജോർജ്ജ് വർഗ്ഗീസിന്റേയും ഗോപികൃഷ്ണന്റെയും ജീവിതത്തിലെ സമ്പാദ്യം.

“ഒരു പിതാവാകാനാവില്ലെന്ന അറിവ് രഹസ്യമാക്കി ഒരു സ്ത്രീയെ വഞ്ചിക്കാൻ ഞാനിഷ്ടപ്പെട്ടില്ല.”

ദാമ്പത്യജീവിതത്തിന് നേരെ മുഖംതിരിഞ്ഞു നിൽക്കുന്നതിന്റെ കാരണം വിശദീകരിച്ച ജോർജ്ജ് വർഗ്ഗീസ് കുറേനേരം ഓർമ്മയിൽ നഷ്ടപ്പെട്ട് മിണ്ടാതിരുന്നു.

“ചില വിശ്വാസങ്ങളുടെ പിന്നാലെ സഞ്ചരിച്ചവരിൽ ഒരാളായിരുന്നു ഞാൻ. അതിനു വലിയ വില നൽകേണ്ടിവരുമെന്ന് ഞങ്ങൾക്കെല്ലാം ബോധ്യമുണ്ടായിരുന്നു. എന്നാൽ ഒടുവിൽ...”

അയാൾ പൂർത്തിയാക്കാതെ കാന്റീനിൽ നിന്ന് പുറത്തിറങ്ങി.

വൈകുന്നേരം ചായ കുടിക്കാനായി ഒരുമിച്ചുകൂടുമ്പോഴത്തെ സംഭാഷണം അഴിമതിക്കാരനായ മന്ത്രി കുഞ്ഞുകൃഷ്ണന്റെ രഹസ്യ സമ്പാദ്യത്തെലെത്തിയപ്പോഴായിരുന്നു ജോർജ്ജ് വർഗ്ഗീസ് സ്വന്തം ജീവിതത്തിന്റെ ജാലകം തുറന്നത്.

നിരോധനം പിൻവലിച്ചതോടെ കമ്മ്യൂണിസ്റ്റ് പാർട്ടിയുടെ ബ്രാഞ്ച് ഓഫീസ് സെക്രട്ടറിയായെത്തിയ സഖാവ് കുഞ്ഞുകൃഷ്ണനിലൂടെയായിരുന്നു തിരഞ്ഞെടുപ്പ് രാഷ്ട്രീയവുമായി ഞാൻ ബന്ധപ്പെട്ടതെന്ന വിവരം അവർ അവിശ്വാസത്തോടെയാണ് കേട്ടിരുന്നത്. കോളേജിൽ നിന്ന് വൈകിട്ട് ബ്രാഞ്ചാഫീസിൽ ഞാനെത്തുന്നത് സഖാവ് കുഞ്ഞികൃഷ്ണൻ കാത്തിരിക്കുമായിരുന്നു. നോട്ടീസെഴുത്തിലും അറിയിപ്പുകളുടെ കോപ്പികൾ പകർത്തുന്നതിലും ഞാൻ മുഴുകുന്നതിനിടയിൽ അയാൾ പുറത്തിറങ്ങും. സന്ധ്യയോടെ അയാൾ മടങ്ങിവന്ന ശേഷമായിരുന്നു ഞാൻ വീട്ടിൽ പോയിരുന്നത്. ദിവസച്ചിട്ടിക്കാരനായ അയാൾ ചിട്ടിപിരിവിനാണ് പുറത്തുപോയതിരുന്നതെന്ന് പിന്നീട് ഞാനറിഞ്ഞു. അധികനാൾ അയാൾ പാർട്ടിയിൽ തുടർന്നില്ല. പുതിയ ശാദ്വലങ്ങൾ അയാളെ ക്ഷണിക്കുന്നുണ്ടായിരുന്നു. സഖാവ് കുഞ്ഞികൃഷ്ണൻ പെട്ടെന്ന് കുഞ്ഞികൃഷ്ണൻ മുതലാളിയായി. കോൺഗ്രസ്സുകാരനും എം. എൽ.എ.യുമാകാൻ പിന്നെ ഏറെനാൾ വേണ്ടിവന്നില്ല. മന്ത്രിയായ കുഞ്ഞികൃഷ്ണൻ മുതലാളി സമ്പന്നനായതിന്റെ വഴികളെപ്പറ്റിയായിരുന്നു ജോർജ്ജ് വർഗ്ഗീസ് റിപ്പോർട്ട് തയ്യാറാക്കിയത്. മന്ത്രിസഭയെ ആടിഉലച്ചതായിരുന്നു ആ റിപ്പോർട്ട്. ഒരു റോഡ് നിർമ്മാണകരാറിനെപ്പറ്റി ചില വിവരങ്ങളാണ് തന്നിൽ കൗതുകമുണ്ടാക്കിയതെന്ന് വിശദീകരിച്ച ജോർജ്ജ് വർഗ്ഗീസ് പറഞ്ഞു:

“ഒരു ഘട്ടത്തിൽ അതേപറ്റി നടത്തിയിരുന്ന അന്വേഷണങ്ങൾ ഉപേക്ഷിക്കാൻ ഞാൻ തീരുമാനിച്ചു. അഴിമതിയുടെ ദുർഗന്ധം നിറഞ്ഞ ആ

ഇടപാടുകൾ ഭയാനകമായ തിരിമറികളുടെ രാവണൻ കോട്ടയിലാണ് എന്നെ കൊണ്ടെത്തിച്ചത്. ആരും വിശ്വസിക്കുമായിരുന്നില്ല അത് സംബന്ധിച്ച വിവരങ്ങൾ, ഇതുപോലെ ഒരു ദിവസം കാന്റീനിൽ വച്ച് ഗോപികൃഷ്ണനുമായി സംസാരിക്കുമ്പോഴാണ് അന്വേഷണത്തെ യുക്തിപരമായ അന്ത്യത്തിലെത്തിക്കാൻ തീരുമാനിച്ചത്. ഒരുപക്ഷേ ഗോപികൃഷ്ണന്റെ നിർബന്ധമില്ലായിരുന്നെങ്കിൽ അന്വേഷണ വിവരങ്ങളെല്ലാം കത്തിച്ചുകളയുമായിരുന്നു. അതല്ല റിപ്പോർട്ട് പ്രസിദ്ധീകരിച്ചാലും ഒന്നും സംഭവിക്കില്ലെന്ന് എനിക്കറിയാമായിരുന്നു. സ്വത്വം നഷ്ടപ്പെട്ട ഒരു സമൂഹത്തിൽ നിന്ന് എന്ത് പ്രതീക്ഷിക്കാൻ...."

അയാൾ തുടർന്നു: "എല്ലാം വെറുതേയായല്ലോയെന്ന സങ്കടത്തിലാണ് ഞാൻ. എനിക്ക് നഷ്ടപ്പെട്ട എന്റെ ജീവിതം ആർക്കെങ്കിലും മടക്കി തരാനാകുമോ?"

മുൻപൊരിക്കലും പ്രദർശിപ്പിക്കാത്ത സ്വാതന്ത്ര്യത്തോടെ അമ്മുക്കുട്ടിഅമ്മ സംസാരിച്ചപ്പോൾ ഞാൻ അതൊക്കെ ആലോചിച്ചിരുന്നു. രാമചന്ദ്രനും കുടുംബവും ജോർജ്ജ് വർഗ്ഗീസും കുഞ്ഞികൃഷ്ണൻ മുതലാളിയെന്ന മന്ത്രിയും. അവരുടെ കഥകൾക്കിടയിൽപ്പെട്ട ഞാൻ ഊണുമുറിയിൽ നിന്നെഴുന്നേറ്റ് മുറിയിലേക്ക് പോകുമ്പോൾ അമ്മയുടെ മുറിയിലെ വിളക്ക് അണയുകയായിരുന്നു. ഫ്രിഡ്ജിന്റെ മുകളിൽ വച്ചിരുന്ന ടൈംപീസിലെ തിളങ്ങുന്ന സൂചികളിലൂടെ രാത്രി അതിവേഗം സഞ്ചരിക്കുകയായിരുന്നു അപ്പോൾ. മുറിയിൽ കയറി മേശവലിപ്പിൽ സൂക്ഷിച്ചിരുന്ന കത്തുകളുടെ കെട്ടെടുക്കുമ്പോൾ അതിൽ ഒട്ടിയിരുന്ന ലാവെൻഡർ പൗഡറിന്റെ വാസന അവിടെ പടർന്നു. കെട്ടഴിച്ച് ആ കത്തുകൾ വായിക്കുമ്പോൾ ഞാൻ തിരിച്ചറിഞ്ഞിരുന്നു, രാമകൃഷ്ണനു വേണ്ടി എഴുതിയ ആ കത്തുകളിൽ നിശ്ശബ്ദം സ്പന്ദിച്ചിരുന്നത് എന്റെ അഗാധമായ സ്നേഹമായിരുന്നുവെന്ന്. അക്ഷരങ്ങളിലൂടെ അത് പ്രകാശിപ്പിക്കാൻ കത്തുകൾ മീഡിയമാവുകയായിരുന്നു. ആ കത്തുകളിലൂടെ പ്രവഹിച്ചിരുന്ന സ്നേഹോഷ്മളത അവരെ സ്പർശിച്ചിരുന്നോ? കത്തുകൾ നശിപ്പിക്കാതെ ഭദ്രമായി അവർ സൂക്ഷിച്ചത് അതുകൊണ്ടായിരുന്നോ?

സ്വീകരണമുറിയിൽ ക്ഷണിച്ചിരുത്തി സംസാരിച്ചതിനൊടുവിൽ കത്തുകളുടെ കെട്ടും കടലാസിൽപ്പൊതിഞ്ഞ ലാവൻഡർ പൗഡർ ടിന്നും തരുമ്പോൾ നളിനിടീച്ചറിന്റെ മുഖത്തുനിറഞ്ഞുനിന്നിരുന്ന സ്നേഹസൗമ്യതയുടെ അർത്ഥമെന്തായിരുന്നു? അവിഞ്ഞ നാറ്റം മായ്ച്ചുകളയാനായി അമ്മയുടെ മുറിയിൽ ലാവൻഡർ പൗഡർ വിതറി ആ സ്നേഹസൗരഭ്യം ചിതറിക്കളയുകയായിരുന്നുവെന്ന് ദിവസങ്ങൾക്കു ശേഷം എനിക്ക് തോന്നി. ഈ കത്തുകൾ കൂടി ഉപേക്ഷിക്കുന്നതോടെ ആ തിരസ്ക്കാരം പൂർണ്ണമാവുമോ?

പതിനഞ്ച്

ഒരു ടിന്നിൽ സൂക്ഷിച്ചിരുന്ന കരിന്തേളുകളെ ചുണ്ണാമ്പ് നിറച്ച വലിയ ഒരു സ്ഫടിക ഭരണിയിലിട്ടിട്ട് രാമനാരായണൻ എന്നെ നോക്കി ചിരിച്ചു. എന്നിട്ട് അവൻ പറഞ്ഞു:

"അവയെകൊണ്ട് ഇനി എനിക്ക് ഒരു പ്രയോജനവുമില്ല. ചുണ്ണാമ്പു വെള്ളത്തിൽ കിടന്ന് അവ നീറിനീറി ചാവും."

കോളേജിൽ നിന്ന് വൈകിട്ട് വീട്ടിലേക്ക് മടങ്ങുന്ന എന്നെ വഴിയിൽ കാത്തുനിന്ന് അവൻ വിളിച്ചുകൊണ്ടുപോയത് ഇതു കാണിക്കാനായിരുന്നോ? ഒരു സാക്ഷിയെ അന്വേഷിക്കുകയായിരുന്നു അവൻ. പല അനുഭവങ്ങളും അവയുമായി ചേർന്നുനിൽക്കുന്ന ഓർമ്മകളും ഒരിക്കലും നമ്മെ വിട്ടുപോകാറില്ല. പലപ്പോഴും അവ ഉയർന്നുവന്നു പുതുക്കുന്നുണ്ടാവും. ഒന്നും മിണ്ടാതെ അതു നോക്കിനിന്ന എന്നോട് അവൻ തുടർന്നു:

"ഇറച്ചിക്കഷണം കൊടുത്ത് ഞാനവയെ തീറ്റിപ്പോറ്റുകയായിരുന്നു. വിചാരിച്ചതുപോലെ ഒടുക്കം അവ പ്രയോജനപ്പെട്ടു. ഒരെണ്ണം മതി ഒരാളിന്റെ കഥ കഴിക്കാൻ."

അതും പറഞ്ഞ് അവൻ എന്നെയും കൂട്ടി വീട്ടിന് പുറത്തിറങ്ങി. തിരഞ്ഞെടുപ്പ് കാലത്തെ പ്രചരണ പ്രവർത്തനങ്ങളിൽ കുറച്ചുദിവസം പങ്കാളിയായിരുന്നെങ്കിലും ഇടയ്ക്ക് വച്ച് അവർ പിണങ്ങിപ്പോയിരുന്നു. "നിങ്ങളുടെ രാഷ്ട്രയീവുമായി എനിക്ക് യോജിക്കാൻ വയ്യ." എന്നു പറഞ്ഞ് യാത്ര പിരിഞ്ഞ അവൻ സ്വയം അപ്രത്യക്ഷനാവുകയായിരുന്നു.

ഒരാഴ്ച പിന്നിട്ടുകാണും അവന്റെ അമ്മ ദാക്ഷായണി വീട്ടിൽ വന്ന് അവൻ എവിടെപ്പോയിയെന്ന് എന്നോട് ആരാഞ്ഞു. ഫോർട്ട് ആശുപത്രിയിലെ തൂപ്പുകാരിയായിരുന്നു മദ്ധ്യവയസ്സു പിന്നിട്ടിരുന്ന അവർ. റോഡിൽ വച്ച് പലവട്ടം ഞാനവരെ കണ്ടിരുന്നു. അപ്പോഴെല്ലാം അവരുടെ കൈയിൽ ഒരു തെർമോസ് ഫ്ളാസ്കുണ്ടായിരുന്നു. സാധാരണ ഗതിയിൽ ഹാൻഡ് ബാഗോ കുടയോയായിരിക്കും സ്ത്രീകളുടെ കൈയിൽ. അതിനു പകരം തെർമോസ് ഫ്ളാസ്കോ? അതേപ്പറ്റി ചോദിക്കണമെന്ന് വിചാരിച്ചിരുന്നെങ്കിലും ഞാനത് ചെയ്തില്ല. മറ്റൊരിക്കൽ രാമനാരായണനോട് ഞാനതെപ്പറ്റി അന്വേഷിച്ചിരുന്നു.

"ഓ അതോ. അതൊരു വലിയ കഥയാണ്. എന്നെങ്കിലും ഒരിക്കൽ ഞാനെല്ലാം നിങ്ങളോട് പറയാം."

പക്ഷേ അതിന് അവന് അവസരം കിട്ടിയില്ല. ഞാനത് മറന്നിരുന്നു. അങ്ങനെയിരിക്കുമ്പോഴാണ് രാമനാരായണനെ തിരക്കി ദാക്ഷായണി എന്നെ തേടിവന്നത്.

"പത്തും പതിനാറുമൊന്നും എനിക്കില്ല. ആകെയുള്ളത് ഒരു നരിന്താണ്. ചത്തുകിടക്കുമ്പോൾ വായ്ക്കരിയിടാൻ ഒരുത്തൻ ഉണ്ടല്ലോയെന്ന ആശ്വാസമാണ് എനിക്ക്. അതും കൂടി ഇല്ലാതായാൽ..."

അവർ കരയുകയായിരുന്നു. അവരെ ആശ്വസിപ്പിക്കാൻ എന്തുപറയണമെന്ന് എനിക്ക് അറിഞ്ഞുകൂടായിരുന്നു. അവരെ നോക്കാനാവാതെ ഞാൻ മിണ്ടാതിരുന്നു.

വീട്ടിൽ അവർ വന്നതിന്റെ അടുത്ത ദിവസം അവൻ മടങ്ങിയെത്തി. എവിടെപ്പോയെന്നോ എന്തിന് പോയെന്നോ ആരും അവനോട് ചോദിച്ചില്ല.

പതിവുപോലെ രാവിലെ വീട്ടിൽ നിന്നിറങ്ങും, രാത്രിയോടെ തിരിച്ചുവരും. ഒരു മരപ്പലകയിൽ ഉറപ്പിച്ച മുരുകന്റെ ചിത്രത്തിനടുത്തായി ഒരു പൊതിയിൽ കുറച്ചു രൂപ എല്ലാ ദിവസവും രാത്രി ഉറങ്ങുന്നതിന്മുമ്പ് അവന്റെ അമ്മ വയ്ക്കുമായിരുന്നു. രാവിലെ വീട്ടിൽ നിന്ന് പുറത്തിറങ്ങുന്ന രാമനാരായണൻ ആ പൊതിയെടുക്കാൻ മറന്നിരുന്നില്ല. ആ പതിവിന് വിഘ്നമുണ്ടായത് ഇടയ്ക്ക് വച്ച് അവൻ അപ്രത്യക്ഷനായതോടെയായിരുന്നു. മടങ്ങിവരുമ്പോൾ ഏതാനും കരിന്തേളുകൾ നിറച്ച ഒരു കുപ്പി അവന്റെ കൈയിലുണ്ടായിരുന്നു. മാംസകഷണങ്ങൾ കൊടുത്ത് അവയെ അവൻ വളർത്തി സൂക്ഷിച്ചു. ആദ്യമൊക്കെ അമ്മയുടെ കാഴ്ചയിൽപ്പെടാതെ അവനതിനെ സൂക്ഷിച്ചു. പതുക്കെപ്പതുക്കെ കരിന്തേൾ ഓടിനടക്കുന്ന ആ കുപ്പി അവൻ പുറത്തു വച്ചിട്ട് അതിൽത്തന്നെ നോക്കിയിരുന്നു. അതിന്റെ ഫലമായി പല ദിവസവും അവൻ വീടുവിട്ടിറങ്ങാതെയായി. ആയിടയ്ക്കാണ് ഗോപി അവനെ അന്വേഷിച്ചുവന്നത്. അപ്പോൾ അവന്റെ കൈയിലും ഉണ്ടായിരുന്നു കരിന്തേളുകൾ നിറച്ച കുപ്പി. തുടർന്ന് കരിന്തേളുകൾ ഇഴഞ്ഞോടി നടക്കുന്ന കുപ്പികളുമായി അവർ വീട്ടിലിരുന്ന് ഒച്ചയുണ്ടാക്കാതെ സംസാരിക്കുകയും ചിരിക്കുകയും ചെയ്തിരുന്നു. ഒരു ദിവസം അത് കണ്ടുകൊണ്ട് അവരുടെ അടുത്തുവന്ന ദാക്ഷായണി ചോദിച്ചു:

"അത് കടിച്ചാൽ ചത്തുപോകുമോ?"

ഒരു ഫലിതം കേൾക്കുംപോലെ ഉറക്കെ ചിരിച്ചുകൊണ്ട് രാമനാരായണൻ പറഞ്ഞു:

"ഹാ എന്തു രസമായിരിക്കും, കരിന്തേളുകളുടെ കടിയേറ്റ് ശരീരത്തിൽ വിഷം പടർന്നു വിറച്ചും ഞരങ്ങിയും ചാവുന്നത് കാണാൻ അല്ലേ ഗോപി."

"എന്റെ സങ്കടം അതല്ല... അതുകണ്ട് ചിരിക്കുവാൻ നമുക്കാവില്ലല്ലോയെന്നോർക്കുമ്പോഴാണ് എനിക്ക് സങ്കടം വരുന്നത്."

"എത്രയെണ്ണം വേണം... ഒരാളെ കൊല്ലാൻ."

അതു കേട്ട് നിന്ന ദാക്ഷായണിക്ക് കലശലായ കോപം വന്നു. ആ

കുപ്പികളെടുത്ത് മുറ്റത്തെറിയാൻ അപ്പോൾ അവർ ശ്രമിച്ചു. അതു വിലക്കിയ ശേഷം രാമനാരായണൻ ഭീഷണിസ്വരത്തിൽ ഉറക്കെപ്പറഞ്ഞു:

"അതിൽ തൊടരുത്. കഷ്ടപ്പെട്ടാണ് ഞങ്ങൾ അത് ശേഖരിച്ചു സൂക്ഷിക്കുന്നത്. അടുത്ത കറുത്ത വാവ് കഴിയുന്നതോടെ അത് വിഷം ഛർദ്ദിച്ചുതുടങ്ങും. അതുവരെ മതി."

എന്നിട്ട് അവൻ ഗോപിയെ നോക്കി അർത്ഥവത്തായി ചിരിച്ചു.

'രണ്ടിനേയും പിശാച് പിടിച്ചെന്നാ തോന്നുന്നതെന്നും' മുരണ്ടു കൊണ്ട് നടന്നുപോയ ദാക്ഷായണി കേൾക്കാനായി രാമനാരായണൻ പറഞ്ഞു.

"പിശാചു പിടിച്ചവനെ തീർക്കാനുള്ളതാണ് ഈ കരിന്തേളുകൾ."

ആ ദിവസങ്ങളിൽ നാരായണയ്യരുടെ മരണം വലിയ ചർച്ചാവിഷയമായിരുന്നു. പബ്ലിക് ഹെൽത്ത് ലബോറട്ടറിയിലെ ചീഫ് കെമിസ്റ്റായിരുന്ന അയാൾ ധനികനെന്നപോലെ ഉദാരനുമായിരുന്നു. സഹായത്തിനായി കൈനീട്ടുന്നവരെ ഒരിക്കലും അയാൾ വെറുംകൈയ്യോടെ മടക്കിയിരുന്നില്ല.

"എന്റെ അച്ഛനും അപ്പുപ്പനും വേണ്ടുവോളം സമ്പാദിച്ചു. പൊന്നും പണവുമായി ഞാനും ഒരുപാട് ഉണ്ടാക്കി. പക്ഷേ അനുഭവിക്കാൻ എനിക്കൊരു അനന്തരാവകാശി ഇല്ലാതെ പോയി."

ഒരു കുട്ടിക്കുവേണ്ടി നിരവധി വർഷങ്ങൾ കാത്തിരുന്നതിനു പുറമേ എത്രയോ ഡോക്ടർമാരെ കണ്ട് അയാൾ ചികിത്സ നടത്തിയിരുന്നു.

തനിക്ക് പിതൃത്വം നിഷേധിച്ചതിന് ആദ്യമൊക്കെ ഭാര്യയെ അയാൾ ശകാരിക്കുകയും ശാസിക്കുകയും ചെയ്തിരുന്നു. ക്രമേണ ആ സ്ത്രീ അയാളുടെ ജീവിതത്തിൽ ഒരു നിഴൽപോലുമായില്ല. പുലർച്ചയ്ക്ക് ഉണർന്ന് കുളിയും പൂജയും വ്രതങ്ങളുമായി അവർ ജീവിച്ചു. എട്ടോ പത്തോ പേർക്ക് താമസിക്കാനുള്ള സൗകര്യങ്ങളുള്ള കൂറ്റൻ ബംഗ്ലാവിലെ ചെറിയ ഒരു മുറിയിൽ കല്ലില്ലും മണ്ണിലും ലോഹങ്ങളിലും നിർമ്മിച്ച ദൈവങ്ങളുമായി അവർ ജീവിച്ചു. ഏതാനും വർഷങ്ങൾ പിന്നിട്ടപ്പോൾ അയാൾ അവരെ പൂർണ്ണമായി മറന്നിരുന്നു.

കെമിസ്റ്റെന്ന നിലയിൽ നേടിയ പരിജ്ഞാനം അയാൾ സാവധാനം പ്രയോജനപ്പെടുത്താൻ തുടങ്ങുന്നത് ഈ സാഹചര്യത്തിലായിരുന്നു. വസൂരി രോഗപ്രതിരോധത്തിന്റെ ഭാഗമായി പബ്ലിക്ക് ഹെൽത്ത് ലാബോറട്ടറി വാക്സിൻ നിർമ്മിച്ചകാലത്ത് നാരായണയ്യർ അതിന്റെ ഭാഗമായിരുന്നു. ശാസ്ത്രകാര്യങ്ങളിൽ അപ്പോഴുണ്ടായ കൗതുകം അയാളെ ആൽക്കെമിയിലേക്ക് കൊണ്ടുപോയി.

ഗുരുത്വാകർഷണത്തിന്റെ ഉപജ്ഞാതാവായ ഐസക്ക് ന്യൂട്ടൻ ആൽക്കെമിയിൽ ഒരു പാട് ഗവേഷണം നടത്തിയിരുന്നത് അയാൾ

വായിച്ചിരുന്നു. ബ്രിട്ടനിലെ എഡ്വേർഡ് രാജാവായിരുന്നു മറ്റൊരു ആൽക്കെമി പ്രേമി. ലുല്ലി എന്ന ഇറ്റലിക്കാരൻ എഡ്വേർഡ് രാജാവിനെ രസായനവിദ്യയുടെ അതിശയങ്ങളിലേക്ക് കൊണ്ടുപോയിരുന്നു. അയ്യാ യിരം നാണയങ്ങളെ സ്വർണ്ണമാക്കിയതു വഴി ലുല്ലി രാജാവിന്റെ അടുപ്പ ക്കാരനായി. തുടർന്ന് അയാൾ ഓടിഒളിക്കാതിരിക്കാനായി ടവർ ഓഫ് ലണ്ടനിൽ ലുല്ലിയെ രഹസ്യമായി പാർപ്പിച്ചെങ്കിലും ഒരു നാൾ അയാൾ ഒളിച്ചോടിപ്പോവുകയുണ്ടായി. അറബികളിൽ നിന്ന് പാശ്ചാത്യരാജ്യ ങ്ങളിലെത്തുന്നതിനു മുമ്പ് ഇന്ത്യയിലും രസായനവിദ്യ പ്രചാരത്തി ലുണ്ടായിരുന്നു. നാഗാർജ്ജുനെഴുതിയ രസേന്ദ്രമംഗളവും നിത്യാനന്ദ സിദ്ധന്റെ രസരത്നാകരവും അതിന്റെ തെളിവായിരുന്നു. രസായനപ്ര യോഗത്തിലൂടെ ലോഹങ്ങളെ സ്വർണ്ണമാക്കാനുള്ള വിദ്യ പരിശോധിക്കു ന്നതിനായി അയാൾ ദിവസങ്ങളും മാസങ്ങളും ചെലവാക്കി. വിഷാംശം കലർന്ന ഔഷധച്ചെടികളെ ശുദ്ധീകരിക്കുന്നതിനായിരുന്നു രസായന വിദ്യ ഇന്ത്യയിൽ പ്രയോഗിച്ചുവന്നത്. പുറമെ ആത്മവിദ്യയുമായി അതിനെ ബന്ധപ്പെടുത്തി ആചാര്യന്മാരായ മുനികൾ ആത്മശുദ്ധിക്ക് അതിനെ ഉപാധിയാക്കി. അതിൽ നിന്ന് വ്യത്യസ്തമായ സമീപന മായിരുന്നു പാശ്ചാത്യരാജ്യങ്ങളിലെ ആൽക്കെമിസ്റ്റുകളുടേത്. ജീവിത ത്തിൽ അമരത്വം നേടാനുള്ള രസായനങ്ങൾ കണ്ടെത്താൻ ശ്രമിച്ചതിനു പുറമെ ഫിലോസഫേഴ്സ് സ്റ്റോൺപോലുള്ളവ കണ്ടെത്താനുള്ള ഗവേഷണങ്ങളിലും അവർ മുഴുകി. ആ വഴിയായിരുന്നു നാരായണ അയ്യരെ ആകൃഷ്ടനാക്കിയത്. സ്വർണ്ണം കുന്നുകൂട്ടിവയ്ക്കുന്നതിനേ ക്കാൾ അമരത്വം കാംക്ഷിച്ച അയാൾ അതിനുവേണ്ടി താൻ നേടിയ അറിവ് പരിപൂർണ്ണമായി പ്രയോജനപ്പെടുത്താൻ പരിശ്രമിച്ചിരുന്നു. ലൗകിക ജീവിതത്തെ അയാൾ അതിന്റെ പേരിൽ നിരാകരിച്ചില്ല. അയാളുടെ ഉള്ളിൽ ചുരമാന്തിനിന്നിരുന്ന വന്യജീവിയുടെ ദാഹം പെട്ടെ ന്നൊന്നും ശമിക്കുന്നതായിരുന്നില്ല. ഒരു തുളസിക്കതിരുപോലെ ബല ഹീനയായ ഭാര്യ അതിനു തടസ്സമായില്ല.

പുരാതന ഗ്രന്ഥങ്ങൾ പാരായണം ചെയ്ത് കിട്ടിയ അറിവുകളുടെ അടിസ്ഥാനത്തിലുള്ള പരീക്ഷണത്തിനായി ചെറിയൊരു പരീക്ഷണ ശാല അയാൾ നിർമ്മിച്ചു. അമരത്വത്തിലേക്കുള്ള വഴി ഉറപ്പിക്കാൻ ഒറ്റ മൂലികളല്ലെന്ന അറിവുമായി പരീക്ഷണങ്ങളിലേർപ്പെട്ടിരുന്ന നാരായ ണയ്യർ പലതരം ഫോർമുലകൾ അതിനായി ആവിഷ്ക്കരിച്ചു. ആ ഫോർമുലകളുടെ ഭാഗമായിരുന്നു പൊക്കിൾക്കൊടി ഉപയോഗിച്ച് നട ത്തിയിരുന്ന അയാളുടെ പരീക്ഷണം. രഹസ്യമായി നടത്തിയിരുന്ന ആ പരീക്ഷണത്തിന്റെ ഭാഗമായി ചില ആചാരനിഷ്ഠകളും അയാൾ കണ്ടെത്തി. പുലർച്ചയെ സ്വാഗതം ചെയ്തുകൊണ്ട് രാത്രി വഴിപിരിയുന്ന മുഹൂർത്തത്തിൽ അർദ്ധനഗ്നനായി അമ്പലക്കുളത്തിൽ ഇറങ്ങിനിന്ന് ദേവതകളെ പ്രാർത്ഥിക്കുക മാത്രമായിരുന്നില്ല അയാൾ ചെയ്തത്. അശ്വിനി ദേവതകളുടെ ഉപാസകനായിരുന്ന നാരായണയ്യർ അവരോട്

തന്റെ മാർഗ്ഗത്തിൽ നിറയുന്ന തടസ്സങ്ങൾ നീക്കിത്തരാൻ യാചിച്ചിരുന്നു. ആ പ്രാർത്ഥനയ്ക്കു ശേഷമാണ് സൂര്യവെളിച്ചത്തിൽ സൂക്ഷിച്ച പൊക്കിൾക്കൊടികൾ ഉപയോഗിച്ചുള്ള പരീക്ഷണം.

“ഇതൊന്നും ആരും അറിയില്ലെന്നാണ് ആ സ്വാമി വിചാരിച്ചത്. എല്ലാം ഞങ്ങൾ കണ്ടുപിടിച്ചു. പരീക്ഷണത്തിനാവശ്യമായ പൊക്കിൾക്കൊടി കൊണ്ടുകൊടുക്കുന്നത് അമ്മയാണെന്നും മനസ്സിലാക്കി. ഒരു പൊക്കിൾക്കൊടിക്ക് നൂറു രൂപ.”

അതു വെളിപ്പെടുത്തിയ രാമനാരായണന്റെ മുഖത്തെ മാംസപേശികൾ മുറുകിവലിയുന്നുണ്ടായിരുന്നു. വലിയ നീണ്ട മൂക്കിനും വീതി കൂടിയ ചുണ്ടുകൾക്കും ചേരാത്തവിധം കുറിയതായിരുന്നു അവന്റെ കണ്ണുകൾ. ചിലയവസരങ്ങളിൽ ദേഷ്യം പ്രസരിക്കുമ്പോൾ അവന്റെ ചെവികൾ വിറയ്ക്കുന്നത് നോക്കി യിരിക്കുന്ന ഞാൻ ചിരിക്കാറുണ്ടായിരുന്നു. അതു കാണുന്ന അവൻ കൂടുതൽ കോപാകുലനാകും. “എന്നെ കളിയാക്കുകയാണോ നിങ്ങൾ.” അവൻ ചോദിക്കും. സാധാരണഗതിയിൽ ഞാനൊന്നും പറയാറില്ല. എന്നാൽ തെർമോസ്ഫ്ളാസ്കിന്റെ രഹസ്യം വെളിപ്പെടുത്തിയ അവനോട് ഞാൻ ചോദിച്ചു: രാമനാരായണന് അത് വിലക്കാമായിരുന്നില്ലേ?

“ഉദരത്തിൽ ഊറിക്കൂടിയ ജീവകന്ദളത്തിനെ അമ്മയുമായി ബന്ധപ്പെടുത്തുകയെന്ന ജോലിയായിരുന്നു പൊക്കിൾക്കൊടിയുടേത്. ഈ പ്രപഞ്ചത്തിലേക്ക് കരച്ചിലുമായി കുഞ്ഞ് ഇറങ്ങിവരുന്നതോടെ പൊക്കിൾക്കൊടി വേണ്ടെന്നുവരുന്നു. പൊക്കിൾക്കൊടി മുറിച്ചു മാറ്റുന്നതോടെ കുട്ടി സ്വതന്ത്രയാവുന്നു. ഒരു മനുഷ്യജീവൻ ആദ്യമായി അനുഭവിക്കുന്ന ആദ്യത്തെ സ്വാതന്ത്ര്യം.” ഞാനവനോട് പറഞ്ഞു. നൈതികതയെക്കുറിച്ചൊന്നും അവനോട് പറയുന്നതിൽ കാര്യമില്ലെന്ന് എനിക്കറിയാമായിരുന്നു. എങ്കിലും എല്ലാം നിരാകരിച്ച് ജീവിക്കുന്നതിനെതിരെ വിരൽചൂണ്ടാനുള്ള ആഗ്രഹമായിരുന്നു അങ്ങനെ പറയാൻ എന്നെ പ്രേരിപ്പിച്ചത്.

ആശുപത്രി തൂപ്പുകാരിയായിരുന്ന ദാക്ഷായണിയുടെ കൈയിലെ തെർമോഫ്ളാസ്കിലായിരുന്നു ആ പൊക്കിൾക്കൊടികൾ സൂക്ഷിച്ചിരുന്നത്. തൈക്കാട് ആശുപത്രിയിലും ജനറൽ ആശുപത്രിയിലുമുള്ള പ്രസവവാർഡുകളിലെ തൂപ്പുകാരികളുമായുള്ള ബന്ധം പൊക്കിൾക്കൊടികൾ ശേഖരിക്കാൻ ദാക്ഷായണിക്ക് എളുപ്പമായി. ആരുമറിയാതെ രഹസ്യമായി അവർ പൊക്കിൾക്കൊടികൾ സൂക്ഷിച്ചു. അൻപതുരൂപ വീതം അവയ്ക്കോരോന്നിനും ദാക്ഷായണി നൽകിയിരുന്നു. അങ്ങനെ ആശുപത്രികളിൽ നിന്നും സംഭരിക്കുന്ന പൊക്കിൾക്കൊടികൾ തെർമോസ് ഫ്ളാസ്കിൽ ദാക്ഷായണി സൂക്ഷിച്ചു.

വൃത്തികെട്ട ഈ പണി വേണ്ടെന്നു വയ്ക്കാൻ ദാക്ഷായണി തയ്യാറായില്ല. അതിനായി രാമനാരായണൻ അമ്മയെ നിർബന്ധിച്ചു. മറ്റു

ചിലപ്പോൾ സമ്മർദ്ദം ചെലുത്തി. ആശുപത്രി അധികൃതരെ ഇക്കാര്യം അറിയിക്കുമെന്ന് ഭീഷണിപ്പെടുത്തി. പക്ഷേ അതൊന്നും അവർ ചെവിക്കൊണ്ടില്ല. "ആർക്കും ചേതമില്ലാത്ത ഒരു സഹായമാണ് സ്വാമിക്ക് ചെയ്തുകൊടുക്കുന്ന"തെന്ന് മകന്റെ നിരന്തരമായ ശല്യപ്പെടുത്തലുകൾക്കു ദാക്ഷായണി മറുപടി നൽകി. അവർ ഒരു കാര്യം ആവർത്തിച്ചിരുന്നു.

"മോനേ നന്ദികേട് കാണിക്കാൻ എന്നോട് നീ പറയരുത്. നിന്റെ അച്ഛൻ മരിക്കുമ്പോൾ സഹായിക്കാൻ ആരുമില്ലായിരുന്നു. സ്കൂളിൽ പഠിക്കുന്ന നിനക്ക് ആഹാരം തരാൻ പോലും കഴിയാത്ത അവസ്ഥ അറിഞ്ഞ് ആശുപത്രിയിൽ ജോലി വാങ്ങിത്തന്ന അദ്ദേഹം എനിക്ക് ഈശ്വരനാണ്. കൊക്കിൽ ശ്വാസമുള്ളതുവരെ ഞാനദ്ദേഹത്തെ സഹായിക്കും."

നാരായണയ്യരോടുള്ള കടപ്പാടിനു പുറമെ ചെറുതല്ലാത്ത ഒരു വരുമാനമാർഗ്ഗമായിരുന്നു അമ്മയ്ക്ക് അതെന്ന് രാമനാരായണൻ തിരിച്ചറിഞ്ഞു. മുമ്പൊരിക്കൽ അമ്മയുടെ നിർബന്ധത്തിന് വഴങ്ങി അയാളെ കണ്ടത് അവൻ മറന്നിരുന്നില്ല. പഠിത്തം മുടങ്ങിയ അവസരത്തിലായിരുന്നു ആ കൂടിക്കാഴ്ച. തന്നെക്കുറിച്ച് എല്ലാം അയാൾക്കറിയാമായിരുന്നുവെന്ന് ആദ്യസന്ദർശനത്തിലേ അവനറിഞ്ഞു.

"നിന്റെ പ്രായം പിന്നിട്ടാണ് ഞാനും ഇവിടെവരെയെത്തിയത്. നിന്നെപ്പോലെ ഞാനും ഒരുപാട് കൊള്ളരുതായ്മകൾ ചെയ്തിട്ടുണ്ട്. എന്നാൽ നിന്നെപ്പോലെ ക്ഷമിക്കാനാവാതെ തെറ്റുകൾ ഞാൻ ചെയ്തിട്ടില്ല. എന്തിനാണ് നീ ആ മനുഷ്യനെ കൊല്ലാൻ ശ്രമിച്ചത്?"

"കൊല്ലാനോ?"

"അല്ലേ? നീ എറിഞ്ഞ കല്ലുകൊണ്ട് അദ്ദേഹത്തിന്റെ തലപൊട്ടി വീണ് മരിച്ചിരുന്നെങ്കിലോ?"

അയാളുടെ വിചാരണയ്ക്ക് വിധേയനായി നിൽക്കാതെ അവൻ മടങ്ങിപ്പോയി. അപ്പോൾ അവൻ മനസ്സിൽപറഞ്ഞു: അവസരം വന്നാൽ ഇയാളെയും ഞാൻ വെറുതെ വിടില്ല.

അങ്ങനെ ആലോചിക്കാൻ രാമനാരായണന് ഒരുപാട് കാരണങ്ങളുണ്ടായിരുന്നു. ആവശ്യക്കാരെ നിർല്ലോഭം സഹായിക്കുന്ന ധർമ്മിഷ്ടനെന്നത് നാരായണയ്യരുടെ മൂടുപടമായിരുന്നുവെന്ന് അവൻ അറിഞ്ഞിരുന്നു. രാത്രിയിൽ സ്ത്രീകൾ അയാളുടെ ഉറക്കറയിലെത്തുന്നത് പതിവായിരുന്നു. നിസ്സാര സഹായത്തിന് വലിയ വില കൊടുത്തിരുന്നതായി അവനെപ്പോലെ പലർക്കും അറിയാമായിരുന്നു. എന്നാൽ ആർക്കും അത് ചോദ്യം ചെയ്യാനുള്ള ധൈര്യവും ശക്തിയുമില്ലായിരുന്നു. പണം കൊടുത്ത് ആരെയും വാങ്ങാൻ അയാൾക്ക് സാധിച്ചു.

"നാരായണയ്യരെ എങ്ങനെ വകവരുത്തണമെന്നിനെപ്പറ്റി ഞങ്ങൾ ഒരുപാട് ആലോചിച്ചു. പൊലീസിന്റെ പിടിയിൽപ്പെടാതെ അതെങ്ങനെ

നടത്തും. ഒരു വേട്ടപ്പട്ടിയെ അതിനുവേണ്ടി വളർത്താമെന്ന ഗോപി പ്ലാനിട്ടതാണ്. പട്ടിയല്ല, ആന കടിച്ചാലും അയാൾ രക്ഷപ്പെടുമെന്ന് ഞങ്ങൾക്കുറപ്പായിരുന്നു." രാമനാരായണൻ പറഞ്ഞു.

"ഒടുവിലാണ് കരിന്തേൾ പ്രയോഗത്തിൽ ഞങ്ങളെത്തിച്ചേർന്നത്. ഉറങ്ങിക്കിടന്ന അയാളുടെ ശരീരത്തിൽ കുറേ കരിന്തേളുകളെ ഇറക്കി വിട്ടു. കരിന്തേളിന്റെ കടിയേറ്റ് അലറി വിളിച്ച അയാൾ ലബോറട്ടറിയിൽ ഓടിക്കയറി രക്ഷപ്പെടാൻ നടത്തിയ ശ്രമത്തിന്റെ അടയാളമായി അവിടെ മുഴുവൻ എല്ലാം തട്ടിത്തകർന്നുകിടന്നിരുന്നു."

"നന്നായി. തന്തയില്ലാത്തവരുടെ എണ്ണം ഇനി കുറയുമെന്നാണ് തോന്നുന്നത്."

ഗോപി കൂട്ടിച്ചേർക്കുന്നത് കേട്ടിരിക്കുമ്പോൾ ആരും അറിയാതെയും ആരെയുമറിയിക്കാതെയും നടക്കുന്ന വിചിത്രസംഭവങ്ങൾ പലപ്പോഴും അവിശ്വസനീയമായി എനിക്കു തോന്നി.

ഓർമ്മയിൽ മായാതെ കിടന്നിരുന്ന ആ കഥ കേട്ടിരുന്ന ഗോപി കൃഷ്ണന് അതിൽ യാതൊരതിശയവും തോന്നിയില്ല. അതെല്ലാം പഴ ങ്കഥകളായിട്ട് വർഷങ്ങൾ നിരവധി പിന്നിട്ടിരുന്നു. രാമനാരായണനും ഗോപിയും ദാക്ഷായണിയുമെല്ലാം ആ കഥയിലെ മറക്കാനാവാത്ത കഥാപാത്രങ്ങളായി എവിടെയോ പോയിമറഞ്ഞു. രാമനാരായണനെ കണ്ടുപിടിക്കണമെന്ന് ചിലപ്പോൾ ഞാനാഗ്രഹിച്ചിരുന്നു. കരിന്തേളു കൾക്ക് പകരം മറ്റെന്തെങ്കിലും സൂത്രങ്ങൾ അവന്റെ കൈവശമുണ്ടാ യിരിക്കുമോ? അത്തരം ക്രൂരതകളോട് വിടപറഞ്ഞ് ഭർത്താവും പിതാവുമായി അവൻ എവിടെയെങ്കിലും ഉണ്ടായിരിക്കുമെന്ന് എനിക്കു തോന്നി.

"ഇയാൾ പറയുന്നതുപോലെ പഴയകാലത്തെ ചില പരിചയക്കാരെ യെങ്കിലും കണ്ടെത്തണമെന്ന് ഞാനും ആഗ്രഹിച്ചിട്ടുണ്ട്. അത്തരമൊരാ ഗ്രഹത്തിന്റെ പിന്നാലെ പോയി ഒരിക്കലും തീരാത്ത സങ്കടങ്ങളേറ്റു വാങ്ങേണ്ടിവരിക. അതിനൊരു പരിഹാരം കാണാനാവാതെ വിങ്ങി ജീവിക്കേണ്ടിവരിക."

സദാ പ്രസന്നനായ ഗോപികൃഷ്ണന്റെ മുഖത്ത് ഇരുട്ടു പടരുകയാ യിരുന്നു. അനുഭവങ്ങളുടെ പ്രഹരങ്ങൾക്ക് അവശനാക്കാനായില്ലെങ്കിലും അവയുടെ ഓർമ്മകളിൽ വിറയ്ക്കുന്ന മനസ്സുമായാണ് അയാൾ ജീവി ക്കുന്നതെന്ന് എനിക്ക് തോന്നിയിരുന്നു. അതുകൊണ്ടാവണം തുടക്ക ത്തിലേ അയാൾ എന്റെ വിചാരങ്ങളിലെ ഒരു ഭാഗമായത്. നല്ലതും ചീത്ത യുമായ എല്ലാത്തിലും പങ്കാളിയാവാൻ മൗനമായി അയാളെന്നെ ക്ഷണിച്ചിരുന്നു. അപൂർവ്വം അവസരങ്ങളിൽ അയാളുടെ വീട്ടിൽ കൊണ്ടുപോയിരുന്നു. ആ സന്ദർശനങ്ങൾ പതുക്കെ ആത്മബന്ധമായി വികസിച്ചത് ഞാനറിയാതെയായിരുന്നു. ഗോപികൃഷ്ണനുമായി

സംസാരിച്ചിരിക്കുന്നതിനിടയിൽ ഞങ്ങൾക്ക് പിന്നിലെ നിശ്ശബ്ദ സാന്നിധ്യമായിരുന്നു മഹാരാഷ്ട്രക്കാരിയായ അയാളുടെ പത്നി സവിത. അയാളോടൊപ്പം പത്രപ്രവർത്തകയായിരുന്നു. അവർ ഭാര്യയും അമ്മയുമായതോടെ വീട്ടിനുള്ളിലേക്ക് പിൻമാറി. അന്യനാട്ടുകാരിയുടെ അപരിചിതത്വം അവരിൽ നിന്ന് തീരെ വിട്ടുമാറിയിരുന്നില്ല. മാതാപിതാക്കളെ പിന്തുടർന്ന് മകൾ സുനന്ദ പത്രപ്രവർത്തകയാകാനുള്ള പരിശ്രമത്തിലായിരുന്നു. അതിൽ നിന്നും മകളെ പിൻതിരിപ്പിക്കാൻ ശ്രമിക്കരുതോയെന്ന് അവർ എന്നോട് ഒരിക്കൽ അപേക്ഷിച്ചു.

"അവളൊരു സ്വപ്നജീവിയാണ്. ഇംഗ്ലീഷ് ലിറ്ററേച്ചറിന് ചേർന്നതു തന്നെ പത്രപ്രവർത്തകയാകാനായിരുന്നു. കവിതയെഴുത്തല്ല പത്രപ്രവർത്തനമെന്നും അത്തരം വാസനകളുടെ കഴുത്തു ഞെരിക്കുന്നതാണ് ജേർണലിസമെന്നും ഞാൻ മുന്നറിയിപ്പ് നൽകിയിരുന്നു. അതിന് അവളുടെ മറുപടി അമ്മ ജേർണലിസ്റ്റായിരുന്നില്ലേ എന്നായിരുന്നു."

അത്തരമൊരു സന്ദർശനത്തിനിടയിലാണ് ഗോപികൃഷ്ണന്റെ സഹോദരി ശാരദയുമായി ഞാൻ പരിചയപ്പെട്ടത്. 'ചേട്ടത്തിയും മകളും നാട്ടിൽപോയിരിക്കുകയാണെന്ന' ആമുഖത്തോടെ ചായ കൊണ്ടുവന്ന ശാരദ പതുക്കെപ്പറഞ്ഞു. തലയുയർത്തി ചായ വാങ്ങുമ്പോൾ എനിക്ക് തോന്നി ഈ പെൺകുട്ടിയെ ഞാൻ കണ്ടിട്ടുണ്ടല്ലോയെന്ന്. തീർച്ചയായും സ്കൂളിലോ കോളേജിലോ വച്ചായിരിക്കില്ല. പിന്നെ? ആദ്യമായി ചിലരെ കണ്ടുമുട്ടുമ്പോൾ അവർ പരിചിതരാണെന്ന തോന്നലുണ്ടാവുക സ്വാഭാവികമല്ലെങ്കിലും അസ്വാഭാവികമല്ലെന്ന് എനിക്ക് തോന്നിയിട്ടുണ്ട്.

ആൾക്കൂട്ടത്തിലൊരാളാവുന്ന മുഖമായിരുന്നില്ല ശാരദയുടേത്. ഒച്ചയും ബഹളവും തർക്കങ്ങളും പിണക്കങ്ങളും മത്സരങ്ങളും നിറഞ്ഞ കുടുംബത്തിലൊരംഗമാകാൻ അവൾക്ക് സാധിച്ചിരുന്നില്ലെന്ന് പിന്നീടാണ് ഞാനറിയുന്നത്. എല്ലാപേരിലും നിന്ന് അവൾ അകൽച്ച പാലിച്ചു. അവളുടെ ഒഴിഞ്ഞുമാറലുകളിൽ അച്ഛനുൾപ്പെടെയുള്ളവർ ആദ്യകാലത്ത് ആശങ്കാകുലരായിരുന്നു. ആരെയോ അവൾ ഭയപ്പെടുകയോ ഇഷ്ടപ്പെടാതിരിക്കുകയോ ചെയ്തിരുന്നു. "അവൾ അമ്മയെപ്പോലെയാണെന്ന" ആശ്വാസം കണ്ടെത്തുകയായിരുന്നു അപ്പോൾ അവളുടെ അച്ഛൻ. അതുകൊണ്ട് മകൾക്ക് അഹിതമുണ്ടാവുന്ന യാതൊന്നും പ്രവർത്തിക്കാതിരിക്കാൻ അദ്ദേഹം ശ്രദ്ധിച്ചു.

ബി.എസ്.സി റാങ്കുകാരിലൊരാളായിരുന്ന അവൾ ആരെയെങ്കിലും അറിയിക്കാനോ അതൊരാഘോഷമാക്കാനോ ശ്രമിക്കാത്തതിനെപ്പറ്റി ആരാഞ്ഞപ്പോൾ ഗോപികൃഷ്ണൻ പറഞ്ഞു:

"ആഘോഷിക്കാൻ അതിലെന്തിരിക്കുന്നു. മെനക്കെട്ട് പഠിക്കുന്ന ആർക്കും കിട്ടാവുന്നതല്ലേ റാങ്ക്?"

എം.എസ്.സി.ക്ക് പ്രവേശനം കിട്ടിയ ശാരദയ്ക്ക് പഠിത്തം തുടരാനായില്ല. അച്ഛന്റെ മരണത്തിന് പുറമെ ആ മരണത്തിൽ തളർന്ന

അമ്മയുടെ അവസ്ഥയും അവളെ വീട്ടിനകത്ത് ഒതുങ്ങാൻ സ്വാധീനിച്ചു. “അങ്ങനെ ചെയ്യുന്നത് ഭാവിയെ സ്വയം അപകടപ്പെടുത്തലാണെന്ന” സ്നേഹിതരുടെ താക്കീതുകൾക്ക് അവളുടെ തീരുമാനം ഇളക്കാനായില്ല. “ഇതൊക്കെ ധാരാളം”. അവൾ പിൻമാറി.

മരത്തിൽ നിർമ്മിച്ച നാലുകെട്ടിന്റെ മുൻവശത്ത് മൂന്നടിവീതിയിൽ പണിത വരാന്ത അവസാനിക്കുന്നത് ഗോപികൃഷ്ണന്റെ സ്വകാര്യമുറിയിലായിരുന്നു. പുസ്തകങ്ങളും മാസികകളും കടലാസുകെട്ടുകളും കുത്തിനിറച്ച ആ മുറിയിൽ മേശയ്ക്കു പകരം കൈകളുള്ള ചാരുകസേരയും അതിനടുത്തായി രണ്ടു കസേരകളും. ഭിത്തിയുടെ ഒരുവശം ചേർത്ത് നിർമ്മിച്ച ഷെൽഫുകളിൽ നിറയെ ഗ്രന്ഥങ്ങൾ. ഷെൽഫുകൾക്കിടയിൽ ഓട്ടം നിലച്ച ഒരു അപ്പൂപ്പൻ നാഴികമണി. മുമ്പെങ്ങോ മദ്രാസിൽ, ‘തിരുടൻമാരുടെ കമ്പോള’ മെന്ന് എഗ്മോറിൽ കുപ്രസിദ്ധമായിരുന്ന ഒരിടത്ത് നിന്ന് കിട്ടിയതാണ്. പഴയ എഗ്മോർ തീകത്തി നശിച്ചുപോയി..’ അയാൾ ഓർമ്മിച്ചു.

പുസ്തകങ്ങളോടുള്ള ആരാധന അയാളിൽ ഊതിവിളക്കിയെടുത്തത് ചെമ്പരത്തിമൂട്ടിൽ എന്നറിയപ്പെട്ടിരുന്ന പിതാവ് ഗോപാലപിള്ളയായിരുന്നു. ദേശാഭിമാനി രാമകൃഷ്ണപിള്ളയുടെ പരമ്പരയിലെ ഒരു കണ്ണിയായിരുന്നു അഭിഭാഷകനായിരുന്ന ഗോപാലപിള്ള. അറിയപ്പെടുന്ന ഒരു പത്രാധിപരായിരുന്നു അദ്ദേഹം. ദക്ഷിണ മലയാളി എന്ന പേരിൽ പ്രശസ്തമായിരുന്ന മാസിക അദ്ദേഹത്തിന്റേതായിരുന്നു.

“ജീവിതത്തിൽ ഏറ്റവും കൂടുതൽ കാലം അച്ഛൻ ചെലവഴിച്ചത് ദക്ഷിണമലയാളിക്കെതിരെയുള്ള കേസുകൾ വാദിക്കാനായിരുന്നു. അച്ഛൻ വിട്ടുവീഴ്ച്ചകൾക്ക് തയ്യാറായില്ല. ഒരുപാട് സ്വത്തുണ്ടായിരുന്നു. ഓന്നോന്നായി വിറ്റ് അദ്ദേഹം കേസ് നടത്തി. തോറ്റ് പിൻമാറാൻ കൂസാക്കാത്ത അച്ഛന് ഒടുവിൽ അവശേഷിച്ചത് ഈ വീടും ചുറ്റുമുള്ള കുറച്ച് ഭൂമിയുമായിരുന്നു. അപ്പോഴെല്ലാം അദ്ദേഹം ഒരു കാര്യത്തിൽ ശ്രദ്ധാലുവായിരുന്നു, ഞങ്ങളെ പഠിപ്പിക്കുന്നതിൽ. ഞാനുൾപ്പെടെയുള്ള നാല് ആൺമക്കളും രണ്ട് പെൺമക്കളും. ഒന്നും സമ്പാദിച്ചുതന്നില്ലെങ്കിലും പഠിക്കാൻ സാധിക്കുന്നിടത്തോളം പഠിക്കാൻ ഞങ്ങൾക്ക് കഴിഞ്ഞു.”

ഗോപികൃഷ്ണന്റെ ശബ്ദം കൃതജ്ഞത കൊണ്ട് സാന്ദ്രമായിരുന്നു. സഫലമായൊരു യാത്രയായിരുന്നു ഗോപികൃഷ്ണന്റെ പിതാവിന്റെ ജീവിതമെന്ന് നേരത്തെ ഞാൻ അറിഞ്ഞിരുന്നു. കോളേജ് വിദ്യാർത്ഥിയായിരുന്ന കാലത്ത് നടന്നുപോവുമ്പോൾ മതിലിൽ പതിച്ചിരുന്ന ദക്ഷിണമലയാളിയുടെ ബോർഡ് കാണുമ്പോഴെല്ലാം അതിനകത്ത് കയറിച്ചെല്ലണമെന്ന് തീവ്രമായി അഭിലഷിച്ചിരുന്നെങ്കിലും അതൊരു സാഹസമാകുമെന്ന ഭയം അപ്പോഴെല്ലാം അതിൽ നിന്ന് എന്നെ പിന്തിരിപ്പിച്ചിരുന്നു. അഭിജാതമായിരുന്ന ചെമ്പരത്തിമൂട്ടിൽ കുടുംബക്കാരെന്ന

പൊതുവിശ്വാസത്തെ സാക്ഷാത്ക്കരിക്കുന്നതായിരുന്നു ദക്ഷിണമലയാളി പത്രാധിപരുടെ മക്കൾ.

ഗോപികൃഷ്ണന്റെ മൂന്നു സഹോദരൻമാരും ഉന്നത ബിരുദങ്ങളുമായി ഔദ്യോഗിക ജീവിതത്തിൽ പ്രവേശിച്ച് കേരളത്തിന് പുറത്ത് സ്ഥിരവാസക്കാരായി. അവർക്ക് പിന്നാലെ വിവാഹിതയായ സഹോദരി വസുമതിയും കുടുംബവും കേരളത്തിന്റെ അതിർത്തി വിട്ടിരുന്നു.

"അവർക്കിടയിൽ ഞാനൊരു കറുത്ത ആടായി. പോസ്റ്റ് ഗ്രാജുവേഷനുമായി ബോംബെയിലെത്തിയ ഞാൻ യാദൃശ്ചികമായാണ് പത്രപ്രവർത്തകനായത്. അച്ഛന്റെ ഒരു ആരാധകനിലൂടെ ഫ്രീപ്രസ് ജേർണലിലും അവിടെ നിന്ന് ടൈംസ് ഓഫ് ഇന്ത്യയിലും ഞാനെത്തി. ഒരു പക്ഷേ അച്ഛന്റെ മരണം സംഭവിച്ചില്ലായിരുന്നെങ്കിൽ നാട്ടിലേക്കുള്ള മടക്കം ഉണ്ടാകുമായിരുന്നില്ല. അമ്മയും ഇളയ സഹോദരി ശാരദയും ഇവിടെ ഒറ്റപ്പെടുമായിരുന്നു. ഞാനാണെങ്കിൽ അവിവാഹിതനും." അയാൾ ആത്മകഥയുടെ ഇതളുകൾ മറിക്കുകയായിരുന്നു. അയാൾ അത് പൂർത്തിയാക്കിയില്ല. "യാതൊരു പുതുമയുമില്ലാത്തതാണെന്നറിയാം. ഇതുപോലെ എത്രയോ പേർ. പൊടിപ്പും തൊങ്ങലും ചേർത്ത് എന്റെ കഥ പറഞ്ഞ് ബാലചന്ദ്രനെ മുഷിപ്പിക്കുന്നില്ല."

മക്കളുടെ വിദ്യാഭ്യാസത്തിനും ദക്ഷിണമലയാളിയുടെ നടത്തിപ്പിനും വേണ്ടി വാരിക്കോരി ചെലവാക്കി വലിയ കടക്കാരനായാണ് അച്ഛൻ യാത്രയായതെന്ന് അയാൾ പറഞ്ഞിരുന്നു. ഗോപികൃഷ്ണനും ഇളയസഹോദരിയുമൊഴികെ സാമ്പത്തികമായി ഭദ്രമായിരുന്ന മക്കൾ ഋണബാദ്ധ്യതയിൽ നിന്ന് ഭർത്താവിന്റെ സൽപ്പേര് വീണ്ടെടുക്കുമെന്ന് ദക്ഷിണമലയാളി പത്രാധിപരുടെ പത്നി ആനന്ദവല്ലി അമ്മയ്ക്ക് ഉറപ്പായിരുന്നു.

"അച്ഛന്റെ മരണാനന്തരചടങ്ങുകൾക്കു ശേഷം അക്കാര്യം എല്ലാവരോടുമായി അമ്മ പറഞ്ഞു. എല്ലാവരും അത് കേട്ടിരുന്നു. ഓരോരുത്തരും അവധിക്കാലം പൂർത്തിയാക്കും മുമ്പ് മടങ്ങി." അതുപറയവേ ചിരിച്ചുകൊണ്ട് ഗോപികൃഷ്ണൻ പൂർത്തിയാക്കി.

"അതൊരു സിനിമാക്കഥ പോലെ അവസാനിക്കുകയായിരുന്നു. സമ്പന്നരും പ്രതാപശാലികളുമായ സഹോദരൻമാരും സഹോദരിയും കൈമലർത്തിയപ്പോൾ പണവും പത്രാസുമില്ലാത്ത ഇളയമകൻ കുടുംബയശസ്സിന്റെ സംരക്ഷകനാവുന്നു. അങ്ങനെ എല്ലാം ശുഭം."

പതിനാറ്

കരിന്തേളുകളെ ഉപയോഗിച്ച് നാരായണയ്യരെ വധിച്ചത് നല്ലൊരു കഥയാക്കി എഴുതാൻ എന്നെ പ്രേരിപ്പിച്ച ഗോപികൃഷ്ണന് വ്യത്യസ്തമായ ചില സങ്കല്പങ്ങളുണ്ടായിരുന്നു. അവിശ്വസനീയമെന്നു തോന്നാവുന്ന

യഥാർത്ഥസംഭവങ്ങളെ കഥാരൂപത്തിലാക്കി ആവിഷ്ക്കരിക്കാനായാൽ പത്രപ്രവർത്തനത്തിലെ മനുഷ്യമുഖത്തിന് കൂടുതൽ ആകർഷകത്വം നൽകാനാവുമെന്ന് അയാൾ പറഞ്ഞിരുന്നു.

പ്രശസ്തനായൊരു എഴുത്തുകാരൻ നിരീക്ഷിച്ചതുപോലെ കഥാപാത്രങ്ങളും സംഭവങ്ങളും എഴുത്തുകാരനെ തേടി നടക്കുകയാണെന്നതാണ് സത്യം. പക്ഷേ ശരാശരിയിൽ നിന്നുയർന്ന് ചിന്തിക്കാനുള്ള കെല്പില്ലായ്മക്കുപരി സർഗ്ഗവാസനയുടെ അഭാവം മൂലം ഇത് തിരിച്ചറിയാൻ സാധിക്കാറില്ല. ഗോപികൃഷ്ണന്റെ നിഗമനത്തോട് എനിക്ക് വിയോജിക്കാനായില്ല. വാസനാ സമ്പന്നർ പത്രപ്രവർത്തകരായാൽ നിശ്ചയമായും മാനുഷികതയുടെ മസൃണത പത്രപ്രവർത്തനത്തിൽ എത്തും. അങ്ങനെ സംഭവിക്കുമ്പോൾ അതു 'സാഹിത്യ'മാകാതിരിക്കാൻ ശ്രദ്ധിക്കണമെന്ന അഭിപ്രായമായിരുന്നു എനിക്ക്.

പത്രപ്രവർത്തനവും സാഹിത്യവും തമ്മിലുള്ള അതിർരേഖ വളരെ ലോലമാണ്. അതിനോട് യോജിച്ചുകൊണ്ട് സർഗ്ഗവാസനയില്ലാത്തവരുടെ കൈയിൽ പത്രപ്രവർത്തനം യാന്ത്രികമാകുമെന്ന വിശ്വാസം ഗോപികൃഷ്ണൻ ആവർത്തിച്ചു. അങ്ങനെ പത്രപ്രവർത്തനത്തെ സാഹിത്യവും സാഹിത്യത്തെ പത്രപ്രവർത്തനവുമാക്കാൻ യഥാർത്ഥ സംഭവങ്ങളുടെ പുനരാഖ്യാനം ഉപകരിക്കുമെന്ന് ഗോപികൃഷ്ണൻ വിശദീകരിച്ചു.

“മിത്രാനന്ദൻ എന്റെ സ്നേഹിതനായിരുന്നു. ഹിസ്റ്ററി എം.എ. യ്ക്ക് ഒന്നിച്ചാണ് ഞങ്ങൾ പഠിച്ചത്. എം.എ.യ്ക്ക് ശേഷം അവൻ സിവിൽ സർവ്വീസ് പരീക്ഷയെഴുതി. ഐ.എ.എസ്. ആയിരുന്നു അവന്റെ മോഹം. സിവിൽ സർവ്വീസിൽ കയറിയാൽ ഒരുപാട് നല്ല കാര്യങ്ങൾ ചെയ്യാൻ കഴിയുമെന്ന വിശ്വാസക്കാരനായിരുന്നു. അതിനു പകരം ഐ.പി.എസ്. കിട്ടി പൊലീസുദ്യോഗസ്ഥനായ അവൻ എവിടെ ചെന്നെത്തിയെന്ന് ആലോചിക്കുമ്പോൾ എനിക്ക് എന്നെ വിശ്വസിക്കാൻ കഴിയാറില്ല.”

അതു പറഞ്ഞിട്ട് ഗോപികൃഷ്ണൻ ചോദിച്ചു:

“വിദ്യാഭ്യാസവും കുടുംബപാരമ്പര്യവും കൊണ്ടുമാത്രം ആരും നല്ല മനുഷ്യരാകുന്നില്ലെന്നതാണ് യാഥാർത്ഥ്യം. സംസ്കാരത്തിന് ഇക്കാര്യത്തിൽ നിർണ്ണായക പങ്കില്ലേ”

സംസ്കാരരാഹിത്യം മനുഷ്യരെ ക്രൂരന്മാരാക്കുന്നതിന്റെ ജീവിച്ചിരിക്കുന്ന ദൃഷ്ടാന്തമായി മിത്രാനന്ദനെ അയാൾ വിശേഷിപ്പിച്ചു.

“പഠിക്കാൻ അതി സമർത്ഥനായിരുന്നു അവൻ. ഒന്നും അവൻ മറന്നില്ല. എന്നാൽ അവൻ മറന്നത് മനുഷ്യജീവിതത്തെ സാർത്ഥകമാക്കുന്ന കാരുണ്യമാണ്. കാരുണ്യവാനാകാൻ നിങ്ങൾ ഭിക്ഷുവാകണമെന്നില്ല. സാധാരണ മനുഷ്യനായാൽ മതി. അത് നഷ്ടപ്പെടുമ്പോഴാണ്

പരിണാമചക്രത്തിലെ ഒരു പടിക്ക് താഴെ മനുഷ്യൻ നിന്നുപോകുന്നത്. മിത്രാനന്ദൻ അത്തരക്കാരനായിരുന്നുവെന്ന് അറിഞ്ഞ എനിക്ക് ജീവിതത്തിലെ നന്മകളിൽ പിന്നീട് വിശ്വസിക്കാനായിട്ടില്ല."

"ഈ പശ്ചാത്തലത്തിൽ മിത്രാനന്ദന്റെ കഥ എഴുതിയാൽ നാരായണയ്യരുടെ കഥ പോലെ വായനക്കാരെ ആകർഷിക്കുക മാത്രമല്ല അടിസ്ഥാനപരമായ പല ചോദ്യങ്ങളും ഉയർന്നുവരുമെന്ന് എനിക്ക് ഉറപ്പുണ്ട്. നാം ചെയ്യുന്ന പ്രവൃത്തി എന്തുതന്നെയായാലും അതിന്റെ പ്രത്യാഘാതമെന്തായിരിക്കുമെന്നോ ഏതു തരത്തിലായിരിക്കും അതുണ്ടാകുന്നതെന്നോ ആർക്കും മുൻകൂട്ടി കാണാനാവില്ല." അത്തരമൊരു അനുഭവമായിരുന്നു മിത്രാനന്ദനേയും കാത്തിരുന്നതെന്ന് ഗോപി കൃഷ്ണൻ വിശദീകരിച്ചു.

വളരെയേറെ ചൂടും പുകയും ഉയർത്തിയ ജയശങ്കർ വധക്കേസ് എന്ന തടങ്കൽമരണം. തുടർന്ന് അതുമായി ബന്ധപ്പെട്ട എല്ലാ രേഖകളും തെളിവുകളും വിദഗ്ധമായി നശിപ്പിച്ചിരുന്നു. മിത്രാനന്ദന്റെ നേതൃത്വത്തിലായിരുന്നു ഇത് നടന്നത്. ഈ കേസുമായി ബന്ധപ്പെട്ട് ആയിടയ്ക്ക് മുതിർന്ന പോലീസോഫീസറായിരുന്ന മിത്രാനന്ദനെ സന്ദർശിച്ചപ്പോഴുണ്ടായ തിക്താനുഭവം ഓർമ്മിച്ച് ഗോപികൃഷ്ണൻ നിരുദ്ധകണ്ഠനായി.

"ഉയർന്ന പോലീസോഫീസർ എന്ന നിലയിലായിരുന്നു ഞാനയാളെ സന്ദർശിച്ചത്. ഒരു പത്രപ്രവർത്തകന്റെ ജോലിയുടെ ഭാഗമായി."

"മുൻകൂട്ടി നിശ്ചയിച്ച സമയത്ത് ഓഫീസിൽ എത്തിയ എന്നോട് ഇരിക്കാൻ പറയാത്തതിൽ എനിക്ക് പ്രത്യേകിച്ചൊന്നും തോന്നിയില്ല. ഒരുപക്ഷേ അതൊരു പതിവായിരിക്കുമെന്ന് ഞാൻ കരുതി. അപ്പോൾ അലവലാതികളോടെല്ലാം ഗൗരവമുള്ള ഇക്കാര്യങ്ങൾ ചർച്ച ചെയ്യാൻ സമയമില്ലെന്ന് എന്നെ നോക്കി മിത്രാനന്ദൻ പറഞ്ഞതുകേട്ട് സത്യത്തിൽ ഞാൻ സ്തംഭിച്ചുനിന്നുപോയി. പിന്നെ ഞാനവിടെ തങ്ങിയില്ല. മുറിയിൽ നിന്ന് പുറത്തിറങ്ങിയ എന്നോട് തനിക്കെതിരായി ഒരു വരിയെഴുതിയാൽ അനുഭവം വളരെ മോശമായിരിക്കുമെന്ന് കൂടി അവൻ ഭീഷണിപ്പെടുത്തി."

എങ്ങനെ ഇത് സംഭവിച്ചുവെന്ന് ഇന്നും എനിക്ക് മനസ്സിലാക്കാനായിട്ടില്ലെന്ന് പറഞ്ഞ ഗോപികൃഷ്ണൻ അതിന് സ്വയം വിശദീകരണവും ന്യായവും തേടുകയായിരുന്നു.

സാധാരണ നമ്മൾ പറയുന്നതുപോലെ അത് കാക്കിയുടെ ശബ്ദമാണെന്ന് വിശേഷിപ്പിക്കാവുന്നതാണ്. അങ്ങനെ ഞാൻ വിശ്വസിക്കുന്നില്ല. ഹിസ്റ്ററിയിൽ ഒന്നാം ക്ലാസിൽ ജയിച്ചതോടെ സിവിൽ സർവ്വീസിനോടുള്ള കമ്പം അവന് പെട്ടെന്നില്ലാതായി. പകരം മുഗളഭരണത്തിന്റെ അവസാന ദശകങ്ങളെക്കുറിച്ച് ഗവേഷണം നടത്താനുള്ള

മോഹവുമായി ജെ.എൻ.യു.വിലോ ജാമിയ മിലിയയിലോ പോയാലെന്തെന്ന ആലോചനയിലായിരുന്നു മിത്രാനന്ദൻ. അറിവല്ല അധികാരമാണ് അമൂല്യമെന്ന് സ്വയം തിരിച്ചറിഞ്ഞതായിരുന്നോ ഈ മാറ്റത്തിനു കാരണം? സംസ്കാരരാഹിത്യമെന്നല്ലാതെ മറ്റെന്ത് ന്യായീകരണം അവനിലുണ്ടായ മാറ്റത്തിന് ചൂണ്ടിക്കാണിക്കാനാവും? അയാൾ ചോദിച്ചു.

പൊതുജീവിതത്തിൽ വ്യത്യസ്ത ശബ്ദമായി അരങ്ങേറിയ ഒരു ചെറുസംഘത്തിന്റെ നേതാവായ ജയശങ്കറിന്റെ നേർക്ക് ഭരണകൂടത്തിന്റെ രാഷ്ട്രീയാവശ്യം നിറവേറ്റുന്നതിന്റെ ഭാഗമായിട്ടായിരുന്നു അധികാരത്തിന്റെ സ്റ്റീം റോളർ ഉരുണ്ടു ചെന്നത്. യുവ അഡ്വക്കേറ്റുമാരിൽ ശ്രദ്ധേയനായിരുന്ന ജയശങ്കർ അനുഗൃഹീത വാഗ്മി കൂടിയായിരുന്നു.

“ഒരിക്കൽ ഞാനയാളുടെ പ്രസംഗം കേട്ടിരുന്നു. മാന്ത്രികം എന്ന വിശേഷണമാണ് അതിന് യോജിക്കുന്നതെന്ന് അപ്പോൾ എനിക്കു തോന്നി. അയാൾ ആവശ്യപ്പെട്ടാൽ പ്രസംഗം കേട്ടിരിക്കുന്നവർ എന്തും ചെയ്യുമെന്ന് എനിക്ക് തീർച്ചയായിരുന്നു. അങ്ങനെ ഒരാളെ അതും ഒരു ചെറുപ്പക്കാരനെ ഭരണകൂടം ശത്രുവും ഭീഷണിയുമായല്ലാതെ സുഹൃത്തായി വീക്ഷിക്കുകയില്ലല്ലോ. കള്ളക്കേസിൽ കുടുക്കുക മാത്രമായിരുന്നില്ല ഭരണ കൂടം ചെയ്തത്. വിധ്വംസകപ്രവർത്തനത്തിന്റെ സൂത്രധാരനാണ് ജയശങ്കറെന്നു മുദ്രകുത്തപ്പെട്ടു. ആ പശ്ചാത്തലത്തിൽ അപകടത്തെ തടയേണ്ടത് ഭരണകൂടത്തിന്റെ ധാർമ്മിക ഉത്തരവാദിത്വമാണെന്നും വ്യക്തമാക്കപ്പെട്ടു.”

മിത്രാനന്ദനും രണ്ടു സഹപ്രവർത്തകരും പ്രതിരോധ നടപടികൾക്കായി നിയോഗിക്കപ്പെട്ടു. അതവർ വിജയകരമായി നിർവ്വഹിച്ചു. ജയശങ്കർ വധിക്കപ്പെടുക മാത്രമല്ല ഉണ്ടായത്, അയാളുടെ തടങ്കലുമായി ബന്ധപ്പെട്ട എല്ലാ തെളിവുകളും നശിപ്പിക്കപ്പെട്ടു. എന്നാലും എല്ലാം ഏറെക്കാലം രഹസ്യമായി സൂക്ഷിക്കാൻ പക്ഷേ ഭരണകൂടത്തിന് സാധിച്ചില്ല.

മിത്രാനന്ദനും സഹപ്രവർത്തകരും ഒറ്റ മനസ്സായാണ് ഈ കൃത്യം ഏറ്റെടുത്ത് നിർവ്വഹിച്ചത്. എന്നാൽ അവർ തമ്മിലുള്ള ബന്ധത്തിൽ ഇടർച്ചകൾ ഉണ്ടായതോടെ രഹസ്യങ്ങൾ ഓരോന്നായി വെളിവായിത്തുടങ്ങി.

മിത്രാനനന്ദനോടുള്ള വ്യക്തിപരമായ അമർഷമായിരുന്നില്ല ആ സംഭവം പിന്തുടരാൻ എന്നെ പ്രേരിപ്പിച്ചത്. ആ കൂടിക്കാഴ്ചയ്ക്കുശേഷം അയാൾ എന്നെ സംബന്ധിച്ചിടത്തോളം വെറുമൊരു പേരുമാത്രമായി. ജയശങ്കർ വധിക്കപ്പെട്ടതോടെ അതിന്റെ എല്ലാ ക്രൂരതകളോടും കൂടി ദിനപത്രത്തിൽ അതു റിപ്പോർട്ടു ചെയ്തിരുന്നു. അങ്ങനെ ഉദ്യോഗത്തിൽ

നിന്നും പിരിയാൻ മിത്രാനന്ദൻ നിർബന്ധിതനായി. പുറമെ അയാളും കൂട്ടരും കോടതിയിലുമെത്തി.

"കോടതിയോ അതിലൂടെ നിയമമോ ആ കൊലപാതകികളെ ശിക്ഷിക്കുകയോ ശിക്ഷിക്കാതിരിക്കുകയോ ചെയ്യുന്നത് സാധാരണ മായ ഒരു നടപടി മാത്രമായിരുന്നു. എന്നാൽ അവരെ കാത്ത് സ്വാഭാ വിക ശിക്ഷ കാത്തിരിക്കുകയായിരുന്നു. ഞാനതിനെ ദൈവ നീതിയെന്ന് വിശേഷിപ്പിക്കാനാണ് ഇഷ്ടപ്പെടുന്നത്." ഗോപികൃഷ്ണൻ വിശദീകരിച്ചു.

ബോട്ടു മുങ്ങി മരിച്ച വിദ്യാർത്ഥികളുടെ പഠനസംഘത്തിലൊരാളാ യിരുന്നു മിത്രാനന്ദന്റെ മകൾ. "ദൈവനീതിയുടെ വിചാരണ തുടങ്ങിയ തേയുണ്ടായിരുന്നുള്ളു. ഒരേയൊരു മകളായിരുന്നു മിത്രാനന്ദനുണ്ടായി രുന്നത്. ആ പെൺകുട്ടിയുടെ അപമൃത്യുവിൽ അവളുടെ അമ്മയുടെ മാനസികനില തകരാറിലായി. ഡോക്ടർമാർക്കോ ഔഷധങ്ങൾക്കോ അവരെ തിരിച്ചുകൊണ്ടുവരാനായില്ല. മിത്രാനന്ദന്റെ വലംകൈയ്യായി പ്രവർത്തിച്ച ജോൺ ചെറിയാന്റെ ഭാര്യ ത്രേസ്യാമ്മ ടീച്ചറായിരുന്നു. കുസൃതിക്കാരിയായ ഒരു കുട്ടിയെ പഠിത്തത്തിൽ ഉദാസീനത കാണിച്ച തിന്റെ പേരിൽ അവർ ശിക്ഷിച്ചു. മറ്റു കുട്ടികളുടെ സാന്നിദ്ധ്യത്തിൽ ശിക്ഷിച്ചതിൽ അപമാനിതയായ ആ പതിനാലു കാരി വൈകിട്ട് സ്കൂളിൽ നിന്നും മടങ്ങിയെത്തിയശേഷം ചെയ്തതെന്തായിരുന്നെന്നോ? മുറിയിൽ കയറി അവൾ തൂങ്ങിമരിച്ചു. ആ മരണത്തിന്റെ ഉത്തരവാദിയായ ത്രേസ്യാമ്മടീച്ചറെ അറസ്റ്റു ചെയ്യുന്നത് തടയാൻ ജോൺചെറിയാന് സാധിക്കുമായിരുന്നില്ല. മിത്രാനന്ദന്റേയും ജോൺ ചെറിയാന്റേയും സഹാ യിയും വിശ്വസ്തനുമായിരുന്നു താഴ്ന്ന റാങ്കിലുള്ള പൗലോസ്. നാല് മക്കളുള്ള അയാൾ പ്രാരബ്ധക്കാരനായിരുന്നു. പഠിക്കുന്നതിൽ പിന്നോക്ക മായിരുന്ന മക്കൾ അയാളുടെ ജീവിതത്തിലെ മുള്ളായി മാറിയിരുന്നു. മൂത്തമകൻ അനിൽ പൗലോസിന് പതിനാറു തികഞ്ഞിരുന്നില്ല. പഠിത്തം മുടക്കിയ അവൻ കൂട്ടുകാരുമൊത്ത് അല്ലറ ചില്ലറ കളവുകൾ നടത്തി അതിൽ നിന്നുള്ള വരുമാനം കൊണ്ട് ചെലവുകൾ നടത്തിയിരുന്നു. അവനും കൂട്ടുകാരും ചേർന്ന് അടച്ചിട്ടിരുന്ന ഒരു വീട്ടിൽ കയറി കൈയിൽ കിട്ടാവുന്ന സാധനങ്ങളുമായി പുറത്തിറങ്ങുമ്പോഴായിരുന്നു ആ വീടിന്റെ പിന്നാമ്പുറത്തു കിടന്നിരുന്ന കാവൽ നായയുടെ പിടിയിലായത്. അനി ലിന്റെ ദേഹത്തേയ്ക്ക് കുരച്ചുകൊണ്ട് ആ നായ ചാടിവീണു. അതിന്റെ കടിയേറ്റ് വേദനയോടെ ഓടിയ അവൻ ഒരു കുഴിയിൽ വീണു. ആ വീഴ്ച യിൽ ഒടിഞ്ഞ കാൽമുട്ടു മുറിച്ചുമാറ്റേണ്ടിവന്നു."

"എനിക്കൊരിക്കലും വിസ്മരിക്കാൻ സാധിക്കാത്തതായിരുന്നു ആ കൂടിക്കാഴ്ച. മിത്രാനന്ദന്റെ മകളുടെ ശവസംസ്കാര ചടങ്ങിന് ഞാൻ ചെന്നിരുന്നു. ബന്ധുക്കൾ മാത്രമായിരുന്നു ആ ചടങ്ങിനെത്തിയിരുന്നത്. സ്നേഹിതൻമാരോ സഹപ്രവർത്തകരോ ആരും ഉണ്ടായിരുന്നില്ല. മൃതദേഹം ചിതയിൽ വയ്ക്കാൻ ഞാനും സഹായിച്ചു. ചിതയിൽ നിന്ന്

പുകയും തീയും ഉയർന്നു തുടങ്ങുന്നതും നോക്കി അല്പം മാറി ഒരു മരത്തണലിൽ ഞാൻ നിൽക്കുകയായിരുന്നു. എന്റെ ചുമലിൽ കൈകൾ അർപ്പിച്ച് മിത്രാനന്ദൻ നിൽക്കുന്നത് പെട്ടെന്ന് ഞാൻ തിരിച്ചറിഞ്ഞില്ല. ഞാൻ ഒന്നും പറഞ്ഞില്ല. അയാളും... അവിടെ നിന്നും മടങ്ങുമ്പോൾ ഒരു അമ്മയുടെ വിമ്മിക്കരച്ചിൽ എന്നോടൊപ്പം വരികയായിരുന്നു." ഗോപി കൃഷ്ണന്റെ കണ്ണുകൾ നിറഞ്ഞൊഴുകുകയായിരുന്നു.

"ഞങ്ങളുടെ സംഭാഷണത്തിലെ ഒരു റഫറൻസ് പോയിന്റായിരുന്നു അക്കാലത്ത് മിത്രാനന്ദൻ. പിന്നെപ്പിന്നെ എല്ലാവരും അയാളേയും ഭാര്യയേയും മറന്നു. എന്നാൽ ഒരാൾ അതൊന്നും മറന്നില്ല. ഇരുപത്തിയാറാമത്തെ വയസ്സിൽ വിധവയായ ജയശങ്കറിന്റെ ഭാര്യ സുഹാസിനി..." അയാൾ ഓർമ്മകളിൽ മുങ്ങി.

ക്രിമിനൽ അഭിഭാഷകനെന്ന നിലയിൽ തിരക്കേറി തുടങ്ങുമ്പോഴായിരുന്നു ജയശങ്കർ പൊതുജീവിതത്തിലെത്തുന്നത്. നിയമം വളച്ചൊടിച്ച് നിരായുധരെ നശിപ്പിക്കുന്ന ഭരണകൂടത്തിന്റെ മനുഷ്യത്വദ്രോഹത്തെ ചോദ്യം ചെയ്തതിലൂടെ അയാളുടെ നേതൃത്വത്തിലുള്ള സംഘം പൊതുശ്രദ്ധയിലെത്തിയത് പെട്ടെന്നായിരുന്നു. അയാൾക്കു പുറമെ ഒന്നു രണ്ട് അഭിഭാഷകരും പൊതുജീവിതത്തിലെ മൂല്യത്തകർച്ചയിൽ മനസ്സ് മടുത്ത പഴയ തലമുറയിലെ സ്വാതന്ത്ര്യസമര സേനാനികളായ ഏതാനും പേരും ആ സംഘത്തിലുണ്ടായിരുന്നു. സ്വാതന്ത്ര്യസമരകാലത്ത് ജനിക്കുകപോലും ചെയ്തിട്ടില്ലാത്തവർ താമ്രപത്രവും പെൻഷനും കൈക്കലാക്കിയതിന്റെ പിന്നിലുള്ള ഗൂഢാലോചന അവർ പുറത്തുകൊണ്ടുവന്നു. അതിനെ തുടർന്ന് മന്ത്രിസഭയിലൊരംഗത്തിന് അധികാരത്തിൽ നിന്നൊഴിയേണ്ടിവന്നതോടെയാണ് ആ സംഘം എല്ലാവരുടെയും പ്രീതി ഭാജനമായത്.

അഭിഭാഷകനെന്ന നിലയിൽ സാമാന്യം നല്ല വരുമാനം ഉണ്ടാക്കിയിരുന്ന ജയശങ്കർ ആരാണെന്നോ എവിടത്തുകാരനെന്നോആരും അറിഞ്ഞില്ല. ഒരു ഇടത്തരം കുടുംബത്തിൽ പെട്ട മുപ്പതുകാരനായ അയാൾക്ക് അവകാശപ്പെടാൻ കുടുംബമഹിമയോ പൈതൃകസ്വത്തോ ഇല്ലായിരുന്നു. എന്നാൽ പലർക്കുമില്ലാതെ പോയ ഒരു പ്രത്യേകത അയാൾക്കുണ്ടായിരുന്നു. അയാൾ സത്യസന്ധനായിരുന്നു. പൊതുജീവിതത്തിലെത്താൻ അയാളെ സ്വാധീനിച്ചത് ഒരു കേസായിരുന്നു. അന്യായതടങ്കലിലായ ഒരു ചെറുപ്പക്കാരനെ മോചിപ്പിക്കാൻ നടത്തിയ സാഹസികമായ യുദ്ധത്തിൽ വിജയിച്ചെങ്കിലും അയാൾക്ക് പരിക്കുകളേറ്റിരുന്നു. നാട്ടിലെ പ്രശസ്തവും സമ്പന്നവുമായ ഒരു കുടുംബത്തെയായിരുന്നു അയാൾ എതിരിട്ടത് . ഭരണകൂടത്തെ നിയന്ത്രിച്ചിരുന്ന ആ കുടുംബനാഥന്റെ രഹസ്യബന്ധത്തിലൊന്നും ആർക്കും പുതുമ തോന്നിയിരുന്നില്ല. അധികാരമുപയോഗിച്ചുള്ള ചൂതുകളിക്കാരായ കുബേരൻമാർക്ക് സമൂഹം അനുവദിച്ചുകൊടുത്ത ഒരു സൗജന്യം. രണ്ടു മൂന്നു ഭാര്യമാരും അവരിലൂടെ ജാരസന്തതികളുമുള്ളവരെ സമൂഹം വണങ്ങി.

അവരെ കാമ്പുള്ളവരായി കണ്ടിരുന്നതിനെ ജയശങ്കർ തിരുത്തി. രഹസ്യ ഭാര്യയേയും ആ സ്ത്രീയുമായുള്ള വേഴ്ചയിലുണ്ടായ സന്തതിയേയും കാണാമറയത്താക്കിയ പ്രമാണിയായ ആ കുബേരനെ ജയശങ്കർ കോടതി യിലെത്തിക്കുകയുണ്ടായി. നിയമയുദ്ധം നടത്തി ആ കുബേര പ്രമാണി യുടെ മകനെ സൂര്യവെളിച്ചത്തിലേക്കിറക്കി വിടാൻ ജയശങ്കറിന് സാധിച്ചു. അതിന്റെ പ്രത്യാഘാതമായി ആ പ്രമാണിയിൽ നിന്നും പല തരം ആക്രമണങ്ങൾ നേരിടേണ്ടിവന്നെങ്കിലും ജയശങ്കർ പിൻമാറിയില്ല.

അങ്ങനെയാണ് അഭിഭാഷകനായ ജയശങ്കർ ശ്രദ്ധേയനായത്. ജയ ശങ്കറിന്റെ വക്കീലാഫീസിലെ ടൈപ്പിസ്റ്റ് ക്ലർക്കായിരുന്നു സുഹാസിനി. ടൈപ്പ്റൈറ്റിംഗിലും ഷോർട്ട് ഹാൻഡിലും പ്രാവിണ്യം നേടിയ സുഹാ സിനി ബി.എ. ജയിച്ച് നിയമപഠനത്തിനൊരുങ്ങുമ്പോഴാണ് പിതാവ് മരി ച്ചത്. അച്ഛന്റെ വിയോഗത്തോടെ കുടുംബഭാരം ഏറ്റെടുക്കേണ്ടിവന്ന അവൾ തൽക്കാലം നിയമപഠനം മാറ്റിവച്ചു. അഡ്വക്കേറ്റ് ജയശങ്കറിന്റെ ഓഫീസിലെ ടൈപ്പിസ്റ്റ് ക്ലാർക്കായി. അധികം വൈകാതെ അയാളുടെ പത്നിയായി.

വധിക്കപ്പെടുന്ന ജയശങ്കർ അറിഞ്ഞിരുന്നില്ല താൻ ഒരു പിതാവാ കാൻ പോകുകയാണെന്ന്. എന്നാൽ ഗർഭിണിയായി മൂന്നുമാസം മാത്രം പിന്നിട്ട സുഹാസിനി അമ്മയായില്ല. പകരം ജയശങ്കറിന്റെ കൊലയ്ക്കു പിന്നിലുള്ള ഗൂഢാലോചന പുറത്തുകൊണ്ടുവരാനുള്ള ശ്രമത്തിൽ അവർ മുഴുകുകയാണ് ചെയ്തത്.

"ജയകൃഷ്ണന്റെ വിധവയെ ആയിടയ്ക്കാണ് ഞാൻ പരിചയപ്പെട്ടത്. സാഹസികമായ ആ ഉദ്യമത്തിൽ ഞാനവരെ ഒരുപാട് സഹായിച്ചു. കേസിന്റെ വിശദാംശങ്ങളും കേസുമായി ബന്ധപ്പെട്ട വിവരങ്ങളുമെല്ലാം ഞാൻ റിപ്പോർട്ട് ചെയ്തു." ഗോപികൃഷ്ണൻ പറഞ്ഞു.

ഒടുവിൽ മിത്രാനന്ദനും കൂട്ടുസംഘവും ശിക്ഷിക്കപ്പെടുമെന്ന് തീർച്ച യായി. ആ കേസിന്റെ തീർപ്പറിയാൻ വായനക്കാർ കാത്തിരുന്നു. കേസിനെ യുക്തിപരമായ പരിണാമത്തിലെത്തിച്ച സുഹാസിനി വീര നായികയാവുകയുമായിരുന്നു.

അപ്പോഴാണ് ആരും പ്രതീക്ഷിക്കാത്ത ആ അപകടം സംഭവിച്ചത്. മാനസിക സ്വാസ്ഥ്യം നഷ്ടപ്പെട്ട ഭാര്യയുമൊത്ത് മിത്രാനന്ദൻ വിഷം കഴിച്ച് ആത്മഹത്യചെയ്തു.

പതിനേഴ്

മിത്രാനന്ദനും ജയശങ്കറും നാരായണയ്യരുമെല്ലാം കഥാപാത്രങ്ങളായ ലോകം ഞങ്ങളുടെ ജീവിതത്തെ സജീവമാക്കിയിരുന്നു. പത്രപ്രവർ ത്തനകാലത്തെ പുതിയ അനുഭവമായി അത് വളർന്നു. ദൈനംദിന

കാര്യങ്ങളിലും സ്വകാര്യസംഭാഷണത്തിൽപോലും ആ കഥാപാത്രങ്ങൾ കയറിവന്നു. തിരക്കുകൾ ഏറുകയായിരുന്നു. പല പ്രാവശ്യം എഴുതുകയും തിരുത്തുകയും രേഖകൾ പരിശോധിച്ച് വസ്തുതകൾ ഉറപ്പാക്കുകയും ചെയ്ത് റിപ്പോർട്ട് ആധികാരികമാക്കുന്നതോടൊപ്പം അതിന് സാഹിത്യ ഭംഗി ഉണ്ടാക്കാൻ ശ്രമിക്കുന്നതിനിടയിൽ ഇമ്പവും മാധുര്യവുമുള്ള മനോഹരമായ ഗാനത്തെ അനുസ്മരിപ്പിച്ചിരുന്ന ഗോപികൃഷ്ണന്റെ കുടുംബജീവിതം പാഴ്ശ്രുതിയിൽ വീണത് ആരും അറിഞ്ഞില്ല. ആദ്യമൊക്കെ ഗോപികൃഷ്ണനും അതൊന്നും ശ്രദ്ധിച്ചില്ല.

വിവിധ ദേശക്കാരും വ്യത്യസ്ത ഭാഷ സംസാരിക്കുന്നവരും ഉൾപ്പെടുന്ന ടൈംസിന്റെ പത്രാധിപസമിതിയെ മിനിയേച്ചർ ഇന്ത്യയെന്ന് വിശേഷിപ്പിച്ചിരുന്ന ഗോപികൃഷ്ണന്റെ ബോംബെയിലെ പത്രപ്രവർത്തനകാലത്തെ സൗരഭ്യമുള്ളതാക്കിയത് സവിതയുമായുള്ള പരിചയമായിരുന്നു. ഗർഭിണിയായ സവിതയുമായി നാട്ടിലേക്ക് മടങ്ങിയ അയാൾ സാവധാനം ഒരു കുടുംബം കെട്ടിപ്പടുക്കുകയായിരുന്നു.

"സവിതയ്ക്കും സുനന്ദമോൾക്കും ശാരദ വലിയൊരു തണലായി. വീട്ടുഭരണം പൂർണ്ണമായും ശാരദ ഏറ്റെടുത്തതോടെ കുഞ്ഞിനെ വളർത്തുന്നതിൽ മാത്രം ശ്രദ്ധിക്കാൻ സവിതയ്ക്ക് സാധിച്ചു. ആദ്യമായാണ് അവൾക്ക് ഒരുപാട് ഒഴിവുസമയം കിട്ടുന്നത്. ആദ്യമൊക്കെ എന്തുചെയ്യണമെന്ന് അവൾക്കറിഞ്ഞുകൂടായിരുന്നു. പതുക്കെ ആദ്യ അനുരാഗത്തിലേക്ക് സവിത മടങ്ങി. ഇല്ലസ്ട്രേറ്റഡ് വീക്ക്ലിയിലും കാരവനിലും കവിതകൾ അച്ചടിച്ചുവരാൻ തുടങ്ങിയതോടെ അവളുടെ കാൽവയ്പ്പുകൾ ദൃഢമായിത്തുടങ്ങി." ഓർമ്മകളിലേക്ക് ഗോപികൃഷ്ണൻ ഒഴുകി.

"മിക്കവാറും ദിവസങ്ങളിൽ രാത്രി പന്ത്രണ്ട് കഴിയുമായിരുന്നു വീട്ടിലെത്താൻ. ഉറങ്ങാതെ കാത്തിരിക്കുന്നതിലുള്ള എന്റെ അഹിതം മനസ്സിലാക്കിയ അവൾ ഊണുമേശയിൽ അടച്ചുവയ്ക്കുന്ന ആഹാരപാത്രങ്ങൾക്കടുത്തായി ഒരു നോട്ടുപുസ്തകം കൂടി വയ്ക്കുമായിരുന്നു. അവളെഴുതിയ കവിതകളുടെ കൈയ്യെഴുത്തു പ്രതികൾ. നിഴൽ വിടവാങ്ങുന്ന ഇടനാഴിയിലൂടെ ഒച്ച കേൾപ്പിക്കാതെ എത്തുന്ന മന്ദമാരുതന്റെ തഴുകലിനായി കാത്തിരിക്കുന്ന പൂമൊട്ടുകളെപ്പോലെ അവൾ എഴുതി. അത്താഴത്തിനു ശേഷം വായിച്ച കവിതയെ കുറിച്ചുള്ള എന്റെ അഭിപ്രായം കേൾക്കാനായി അവൾ കാത്തുകിടക്കുമായിരുന്നു. നിദ്രയുടെ പരിരംഭണത്തിനിടയിൽ എന്റെ അഭിപ്രായം അവൾക്ക് താരാട്ടുപോലെയായിരുന്നു. എന്നാൽ എല്ലാം കഴിഞ്ഞു."

"ഹൃദ്രോഗിയായ അച്ഛനേയും വാതരോഗിയായ അമ്മയേയും ശുശ്രൂഷിക്കാനായി രണ്ടും മൂന്നും മാസങ്ങൾക്കിടയിൽ ബോംബേയിലേക്ക് അവൾ പോകുമായിരുന്നു. ഒന്നുരണ്ടാഴ്ചകൾ അവൾ കുടുംബത്തിൽ ചെലവഴിക്കും. പിന്നീട് ഞാൻ ചെന്ന് കൂട്ടിക്കൊണ്ടുവരുമായിരുന്നു. കുറേ നാൾ പിന്നിട്ടപ്പോൾ മോളുടെ സംരക്ഷണവും പരിചരണവും

ശാരദ ഏറ്റെടുത്തു. അങ്ങനെ സ്വതന്ത്രയായ സവിത ബോംബെയിലേക്ക് ഒറ്റയ്ക്ക് പോകാനും വരാനും തുടങ്ങി. അത്തരമൊരു യാത്രയ്ക്കിടയിലായിരുന്നു അവളുടെ അച്ഛന്റെ മരണം. അച്ഛന്റെ വിയോഗവുമായി സവിതയ്ക്ക് പൊരുത്തപ്പെടാനായില്ല. വീടിന് ചുറ്റുമുള്ള ഗൃഹങ്ങളിൽ പൂജാദികർമ്മങ്ങൾ നടത്തുന്ന പുരോഹിതനായിരുന്നു സവിതയുടെ പിതാവ്. മുത്തച്ഛനിൽ നിന്നും അച്ഛനിൽ നിന്നും പകർന്നുകിട്ടിയ തൊഴിൽ. എലിമെന്ററി സ്കൂൾ അധ്യാപികയായിരുന്നു അമ്മ.

തണുപ്പുകാലത്തുപോലും പുലർച്ചയ്ക്കുണർന്ന് കുളിയും പൂജയും മുടക്കാതിരുന്ന സവിതയുടെ പിതാവ് എഴുപതുവയസ്സുവരെ പുരോഹിതനായി ജീവിച്ചു. അതിൽ നിന്നു കിട്ടിയിരുന്ന വരുമാനം നിസ്സാരമായിരുന്നുവെങ്കിലും അദ്ദേഹം അതുപേക്ഷിച്ചില്ല. അങ്ങനെ ചെയ്താൽ പിതാവിന്റെ ശാപം തന്നെയും കുടുംബത്തെയും നശിപ്പിക്കുമെന്ന് ഭയന്നു.

പൂജകൾക്കുശേഷം അച്ഛൻ കൊണ്ടുവരുന്ന മധുരപലഹാരങ്ങളുടെ രുചിയെപ്പറ്റി സവിത എപ്പോഴും വാചാലയായിരുന്നു. ആ രുചി നിറയുന്ന ഒരു കവിത അവളെഴുതി: നാക്കിലിട്ടാൽ അലിഞ്ഞിറങ്ങുന്ന ജിലേബിയുടെ തുണ്ടായിരുന്നു അച്ഛൻ. നാക്കിലൂടെ, കണ്ഠനാളത്തിലൂടെ പിന്നെ ഹൃദയത്തിലേക്ക് ഒഴുകിയിറങ്ങുന്ന സ്നേഹം... അച്ഛന്റെ മരണമേല്പിച്ച നഷ്ടത്തിൽ നിന്നും സവിതയ്ക്ക് കരകേറാനായില്ലെന്നാണ് ഗോപികൃഷ്ണന് തോന്നിയത്. മൂന്നുമാസം അവൾ അമ്മയോടൊപ്പം ചിലവിട്ടു. മടങ്ങിവന്നെങ്കിലും അധികകാലം ഇവിടെ തുടർന്നില്ല. മനസ്സ് നഷ്ടപ്പെട്ടിരുന്നു അതിനകം അവൾക്ക്. മകളോട് പോലും അകന്നു പെരുമാറുന്നത് മനസ്സിലാക്കിയ ശാരദ അതേപ്പറ്റി സവിതയുമായി സംസാരിക്കുകപോലുമുണ്ടായി.

"എല്ലാം നഷ്ടപ്പെടുകയാണെന്ന തോന്നൽ. എന്തു സംഭവിക്കുന്നുവെന്ന് എത്ര ആലോചിച്ചിട്ടും മനസ്സിലാകുന്നില്ല. ശാരദയ്ക്കറിയില്ല രാത്രികൾ എന്നെ പേടിപ്പിച്ചിരുന്ന കാര്യം. അദൃശ്യരായ ആരൊക്കെയോ എന്നെ കാത്തിരിക്കുകയാണെന്ന തോന്നൽ. അച്ഛനെ കൊണ്ടുപോയിട്ടും വിശപ്പടങ്ങാത്ത മരണമാണോ അത്? എനിക്കറിയില്ല."

ശബ്ദമുണ്ടാക്കാതെ സവിത കരഞ്ഞിരുന്നു. കണ്ണീരൊലിക്കുന്ന അമ്മയുടെ മുഖം കണ്ട് സങ്കടം സഹിക്കാതായ സുനന്ദ അമ്മയുടെ മുഖത്തുനിന്ന് കണ്ണീർ തുടച്ചിട്ട് വിമ്മിവിമ്മി കരയുമായിരുന്നു... അധിക ദിവസങ്ങൾ അത് തുടർന്നില്ല. അച്ഛന്റെ മരണ ശേഷം അമ്മ പൂർണ്ണമായും ശയ്യാവലംബിയായെന്നറിഞ്ഞ സവിത ബോംബെയിലേക്ക് പോയതാണ്. പിന്നെ അവൾ മടങ്ങിവന്നില്ല. ഒന്നു രണ്ടു പ്രാവശ്യം മോളേയും കൂട്ടി ഞാൻ പോയിരുന്നു. അപ്പോഴെല്ലാം സവിതയെ കൂടാതെയായിരുന്നു ഞങ്ങൾ മടങ്ങിയത്. കുറച്ചുനാളുകൾക്കു ശേഷം സവിത എനിക്കെഴുതി:

"മോളെ നന്നായി വളർത്തണം. ഗോപിയുടെ ജീവിതമാണ് അവൾ."

"രണ്ടു വരികളിൽ അവസാനിപ്പിക്കാവുന്നതാണോ ഒരമ്മയുടെ സ്നേഹബാദ്ധ്യതകൾ..." ഗോപി എന്നോട് ചോദിച്ചിരുന്നു.

"കാഴ്ചകൾ പോലെ അനുഭവങ്ങളും അയഥാർത്ഥങ്ങളാവാറില്ലേ? കാമുകിയും ഭാര്യയും അമ്മയുമായ സവിതയുടെ വ്യക്തിത്വങ്ങളിൽ ഏതാണ് യാഥാർത്ഥ്യം. കാമുകിയാണോ? കാമുകിയും ഭാര്യയും ചേർന്ന വ്യക്തിത്വമാണോ? അതോ രണ്ടിനേയും ഉപേക്ഷിച്ച് രൂപം കൊണ്ട അമ്മയാണോ? എനിക്ക് തോന്നുന്നത് സവിതയ്ക്ക് അമ്മയാകാൻ കഴിഞ്ഞിട്ടില്ലെന്നാണ്."

എന്നോട് യോജിച്ച ഗോപികൃഷ്ണൻ പറഞ്ഞു:

"ബാലനറിയാമോ സഹോദരർക്കിടയിലാണ് അവൾ വളർന്നത്. കുട്ടിയായിരുന്ന കാലം മുതൽ അവൾ ഒറ്റയ്ക്കായിരുന്നു. വൃദ്ധനായതോടെ അവളുടെ അച്ഛൻ ദിവസത്തിൽ കൂടുതൽ സമയവും ചെലവഴിച്ചത് പൂജാമുറിയിലായിരുന്നു. സ്വന്തം ആവശ്യങ്ങൾ ഉപേക്ഷിച്ച് മറ്റുള്ളവർക്കുവേണ്ടിയുള്ള ജീവിതമായിരുന്നു സവിതയുടെ അമ്മയുടേത്. എല്ലാവരും പഠിച്ചു. ഭേദപ്പെട്ട ജോലിക്കാരായ അവർ പുതിയ ചില്ലകൾ തേടിപ്പോയി. ഗണപതി ഉത്സവത്തിനു മാത്രം ഒത്തുകൂടുന്ന ഒരു കുടുംബം. അതിനിടയിൽ സവിത ഒറ്റപ്പെട്ടത് ആരും അറിഞ്ഞില്ല. സമർത്ഥയായ വിദ്യാർത്ഥിനിയായിരുന്ന അവൾ ബിരുദവും ബിരുദാനന്തരബിരുദവും നേടി. നല്ലൊരു പരസ്യക്കമ്പനിയിൽ കോപ്പിറൈറ്ററായി. പിന്നെ ജേർണലിസ്റ്റും. ആ കാലത്താണ് സവിത എന്റെ ജീവിതത്തിൽ വന്നത്."

പരസ്പരം കാണുമ്പോഴെല്ലാം ഔപചാരികമായ കുശലമാരായലുകളിൽ സംഭാഷണം ഒതുക്കിയിരുന്ന ഞങ്ങൾ തമ്മിലുള്ള പരിചയം പെട്ടെന്നാണ് അടുപ്പമോ പ്രേമമോ ഒന്നിച്ചുപോകാനുള്ള ഉത്കൃഷ്ടമായ അഭിലാഷമോ ആയത്. ചില ദിവസങ്ങളിൽ വീട്ടുപടിക്കൽ അവളെന്നെ കാത്തുനിന്നു. എന്നെ ക്ഷണിച്ച് കാപ്പിതരുന്നതിനായി.

വരണ്ടു വറ്റിക്കൊണ്ടിരുന്ന ഒരു പുഴ മഴവെള്ളം കൊണ്ട് പുതുജീവൻ ആർജ്ജിക്കുന്നതുപോലെയായിരുന്നു ആ സമാഗമങ്ങൾ. വളർന്നു പടരാൻ മരം തേടുന്ന ഒരു പിച്ചിമുല്ലയായിരുന്നു സവിത.

ഞാൻ കാമുകനും അവൾ കാമുകിയുമായില്ല. പകരം അർദ്ധനാരീശ്വര സങ്കല്പം സാക്ഷാത്ക്കരിക്കപ്പെടുകയായിരുന്നുവെന്നാണ് എനിക്ക് തോന്നിയത്. എല്ലാ കാര്യത്തിലുമെന്നപോലെ എനിക്ക് ഇതിലും തെറ്റുപറ്റി.

കാഴ്ചയുടെ ബാഹ്യരൂപത്തെ വിശ്വസിക്കുന്നത് ബലഹീനതയാണെന്ന് അടുത്തകാലത്താണ് ഞാൻ മനസ്സിലാക്കുന്നത്. ഒറ്റപ്പെട്ട

സവിതയ്ക്ക് ആവശ്യം തണൽ നൽകുന്ന ഒരിടമായിരുന്നു. എന്നിൽ നിന്ന് അതുമാത്രമാണ് അവൾ പ്രതീക്ഷിച്ചത്.

അമ്മയായാൽ തന്നെയും കാത്തിരിക്കുന്നത് അമ്മയെപ്പോലെ സന്തോഷം അസ്തമിച്ച ജീവിതമാണെന്ന് അവൾ ഭയക്കുന്നുണ്ടെന്ന് എനിക്ക് നേരത്തേ തോന്നിയിട്ടുണ്ട്.

വിവാഹം കഴിഞ്ഞ നാളുകളിൽ ഒരു ദിവസം ഉടൻ കുഞ്ഞുവേണ്ടെന്ന് അവൾ പറഞ്ഞത് തമാശയായാണ് ഞാൻ കണ്ടത്. അമ്മയാവാൻ അവൾക്ക് ഇഷ്ടമില്ലായിരുന്നതായി ഞാനറിയുമ്പോൾ എല്ലാം പിടിവിട്ടിരുന്നു. ഗർഭം ധരിച്ചതും ഒരു കുഞ്ഞിന് ജീവൻ നൽകിയതും ശാരീരികമായ ഒരു പ്രവൃത്തിയായോ, ബയോളജിക്കലായ കൃത്യമായോ മാത്രമായി അവൾ കണ്ടു. അതിനപ്പുറം അവൾക്ക് പോകാനാകുമായിരുന്നില്ലെന്ന് കാണാൻ എനിക്കായില്ല. കാഴ്ച്ചയ്ക്കപ്പുറമുള്ള കാഴ്ചകൾ കാണാനുള്ള എന്റെ മനസ്സില്ലായ്മയായിരുന്നു അത്."

ആരെയും അറിയിക്കാതെ കഠിനമായ വേദനയോടെ ജീവിക്കാൻ നിർബന്ധിതനാവുകയായിരുന്നോ ഗോപികൃഷ്ണൻ? ഭാര്യയായെത്തുന്ന സ്ത്രീയുടെ ഉത്കണ്ഠകളേയും ഭയങ്ങളെയും മനസ്സിലാക്കാൻ ഭർത്താക്കൻമാർക്ക് സാധിക്കാത്തതുകൊണ്ടുള്ള ദുരന്തമായാണ് ആ സംഭവത്തെയും ഞാൻ കണ്ടത്. ഗോപികൃഷ്ണനോട് ഞാനത് പറയുമ്പോൾ നാല് മക്കളെ പ്രസവിച്ച എന്റെ അമ്മയെ ഞാനോർമ്മിച്ചു! കുഞ്ഞുങ്ങളെ പ്രസവിച്ച് പരിരക്ഷിക്കാൻ അമ്മ ഇഷ്ടപ്പെട്ടിരുന്നോ? ഒരുപക്ഷേ അമ്മയുടെ സ്ഥാനമേറ്റെടുക്കാൻ അമ്മുക്കുട്ടിയമ്മ സ്വമേധയാ തയ്യാറായത് കൊണ്ടായിരിക്കാം അമ്മയുടെ യഥാർത്ഥ മനോഭാവം ആരും അറിയാതെ പോയതെന്ന് എനിക്ക് തോന്നി. സവിതയെ സഹായിക്കാൻ അങ്ങനെയൊരു സ്ത്രീ എത്തിയിരുന്നെങ്കിൽ കാര്യങ്ങൾ വ്യത്യസ്തമാകുമായിരുന്നോ? ഗോപികൃഷ്ണനെ ഇഷ്ടപ്പെട്ടിരുന്നെങ്കിലും അയാളുടെ വീടും അയാൾ ജീവിക്കുന്ന സാഹചര്യങ്ങളും സവിതയ്ക്ക് അന്യമായി തുടർന്നു. അതിൽ നിന്ന് രക്ഷപ്പെട്ടാൽ അമ്മയുടെ ഭാരവും തന്നിൽ നിന്ന് ഒഴിഞ്ഞുപോകുമെന്ന് സവിത പ്രതീക്ഷിച്ചു.

"ഞാൻ പേടിച്ചതു സംഭവിച്ചു. പഠിത്തത്തോട് മുഖംതിരിക്കാൻ തുടങ്ങിയ സുനന്ദയുടെ കണ്ണുകളിൽ വെളിച്ചം പൊലിയുകയായിരുന്നു. ചിരിക്കാൻ അവൾ മറന്നു.

അമ്മയുടെ അസാന്നിദ്ധ്യത്തേക്കാൾ തന്നെ ഉൾക്കൊള്ളാൻ അമ്മയ്ക്ക് കഴിയാതെ പോയതായിരുന്നു സുനന്ദയെ ദുഃഖിതയാക്കിയത്. സാവധാനമെങ്കിലും പഠിത്തത്തിലേക്ക് അവൾ മടങ്ങി. എന്നാൽ ഒറ്റപ്പെടുകയായിരുന്നു സുനന്ദ. കൂട്ടികാരികളില്ലായിരുന്നു അവൾക്ക്. സതീർത്ഥ്യരുമായി അകലം സൃഷ്ടിച്ച അവൾ തനിക്കു ചുറ്റും അദൃശ്യമായ ഒരു രേഖ വരച്ചു. അത് കടന്ന് തന്റെ അടുത്തെത്താൻ ആരെയും

അവൾ അനുവദിച്ചില്ല. ചില കൂട്ടുകാരികൾ അതിനു മുതിർന്നപ്പോഴെല്ലാം ഒരു കായികാഭ്യാസിയുടെ മെയ്‌വഴക്കത്തോടെ ഒഴിഞ്ഞുമാറാൻ അവൾക്കായി. പുസ്തകങ്ങളായി അവളുടെ കൂട്ടുകാർ... പുസ്തകങ്ങളിലെ കഥാപാത്രങ്ങളുമായി സംസാരിച്ച അവൾ അവരുടെ സുഖദുഃഖങ്ങളിലെ പങ്കാളിയായി. മാനസികമായ അസ്വാസ്ഥ്യങ്ങളെ അവളങ്ങനെ തരണം ചെയ്തു. വാസനയില്ലാത്ത പൂവാണ് താനെന്ന് അവൾ വിശേഷിപ്പിക്കുമായിരുന്നു.

"കാഴ്ചയ്ക്ക് ഭംഗി. ആരെയും ആകർഷിക്കുന്ന നിറവും രൂപവും. എന്നാൽ മണപ്പിച്ചശേഷം മടുപ്പോടെ തേനീച്ചകൾ പറന്നുപോയിരുന്ന പൂവ്."

സുനന്ദയ്ക്ക് എട്ട് വയസ്സുള്ളപ്പോഴാണ് സവിത മടങ്ങിവരാതെ ബോംബെയ്ക്ക് പോയത്. അതിനുശേഷം രണ്ടുമൂന്നുപ്രാവശ്യം ഗോപികൃഷ്ണനോടൊപ്പം ബോംബെയിൽ പോയി അവൾ അമ്മയെ കണ്ടു. പതുക്കെ അവർ തമ്മിലുള്ള അകൽച്ചയുടെ ദൂരം വർദ്ധിക്കുകയായിരുന്നു. മുലപ്പാൽ കൊടുത്ത് വളർത്തിയ കുഞ്ഞ് അമ്മയ്ക്ക് അപരിചതയാവുകയായിരുന്നു.

"മൂന്നുവയസ്സായപ്പോൾ സുനന്ദ നടക്കാൻ തുടങ്ങി. അതു മുതൽ തുടങ്ങിയതാണ് സവിതയുടെ ഒഴിഞ്ഞുപോകൽ. അമ്മയുടെയോ മറ്റാരുടെയോ സഹായവും അവൾക്കാവശ്യമില്ലെന്ന തോന്നലാണോ അതിനു കാരണം? ചില കിളികളെപോലെയായിരുന്നു സവിതയുടെ പെരുമാറ്റം. മുട്ടപൊട്ടി പുറത്തുവരുന്ന കുഞ്ഞുകിളി തട്ടിയും മുട്ടിയും വീണ് പറക്കാൻ പഠിക്കുംവരെ അമ്മക്കിളി ശ്രദ്ധിക്കുന്നതുപോലെയാണ് അതെന്ന് എനിക്കു തോന്നി. എല്ലാം മൗനമായി നോക്കിക്കഴിയുക മാത്രം ചെയ്ത ഞാൻ തിരക്കുകളിൽ സ്വയം മുങ്ങിത്താഴുകയായിരുന്നു." അതു പറഞ്ഞിട്ട് അയാൾ തുടർന്നു:

"സംസാരത്തിൽ പാരുഷ്യം വരാതിരിക്കാനായി സദാ ഞാൻ ശ്രദ്ധിച്ചിരുന്നു. അച്ഛനിൽ നിന്ന് കിട്ടിയതാണ് ആ ശീലം. നേർക്കുനേർ നിന്ന് ആഭാസമായി സംസാരിക്കുന്നവരോട് പോലും അദ്ദേഹം കയർക്കുകയോ ശബ്ദം ഉയർത്തുകയോ ചെയ്തില്ല. മാന്യമായ പെരുമാറ്റം പ്രതിയോഗിയുടെ മനോവ്യാപാരത്തെപ്പോലും സ്വാധീനിക്കുമെന്ന വിശ്വാസക്കാരനായിരുന്നു അച്ഛൻ. സുനന്ദയോടുള്ള സവിതയുടെ പെരുമാറ്റത്തിലെ മാറ്റങ്ങൾക്കെതിരെ പ്രതികരിക്കാതിരുന്നാൽ അവൾ സ്വയം തിരുത്തുമെന്ന് ഞാൻ കരുതി. മറിച്ചാണ് സംഭവിച്ചത്."

"കൽകഷണങ്ങളും പലകത്തുണ്ടുകളും കൊണ്ട് കുട്ടികൾ കൊട്ടാരങ്ങൾ നിർമ്മിക്കാറില്ലേ? പെട്ടെന്നായിരിക്കും അതിലൊരു തുണ്ട് ഇളകി കെട്ടിപ്പൊക്കിയതെല്ലാം നിലത്തു വീണ് ചിതറുന്നത്. അതായിരുന്നു സംഭവിച്ചത്. കടൽത്തീരത്തെ മണ്ണിൽ അക്ഷരമാല എഴുതി കാത്തു

നിൽക്കുമ്പോൾ കടൽത്തിര വന്ന് അത് നക്കിത്തുടയ്ക്കുന്നത് പോലെ എന്റെ എല്ലാ സങ്കല്പങ്ങളും സ്വപ്നങ്ങളും പ്രതീക്ഷകളും കടൽത്തിരകൾ അപഹരിച്ചു. അവശേഷിച്ചത് ഒടുങ്ങാത്ത ഉത്കണ്ഠകളും."

പത്രപ്രവർത്തനകാലത്തെ തിരക്കുകളാണ് തകർച്ചയിൽ നിന്നും രക്ഷിച്ചതെന്ന് ഗോപികൃഷ്ണൻ നന്ദിയോടെ അനുസ്മരിച്ചു. പൊട്ടിപ്പോയ ഇഴകൾ തുന്നിച്ചേർക്കാനുള്ള പരിശ്രമം ഫലപ്രാപ്തിയിലെത്തിയത് ശാരദയുടെ നിശ്ശബ്ദമായ തുണയായിരുന്നുവെന്നും അയാൾ ഓർമ്മിച്ചു. അക്കാലത്താണ് ദക്ഷിണ മലയാളിയുടെ കഥ എഴുതിയാലോയെന്ന ആലോചന അയാളിൽ ഉടലെടുത്തത്. അതുവഴി അച്ഛൻ കടന്നുപോയ അഗ്നിവീഥികളിലേക്ക് മടങ്ങാനാവുമെന്നും ഗോപികൃഷ്ണൻ പ്രതീക്ഷിച്ചു.

ദക്ഷിണമലയാളിയുടെ ചരിത്രം രേഖപ്പെടുത്താനുള്ള ശ്രമം അയാളെ എത്തിച്ചത് ദേശാഭിമാനി രാമകൃഷ്ണപിള്ളയുടെ കാലത്തായിരുന്നു. രാജഭരണത്തിന് ദേശാഭിമാനി മുള്ളായി മാറിയത് ഭരണാധിപൻമാരുടെ വ്യക്തി ജീവിതത്തിലെ ഇരുട്ടറകളിലേക്ക് ഇറങ്ങിച്ചെന്നതുകൊണ്ടാണെന്ന് പറയാറുള്ളതാണ്. രാമകൃഷ്ണപിള്ളയുടെ ചരിത്രപരമായ പ്രസക്തിയെ ലളിതവൽക്കരിക്കുകയാണ് അപ്പോൾ ചെയ്യുന്നതെന്ന് ഗോപികൃഷ്ണൻ കരുതി.

"അച്ഛനും ഏതാണ്ട് അതൊക്കെയാണ് ദക്ഷിണമലയാളിയിലൂടെ ചെയ്തത്. ഭരണവുമായി ബന്ധപ്പെട്ട കാര്യങ്ങളിലെ പ്രശ്നങ്ങളും ദുർനടപടികളും പൊതുജീവിതത്തിലെത്തിക്കുന്നതിന് അച്ഛൻ സവിശേഷ പ്രാധാന്യം നൽകിയിരുന്നു. അങ്ങനെ ചെയ്താൽ ആ വീഴ്ചകളും പോരായ്മകളും അതിക്രമങ്ങളും സ്വയം അപ്രത്യക്ഷമാകുമെന്നദ്ദേഹം പ്രതീക്ഷിച്ചു. എന്നാൽ അതത്ര എളുപ്പമല്ലെന്ന് പിൽക്കാലത്ത് അദ്ദേഹം അറിഞ്ഞു."

അധികാരവും സമ്പത്തും തമ്മിലുള്ള പൊക്കിൾക്കൊടി ബന്ധം തിരിച്ചറിയാൻ ദേശാഭിമാനി രാമകൃഷ്ണപിള്ളയ്ക്ക് സാധിച്ചിരുന്നില്ല. ദിവാൻമാരുടെ രഹസ്യബന്ധങ്ങൾ അദ്ദേഹത്തെ അസ്വസ്ഥപ്പെടുത്തി. അതിലുള്ള ധാർമ്മിക രോഷം അദ്ദേഹത്തെ കോപാകുലനാക്കി. ഭരണകർത്താക്കൾ ധർമ്മദീക്ഷയുള്ളവരാകുന്നതുപോലെ നൈതികതയുള്ളവരായിരിക്കണമെന്നും അദ്ദേഹം ശഠിച്ചു. അങ്ങനെ ചെയ്തപ്പോൾ അദ്ദേഹത്തിന്റെ തൂലികയുടെ മൂർച്ചയിൽ മുറിവേറ്റത് രാജാവും കുടുംബവുമായിരുന്നു. അവരുടെ ധാർമ്മികതയും പ്രജാതത്പരതയും കള്ളനാണയമാണെന്നറിയാൻ അധികകാലം വേണ്ടിവന്നില്ല. ഇവിടെയാണ് സി.വി.രാമൻപിള്ള വ്യത്യസ്തനാവുന്നത്. ദേശാഭിമാനിയെപ്പോലെ സി.വി.യും ഭരണാധികാരികളുടെ അധികാരപ്രമത്തതയ്ക്കെതിരെ വിരൽ ചൂണ്ടിയിരുന്നു. അന്യനാട്ടിൽ നിന്നും ഇറക്കുമതി ചെയ്യുന്ന ബ്രാഹ്മണ

ഉദ്യോഗസ്ഥൻമാരെ അദ്ദേഹം ശത്രുക്കളായിക്കണ്ടപ്പോൾ രാജാവിന് ഒരിക്കലും തെറ്റുസംഭവിക്കില്ലെന്ന് സി.വി. വിശ്വസിച്ചു. ജനങ്ങളുടെ ആവശ്യങ്ങൾ പ്രതിപാദിച്ചുകൊണ്ട് രാജാവിനു സമർപ്പിച്ച മലയാളി മെമ്മോറിയലിന്റെ ഉത്പത്തി ഇതിൽ നിന്നാണ് ഉണ്ടാകുന്നത്. ദേശാഭിമാനി രാമകൃഷ്ണപിള്ളയുടെ സമീപനവും വീക്ഷണവും അതുമായി പൊരുത്തപ്പെടുന്നതല്ലായിരുന്നു.

"ദേശാഭിമാനിയുടെ തീരുമാനം രാഷ്ട്രീയമായിരുന്നുവെന്നാണ് തോന്നുന്നത്." ഞാൻ പറഞ്ഞതിനോട് ഗോപികൃഷ്ണൻ വിയോജിച്ചില്ല.

"ശരിയാണ്. രാഷ്ട്രീയമായ ഉൾക്കാഴ്ചയാണ് മാർക്സിന്റെ ജീവചരിത്രമെഴുതാൻ അദ്ദേഹത്തെ സ്വാധീനിച്ചത്. എങ്കിലും രാജകിങ്കരൻമാർ നല്ലവരായാൽ എല്ലാം ഭദ്രമാകുമെന്ന വിശ്വാസം ദേശാഭിമാനിയുടെ വ്യക്തിപരമായ ഇഷ്ടാനിഷ്ടങ്ങൾ കൊണ്ടുണ്ടായതാണെന്നാണ് എനിക്കു തോന്നുന്നത്. അച്ഛനെ നയിക്കുകയും നിയന്ത്രിക്കുകയും ചെയ്തതും അത്തരം ഇഷ്ടാനിഷ്ടങ്ങളായിരുന്നു. കുഴപ്പക്കാരനായ ഉദ്യോഗസ്ഥനെ തേജോവധം ചെയ്യുന്നതോടെ അയാൾ പ്രതിനിധാനം ചെയ്യുന്ന ചീത്തത്തരങ്ങൾ സ്വയം നിഷ്ക്രമിക്കുമെന്ന് അച്ഛൻ വിചാരിച്ചു. പലപ്പോഴും സംഭവിച്ചത് അതിന് വിരുദ്ധമായായിരുന്നു. അച്ഛന്റെ പേരിൽ ചുമത്തപ്പെട്ട കേസുകളിൽ സിംഹഭാഗവും വിമർശനവിധേയരായ ഉദ്യോഗസ്ഥർ കെട്ടിച്ചമച്ചതായിരുന്നു. അക്കാലത്ത് കണ്ണിലെ കരടായി മാറിയ ദേശാഭിമാനിയെ നാടുകടത്താൻ രാജഭരണത്തിന്റെ സ്വേച്ഛാധികാരത്തിന് സാധിച്ചു. ഇക്കാലത്ത് അതിന് കഴിയാത്തതുകൊണ്ട് കേസുകൾ കൊണ്ട് അച്ഛനെ തളയ്ക്കാൻ അവർ മുൻകൈയെടുത്തു."

"ഞാനെപ്പോഴും ആലോചിച്ചിട്ടുള്ളതാണ് ദേശാഭിമാനിയും സി.വി.യും ഒന്നിച്ചു നിന്നിരുന്നെങ്കിലെന്ന്. സി.വി.യോട് ദേശാഭിമാനിക്ക് സ്നേഹബഹുമാനങ്ങളായിരുന്നു. ഗോപികൃഷ്ണൻ വായിച്ചിട്ടില്ലേ, താൻ എഴുതിയ ഒരു പുസ്തകം ടൗൺഹാളിലെ ചടങ്ങിൽ പങ്കെടുക്കാനെത്തിയ സി.വി.ക്കു കൊടുക്കാനായി ദേശാഭിമാനി കാത്തുനിന്ന കാര്യം. ദേശാഭിമാനിയുടെ സ്വാതന്ത്ര്യബോധത്തിൽ സി.വി.ക്ക് വലിയ മതിപ്പുണ്ടായിരുന്നു. പക്ഷേ അവർക്ക് ഒന്നിച്ചുനിൽക്കാൻ സാധിച്ചില്ല. മറിച്ചായിരുന്നെങ്കിലോ?"

"സാഹചര്യങ്ങളായിരുന്നു അതിന് കാരണം. സി.വി.യുടെ ജീവിതത്തിലെ മുഖ്യഘടകം കലവറയില്ലാത്ത രാജഭക്തിയായിരുന്നു. ജനക്ഷേമതത്പരരായ രാജാക്കൻമാരെ അപഥസഞ്ചാരത്തിലെത്തിക്കുന്നത് തമിഴ്നാട്ടുകാരായ പട്ടർമാരാണെന്ന വിശ്വാസത്തിൽ നിന്ന് സി.വി. ഒരിഞ്ചുപോലും പിന്നോട്ടുപോയിരുന്നില്ല. രാജാവിനോടും രാജഭരണത്തോടും

ഒട്ടും മമതയില്ലാത്ത ദേശഭിമാനിയുമായി ഒരിക്കലും സി.വി.ക്ക് കൈകോർക്കാനാകുമായിരുന്നില്ല. ചരിത്രത്തിൽ അദ്ഭുതങ്ങൾ സംഭവിക്കാറില്ല. സാമൂഹ്യജീവിതത്തിലെ ബലതന്ത്രം തികച്ചും വ്യത്യസ്തമായിട്ടുള്ളതാണ്"

ഇതിന്റെ പശ്ചാത്തലത്തിൽ ദക്ഷിണ മലയാളിയുടെ ചരിത്രം പുനർനിർമ്മിക്കാനായി പരിശ്രമം തുടങ്ങിയെങ്കിലും ഗോപികൃഷ്ണൻ പകുതി വഴിക്ക് അതുപേക്ഷിച്ചു. സവിതയുടെ അകൽച്ച ഏല്പിച്ച ആഘാതത്തേക്കാൾ മാരകമായ ഋണഭാരവും ബന്ധപ്പെട്ട കോടതി നടപടികളും അതിന് കാരണമായതായി അയാൾ കുറ്റപ്പെടുത്തി. നാല് ബാങ്കുകളിൽ നിന്നുമെടുത്ത ലക്ഷക്കണക്കിന് രൂപയുടെ വായ്പയുടെ തിരിച്ചടവിലുണ്ടായ പിഴവും പലിശയുമായി ഭാരിച്ച സംഖ്യയുണ്ടായിരുന്നതായി ഗോപികൃഷ്ണൻ കണക്കുകൂട്ടി പറഞ്ഞു. കോടതി നടപടികൾക്കൊടുവിൽ ജപ്തിയിലെത്തിയിരുന്നെങ്കിലും നടപടിക്രമങ്ങളിൽ അത് കുരുങ്ങിക്കിടക്കുകയായിരുന്നു. വീടും ഒന്നരയേക്കർ വരുന്ന പറമ്പും വിൽക്കുക മാത്രമായിരുന്നു ഒരേ ഒരു പോംവഴിയെന്നും അയാൾ വിശദീകരിച്ചു. ആറു മാസം നീണ്ട അവധിക്കു പിന്നാലെ ഒരു കൊല്ലം കൂടി അവധി നേടി പ്രശ്നങ്ങളെല്ലാം പരിഹരിക്കാനായി ഉദ്ദേശിച്ചെങ്കിലും അതും നടന്നില്ല. പത്രമോഫീസും അവധി നിഷേധിച്ചു.

"എനിക്ക് അഭിമാനത്തിന്റെ പ്രശ്നമായിരുന്നു അത്. ആറോ എട്ടോ മണിക്കൂറുകൾക്കു പകരം ഒരു ദിവസം പത്തും പന്ത്രണ്ടും മണിക്കൂറുകൾ. അവധിപോലും ഉപയോഗിക്കാതെ വർഷങ്ങളോളം നീണ്ടതായിരുന്നു എന്റെ ജോലി സമയം. വിലപേശാനൊന്നും ഞാൻ പോയില്ല. ജോലി ഉപേക്ഷിച്ചാൽ മുൻപിൽ വാ പിളർന്നു നിൽക്കുന്നത് ശൂന്യതയാണെന്ന് എനിക്കറിയാമായിരുന്നു. സവിത നഷ്ടപ്പെട്ടതിനേക്കാൾ വലുതല്ലല്ലോ ജോലി."

അതുകൊണ്ടും തീരുന്നതായിരുന്നില്ല ദുരിതങ്ങൾ. നാല് ബാങ്കുകളിൽ നിന്ന് വായ്പയെടുക്കാൻ ഒരു രേഖയുടെ നാല് കോപ്പികളായിരുന്നു അച്ഛൻ ഉപയോഗിച്ചിരുന്നതെന്ന അറിവ് തന്നെ ആത്മഹത്യയിലേക്ക് നയിക്കുമെന്ന് ആശങ്കപ്പെട്ടിരുന്നതായി അയാൾ പറഞ്ഞു. ഭരണകൂടത്തിന്റെ ദുർനടപ്പുകളേയും അതിക്രമങ്ങളേയും നിരങ്കുശം എതിർത്ത് ശാരീരിക ക്ലേശങ്ങൾ പോലും ഏറ്റുവാങ്ങിയ തന്റെ അച്ഛൻ സത്യസന്ധനായിരുന്നില്ലെന്ന തിരിച്ചറിവ് താങ്ങാവുന്നതിനും അപ്പുറത്തായിരുന്നതായി അയാൾ സൂചിപ്പിച്ചു.

"എന്റെ സ്വപ്നങ്ങളാണ് ഇല്ലാതായത്. ആദർശമെന്നും ആർജ്ജവമെന്നുമുള്ള വാക്കുകൾ വെറും വാക്കുകളാണെന്ന അറിവ്. കാലിനടിയിൽ മണ്ണില്ലാതാവുകയായിരുന്നു."

"വീടും പുരയിടവും വിറ്റ് ബാദ്ധ്യതകളെല്ലാം തീർത്തതോടെ ഞാനെന്റെ ഭൂതകാലം ഉപേക്ഷിച്ചു. അവശേഷിച്ച കുറച്ചുരൂപ സുനന്ദ യുടെ പേരിൽ ഡിപ്പോസിറ്റ് ചെയ്തു. അങ്ങനെ ഓർമ്മകൾ നഷ്ടപ്പെട്ട ഒരു മനുഷ്യനാവുകയായിരുന്നു ഞാൻ." കൂടുതൽ വിശദീകരിക്കാതെ അയാൾ നിശ്ശബ്ദതയിലേക്ക് മടങ്ങി.

പതിനെട്ട്

അമ്മയുടെ അവസാനനാളുകൾ എത്തിത്തുടങ്ങിയെന്ന് എനിക്കു തോന്നിത്തുടങ്ങി. സൂര്യനെ പ്രതിരോധിക്കാനെന്നവണ്ണം ജാലക ങ്ങളെല്ലാം അടച്ചുപൂട്ടി പുറത്തിറങ്ങാനുള്ള കതകുമാത്രം തുറന്നിരുന്ന വീട്ടിനകത്ത് ശബ്ദരാഹിത്യവും ഇരുട്ടും സ്ഥിരവാസമായിട്ട് ഒരുപാട് കാലമായിരുന്നു. പുലർച്ചയ്ക്കും ഉച്ചയോട് അടുക്കുന്ന സമയത്തും മാത്ര മാണ് അടുക്കള ഉണർന്നിരുന്നത്. അതിനകത്തുനിന്ന് ഉയരുന്ന ശബ്ദ ങ്ങൾ ആരെയോ തേടി മുറികളിൽ നിന്ന് മുറികളിലേക്ക് ഒഴുകിനടന്നു. അടഞ്ഞുകിടന്ന മുറികളൊന്നും ആ ശബ്ദങ്ങളെ സ്വാഗതം ചെയ്തില്ല. കുറച്ചു മാസങ്ങൾക്ക് മുമ്പുവരെ ഊണുമേശയ്ക്ക് കിഴക്കുള്ള ഭിത്തി യോടു ചേർത്ത് നിർമ്മിച്ചിരുന്ന ഒരു തടിത്തട്ടിൽ വച്ചിരുന്ന നിലവിള ക്കിൽ എണ്ണയും തിരിയുമിട്ട് അമ്മുക്കുട്ടിഅമ്മ ദീപം തെളിയിച്ചിരുന്നു. വിളക്കിന് പിന്നിൽ മംഗളമൂർത്തിയായ മഹാലക്ഷ്മിയുടെ ചിത്രം. കുറച്ചുനാളുകൾക്ക് ശേഷം അവരത് നിർത്തി. അതിവിശാലമായ അകത്തളത്ത് നിന്നും വലതുവശത്തുള്ള മുറികളിലൊന്നായിരുന്നു അമ്മയുടേത്. അതിനകത്ത് കറങ്ങിക്കൊണ്ടിരുന്ന ഫാനിന്റെ മൂളൽ അടച്ചിട്ടിരുന്ന കതകുകളുടെ ഇടയിലൂടെ പുറത്തു വന്നിരുന്നു. വല്ലപ്പോഴും മാത്രമേ ആ മുറിയിൽ വിളക്കുതെളിഞ്ഞിരുന്നുള്ളു.

മനുഷ്യരുൾപ്പെടെ ജന്തുജീവികൾ മാത്രമല്ല മരിക്കുന്നതെന്നതിന് ആ വീട് ഉദാഹരണമായിരുന്നു. പ്രായം തികയും മുമ്പ് ആ വീട് മര ണത്തെ സ്വാഗതം ചെയ്തതിനുപുറമെ കാത്തിരിക്കാതെ മരണ ത്തിലേക്ക് യാത്ര തുടങ്ങിക്കഴിഞ്ഞതായി എനിക്കറിയാമായിരുന്നു. മനു ഷ്യർ പാർക്കുന്ന വീടുകളിൽ നിറയുന്ന പലതരം വാസനകൾ അവിടെ യില്ലായിരുന്നു. വിയർപ്പിന്റേയും സുഗന്ധദ്രവ്യങ്ങളുടെയും ഉച്ഛ്വാസ വായുവിന്റേയും പൂക്കളുടെയും മരസാധനങ്ങളുടേയും വസ്ത്രങ്ങളു ടേയും എല്ലാം കൂടിക്കലർന്ന മണങ്ങളും അടുക്കളയിൽ നിന്നുയരുന്ന ഭക്ഷണപദാർത്ഥങ്ങളുടെ വാസനകളും ആ വീട്ടിൽ അപ്രത്യക്ഷമായി രുന്നു.

രാവിലെ പുറത്തിറങ്ങിയ ശേഷം രാത്രി വൈകി മാത്രം വീട്ടിൽ മടങ്ങി യെത്തുന്നത് എനിക്ക് മടുത്തിരുന്നു. റോഡിലേക്കുള്ള ഗേറ്റ് തുറക്കു മ്പോൾ തുരുമ്പെടുത്ത അതിൽനിന്നും പുറപ്പെടുന്ന കറകറ

ശബ്ദത്തിന്റെ പോറലുകൾ രാത്രിയെ അസ്വസ്ഥമാക്കി. ആരുടെയോ ലാളനയ്ക്കുവേണ്ടി അതു കരയുകയാണെന്ന് അപ്പോൾ എനിക്ക് തോന്നിയിരുന്നു. എന്നെ പിടികൂടുന്ന മടുപ്പ് ഉറക്കത്തെ ശല്യപ്പെടുത്തുന്നത് പതിവായി. ഉറങ്ങാൻ ഞാൻ ഭയന്നു. വേട്ടയ്ക്കൊരു മകൻ ക്ഷേത്രത്തിനു പിന്നിലുള്ള വീടുകളിലൊന്നിൽ എനിക്കുവേണ്ടി ആരോ ഒരാൾ കാത്തിരിക്കുന്നതായും കാത്തിരിപ്പിന്റെ മുഷിപ്പിൽ അദ്ദേഹം പരിക്ഷീണനായി ചാരുകസേരയിൽ മയങ്ങിക്കിടക്കുന്നതായും ചില ദിവസങ്ങളിൽ ഉറക്കത്തിനിടയിൽ ഞാൻ കണ്ടു. സ്വപ്നമാണ് അതെന്ന് എനിക്ക് വിശ്വസിക്കാൻ വയ്യായിരുന്നു. എന്നാൽ സത്യമാണോയെന്നറിയാൻ അവിടെ പോകാൻ എനിക്കു പേടിയായിരുന്നു.

വീടുവിട്ടുപോകാനുള്ള ആഗ്രഹം അതിശക്തമായിരുന്നെങ്കിലും എന്റെ കാലടികളും എന്റെ ഉച്ഛ്വാസവായുവും ഇരിക്കുമ്പോഴും കിടക്കുമ്പോഴും ഞാനുണ്ടാക്കുന്ന ശബ്ദവും അത്താഴം കഴിക്കുമ്പോൾ പാത്രങ്ങൾ ഞരങ്ങുന്ന ശബ്ദവും ഞാനറിയാതെ കേട്ടുകിടക്കുന്ന ഒരാൾ കതകുകളടച്ച് മുറിയിൽ കാത്തുകിടക്കുകയാണെന്ന് എനിക്കറിയാമായിരുന്നു. എത്രയോ പ്രാവശ്യം മുറിതുറന്ന് അമ്മയോട് സംസാരിക്കണമെന്ന് എനിക്കു തോന്നിയിരുന്നു. ഒന്നു രണ്ടുപ്രാവശ്യം മുറിയുടെ മുൻപിൽ ചെന്നുനിന്നിട്ട് മടങ്ങിയിരുന്നു. അമ്മയുമായി പങ്കുവയ്ക്കാൻ കൈയിൽ ഒന്നുമില്ലായിരുന്നുവെന്ന് എനിക്കറിയാമായിരുന്നു. ചിലപ്പോൾ എന്നിൽ ആശങ്കനിറച്ചുകൊണ്ട് അമ്മയുടെ മുറി കനത്ത നിശ്ശബ്ദതയിൽ മുങ്ങിക്കിടന്നു. അപ്പോഴെല്ലാം കാലടിശബ്ദം പോലും കേൾപ്പിക്കാതെ മുറിക്കു മുമ്പിൽ വീർപ്പടക്കി കാതുകൾ കൂർപ്പിച്ച് നിൽക്കുമായിരുന്നു. അകത്ത് കിടക്കയിലെ ദുർബലമായ ശബ്ദത്തിനായിരുന്നു അങ്ങനെ നിന്നത്. ഒരു ദിവസം എല്ലാ നിയന്ത്രണങ്ങളും കൈവിട്ട ഞാൻ മുറിയിലെ കതകുകൾ മന്ദം തുറന്ന് അകത്തു നോക്കി. കിടക്കയ്ക്കരികിലെ ചെറുമേശയ്ക്കു മുകളിൽ വച്ചിരുന്ന ടേബിൾ ലാംബിൽ നിന്നും മങ്ങിയ വെളിച്ചത്തിൽ കിടക്കയിൽ പുതപ്പുമൂടി അമ്മ ഉറങ്ങിക്കിടക്കുന്നു. നിരാധാരയായ അമ്മ. പ്രായത്തിന്റെ പാടുകൾ വീണ ആ മുഖത്ത് നിന്നും വെളിച്ചം മാഞ്ഞുപോയത് എന്നു മുതൽക്കാണ്?

നുണകളുടെ കോട്ട നിർമ്മിച്ച് അതിനുള്ളിൽ അമ്മയെ അടച്ചിടാനാണ് വാസന്തിയും സുജാതയും ശ്രമിച്ചതെന്ന് എനിക്കു സംശയം തോന്നി. വാസന്തിയുടെ കത്തുകളിൽ ചിത്രീകരിക്കാറുള്ള സ്നേഹരഹിതയാണ് അമ്മയെന്ന് ഞാനെങ്ങനെ വിശ്വസിക്കും?

ഒരാഴ്ചയ്ക്ക് മുമ്പൊരുദിവസം അത്താഴത്തിനുശേഷം മുറിയിലേക്ക് പോകാനൊരുങ്ങിയ എന്നോട് അമ്മുക്കുട്ടിയമ്മ പറഞ്ഞു. അമ്മ കാത്തിരിക്കുകയാണെന്ന് അറിയിക്കാൻ രാവിലെ ശട്ടംകെട്ടിയതാണെന്ന്. കതകുതുറന്ന് ശബ്ദമുണ്ടാക്കാതെ കയറിച്ചെല്ലുമ്പോൾ എന്നെ കാത്ത് കിടക്കുകയായിരുന്നു അമ്മ. കിടക്കയുടെ ഒരു വശത്ത് ഉയർത്തിവച്ച

തലയിണയിൽ ചാഞ്ഞിരിക്കുകയായിരുന്നു അമ്മയുടെ നിസ്സഹായ രൂപം. പ്രഭാതഭക്ഷണം കഴിച്ചെന്ന് വരുത്തി തിരക്കിട്ട് ദൃഢമായ കാൽ വയ്പ്പോടെ നടന്നുപോയിരുന്ന അമ്മ. ഒരു നോട്ടത്തിലൂടെയും കൈയുടെ ഒരു ചലനത്തിലൂടെയും ഇഷ്ടക്കേട് അറിയിച്ചിരുന്ന അമ്മ... ഇനി എനിക്ക് അധികദിവസമില്ലെന്നും അതിനു മുമ്പ് ചെയ്യാവുന്നതെല്ലാം ചെയ്തു തീർക്കുകയാണെന്നും പറഞ്ഞതിനൊപ്പം തലയിണക്കീഴിൽ നിന്നും ഒരു കവർ എടുത്തുതന്നിട്ട് പറഞ്ഞു: എന്റെ സേവിംഗ്സ് പാസ് ബുക്കാണ് ഇത്. അക്കൗണ്ട് നിന്റെ പേരിലാക്കിയിട്ടുണ്ട്. അതിൽ നിന്നും മൂന്നുലക്ഷം രൂപ അമ്മുക്കുട്ടിയമ്മയ്ക്ക് നൽകണം. വാടകയ്ക്ക് കൊടുത്തിരിക്കുന്ന വീടില്ലേ. അത് അവരുടെ പേരിലാക്കിയിട്ടുണ്ട്. ജീവിച്ചിരിക്കുമ്പോൾ പല പ്രാവശ്യം ദാമുവേട്ടൻ പറയാറുണ്ടായിരുന്നതാണ്. 'ആ വീട് അമ്മുക്കുട്ടിക്കുള്ളതാണെന്ന്' അച്ഛന്റെ ആഗ്രഹം നടപ്പാക്കിയില്ലെങ്കിൽ അതിന്റെ ശാപം ഈ ജന്മം കൊണ്ട് തീരുന്നതല്ല" ഞാൻ മരവിക്കുകയായിരുന്നു. എനിക്ക് അനങ്ങാനായില്ല. കവർ തന്നിട്ട് എന്റെ വലതു കരം കൈയിലെടുത്ത് തടവുകയായിരുന്നു അമ്മ. തണുത്തുറഞ്ഞ എന്റെ കൈയിലൂടെ ജീവപ്രവാഹത്തിന്റെ അലകൾ സാവധാനം എന്റെ ഉള്ളിനെ ഊഷ്മളമാക്കുകയായിരുന്നു.

അമ്മ സംസാരിച്ചുകൊണ്ടിരുന്നു. വളരെ പതുക്കെ. പലപ്പോഴും വാക്കുകൾ അവ്യക്തമായി മാഞ്ഞുപോയിരുന്നു. അതു മനസ്സിലാക്കിയ അമ്മ അത് ആവർത്തിച്ചു.

"നിന്നെ പ്രസവിച്ച് ഏഴാംപക്കം ഇവിടെവന്നവരാണ് അമ്മുക്കുട്ടിയമ്മ. എന്റെ നാല് പ്രസവം.." അമ്മ നിർത്തി.

സ്വയം നിയന്ത്രിക്കാൻ പാടുപെടുകയായിരുന്നു അപ്പോൾ.

"എന്നെക്കാൾ ഇഷ്ടമായിരുന്നു നിന്റെ അച്ഛന് അമ്മുക്കുട്ടിയമ്മയെ. എനിക്കതറിയാമായിരുന്നു. ഞാനൊരിക്കലും നിന്റെ അച്ഛനെ തിരെ ഒന്നും പറഞ്ഞിരുന്നില്ല. എനിക്കറിയില്ലായിരുന്നു നിന്റെ അച്ഛനെ വിലക്കാൻ. എന്നോടും വലിയ കാര്യമായിരുന്നു. വസ്ത്രങ്ങൾക്ക് വസ്ത്രം, ആഹാരത്തിന് ആഹാരം. എന്റെ എത്ര ചെറിയ ആവശ്യവും അദ്ദേഹം ശ്രദ്ധിച്ചിരുന്നു. അങ്ങനെയുള്ള ഒരാളെ വിലക്കാൻ എനിക്കെങ്ങനെ സാധിക്കും? കണ്ണീരൊഴുക്കിപ്പോലും എന്റെ ദുഃഖം ഞാനറിയിച്ചില്ല."

പിന്നെ അമ്മ സംസാരിച്ചില്ല. പഴയതുപോലെ മൗനത്തിന്റെ മറയിലായി അമ്മ. താങ്ങാനാവാതെ സ്തംഭിച്ചിരുന്ന എന്റെ കൈകളെടുത്ത് കണ്ണുകളിൽ ചേർത്തുവച്ചു. കൈകളിൽ നനവ് പടരുകയായിരുന്നു.

"ഒരുപാട് വൈകി... രാവിലെ ഓഫീസിൽ പോകേണ്ടതല്ലേ."

ശരിക്കും സ്വപ്നാടനക്കാരനായിരുന്നു ഞാൻ. അന്നുരാത്രി ഞാനുറങ്ങിയില്ല. അടച്ചിട്ടിരുന്ന ജാലകവിടവിലൂടെ പുലർകാല വെളിച്ചത്തിന്റെ നാളങ്ങൾ മുറിയിൽ വീണു തുടങ്ങിയിരുന്നു, ഉറങ്ങാൻ തുടങ്ങുമ്പോൾ..

പത്തൊമ്പത്

മുമ്പൊക്കെ മാസത്തിൽ രണ്ടുമൂന്നു കത്തുകൾ വാസന്തി എഴുതിയിരുന്നു. വേനൽക്കാലത്ത് നീർച്ചാൽ ശോഷിക്കുന്നതുപോലെ കത്തുകളുടെ കാലദൈർഘ്യം നീണ്ടു. മാസത്തിൽ ഒന്നായി അതു ചുരുങ്ങി. പിന്നെ രണ്ടു മാസത്തിലൊരിക്കലായി. അതോടു കൂടി അവളുടെ കത്തുകൾ കാത്തിരിക്കുന്നതിലെ എന്റെ ഉത്സാഹവും കെട്ടുപോയിരുന്നു. ഞാനുമായി പങ്കുവയ്ക്കാൻ അവൾക്ക് വിശേഷങ്ങൾ ഇല്ലാതെ പോയതുകൊണ്ടോ, മൈലുകൾക്കകലെ താമസിക്കുന്ന ഞാനവൾക്ക് അന്യനായി മാറിയതുകൊണ്ടോയായിരിക്കാം അവൾ കത്തുകളെഴുതാത്തതെന്ന് എനിക്കു തോന്നി.

സുജാത കത്തുകളെഴുതാറില്ലായിരുന്നു. നാലു കുട്ടികളുടെ അമ്മയായിരുന്നു. അവരുടെ ഒരു ഫോട്ടോ അവൾ അയച്ചുതന്നിരുന്നു. വെളുവെളുത്ത പൂച്ചക്കുട്ടികൾ പോലെ താലോലിക്കാൻ തോന്നുന്ന മൂന്നു സുന്ദരിമാരും ഒരു സുന്ദരനും. ആ ഫോട്ടോ കിട്ടിയപ്പോൾ ഞാനവൾക്കെഴുതി.

"നീ ഭാഗ്യവതിയാണ്. നല്ല കുട്ടികളുടെ അമ്മയാകുന്നത് വലിയ ഭാഗ്യമാണ്. നീ അയച്ച ഫോട്ടോ ഞാൻ അമ്മയെ കാണിച്ചു. കുറേ നേരം അത് നോക്കിയശേഷം ഒന്നും മിണ്ടാതെ അത് മടക്കുമ്പോൾ അമ്മയുടെ കൈ വിറയ്ക്കുന്നുണ്ടായിരുന്നു."

"പ്രായമേറുമ്പോൾ വിറയൽ രോഗം സ്വാഭാവികമാണ്." അവളെഴുതി.

"ചേട്ടന് സ്വന്തം ജീവിതമില്ലേ? എത്രകാലം അമ്മയെന്നും ജപിച്ചുകൊണ്ട് ജീവിക്കും. വിവാഹിതനാകാൻ എത്രവട്ടം പറഞ്ഞു. നല്ലൊരു പെൺകുട്ടിയെ ഞാനിവിടെ കണ്ടുവച്ചിട്ടാണ് എഴുതുന്നത്. ഇത്രയേറെ നെഗറ്റീവ് അകുന്നതെന്തിനാണ്? സന്ന്യാസിയാവാനാണോ ഉദ്ദേശ്യം? നല്ലൊരു വൃദ്ധസദനത്തിലാക്കാമല്ലോ അമ്മയെ. എല്ലാ സൗകര്യങ്ങളുള്ള എത്രയോ സദനങ്ങൾ അവിടെയുണ്ട്."

അതിനുശേഷം അവൾക്ക് ഞാൻ കത്തുകളെഴുതിയില്ല.

എന്നാൽ വല്ലപ്പോഴും വാസന്തി കത്തുകളെഴുതിയിരുന്നു. മകൻ ഹാർവാർഡ് യൂണിവേഴ്സിറ്റിയിലും മകൾ ഓക്സ്ഫോർഡിലും പഠനം പൂർത്തിയാക്കിയ ശേഷം മടങ്ങുന്നില്ലെന്ന് അറിയിച്ചതിനുപിന്നാലെയാണ് നാട്ടിലേക്ക് മടങ്ങാനുള്ള ആഗ്രഹം ഭർത്താവിൽ ശക്തിപ്പെട്ടു തുടങ്ങിയതിൽ പരിഭവിച്ചുകൊണ്ട് വാസന്തി എഴുതി:

"നാസ്സറിന്റെ ആഗ്രഹം തന്നെയാണ് എനിക്കും. നാട്ടിൽ വന്ന് സ്വസ്ഥമായി ശേഷിച്ച കാലം ചെലവിടാൻ ആരാണ് മോഹിക്കാത്തത്. എന്നാൽ എനിക്കതിനു കഴിയില്ല. അവിടെ മടങ്ങിവന്ന് അമ്മയെ

കാണാൻ എനിക്കാഗ്രഹമില്ല. ചേട്ടനെക്കുറിച്ചാലോചിച്ച് സങ്കടപ്പെടാത്ത ദിവസങ്ങൾ ചുരുക്കമാണ്. നാസ്സറും പലപ്പോഴും ചേട്ടനെ ഓർമ്മിക്കാറുണ്ട്. ചേട്ടനെങ്ങനെ ആ വീട്ടിൽ കഴിയുന്നു? മക്കളുടെ മുഖം പോലും കാണാനിഷ്ടപ്പെടാത്ത, ഭർത്താവിന്റെ വിയോഗത്തിൽ ഒരു തുള്ളി കണ്ണുനീർ പോലും വീഴ്ത്താത്ത അമ്മയെ ഞാനെങ്ങനെ ഇഷ്ടപ്പെടും? ആ വൃത്തികെട്ട ഭാസ്കരൻനായരായിരുന്നില്ലേ അവർക്ക് ജീവിതം. ചേട്ടനറിയില്ല വൃത്തികെട്ട ഒരുപാട് രഹസ്യങ്ങൾ. വർഷങ്ങൾക്ക് മുമ്പ് ഞാനിപ്പോഴും ഓർമ്മിച്ച് ഞെട്ടാറുണ്ട്. അസുഖമാണെന്നും പറഞ്ഞ് രണ്ടാഴ്ച അമ്മ വീട്ടിലെ മുറിയിൽ അടച്ചുകിടന്നിരുന്നത് ഒരു പക്ഷേ ചേട്ടൻ അറിഞ്ഞിട്ടില്ലായിരിക്കും. ഞങ്ങൾ, ഞാനും സുജാതയും അറിഞ്ഞിരുന്നു അസുഖത്തിന്റെ രഹസ്യം. അടുക്കളയിലെ വലിച്ചെറിയുന്ന ചവറുകൾക്കിടയൽ നിന്ന് ചാപിള്ളയുടെ അംശങ്ങൾ പട്ടികടിച്ചെടുത്തു കൊണ്ടോടുന്നത് അഴുക്കുശേഖരിക്കാൻ വന്നയാൾ കണ്ടതാണ്. അച്ഛൻ മരിച്ചിട്ട് ഒരു മാസം പോലും തികഞ്ഞിരുന്നില്ല. കൂടുതലൊന്നും ഞാൻ എഴുതുന്നില്ല. അങ്ങനെയുള്ള ഒരു വീട്ടിൽ ഞാനും നാസ്സറും എങ്ങനെ വരും?"

അതിനുശേഷം വാസന്തി വീണ്ടുമെഴുതി. സതീർത്ഥയായിരുന്ന ഒരു അമേരിക്കൻ പെൺകുട്ടിയെ മകൻ വിവാഹം ചെയ്തതിൽ അവൾ ഖിന്നയായിരുന്നു. "അവനെ എനിക്ക് എന്നെന്നേക്കുമായി നഷ്ടപ്പെടുമോ?" അവൾ ഉത്കണ്ഠയിലായിരുന്നു. കുടുംബജീവിതത്തിലെ വിശുദ്ധിയെപ്പറ്റി വ്യത്യസ്ത കാഴ്ചപ്പാടുള്ളവരാണ് അമേരിക്കക്കാരെന്ന് അവൾ അറിഞ്ഞിരുന്നു.

"അമ്മയായാലും അച്ഛനായാലും ഭാര്യയായാലും ഭർത്താവായാലും പരസ്പരം ഇഷ്ടമില്ലെന്നു തോന്നിയാൽ അവർ വഴിപിരിയാറുള്ളതാണ്. അങ്ങനെയെങ്കിലും മോനെ തിരിച്ചുകിട്ടിയിരുന്നെങ്കിൽ." വാസന്തി മോഹിച്ചു.

വാസന്തിയേയും സുജാതയേയും പോലെ സുപ്രിയയും സ്വന്തം കാര്യത്തിനായിരുന്നു പ്രാധാന്യം നൽകിയിരുന്നത്. ഒരു വ്യത്യാസമുണ്ടായിരുന്നത്, ചെയ്യുന്നതെല്ലാം ശരിയാണെന്നും അതേപോലെ മറ്റുള്ളവർ അംഗീകരിക്കണമെന്നും അവൾ ശഠിച്ചിരുന്നില്ല. ഗോഹാട്ടിയിൽനിന്ന് ഡൽഹിമേഖലയിൽ പ്രമോഷനോടെ ട്രാൻസ്ഫറായപ്പോൾ അവൾ അറിയിച്ചു: ഡൽഹിക്ക് പോകുംമുമ്പ് ഞങ്ങൾ വരുന്നുണ്ട്. മുത്തശ്ശിയേയും അമ്മാവനേയും കണ്ടിട്ടില്ലെന്ന മക്കളുടെ പരാതിയും തീർക്കാമല്ലോ.

മൂന്നാല് ദിവസം അവളും കുടുംബവും വീട്ടിൽ താമസിച്ചു. അപ്പോഴും അമ്മയുടെ പതിവ് പഴയതുപോലെ തുടർന്നു. ചെറിയൊരു വ്യത്യാസം മാത്രം സംഭവിച്ചു. മുറിയുടെ കതകുകൾ അമ്മ അടച്ചില്ല. ചുറ്റിക്കറങ്ങലുകൾക്കും സന്ദർശനങ്ങൾക്കുമൊടുവിൽ ഡൽഹിയിലേക്കുള്ള

യാത്രയുടെ തലേദിവസം സുപ്രിയയുടെ രണ്ടുമക്കൾ മുത്തശ്ശിയുമായി കുറേ നേരം ചെലവിട്ടു. ഇരുവരേയും ഇരുവശത്തും ഇരുത്തി അവളുടെ ശിരസ്സിൽ തലോടുകയും കൈകളിൽ തഴുകുകയും ചെയ്ത അമ്മ അവരുടെ വിദ്യാഭ്യാസവിവരങ്ങളും മറ്റും ചോദിച്ചു. സുപ്രിയയ്ക്ക് അത് വിശ്വസിക്കാനാവുന്നതായിരുന്നില്ല. അതു നോക്കിനിന്ന് അവളുടെ കണ്ണുകൾ നിറഞ്ഞൊഴുകുകയായിരുന്നു. മുറിയുടെ മൂലയ്ക്കുള്ള അലമാര തുറന്ന് അതിനകത്തു സൂക്ഷിച്ചിരുന്ന ചെറിയൊരു പെട്ടി തുറന്ന് രണ്ട് സ്വർണ്ണമാലകളെടുത്ത് കുട്ടികളുടെ കഴുത്തിൽ അണിയിച്ചിട്ട് സുപ്രിയയോട് അമ്മ പറഞ്ഞു: അലമാരയിലെ മുകൾത്തട്ടിൽ കുറേ സാരികളുണ്ട്. നിനക്കുള്ളതാണ് അതൊക്കെ.

അവസാനയാത്രയ്ക്ക് അമ്മ ഒരുങ്ങുകയായിരുന്നു. സ്വന്തം ജീവിതം എങ്ങനെ മുന്നോട്ട് കൊണ്ടുപോകണം എവിടെ തിരിയണം അല്ലെങ്കിൽ എപ്പോൾ പിന്നോട്ട് മാറണം എന്നൊക്കെ തീരുമാനിച്ച് നടപ്പാക്കുന്നതിൽ അമ്മ പ്രദർശിപ്പിച്ചിരുന്ന ആത്മനിയന്ത്രണം എപ്പോഴും എന്നെ വിസ്മയിപ്പിച്ചിരുന്നു. ഉദ്യോഗസ്ഥയായപ്പോഴായിരുന്നു അമ്മയുടെ വ്യക്തിത്വം പ്രഫുല്ലമായതെന്ന് ഞാൻ മനസ്സിലാക്കിയിരുന്നു:

"വിവാഹിതയാകുന്നതിനു മുമ്പ് ഞാൻ ഒരുപാട് വിഷമങ്ങൾ അനുഭവിച്ചിരുന്നു. ഒറ്റയ്ക്കല്ല, എന്റെ അഞ്ച് സഹോദരങ്ങളും. നുള്ളിപ്പെറുക്കി അരിഷ്ടിച്ച് ജീവിച്ചിരുന്ന കാലം. ഞങ്ങളെ തീറ്റിപ്പോറ്റാനും പഠിപ്പിക്കാനും മാന്യമായി വേഷം ധരിപ്പിക്കാനും വേണ്ടി അച്ഛൻ അനുഭവിച്ച ക്ലേശങ്ങൾ. ഞങ്ങൾ, അച്ഛനും മക്കളും രാവിലെ വീട്ടിൽ നിന്നിറങ്ങുന്നതും കാത്തിരിക്കുകയായിരിക്കും അമ്മ. ഞങ്ങളെ സ്കൂളിലാക്കിയിട്ട് ഓഫീസിൽ പോകുന്ന അച്ഛൻ മടങ്ങുമ്പോൾ സന്ധ്യയാവും. വൈകിട്ട് ഞങ്ങൾ മടങ്ങിവരും. അതിനിടയിൽ രാവിലെ വീട്ടിൽ നിന്നിറങ്ങുന്ന അമ്മയും മടങ്ങിയെത്തും. അതുവരെ തൊട്ടടുത്ത വീട്ടിലെ അടുക്കളയിലായിരിക്കും അമ്മ. വലിയ പണക്കാരനായിരുന്നു അയൽക്കാരനായിരുന്ന ഉണ്ണിത്താൻ. നാല് അംഗങ്ങളുള്ള ആ കുടുംബത്തിനുള്ള ഉച്ചഭക്ഷണവും അത്താഴവും തയ്യാറാക്കുന്നതിന് അമ്മയ്ക്ക് നല്ലൊരു തുക മാത്രമായിരുന്നില്ല കിട്ടിയിരുന്നത്. അരിയും പച്ചക്കറികളും ആ വീട്ടുടമസ്ഥ അമ്മയ്ക്ക് ഉദാരമായി നൽകി. അവർക്കറിയാമായിരുന്നു ആറേഴുപേരുടെ വിശപ്പടക്കാൻ അച്ഛന്റെ തുച്ഛമായ വരുമാനം തികയുകയില്ലെന്ന്. അമ്മയുടെ അടുക്കളപ്പണി ഞങ്ങൾ അറിഞ്ഞിരുന്നേയില്ല. ഒരു ദിവസം അച്ഛൻ പറയുന്നത് ഞാൻ കേട്ടുനിന്നു.

"സുമതി. ഇതൊന്നും ഞാനറിയില്ലെന്നാണോ നീ വിചാരിക്കുന്നത്. എല്ലാം എനിക്കറിയാം. അത് വേണ്ടെന്ന് പറയാൻ എനിക്ക് സാധിക്കുമായിരുന്നില്ല. വരുമ്പോലെ വരട്ടെ എന്നു വിചാരിച്ച് നീറിയാണ് ഞാൻ കഴിയുന്നത്."

“യാദൃച്ഛികമായി അതു കേട്ട ഞാൻ ആരെയും അതറിയിച്ചില്ല. എന്നാൽ മനസ്സാ ഞാനൊരു തീരുമാനമെടുത്തിരുന്നു. എനിക്കൊരു കുടുംബമുണ്ടായാൽ അതിലുള്ള ആരും വിഷമിക്കരുതെന്ന്. എനിക്കത് നേടാനായി. ഇടയ്ക്ക് വച്ച് ദാമുവേട്ടൻ വിട്ടുപോയെങ്കിലും അതോർത്ത് ജീവിക്കാൻ ഞാനിഷ്ടപ്പെട്ടില്ല. എനിക്ക് നല്ല ഉറപ്പുണ്ട്. ദാമുവേട്ടന് നല്ല സന്തോഷമായിരിക്കും. അദ്ദേഹത്തിന്റെ കുടുംബസ്ഥിതിയിൽ.”

ജീവിതത്തോട് മുഖംതിരിച്ചു നിൽക്കുന്ന എന്റെ ഉദാസീനത മാറ്റാനായിരുന്നു അമ്മ അതു പറഞ്ഞതെന്ന് എനിക്കറിയാമായിരുന്നു. എന്നാൽ അത്തരം മന്ത്രങ്ങൾക്കപ്പുറത്തായിരുന്നു ഞാനെന്ന് അമ്മ മനസ്സിലാക്കിയില്ല.

അമ്മയുടെ അഭിലാഷമനുസരിച്ച് അമ്മുക്കുട്ടിയമ്മയുടെ പേരിൽ മൂന്നുലക്ഷം രൂപ ബാങ്കിൽ നിക്ഷേപിച്ച രേഖകൾ കൊടുക്കുന്നതിന് മുമ്പേ അമ്മ ചെയ്തിരുന്ന ഏർപ്പാടുകൾ അവർ അറിഞ്ഞിരുന്നു. അവിവാഹിതരായ രണ്ടു സഹോദരിമാർ അനാഥരായിരുന്നു. അവരുമൊത്ത് തനിക്കു കിട്ടിയ വീട്ടിൽ താമസം മാറ്റാനുള്ള ഒരുക്കത്തിലായിരുന്നു അമ്മുക്കുട്ടിയമ്മ.

“രാവിലെ വന്ന് വൈകിട്ട് പൊയ്ക്കൊള്ളാൻ മോന്റെ അമ്മ സമ്മതിച്ചിട്ടുണ്ട്. അമ്മയ്ക്ക് ഒരു കുറവും വരാതെ ഞാൻ ശ്രദ്ധിക്കാം.” എന്ന് പറഞ്ഞ അവരുടെ സ്വരത്തിൽ സങ്കടത്തിന്റെ ഈറൽപ്പമുണ്ടായിരുന്നു.

തന്റെ മുലപ്പാൽ കുടിച്ചുവളർന്ന ഞാൻ മോനെപ്പോലെയാണെന്ന് അമ്മുക്കുട്ടിയമ്മ വീണ്ടും ഓർമ്മിപ്പിച്ചു.

“എന്നെ മറക്കരുത്. മരിക്കുമ്പോൾ ഒരു നുള്ള് പച്ചരിയും തേങ്ങയും പൂവും എനിക്ക് തരാൻ മോൻ മറന്നുപോകരുത്.” തേങ്ങലിന്റെ വക്കിലായിരുന്നു അവരപ്പോൾ. എന്തൊക്കെയോ പറയാനുള്ള വെമ്പലിലായിരുന്നു അവരെന്ന് എനിക്കു തോന്നി. ആവിപാറുന്ന ഒരു കപ്പ് ചായ തയ്യാറാക്കി അവർ എനിക്കു കൊണ്ടുവന്നു.

“ഇനി എന്ന് ഇതിന് കഴിയും? രുഗ്മിണി അമ്മയെ വേദനിപ്പിക്കുന്ന യാതൊന്നും ഞാൻ ചെയ്തിട്ടില്ല. ഒരു സഹോദരിയെപ്പോലെയാണ് മോന്റെ അമ്മ എന്നോട് പെരുമാറിയിട്ടുള്ളത്. എനിക്കില്ലാത്തതെല്ലാം അവർ തന്നു. തിരിച്ചുകൊടുക്കാൻ എനിക്കൊന്നുമില്ല.” അവർ തുടർന്നു.

“ദാമുസാർ മരിക്കുമ്പോൾ ഞാൻ ഗർഭിണിയായിരുന്നു. മൂന്നുമാസമേ ആയിരുന്നുള്ളു. അത് അഴിച്ചുകളഞ്ഞത് മനപ്പൂർവ്വമായിരുന്നു. ഞാൻ പ്രസവിച്ചാൽ ഈ കുടുംബത്തിനുണ്ടാകുന്ന കളങ്കം ഒരിക്കലും മായ്ക്കാനാവില്ലെന്ന് എനിക്കറിയാമായിരുന്നു. വിവരമറിഞ്ഞപ്പോൾ ഏറ്റവും കൂടുതൽ സങ്കടപ്പെട്ടത് മോന്റെ അമ്മയായിരുന്നു. അമ്മുക്കുട്ടിയമ്മ അത് ചെയ്യരുതായിരുന്നു. ദാമുവേട്ടന്റെ ഓർമ്മയ്ക്കായി അതിനെ നമുക്ക് വളർത്താമായിരുന്നു.”

ആ രാത്രിക്കുശേഷം അമ്മുക്കുട്ടിയമ്മയെ ഞാൻ കണ്ടില്ല. അവരുടെ മുലപ്പാലിന്റെ രുചി. അവർ തയ്യാറാക്കുന്ന ചായയുടെ മണം. അവരുടെ കൈകൾ കൊണ്ട് രുചിപ്രദമാകുന്ന കറികൾ... എല്ലാം എനിക്ക് പ്രിയപ്പെട്ട ഓർമ്മയാവുകയായിരുന്നു. അതിനു ശേഷം അമ്മ അധിക നാൾ ജീവിച്ചിരുന്നില്ല. അമ്മുക്കുട്ടി അമ്മ പാചകം ചെയ്ത പാത്രത്തിൽ അടച്ചു വച്ചിരുന്ന അത്താഴം കഴിച്ചിട്ട് ഉറങ്ങാൻ കിടന്ന അമ്മ പിന്നെ വെളിച്ചം കണ്ടില്ല.

വാസന്തിക്കും സുജാതയ്ക്കും സുപ്രിയയ്ക്കും വേണ്ടി ഞാൻ കാത്തില്ല. അവരെ വിവരം അറിയിച്ചശേഷം അമ്മയെ ദഹിപ്പിക്കുമ്പോൾ എന്നോടൊപ്പമുണ്ടായിരുന്നത് ഗോപികൃഷ്ണന്റെ മകൾ സുനന്ദയും ഗോപികൃഷ്ണന്റെ സഹോദരി ശാരദയുമായിരുന്നു. എന്റെ ജീവിതത്തിൽ ഒരു പർവ്വം അവസാനിച്ച് മറ്റൊരു പർവം അപ്പോൾ ആരംഭിക്കുകയായിരുന്നു.

ഭാഗം മൂന്ന്

ഇരുപത്

ഒന്നു രണ്ടു ദിനപത്രങ്ങളിൽ നിന്നുള്ള ക്ഷണത്തിൻമേൽ തീരുമാനമെടുക്കാനാവാതെ ഗോപികൃഷ്ണൻ അനിശ്ചിതത്തിലായിരുന്നു. അറിഞ്ഞും അറിയാതെയും ഒരുപാട് പൊള്ളലേറ്റ ജീവിതമായതിനാൽ പഴയതിനോടെല്ലാം പൂർണ്ണമായി വിടപറഞ്ഞ് വ്യത്യസ്തമായൊരു ജീവിതം ആഗ്രഹിച്ചെങ്കിലും തനിക്കത് അപ്രാപ്യമാണെന്ന് ഗോപി കൃഷ്ണൻ പറയുമായിരുന്നു. എവിടെപ്പോയാലും എന്തുചെയ്താലും കുടുംബപാരമ്പര്യം നിഴലായി അയാളോടൊപ്പം ഉണ്ടാകുമെന്നത് സ്വാഭാവികമായിരുന്നു. അത് വേണ്ടെന്ന് വയ്ക്കാനോ വിസ്മരിക്കാനോ കഴിഞ്ഞെന്നിരിക്കും. എന്നാൽ അതിനെ ഇല്ലാതാക്കാൻ കഴിയുകയെന്നു വച്ചാൽ സ്വന്തം ജീവിതത്തിന്റെ കഥ അവസാനിപ്പിക്കുകയാണെന്ന് അയാൾക്ക് അറിയാമായിരുന്നു. ഇത്രയും കാലം കുങ്കുമം ചുമക്കുന്ന ഒരു കഴുതയെപ്പോലെ ജീവിച്ചതിൽ ആത്മനിന്ദ കൊണ്ട് ഗോപികൃഷ്ണൻ നീറി. അങ്ങനെ കലുഷമായ മനസ്സുമായിരിക്കുമ്പോൾ പഴയകാല സഹപ്രവർത്തകനായ ജോർജ്ജ് വർഗ്ഗീസ് തേടിവന്നു. ഏഴുകൊല്ലത്തെ ഇടവളയ്ക്ക് ശേഷമാണ് പരസ്പരം കാണുന്നതെങ്കിലും ഒരുമിച്ച് പ്രവർത്തിച്ചിരുന്ന കാലത്തെ ഊഷ്മളത ആ പുനസ്സമാഗമത്തിൽ പ്രത്യക്ഷമായിരുന്നു. എറണാകുളത്തെ കുടുംബവീട്ടിൽ അവധിക്കാലം ചെലവാക്കുന്നതിനിടയിൽ അപ്രതീക്ഷിതമായി കാണാനിടയായ ഒരു നാടകത്തെപ്പറ്റിയായിരുന്നു അപ്പോൾ അയാൾ സംസാരിച്ചത്.

കലാനിലയം തീയേറ്റേഴ്സിന്റെ രക്തരക്ഷസ്സ് എന്ന നാടകത്തിന്റെ അവസാന പ്രദർശനത്തിനായിരുന്നു അയാൾ എത്തിയത്. നിരവധി വർഷത്തെ വിജയകരമായ നാടകപ്രദർശനത്തിന് ശേഷം രക്തരക്ഷസ്സിന്റെ ആയിരാമത്തെ അരങ്ങോടുകൂടി ആ നാടകസംഘം പ്രവർത്തനത്തിൽ നിന്ന് പിൻമാറുകയായിരുന്നു. ഭയസംഭ്രമത്തിന്റെ അന്തരീഷം നിലനിർത്തുന്ന ആ നാടകം ആയിരങ്ങളെ ആകർഷിച്ചത് വളരെ ലളിതമായ സമവാക്യങ്ങളുടെ പ്രയോഗസാമർത്ഥ്യം കൊണ്ടായിരുന്നുവെന്ന് അയാൾ ഊഹിച്ചു. ശില്പഭദ്രമായ നാടകമായിരുന്നില്ല അത്. എന്നാൽ യാഥാസ്ഥിതികമായ നാടകത്തിന്റെ ചട്ടക്കൂട്ടിൽ സദസ്സിനെ ഉൽകണ്ഠയുടെ വാൾമുനയിൽ നിർത്താൻ ഉപകരിക്കുന്ന ഘടകങ്ങൾ അതിൽ ഉൾപ്പെടുത്തുന്നതിന് അതിന്റെ ആസൂത്രകർ, ഞാൻ അവരെ

സംവിധായകനെന്നോ നാടകകൃത്തെന്നോ വിശേഷിപ്പിക്കില്ല, അതിന് അവർ അർഹരല്ല, വിജയിച്ചു. അതു കണ്ടിരുന്നപ്പോഴും അതിനുശേഷവും ആ നാടകത്തിന്റെയും അതിന്റെ ഉടമസ്ഥരായ തീയേറ്റേഴ്സിന്റെയും വിജയയാത്രയെക്കുറിച്ച് ആലോചിച്ചു. ഒടുവിൽ ഞാനെത്തിച്ചേർന്ന നിഗമനമെന്തെന്ന് ഗോപിക്ക് ഊഹിക്കാമോ?

"ചായ തണുത്തു, നീ കുടിക്ക്. ഞാനാലോചിക്കട്ടെ."

ചായ കുടിക്കവേ അയാൾ ഉറക്കെ ചിരിച്ചു. എന്തു സംഘർഷ സന്ദർഭത്തിലും പൊട്ടിച്ചിരിക്കുന്നത് അയാളുടെ ശീലമാണെന്ന് ഗോപി കൃഷ്ണന് അറിയാമായിരുന്നു. പ്രക്ഷോഭകരും പൊലീസും തമ്മിലുള്ള ഏറ്റുമുട്ടൽ തീർച്ചയായ സന്ദർഭങ്ങളിൽ പോലും ചിരിക്കാനുള്ള എന്തെങ്കിലും അയാൾ കണ്ടെത്തും. അത്തരമൊരു അവസരം ഓർമ്മിച്ച ഗോപികൃഷ്ണൻ അറിയാതെ മന്ദഹസിച്ചു. പ്രക്ഷോഭകരെ നേരിടാൻ അണിയായി നിൽക്കുകയായിരുന്ന പൊലിസുകാരിൽ ഒരാളിന്റെ കാലുകൾക്കിടയിലെ പാന്റിലെ ബട്ടൺ ഇളകിയിരുന്നത് ചൂണ്ടിക്കാട്ടി അയാൾ പറഞ്ഞു: "ഗോപി. അതു നോക്കിക്കോ. അയാളുടെ കൈത്തോക്ക് ഇപ്പോൾ പുറത്തുചാടും." അയാളോടൊപ്പം ചിരിച്ചതായിരുന്നു താൻ ഓർമ്മിച്ചതെന്ന് ഗോപികൃഷ്ണൻ പറഞ്ഞു.

"ങ്ഹാ, ഇയാൾക്ക് ഊഹിക്കാനാവില്ല. ഞാനത് പറയാം. അത് വിലയ്ക്ക് വാങ്ങിയിരിക്കുകയാണ് ഞാൻ. കഴിഞ്ഞ ദിവസമാണ് വില പറഞ്ഞ് ഉറപ്പിച്ച് ആ തുകയ്ക്കുള്ള ചെക്ക് കൊടുത്തത്. എന്നിട്ടാണ് ഇയാളെ കാണാൻ ഇങ്ങോട്ടു വന്നത്."

"രക്തരക്ഷസ്സിനു പുറമെ ജനപ്രിയങ്ങളായ ഏതാനും നാടകങ്ങൾ കൂടി അവർക്കുണ്ട്. അതെല്ലാം പുതുക്കണം." ജോർജ്ജ് വർഗ്ഗീസ് ഭാവി പരിപാടികൾ വിശദീകരിച്ചു.

"ബാഹ്യമായി യാതൊരു മാറ്റവും വരുത്തുകയില്ല. കൂടുതൽ നാടകങ്ങൾ (നാടകക്കാഴ്ചകൾ എന്ന് പറയുന്നതായിരിക്കും അനുയോജ്യം.) ഉണ്ടാക്കണം. എന്നിട്ട് കേരളത്തിന് പുറത്തേയ്ക്കുള്ള യാത്രാപരിപാടി തയ്യാറാക്കണം. മലയാളികൾ ലക്ഷക്കണക്കിന് ജീവിക്കുന്ന എട്ടുപത്തു വലിയ നഗരങ്ങളിൽ ടൂറിംഗ് സർക്കസ് പോലെ തിയേറ്റഴ്സിന്റെ പ്രദർശന യാത്ര ആസൂത്രണം ചെയ്ത് നടപ്പാക്കണം."

പത്രപ്രവർത്തനത്തോട് യാത്ര പറഞ്ഞ് ഗോവയിലെ ജ്യേഷ്ഠൻ അനിൽ വർഗ്ഗീസിന്റെ പങ്കാളിയായി നാലഞ്ച് കൊല്ലം പ്രവർത്തിച്ച് സ്വന്തമായി ഒരു എക്സ്പോർട്ട് ഏജൻസിയുടെ ഉടമയായതുവരെയുള്ള കഥകൾ വിശദീകരിക്കവെ അയാൾ പറഞ്ഞു:

"ഒരുപാട് പണമുണ്ടാക്കിയതിനു പുറമെ അതുണ്ടാക്കാനുള്ള വഴികളും ഞാൻ മനസ്സിലാക്കി. തീയേറ്റേഴ്സിന്റെ പ്രവർത്തനം ഭദ്രമാക്കാനുള്ള പണം എക്സ്പോർട്ട് ഏജൻസിയിൽ നിന്ന് വരും.ഇയാൾ ഒരുപാട് ആലോചിച്ച് തല പുണ്ണാക്കണ്ട. എന്റെ പങ്കാളിയായിരിക്കയാണ് ഇയാൾ.

അതുകൊണ്ട് എന്റെ കൂടെ ഇയാൾ വരികയും വേണ്ട." ജോർജ്ജ് വർഗ്ഗീസ് ഭാവി പരിപാടി വിശദീകരിച്ചു.

"തീയേറ്റേഴ്സിന്റെ നാടകങ്ങളുടെ സ്ക്രിപ്റ്റുകൾ മുഴുവൻ ഇയാളെ ഏല്പിക്കാൻ ഏർപ്പാട് ചെയ്തിട്ടുണ്ട്. അവ പുതുക്കിയെടുക്കണം. പോരായ്മകൾ പരിഹരിക്കണം. ഗോപി, ഇയാൾക്കതിന് കഴിയുമെന്ന് എനിക്കറിയാം. കുറച്ചുകാലം കഴിയട്ടെ നമുക്ക് ആ ജയശങ്കർ സംഭവം തിയേറ്റേഴ്സിൽ കൊണ്ടുവരണം. അവിടം വച്ച് അവസാനിപ്പിക്കാനല്ല എന്റെ ഉദ്ദേശ്യം. തിയേറ്റേഴ്സിനെ പ്രൊഫഷണലൈസ് ചെയ്യണം. അതിനുശേഷം നമുക്ക് പ്രസിദ്ധീകരണരംഗത്ത് കടക്കണം. ഇയാൾക്ക് അറിയാമല്ലോ, ചിലരോടൊക്കെ എനിക്ക് കണക്ക് ചോദിക്കാനുണ്ടെന്ന്."

വൈകാതെ വരാമെന്ന് പറഞ്ഞ് ജോർജ്ജ് വർഗ്ഗീസ് എഴുന്നേറ്റു.

"മോളെവിടെപ്പോയി?"

അതുകേട്ട് പുറത്തുവന്ന സുനന്ദയുടെ ഇരുകരങ്ങളും അയാൾ കൂട്ടിപ്പിടിച്ചു.

"മോൾ ഒരുപാട് വലുതായല്ലോ?"

പോക്കറ്റിൽ നിന്ന് ചെറിയൊരു പെട്ടിയെടുത്ത് അവൾക്ക് കൊടുത്തിട്ട് കൂട്ടിച്ചേർത്തു.

"ലില്ലിയെ കണ്ടിട്ടില്ലേ? മോളുടെ സെലക്ഷനാണ്." അതു നോക്കി നിൽക്കുകയായിരുന്ന ഗോപികൃഷ്ണൻ പറഞ്ഞു.

"ജോർജ്ജേ ഡൽഹി ജാമിയയിൽ അവൾക്ക് സെലക്ഷൻ കിട്ടി. അടുത്ത ആഴ്ച പോകാനുള്ള ഒരുക്കത്തിലാണിപ്പോൾ."

"കൺഗ്രാജുലേഷൻസ്" എന്ന് പറഞ്ഞതോടൊപ്പം പ്രസാദാത്മകതയുടെ അലകളുയർത്തിയ അയാളുടെ ചിരി വീടിനകത്ത് മുഴങ്ങി.

ഗോപികൃഷ്ണനോട് അപമര്യാദയോടെ പെരുമാറിയതിനു പുറമെ നിന്ദിക്കുകകൂടി ചെയ്ത ആ പത്രത്തിൽ തുടരാൻ എനിക്കു കഴിയുമായിരുന്നില്ല. അത് അവസാനിപ്പിച്ചുകൊണ്ട് കത്തുനൽകാനായി മേശവിരിപ്പിൽ സൂക്ഷിച്ചിരുന്ന അല്ലറ ചില്ലറ സാധനങ്ങളുമെടുത്ത് വിവരം ഗോപികൃഷ്ണനെ അറിയിക്കാൻ ചെല്ലുകയായിരുന്നു ഞാൻ. അപ്പോൾ യാത്ര പറഞ്ഞ് ജോർജ്ജ് വർഗ്ഗീസ് പുറത്തിറങ്ങുകയായിരുന്നു. മാനേജ്മെന്റുമായി കലഹിച്ച അയാൾ പത്രം വിടാനൊരുങ്ങുന്ന കാലത്തായിരുന്നു ഞാനവിടെ എത്തുന്നതും പരിചയപ്പെടുന്നതും. പത്രപ്രവർത്തകനെന്ന നിലയിൽ അയാളെ കുറിച്ച് ഒരുപാട് കഥകൾ സഹപ്രവർത്തകർക്ക് പറയാനുണ്ടായിരുന്നു. ആർക്കും കീഴ്പ്പെടാത്ത സ്വതന്ത്രജീവി. അതുകൊണ്ടുതന്നെ മാനേജ്മെന്റിന് അയാൾ ഭീഷണിയായിരുന്നു.

ജോർജ്ജ് വർഗീസിന്റെ പുതിയ സംരഭത്തെപ്പറ്റി വിശദീകരിക്കവേ ഗോപികൃഷ്ണൻ പറഞ്ഞു: എടുത്തുചാടി രാജിവയ്ക്കേണ്ടതില്ലായിരുന്നു.

അങ്ങനെ അയാൾ ഉപദേശിക്കുമെന്ന് എനിക്കറിയാമായിരുന്നു. എന്നോട് ജേഷ്ഠസഹോദരനെപ്പോലെ ഗോപികൃഷ്ണൻ പെരുമാറിയിരുന്നു. അയാളുടെ സങ്കടങ്ങളും വൈഷമ്യങ്ങളും എന്നോട് പങ്കുവച്ചു. ഇടയ്ക്കൊരുദിവസം ഉറങ്ങാനാവുന്നില്ലെന്ന് സങ്കടപ്പെട്ട അയാളെ സവിതയുടെ വിട്ടുപോകൽ ആഴത്തിൽ പരിക്കേല്പിച്ചിരുന്നതായി ഞാൻ മനസ്സിലാക്കിയിരുന്നു.

അക്കാലത്ത് മോളേയും കൊണ്ട് എവിടെയെങ്കിലും പോകുന്നതിനെക്കുറിച്ച് ഗോപികൃഷ്ണൻ ഗാഢമായി ആലോചിച്ചു. സവിതയുടെ ഓർമ്മകളുടെ നിഴൽ വീഴാത്ത ഒരു സ്ഥലം. ശാരദയുമായി അക്കാര്യം അയാൾ സംസാരിച്ചു.

“നമുക്കിതെല്ലാം വിൽക്കാം. കൽക്കത്തയിൽ എനിക്കൊരു സ്നേഹിതനുണ്ട്. അവിടെ ഒരു ജോലി ശരിപ്പെടുത്തിത്തരാമെന്ന് അയാൾ അറിയിച്ചിട്ടുണ്ട്. ശാരദയ്ക്കും ജോലിക്ക് അവിടെ ശ്രമിക്കാം. അല്ലെങ്കിൽ ഏതെങ്കിലും യൂണിവേഴ്സിറ്റിയിൽ പോസ്റ്റുഗ്രാജുവേഷന് രജിസ്റ്റർ ചെയ്യാം. സുനന്ദയെപ്പറ്റി ആലോചിക്കുമ്പോൾ....” ഗോപികൃഷ്ണന്റെ കണ്ണുകൾ നിറയുകയായിരുന്നു.

ഉറക്കത്തിനിടയിൽ സുനന്ദ വിറയ്ക്കുകയും കരയുകയും ചെയ്യുന്നത് പതിവായി. ആരും ആരോടും മിണ്ടാത്ത അവസ്ഥ. ഇടിയും മിന്നലും ഉള്ളിലൊളിപ്പിച്ച് പൊട്ടിവീഴാൻ മേഘം കാത്തുനിൽക്കുന്നതുപോലെ. എന്നാൽ മേഘം പൊട്ടിവീഴുകയോ പേമാരിയിൽ എല്ലാം ഒഴുകിപ്പോവുകയോ ചെയ്തില്ല.

അമ്മയുടെ സ്ഥാനം സ്വയമേറ്റെടുത്ത ശാരദയുടെ സ്നേഹസാന്ത്വനത്തിൽ സുനന്ദ പതുക്കെ സ്വാസ്ഥ്യത്തിലേക്ക് മടങ്ങി. ഇറുകിമുറുകിനിന്ന ഗൃഹാന്തരീക്ഷത്തിന് ക്രമേണ അയവുവന്നുതുടങ്ങി.

വെള്ളവും വളവുമില്ലാതെ വിളറിത്തുടങ്ങിയ പൂച്ചെടി വീണ്ടും മന്ദാക്ഷമധുരമായി ചിരിക്കുന്നതുപോലെയായിരുന്നു സുനന്ദയിൽ പ്രകടമായിത്തുടങ്ങിയ മാറ്റങ്ങൾ.

“അച്ഛനെന്തെങ്കിലും സംഭവിക്കുമോയെന്നാണ് എനിക്കു പേടി.”

അവൾ സ്വയം കണ്ടെത്തുകയായിരുന്നു. ഏറ്റവും കൂടുതൽ ശ്രദ്ധയും പരിചരണവും. അച്ഛനാണ് ആവശ്യമെന്ന് ശാരദയോട് സുനന്ദ പറഞ്ഞു.

‘സുഖമില്ലെന്ന് പറഞ്ഞ് ഞാനിവിടെ കയറിക്കിടന്നാൽ അത് ബാധിക്കുന്നത് അച്ഛനെയായിരിക്കും.’

എല്ലാം ഉള്ളിലൊതുക്കി മുഖത്ത് വീണുകിടന്ന നിസ്സഹായതയുടെ പാട അവൾ എടുത്തുകളഞ്ഞു. സങ്കടത്തിന്റെ മുള്ളുകൾ കൊണ്ട് കണ്ണീർ വീഴാതിരിക്കാൻ അവൾ ശ്രദ്ധിച്ചു. അവൾ ചിരിച്ചു. എന്നിട്ട് അവൾ സ്വയം പറഞ്ഞു: ഇതെന്റെ ജീവിതമാണ്.

ഇരുപത്തിയൊന്ന്

വലിയ ഒരു ശൂന്യതയ്ക്ക് നടുവിൽ അകപ്പെട്ടിരിക്കയാണെന്ന് തിരിച്ചറിഞ്ഞെങ്കിലും അതിൽ നിന്ന് രക്ഷപ്പെടാനുള്ള വഴികൾ എനിക്കറിഞ്ഞുകൂടായിരുന്നു. അധിക ദിവസങ്ങൾ അതിനകത്തായാൽ സമനില നഷ്ടപ്പെടുമെന്നെനിക്കുറപ്പായിരുന്നു. അർദ്ധരാത്രിക്കുശേഷം മടങ്ങിവരികയും രാവിലെ വീട്ടിൽ നിന്നിറങ്ങുകയും ചെയ്തിരുന്ന എനിക്കു പോകാനൊരിടം ഇല്ലാതാവുകയായിരുന്നു.

ഒറ്റയ്ക്ക് താമസിക്കാൻ സാധിച്ചെങ്കിൽ എത്ര നന്നായിരുന്നുവെന്ന് മുമ്പ് ഞാൻ ആഗ്രഹിച്ചിരുന്നതാണ്. ഏകാന്തതയിൽ ആരുടെ ഇടപെടലുകളുമില്ലാതെ സ്വേച്ഛാനുസാരം ജീവിക്കാനാവുക മഹാഭാഗ്യമായി ഞാൻ കരുതിയിരുന്നു. അങ്ങനെ ജീവിക്കാനാവുന്നവരിൽ നിന്ന് ലോകത്തിനു കിട്ടിയ അമൂല്യ സംഭാവനകൾ വലുതായിരുന്നു.

ഒറ്റപ്പെടലിൽ നിന്നും എങ്ങനെ രക്ഷപ്പെടുമെന്ന ആലോചന എന്നെ പേടിപ്പിച്ചു തുടങ്ങിയിരുന്നു. രാവിലെ ഉണർന്നെണീക്കുമ്പോൾ എന്നെ കാത്തിരിക്കാൻ ആവി പറക്കുന്ന ചായയോ രുചിയുള്ള ഭക്ഷണ പദാർത്ഥങ്ങളോ ഇല്ലായിരുന്നു. അടഞ്ഞു കിടന്ന അടുക്കള വാതിൽ തുറന്ന് അമ്മുക്കുട്ടി അമ്മ വരുമെന്ന് ഞാൻ പ്രതീക്ഷിച്ചു. ഊണു മുറിയിലേയ്ക്കുള്ള ഇടവഴിയുടെ വലതു വശത്തെ മുറി പൂട്ടിക്കിടന്നു. ആ മുറിക്കടുത്തു ചെന്ന് ഞാൻ നിന്നു. അകത്ത് നിന്ന് ഉച്ഛ്വാസവായുവിന്റെ ശബ്ദം കേൾക്കുന്നുണ്ടോ? മന്ദം കറങ്ങുന്ന ഫാനിന്റെ മുഴക്കം? അത്താഴത്തിനു ശേഷം ഉറങ്ങാൻ പോകുംമുമ്പ് അടഞ്ഞു കിടക്കുന്ന ആ മുറിയിൽ നിന്ന് ബൾബിൽ നിന്നുള്ള വിളറിയ മഞ്ഞ വെളിച്ചത്തിന്റെ തുണ്ട് ഇടനാഴിയിൽ വീണു കിടക്കുമായിരുന്നു. മുൻവശത്തെ സ്വീകരണമുറിയിലെ നാഴിക മണി അതൊന്നുമറിയാതെ ചലിച്ചുകൊണ്ടിരുന്നു.

നാഴിക മണിയിലെ കറുത്ത സൂചികളുടെ ചലനത്തോടൊപ്പം സമയം നേർത്തുനേർത്തില്ലാതാവുകയാണെന്ന് എനിക്കു തോന്നിയിരുന്നു. അതോടൊപ്പം അടഞ്ഞുകിടന്ന ആ മുറിയിൽ നിന്നുള്ള വെളിച്ചം പതുക്കെ ഇരുട്ടിൽ മറയുമായിരുന്നു. ആ പതിവുകളെല്ലാം തെറ്റിയിരിക്കുന്നു. സ്വീകരണമുറിയിൽ ചിതറിക്കിടന്ന കടലാസുതുണ്ടുകൾ എടുത്തുകളഞ്ഞ് അവിടം വൃത്തിയാക്കാൻ ആരും വരില്ലെന്ന് എനിക്കറിയാമായിരുന്നു. പാചകം ചെയ്യുന്നതിനിടയിൽ പാത്രങ്ങൾ കൂട്ടിമുട്ടി ശബ്ദമുണ്ടാക്കുന്നതിന്റേയും ബർണറിൽ നിന്നുള്ള നീല ജ്വാലയിൽ ചൂടേറ്റ് പാത്രങ്ങൾക്കകത്തെ ഭക്ഷണ പദാർത്ഥങ്ങൾ വേയുന്നതിന്റേയും അത് അടച്ചിട്ടിരിക്കുന്ന മൂടികൾ ആവിയിൽ ഉയരുകയും താഴുകയും ചെയ്യുന്ന ശബ്ദത്തിന്റേയും മുകളിൽ വീണുകിടക്കുന്ന ശൂന്യതയുടെ തിരശ്ശീലകൾ മാറ്റാൻ ആരും വരികയില്ലെന്നും ഞാനറിഞ്ഞു. മുമ്പെങ്ങോ കുടിച്ച ചായയുടെ അവശിഷ്ടം പൈപ്പിലെ വാഷ്ബേസിനിൽ കിടന്നു. അതൊക്കെ എടുത്തുമാറ്റി അവിടം വൃത്തിയാക്കാൻ അമ്മുക്കുട്ടിയമ്മയെ

കാത്തിരിക്കുന്നത് നിഷ്ഫലമാണെന്നു ഞാനറിഞ്ഞു. അത്താഴത്തിനിരിക്കുമ്പോൾ അപൂർവം ചില സന്ദർഭങ്ങളിൽ എനിക്കഭിമുഖമായി കസേരയിൽ വന്നിരുന്ന് നോക്കിയിരിക്കുന്ന അമ്മയുടെ കണ്ണുകളിൽ നിറയുന്ന ശൂന്യതയ്ക്കപ്പുറം ഏതു ലോകമാണുള്ളതെന്ന് ഞാൻ അറിഞ്ഞില്ല. എന്നോട് സംസാരിക്കാനായിരുന്നോ അപ്പോൾ അമ്മ അവിടെ വന്നിരുന്നത്? വാസന്തിയേയും സുജാതയേയും സുപ്രിയയേയും കാണാൻ അമ്മ ആഗ്രഹിച്ചിരുന്നോ? അതെന്നോട് പറയാൻ അമ്മ ഉദ്ദേശിച്ചിരുന്നോ? അത്തരം അവസരങ്ങളിൽ അമ്മയുടെ ആരോഗ്യ വിവരം പോലും ആരാഞ്ഞിരുന്നില്ലെന്ന കുറ്റബോധത്തിലാണോ ഞാൻ?

“ഞാനാഗ്രഹിച്ചതാണ്. ഇയാൾക്ക് ഒറ്റയ്ക്ക് അവിടെ താമസിക്കാൻ കഴിയില്ല. ബാലാ ഞാനൊരു കാര്യം പറയാം. ഇയാള് സമ്മതിക്കണം. ഇയാൾക്കു വേണ്ടിയല്ല എന്റെ സ്വസ്ഥതയ്ക്കുവേണ്ടിയാണെന്ന് വിചാരിച്ചാൽ മതി.”

“ഗോപിയുടെ മനസ്സിലിരിപ്പ് എനിക്കു ഊഹിക്കാനാകും. ഏതായാലും എന്താണെന്ന് പറയൂ. എന്നിട്ടാകാം തള്ളണോ......”

എനിക്ക് വാചകം പൂർത്തിയാക്കാനായില്ല. ഞങ്ങൾ സംസാരിക്കുന്നത് കേട്ടുകൊണ്ടുവന്ന ശാരദ ഇടപെട്ടത് അപ്രതീക്ഷിതമായിരുന്നു. സാധാരണഗതിയിൽ ഞങ്ങളുടെ സംഭാഷണം കേട്ടിരിക്കുന്ന ശീലമാണ് അവളുടേത്. ഇടയ്ക്ക് മഹാബോറ് എന്നു പറഞ്ഞ് അവളെഴുന്നേറ്റു പോകാറുണ്ടായിരുന്നു. രാഷ്ട്രീയ കാര്യങ്ങൾ ശാരദയെ മടുപ്പിച്ചിരുന്നു.

“ഗോപിച്ചേട്ടൻ പറയാൻ ഉദ്ദേശിക്കുന്നത് എന്താണെന്ന് എനിക്കറിയാം. ബാലൻ അതിനു തടസ്സം പറയണ്ട”.

“അതു നന്നായി. അപ്പോൾ എന്റെ മനസ്സിലുള്ളത് അറിയാൻ...?” ഗോപികൃഷ്ണൻ ചെറുതായി മന്ദഹസിച്ചു. എന്നിട്ട് അയാൾ പറഞ്ഞു.

“ഇയാൾ ഒറ്റയ്ക്കല്ലേയുള്ളൂ. ചെറിയ വീടാണെങ്കിലും ഇയാൾക്ക് ഇവിടെ അസൗകര്യങ്ങളൊന്നുമുണ്ടാവില്ല. ആ വീട് പൂട്ടിയിടാം തൽക്കാലത്തേയ്ക്ക്. കുറച്ചുനാൾ കഴിയട്ടെ. എന്നിട്ട് എന്തുചെയ്യണമെന്ന് നമുക്കാലോചിക്കാം.”

അതിനെ അനുകൂലിക്കവെ ശാരദ പറഞ്ഞു.

“അതു തന്നെ നല്ലത്. ‘മലയാള ദേശം’ പത്രത്തിലെ ഓഫർ സ്വീകരിച്ചശേഷം എന്തുചെയ്യണമെന്ന് തീരുമാനിക്കാം. അതുവരെ.....”

ഞാനൊന്നും മിണ്ടിയില്ല. ശാരദയ്ക്കും അതാണഭിപ്രായമെന്നതിൽ എനിക്ക് അദ്ഭുതം തോന്നിയില്ല. മുമ്പൊരിക്കൽ അത് അവൾ സൂചിപ്പിച്ചിരുന്നു. അടുത്തദിവസം ജാമിയാ മിലിയയിൽ ചേരുന്നതിനായി സുനന്ദയുമൊത്ത് ഗോപികൃഷ്ണൻ ഡൽഹിക്കു പോകുകയാണെന്നും ശാരദ കൂട്ടത്തിൽ പറയുകയുണ്ടായി. അപ്പോൾ.....

ഡൽഹിയാത്രയ്ക്ക് അവർ തയ്യാറെടുക്കുന്നതിനിടയിൽ നേരത്തേ തന്നെ ഞാൻ വീട്ടിലേയ്ക്കു മടങ്ങി. ഗോപിയുടെ വീട്ടിൽ ഒന്നോ രണ്ടോ ആഴ്ച ചെലവിടുന്നതിനിടയിൽ മലയാള ദേശത്തിൽ ചേരുന്നതിൽ തീരുമാനമെടുക്കാനാകും. ഒരു കുടുംബത്തിന്റെ വകയെന്നതിനേക്കാൾ മലയാളദേശം തികഞ്ഞ യാഥാസ്ഥിതികമായിരുന്നുവെന്നത് എന്നെ ആശങ്കപ്പെടുത്തിയിരുന്നു. സ്വാതന്ത്ര്യസമരത്തെ സഹായിക്കുന്നതിനായി തുടങ്ങിയ ആ ദിനപത്രത്തിന്റെ സ്ഥാപകന്റെ മരണത്തോടെ അനന്തരാവകാശികളായെത്തിയവർക്ക് ദിനപത്രം നൽകുന്ന പ്രതാപത്തിലും സമ്പത്തിലും മാത്രമായിരുന്നു താത്പര്യം. അതിനായി അവർ നടത്തിയ വിട്ടുവീഴ്ചകൾ ആ ദിനപത്രത്തിന്റെ സ്വതന്ത്രമായ മനസ്സാക്ഷിയെ മലീനമാക്കിയിരുന്നു. അങ്ങനെയുള്ള ആ മാധ്യമ സ്ഥാപനവുമായി പൊരുത്തപ്പെടാനെങ്ങനെ സാധിക്കുമെന്ന ആശങ്കയ്ക്കിടയിലും വഴികൾ പലതില്ലെന്ന യാഥാർത്ഥ്യം കാണാതിരിക്കാൻ എനിക്കാവുമായിരുന്നില്ല.

സന്ധ്യയ്ക്ക് വീട്ടിലെത്തിയപ്പോൾ പഴയ ഭീതികൾ വീണ്ടും എന്നെ അസ്വസ്ഥനാക്കാൻ തുടങ്ങി. അമ്മയുടെ മരണത്തിനുശേഷം മൂന്നാഴ്ച കഴിഞ്ഞിട്ടും വാസന്തിയോ സുജാതയോ സുപ്രിയയോ ശവസംസ്ക്കാരത്തെക്കുറിച്ചോ തുടർന്നുള്ള ചടങ്ങുകളെക്കുറിച്ചോ അന്വേഷിക്കുക പോലും ചെയ്തില്ലെന്നതിൽ ഞാൻ നിരാശയിലായിരുന്നു. എല്ലാം ഗുണിച്ച് ഹരിച്ചാലും അവസാനം അവശേഷിക്കുന്നത് അമ്മയെന്ന സത്യം അവർ തിരിച്ചറിയാത്തതെന്തുകൊണ്ടായിരുന്നു? സ്നേഹരാഹിത്യമാണോ അതിനുകാരണം? അതിനിടയിൽ വാസന്തിയുടെ കത്ത് എന്നെ അക്ഷരാർത്ഥത്തിൽ തളർത്തുകയുണ്ടായി. കേംബ്രിഡ്ജിൽ പഠിക്കാൻ പോയ അർച്ചന മടങ്ങിവരില്ലെന്ന് തീർച്ചയായതിൽ പരാതിപ്പെട്ടുകൊണ്ട് വാസന്തി എഴുതി. കണ്ണിലും മൂക്കിലും വച്ചാണ് ഞങ്ങൾ അവളെ വളർത്തിയത്. എന്നിട്ട് എന്താണ് ഞങ്ങൾക്ക് കിട്ടിയത്? അതു വായിക്കുമ്പോൾ ഞാനറിയാതെ ചിരിച്ചുപോയി. ദീർഘരേഖയിൽ കൂടിയല്ല ചരിത്രം ചരിക്കുന്നതെന്നും വർത്തുളമാണ് അതിന്റെ യാത്രാ പഥമെന്നും പറയുന്നത് എത്ര ശരിയെന്നായിരുന്നു അപ്പോൾ ഞാനാലോചിച്ചത്. എന്നാൽ വെറുപ്പോടുകൂടി മാത്രം പിന്നീട് ഞാനോർമ്മിച്ചത് അവളെഴുതിയ മറ്റൊരു വാചകമായിരുന്നു. 'ആ വലിയ വീട്ടിൽ ഒറ്റയ്ക്ക് താമസിക്കാൻ ചേട്ടന് കഴിയില്ലെന്ന് എനിക്കറിയാം. ഒരു കപ്പ് ചായപോലും ഉണ്ടാക്കിത്തരാൻ ആരുമില്ലല്ലോ. ചേട്ടന് സമ്മതമാണെങ്കിൽ ആ വീട് ഞാൻ വിലയ്ക്കു വാങ്ങാം. പഴയ കെട്ടിടം ഇടിച്ചു പൊളിച്ചു രണ്ടോ മൂന്നോ നിലകളുള്ള ഒരു മന്ദിരം നിർമ്മിക്കാം. മടങ്ങിവരുമ്പോൾ ഞങ്ങൾക്ക് താമസിക്കാമല്ലോ."

ഒരു മരത്തിൽ കായ്ക്കുന്ന കായ്കൾക്കെല്ലാം ഒരേ രുചിയും ഗുണവുമായിരിക്കയില്ലല്ലോ എന്നാലോചിച്ച് ആശ്വസിച്ചെങ്കിലും അവസാനിക്കാത്ത കവർപ്പായി അത് എന്നിൽ അവശേഷിച്ചു.

പ്രഭാത ഭക്ഷണം തയ്യാറാക്കി കാത്തിരിക്കയായിരുന്ന ശാരദ എന്നെ ഹൃദ്യമായി സ്വീകരിച്ചശേഷം ഊണുമേശയിൽ ഭക്ഷണം വിളമ്പുന്നതിനിടയിൽ തലേന്ന് കിട്ടിയ വാസന്തിയുടെ കത്തിലെ നിർദ്ദേശം ഞാൻ പറഞ്ഞതുകേട്ട് അവൾ ഉറക്കെ ചിരിച്ചു.

"പണത്തിന്റേയും പ്രതാപത്തിന്റേയും ദുർഗന്ധമേശാത്തവരായി ആരുമില്ലേ?"

"അത്തരം സ്വാധീനങ്ങളിൽപ്പെടാതിരിക്കാൻ അടിസ്ഥാനപരമായി അവൾക്കോ ഭർത്താവ് നാസ്സറിനോ അത്തരമൊരു സംസ്കാരമുണ്ടെന്ന വിചാരം മണ്ടത്തരമായിരിക്കും. എങ്കിലും അവർ ഈ വിധം അധഃപ്പതിക്കുമെന്ന് വിചാരിച്ചില്ല. അതീവ സംസ്കാര സമ്പന്നമായ ചുറ്റുപാടുകളാണ് വിയന്നയിലുള്ളതെന്ന് ഞാൻ കേട്ടിട്ടുണ്ട്. അവിടെയുമുണ്ടാവും വാസന്തിയെപ്പോലുള്ളവർ."

"അതൊന്നും വിചാരിച്ച് അലോസരപ്പെട്ടിട്ട് കാര്യമൊന്നുമില്ല. അങ്ങനെയെങ്കിൽ എനിക്കു ഭ്രാന്തുപിടിച്ച് ഊളമ്പാറയിലാകുമായിരുന്നു"

ശാരദയുടെ ശബ്ദം നിറയെ അമർഷമായിരുന്നു. അവൾ മൂകയായി. പലതരം വികാരങ്ങൾ കൊണ്ട് മുഖം തപ്തമാവുകയായിരുന്നു. അവളിലുണ്ടായ ഭാവമാറ്റം അപ്രതീക്ഷിതമായിരുന്നു.

സ്വകാര്യമായ പൊട്ടിത്തെറികൾ ഉള്ളിലൊതുക്കി ചുറ്റുപാടുകളുമായി ഇടപെടാതെ സ്വന്തമായൊരു ഇടത്തിൽ ഒതുങ്ങി ജീവിക്കയായിരുന്നുവെന്ന് ശാരദയുടെ സംഭാഷണം വ്യക്തമാക്കി. അവൾ പറയുന്നത് വിശ്വസിക്കാൻ എനിക്ക് സാധിച്ചില്ല. ഒന്നിനു പിറകെ ഓരോ വെളിപ്പെടുത്തലുകളിൽ എന്നെത്തന്നെ ഞാൻ അവിശ്വസിച്ചുതുടങ്ങിയിരുന്നു. വാസന്തിയും സുജാതയും പറഞ്ഞ കാര്യങ്ങൾ. പല രാത്രികളിലായി ഖണ്ഡം ഖണ്ഡങ്ങളായി അമ്മ പൂർത്തിയാക്കിയ കഥകൾ. മുലപ്പാലിൽ തൊട്ട് ചാപിള്ളയിൽ വന്നെത്തിയ അമ്മുക്കുട്ടിയമ്മയുടെ ഏറ്റുപറച്ചിലുകൾ. അതെല്ലാം കേട്ടിരിക്കുമ്പോൾ ഞാനോർമ്മിച്ചത് വർഷങ്ങൾക്ക് മുമ്പ് എന്നെ പരിഭ്രമിപ്പിക്കുകയും വ്യാകുലപ്പെടുത്തുകയും ചെയ്ത ആ കാഴ്ചയായിരുന്നു. വേട്ടയ്ക്കൊരു മകൻ ക്ഷേത്രത്തിന് പിന്നിലെ അഴികളുള്ള വീട്ടിലെ അകത്തളത്തിലിട്ടിരുന്ന ചാരുകസേരയിൽ നിന്നെഴുന്നേറ്റ മനുഷ്യൻ ആരായിരുന്നു? ചുണ്ടുകളിൽ അമർന്ന ചെറുചിരിയുമായി അദ്ദേഹം എന്റെ മുഖത്തു നോക്കിയതെന്തിനായിരുന്നു? പ്രായശ്ചിത്തത്തിന്റെ നിഴൽ ആ ചിരിയിൽ പ്രതിഫലിച്ചിരുന്നോ? അങ്ങനെ എന്റെ ജീവിതം ഉത്തരങ്ങളില്ലാത്ത സമസ്യയാകുകയാണെന്നു ആശങ്കയ്ക്കിടയിലാണ് ഒരു വെളിപാടായി ശാരദ.

"ഞാനിതൊക്കെ ആരോടും പറയില്ലെന്ന സത്യം ചെയ്ത് സ്വയം ഉറപ്പിച്ചിരിക്കയായിരുന്നു. അപ്പോഴാണ് മുലപ്പാൽ കുടിച്ച് വളർന്ന അമ്മയുടെ ശവശരീരത്തെപ്പോലും അപമാനിക്കും വിധമുള്ള അനുജത്തിയുടെ

സ്നേഹരാഹിത്യത്തെപ്പറ്റി ബാലൻ പറഞ്ഞത്. അതു കേട്ടിരിക്കുമ്പോൾ ഒരു കാര്യം തീർത്തും എനിക്കു മനസ്സിലായി. ബന്ധങ്ങൾ നിശ്ചയിക്കുന്നത് പണം തന്നെയാണ്.

'സത്യത്തിൽ ശാരദ ഭാഗ്യവതിയല്ലേ. അച്ഛനും അമ്മയും നഷ്ടപ്പെട്ടെങ്കിലും ആ കുറവ് നികത്താൻ ജ്യേഷ്ഠനെ കിട്ടിയില്ലേ. അതിന്റെ പേരിൽ അയാൾ അനുഭവിച്ച ക്ലേശങ്ങൾ എത്ര വലുതായിരുന്നു. ശാരദയെ കുറിച്ച് സംസാരിക്കുമ്പോൾ അയാൾക്ക് ആയിരം നാവുകളാണ്. അതുമായി താരതമ്യപ്പെടുത്തുമ്പോഴാണ് എന്റെ സഹോദരിമാരുടെ സ്നേഹശൂന്യത എത്ര കഠിനമാണെന്നു തോന്നുന്നത്.

അതുകേട്ടിരുന്ന ശാരദ ചിരിച്ചെങ്കിലും പെട്ടെന്ന് ചിരി അമർത്തി. അവളുടെ മുഖം ദുഃഖസാന്ദ്രമാവുകയായിരുന്നു.

"കാണുന്നതെല്ലാം വിശ്വസിക്കാനായെങ്കിലെന്ന് ആത്മാർത്ഥമായി ഞാൻ ആഗ്രഹിച്ചിട്ടുണ്ട്. ഇല്ല. നാം കരുതുന്നതുപോലെയല്ല കാര്യങ്ങൾ'.

ശാരദ ചിന്താകുഴപ്പത്തിലാകുകയായിരുന്നുവെന്ന് എനിക്ക് തോന്നി. എന്തുപറയണം. എന്തു പറയാൻ പാടില്ല എന്ന അനിശ്ചിതത്വത്തിലായതുപോലെ. ഞാൻ ഒന്നും മിണ്ടാതെ ആഹാരം കഴിക്കുന്നതിൽ ശ്രദ്ധിച്ചിട്ട് പറഞ്ഞു

"ചായ തണുത്തു"

അതുകേട്ടെങ്കിലും അവൾ അനങ്ങിയില്ല. പെട്ടെന്ന് അവൾ കരഞ്ഞു തുടങ്ങി. വെയിൽ പടർന്ന പ്രഭാതത്തിൽ സ്വർണ്ണ നൂലുകൾ പോലെ പൊഴിയുന്ന മഴത്തുള്ളികൾ. അവൾ കണ്ണീർ പൊഴിക്കുകയായിരുന്നു. ഉൾക്കണ്ഠയോടെ തലയുയർത്തി നോക്കിയ എന്നെ നോക്കി മന്ദഹസിച്ചതിനോടൊപ്പം പുറം കൈകൊണ്ട് കണ്ണീർ ഒപ്പിയശേഷം അവൾ പറഞ്ഞു

"ബാലന് ഓർമ്മയില്ലേ ജപ്തി ഒഴിവാക്കാനായി പ്രമാണങ്ങൾ പരിശോധിക്കവെ നാല് ബാങ്കുകളിൽ നിന്നു ഒരേ പ്രമാണത്തിന്റെ വിവിധ പകർപ്പുകളുണ്ടാക്കി വായ്പ നേടിയ സംഭവം. അങ്ങനെ ചെയ്തത് അച്ഛനായിരുന്നില്ല."

എന്റെ ശിരസ്സിൽ അപ്പോൾ ഇടി വീഴുകയായിരുന്നു. ഞാൻ ചിന്നിച്ചിതറുകയായിരുന്നു. കൈകളും കാലുകളും സ്തംഭിക്കുന്നുപോലെ. അനങ്ങാനാവാതെ ഞാനിരുന്നു.

"ദക്ഷിണ മലയാളി തുടങ്ങിയത് അച്ഛന്റെ ജ്യേഷ്ഠ സഹോദരനായിരുന്നു. ഗോപിക്ക് രണ്ടുവയസ്സുള്ളപ്പോൾ അദ്ദേഹം മരണമടഞ്ഞു. അപ്പോഴാണ് അഭിഭാഷകനായ അച്ഛൻ ദക്ഷിണമലയാളി ഏറ്റെടുത്തതും ജ്യേഷ്ഠന്റെ വിധവയായ ഭാര്യയേയും കുട്ടികളേയും സ്വീകരിച്ചതും. കഷ്ടിച്ച് ഏഴോ എട്ടോ കൊല്ലത്തിനു മുമ്പ് അമ്മ മരിച്ചപ്പോഴാണ് ഈ സത്യം ഞാനറിയുന്നത്. ഗോപികൃഷ്ണനിൽ നിന്ന് ഞാനത് മറച്ചുവച്ചു.

ഒരിക്കലും ഗോപി അതറിയരുതെന്ന്. എന്നാൽ ഗോപികൃഷ്ണൻ വളരെ നേരത്തെ എല്ലാം അറിഞ്ഞിരുന്നു."

കുറച്ചുനേരം ആരും ഒന്നും ഉരിയാടിയില്ല. ഭക്ഷണം കഴിക്കുന്നതു മുറിഞ്ഞു. സ്വയം മറക്കുകയായിരുന്നു ഞങ്ങൾ. സമയത്തിന്റെ ചലനം നിലച്ചതുപോലെ.

"അതുകൊണ്ട് തീർന്നില്ല. കോളേജിൽ പഠിക്കുകയായിരുന്നു ഞാൻ. ഒരു ദിവസം കോളേജിൽപോകാനായി വേഷമണിഞ്ഞ് പുറത്തിറങ്ങാൻ തുടങ്ങുന്ന എന്റെ അടുത്തുവന്ന ഗോപികൃഷ്ണൻ ഏതാനും പേപ്പറുകൾ തന്നിട്ട് അതിലൊക്കെ ഒപ്പിട്ടു കൊടുക്കാൻ ആവശ്യപ്പെട്ടു. ടൈപ്പു ചെയ്ത ആറേഴ് മുദ്രപ്പത്രങ്ങളായിരുന്നു അവ. ആ കടലാസുകൾ വാങ്ങി വായിക്കാനൊന്നും മെനക്കെടാതെ ഞാൻ ഒപ്പിട്ട് അവ നൽകിയപ്പോൾ ഗോപികൃഷ്ണൻ പറഞ്ഞു."

"ലക്ഷങ്ങളുടെ കടവുമായാണ് അച്ഛൻ പോയത്. വസ്തുക്കൾ ബാങ്കിൽ പണയപ്പെടുത്താനാണ് ഈ രേഖകൾ. മൂന്നാല് കൊല്ലത്തിനകം അതൊക്കെ തിരിച്ചെടുക്കണം".

"പിന്നീടാണ് ഞാൻ അറിഞ്ഞത് ഗോപി നുണ പറയുകയായിരുന്നുവെന്ന്. ദക്ഷിണ മലയാളി അച്ചടിച്ചിരുന്ന പ്രസ് ഈടുവച്ചാണ് ബാങ്കിൽ നിന്നും അച്ഛൻ വായ്പ എടുത്തിരുന്നത്. അല്ലാതെ കെട്ടിടമോ വസ്തുക്കളോ അദ്ദേഹം പണയപ്പെടുത്തിയിരുന്നില്ല. മരിക്കുമ്പോൾ കെട്ടിടവും വസ്തുക്കളും ഞങ്ങൾക്ക് രണ്ടുപേർക്കും തുല്യാവകാശം ഉറപ്പുവരുത്തി കൊണ്ടുള്ള രേഖകൾ ഗോപി നശിപ്പിച്ചു എന്നിട്ട് എല്ലാം മകളുടെ പേരിലാക്കി. അതിനുള്ള രേഖകളിലാണ് എന്നെക്കൊണ്ട് ഒപ്പുവച്ചത്."

"അപ്പോൾ ബാങ്ക് വായ്പയുടെയും ജപ്തിയുടെയും കാര്യം".

"അതൊരു വലിയ നാടകമായിരുന്നു. എല്ലാം കൃത്രിമമമായി ഉണ്ടാക്കിയ രേഖകൾ. കാണണ്ടേ സ്നേഹിതന്റെ ബീഭത്സമായ മുഖം."

ഊണുമേശയ്ക്കരികിലുള്ള മേശവലിപ്പിൽ നിന്ന് ഗോപികൃഷ്ണന്റെ പേരിലുള്ള പാസ് ബുക്ക് എടുത്തു കാണിച്ചിട്ട് ശാരദ പറഞ്ഞു.

"കെട്ടിടവും വസ്തുക്കളും വിറ്റതിൽ നിന്ന് കിട്ടിയ പണം സ്വന്തം പേരിൽ നിക്ഷേപിച്ചതിന്റെ രേഖയാണിത്. ഇതിനൊക്കെ പുറമെയാണ് വില്പന നടത്തിയ വസ്തുവിന്റെ തൊട്ടടുത്തുള്ള പുരയിടം സുനന്ദയുടെ പേരിലാക്കിയ പ്രമാണം. എന്തിനായിരുന്നു ഗോപികൃഷ്ണൻ ഈ നാടകം കളിച്ചത്?"

ചെറുപ്പകാലം മുതൽക്കേ ഒരു തരം കുറ്റബോധത്തിന്റെ പിടിയിലായിരുന്നു ഗോപികൃഷ്ണൻ. കിടക്കമുറിയിലെ ജനാലകളെല്ലാം അടച്ചുപൂട്ടി വാതലുകൾ ഭദ്രമായി പൂട്ടിയശേഷം മാത്രമേ ഉറങ്ങാറുള്ളു. പല രാത്രികളിലും ദുഃസ്വപ്നങ്ങൾ കണ്ട് ഞെട്ടി ഉണരുമായിരുന്നു. അസ്വാഭാവികമായ ശബ്ദം പുറപ്പെടുവിക്കുമായിരുന്നു. രണ്ടോ മൂന്നോ ഡോക്ടർമാരെ കണ്ടതാണ്. രോഗം തിരിച്ചറിയാത്ത ചികിത്സയായിരുന്നു

അവർ നടത്തിയിരുന്നത്. പലവട്ടം ഇതെപ്പറ്റി ഞാൻ സംസാരിക്കാൻ ശ്രമിച്ചപ്പോഴെല്ലാം പരിക്കേറ്റ നിർദ്ദോഷിത നടിച്ച് ഗോപികൃഷ്ണൻ ഒഴിഞ്ഞുമാറി. ഏതോ അജ്ഞാത ഭൂതം തന്നെ വേട്ടയാടുകയാണെന്ന് ഒരു ദുർബല നിമിഷത്തിൽ എന്നോട് പറഞ്ഞിരുന്നു. എന്നാൽ ആ ഭൂതം കുറ്റബോധമായിരുന്നുവെന്ന് തിരിച്ചറിയാൻ ഗോപികൃഷ്ണന് സാധിച്ചില്ല.

"എന്നോട് ആവശ്യപ്പെടാമായിരുന്നില്ലേ എല്ലാം ഞാൻ സന്തോഷ പൂർവ്വം എഴുതിക്കൊടുക്കുമായിരുന്നല്ലോ! എന്റെ അച്ഛന്റെ മകനല്ലെ ങ്കിലും എന്റെ അമ്മ പെറ്റ മകനല്ലേ ഗോപീകൃഷ്ണൻ. ആർക്കുവേണ്ടി യായിരുന്നു നിന്ദ്യമായ ഈ വഞ്ചന?"

"ശാരദയ്ക്ക് കൂടി അവകാശപ്പെട്ട വസ്തുക്കളുടെ അവകാശം തട്ടി യെടുക്കാനൊന്നും അയാൾക്ക് സാധിക്കില്ല. അതിനൊക്കെ നിയമവും വ്യവസ്ഥകളും ഇല്ലേ?

"എല്ലാം ഉണ്ട്. എന്നാൽ അതിനെയെല്ലാം ഇല്ലാതാക്കാനുള്ള കഴി വുണ്ടായാലോ? സത്യത്തിൽ ഗോപിയോട് എനിക്ക് സഹതാപമാണ് തോന്നിയിട്ടുള്ളത്. അയാൾ സത്യസന്ധനേയല്ല. പേടിയാണ് അയാളെ ഭരിക്കുന്നത്. സവിത പോകുന്നതിനുമുമ്പ് എന്നോട് രഹസ്യമായി പറ ഞ്ഞത് എനിക്കു മറക്കാനാവില്ല. ശാരദേ, എനിക്ക് തെറ്റുപറ്റിപ്പോയി. ആ മനുഷ്യന് സ്നേഹിക്കാൻ അറിയില്ല'.

ഒഴിഞ്ഞ പാത്രങ്ങളെടുത്ത് മാറ്റി ഊണുമേശ വൃത്തിയാക്കുന്നതി നിടയിൽ ശാരദ വീണ്ടും പറഞ്ഞു.

'ബാലൻ ഇതാരോടും പറയില്ലെന്ന് എനിക്കറിയാം. എന്നിലും ബാലനിലുമായി ഇതൊക്കെ അവസാനിക്കണം'.

യാത്ര പറഞ്ഞിറങ്ങുമ്പോൾ പടിവാതിൽ വരെ വന്ന ശാരദ പെട്ടെന്ന് എന്റെ കൈകളിൽ പിടിച്ച് അമർത്തി. കുറേനേരം മിണ്ടാതെ നിന്നു. അവളുടെ കണ്ണുകളുടെ അരികിലുള്ള കണ്ണീർത്തുള്ളികൾ സൂര്യവെളിച്ച ത്തിൽ വെള്ളിമുത്തുകളെ ഓർമ്മിപ്പിച്ചു. കൈകളിൽ കൂടുതൽ അമർത്തി എത്രനേരം നിന്നുവെന്ന് ഞാനോർക്കുന്നില്ല. പടികളിറങ്ങി നടക്കുന്ന എനിക്ക് ശബ്ദം നഷ്ടപ്പെട്ടിരുന്നു. എല്ലാം കാണാമായിരുന്നെങ്കിലും ഒന്നും കണ്ണിൽ പതിഞ്ഞില്ല.

മലയാള ദേശത്തിൽ ചേരാൻ തീരുമാനിച്ച ശേഷം മറ്റൊരു തീരു മാനവും ഞാൻ മനസ്സിൽ സൂക്ഷിച്ചു.

ഇരുപത്തിരണ്ട്

പലതും എഴുതിയ കുറെ കടലാസുതുണ്ടുകൾ; ഒറ്റ ശ്ലോകങ്ങൾ ഉൾപ്പെട്ട കത്തുകളുടെ വലിയൊരു കൂമ്പാരം. മനസ്സിൽ മിന്നിമറയുന്ന ചിന്താ ശകലങ്ങൾ. പുസ്തകങ്ങൾ വായിക്കുമ്പോൾ എഴുതിയ കുറിപ്പുകളും

ഉദ്ധരണികളും. വീണ്ടും അവയിലൂടെ കടന്നുപോയപ്പോൾ കാണാത്ത ലോകവും അനുഭവിക്കാത്ത അനുഭവങ്ങളും മങ്ങിപ്പോയ സ്വപ്നങ്ങളും ഉയിർത്തെഴുന്നേൽക്കുന്നതുപോലെ. ആയിരം സുഭാഷിതങ്ങൾ എന്ന ശീർഷകത്തിൽ ഉദ്ധരണികൾ പുസ്തകരൂപത്തിൽ പ്രസിദ്ധീകരിക്കാനായി എഴുതി സൂക്ഷിച്ചിരുന്നവ ആയിരുന്നു. ആ ഉദ്ധരണികളുടെ പ്രാധാന്യവും സന്ദർഭവും ഒന്നു രണ്ടു വരികളിൽ രേഖപ്പെടുത്താനും ആലോചിച്ചിരുന്നതാണ്.

കോളേജ് വിദ്യാർത്ഥിയായിരുന്ന കാലത്ത് കമ്മ്യൂണിസ്റ്റ് പാർട്ടിയുടെ ബ്രാഞ്ച് കമ്മറ്റി ഓഫീസിൽ പതിവായി ചെന്നിരുന്ന കാലം മുതൽ തുടങ്ങിയതാണ് എന്നെക്കുറിച്ചുള്ള വിശ്വാസമില്ലായ്മ. അതിനും മുമ്പ് വൈകുന്നേരങ്ങളിൽ ഫുട്ബോൾ കളിക്കുശേഷം ശശിയുടെ വീട്ടിൽ ചായയും പലഹാരങ്ങളും എന്നെ കാത്തിരിക്കുമായിരുന്നു. പലഹാരങ്ങൾ രുചിക്കുന്നത് വാത്സല്യപൂർവം നോക്കി നിൽക്കുന്ന ശശിയുടെ അമ്മ ഉപദേശിച്ചിരുന്നു. മോൻ നന്നായി പഠിക്കണം. ശശി പറഞ്ഞ് എല്ലാം അറിയാം. ഒരുപാട് ഉയർന്നു പോകാനുള്ള ജീവിതമാണ് മോന്റേത്. ശശിയുടെ അമ്മ അങ്ങനെ പറഞ്ഞതെന്തുകൊണ്ടായിരുന്നുവെന്ന് ഒറ്റയ്ക്കിരിക്കുമ്പോൾ ഞാനാലോചിച്ചിരുന്നു. മകന്റെ കൂട്ടുകാരനോട് നല്ല വാക്കു പറയാൻ വേണ്ടിയായിരുന്നില്ല ശശിയുടെ അമ്മ അങ്ങനെ അഭിപ്രായപ്പെട്ടതെന്ന് തോന്നിയിരുന്നു. മകന്റെ ആത്മാർത്ഥ സ്നേഹിതൻ മാത്രമായിരുന്നില്ല ഞാൻ. ശശിയോട് അവർ പറയുമായിരുന്നു. “നിന്റെ കൂട്ടുകാരൻ ബാലചന്ദ്രൻ നിന്നെ പോലെ എന്റെ മകനാണ്. എനിക്ക് പിറക്കാത്ത മകൻ.” മനസ്സിൽ ആ വാക്കുകൾ ഞാൻ സൂക്ഷിച്ചു. എല്ലാം നഷ്ടപ്പെട്ട് അനാഥത്വത്തിന്റെ വലയിൽ വീഴുമ്പോഴെല്ലാം ആ വാക്കുകൾ വന്ന് എന്നെ കൈകളിൽ കോരിയെടുത്തു താരാട്ടി.

വർഷങ്ങൾക്കുശേഷമാണെന്നു തോന്നുന്നു ശശിയുടെ അമ്മയെ പോയി കാണാനുള്ള ഉൾക്കടമായ ആഗ്രഹം എന്നെ പിടികൂടിയത്. പത്രപ്രവർത്തകനായി ഞാൻ സ്വയം ജീവിതം നഷ്ടപ്പെടുത്തിയിരുന്നു. ഒഴിവുവേളകൾ പുസ്തകങ്ങൾക്ക് വിട്ടുകൊടുത്തിരുന്ന പതിവും മറന്നു.

ഒരു സന്ധ്യയ്ക്കായിരുന്നു ഞാൻ ശശിയുടെ വീട്ടിൽ ചെന്നത്. അവന്റെ അച്ഛൻ ഡോക്ടർ അന്തരിച്ചിരുന്നു. വലിയൊരു ബിസിനസ്സുകാരനായിരുന്ന ശശി രണ്ടു കുട്ടികളുടെ പിതാവായിരുന്നു. മുൻ കാലത്തെന്നപോലെ ശശി എന്നെ കാത്തിരിക്കയായിരുന്നു. ഏറെക്കാലത്തിനുശേഷം നടന്ന ആ പുനസ്സമാഗമം ഓർമ്മയുടെ സ്നേഹസ്പർശം കൊണ്ട് തിളങ്ങുകയുണ്ടായി. അച്ഛന്റെ മരണത്തോടെ വീട്ടുകാര്യങ്ങൾ ശശിയുടെ പ്രേയസിക്ക് വിട്ടുകൊടുത്തിട്ട് സ്വന്തം മുറിയിലേയ്ക്ക് പിൻമാറുകയായിരുന്നില്ല ശശിയുടെ അമ്മ. ഓർമ്മകൾ കൈമോശം വരുന്ന അൽഷിമേഴ്സിന്റെ പിടിയിലായ ശശിയുടെ അമ്മയുടെ കിടയ്ക്കയ്ക്കരികിലുള്ള കസേരയിലിരിക്കുമ്പോൾ മൗനമായി ഞാൻ കരഞ്ഞു. ശശിയുടെ അമ്മ എന്നെ തിരിച്ചറിഞ്ഞില്ല. എന്റെ സാന്നിദ്ധ്യം അവരറിഞ്ഞില്ല. മാംസം വാർന്ന് ശോഷിച്ച ആ

കൈത്തലം തടവുമ്പോൾ വൈകുന്നേരങ്ങളിൽ രുചിയുള്ള ആഹാര പദാർത്ഥങ്ങൾ എനിക്കു വിളമ്പിത്തന്ന ഓർമ്മകൾ... അവിടെ നിന്നു മട ങ്ങുമ്പോൾ വിശദീകരിക്കാനാവാത്ത നിസ്സഹായത.

ഒറ്റക്കടലാസുതുണ്ടുകളിൽ കുറിച്ചിട്ടിരുന്ന കുറിപ്പുകൾ ഉൾപ്പെടെ യുള്ളതെല്ലാം കൂട്ടിയിട്ട് തീയിട്ട് അതും നോക്കി ഞാനിരുന്നു. കടലാസു തുണ്ടുകളെ നക്കിത്തിന്നുകൊണ്ട് പടരുന്ന അഗ്നിജ്വാലകളിലൂടെ എന്നെ പിന്തുടർന്നിരുന്ന ശാപം കരിഞ്ഞു ചാമ്പലാകുകയാണെന്ന വിചാരത്തിൽ നഷ്ടപ്പെട്ടിരുന്ന എന്നെ ഉണർത്തിയത് അടുത്തുവന്ന കാലടികളായി രുന്നു.

'ഇയാൾ ഇവിടെക്കാണുമെന്നെ പ്രതീക്ഷിച്ചതല്ല. വെറുതെ ഒരു ശ്രമം നടത്താമെന്ന് വിചാരിച്ച് വന്നപ്പോൾ ഗേറ്റ് തുറന്നുകിടക്കുന്നത് കണ്ടു.'

പൊടിയും മാറാലയും ചപ്പും ചവറും ചിതറിക്കിടക്കുന്ന വീട് വൃത്തി യാക്കാൻ ആരെയെങ്കിലും ഏർപ്പാടുചെയ്യരുതോ യെന്ന് ആരാഞ്ഞു കൊണ്ട് ഗോപികൃഷ്ണൻ ചോദിച്ചു. ജാമിയാ മിലിയയിൽ ചേർത്ത ശേഷം മടങ്ങിയെത്തിയയുടനെ എന്നെ തിരക്കാനുള്ള കാരണം അയാൾ വിശദീകരിച്ചു.

"ജോർജ് വർഗീസിന്റെ നാടക സംരംഭത്തിൽ ഇയാൾക്കുകൂടി ചേർന്നു കൂടേ? രണ്ടു ദിവസം മുമ്പ് ജോർജ് വർഗീസാണ് ഇങ്ങനെ ഒരഭിപ്രായം പ്രകടിപ്പിച്ചത്".

എന്റെ പ്രതികരണത്തിനായി കാത്തിരിക്കുന്നതിനിടയിൽ ഗോപി കൃഷ്ണൻ കൂട്ടിച്ചേർത്തു

'പെണ്ണും പിടക്കോഴിയുമൊന്നുമില്ലല്ലോ ഇയാൾക്ക്. ഒറ്റത്തടി. സർവ തന്ത്ര സ്വതന്ത്രൻ. ഞാൻ പറഞ്ഞതല്ലേ ശരി?"

മലയാള ദേശത്തിൽ ചേരാനുള്ള തീരുമാനം അറിയിച്ചിട്ട് ഞാൻ പറഞ്ഞു.

'ഗോപികൃഷ്ണൻ പറഞ്ഞതു ശരിയാണ്. ഞാൻ എവിടെ പോകുന്നു എന്തു ചെയ്യുന്നുയെന്ന് ആരായാനും ഉൾക്കണ്ഠപ്പെടാനും ആരുമില്ല. അങ്ങനെ ഒറ്റത്തടിയായ എനിക്ക് എവിടെപ്പോയാലെന്ത്? അതൊന്നുമല്ല ഇതിന് എന്നെ പ്രേരിപ്പിച്ചത്. ഈ ചുറ്റുപാടുകളിൽ നിന്നും ഒഴിഞ്ഞു നിൽക്കണമെന്ന കുറേക്കാലമായി ആഗ്രഹിച്ചിരിക്കയായിരുന്നു. ഇപ്പോഴാണ് ഒരവസരം വന്നത്. വേണ്ടെന്നു വച്ചാൽ ഇവിടെ കിടന്ന് അഴുകി ചാവും. അതൊഴിവാക്കാമല്ലോ!"

'ജോർജ് വർഗീസിന്റെ പുതിയ കമ്പനി എറണാകുളത്താണ് പ്രവർ ത്തിക്കുന്നത്. അങ്ങനെയെങ്കിൽ ബാലന് അങ്ങോട്ട് പോകാമല്ലോ?"

'അതുവേണ്ട ഗോപി. മലയാള ദേശത്തിൽ ചേരുന്ന കാര്യം കഴിഞ്ഞ ദിവസം അറിയിച്ചു. അവർക്ക് വലിയ സന്തോഷം. നമ്മുടെ കൂടെയു ണ്ടായിരുന്ന രാമമൂർത്തി അവിടെയാണ്. ഓർമ്മയില്ലേ മൂർത്തിയെ.

തൊട്ടാവാടിയെന്ന് നിങ്ങൾ കളിയാക്കിയിരുന്ന മൂർത്തി. അതിസമർത്ഥൻ. ഒരു സ്റ്റോറി കൈയിൽ കിട്ടിയാൽ വായനക്കാരനെക്കൊണ്ട് അത് എങ്ങനെ വായിപ്പിക്കണമെന്ന രഹസ്യം അവന് ജന്മനാ കിട്ടിയതാണെന്ന് എനിക്ക് തോന്നിയിട്ടുണ്ട്."

ഗോപികൃഷ്ണന് അതിഷ്ടമായില്ലെന്ന് അയാളുടെ മുഖത്തു സ്പഷ്ടമായിരുന്നു. കുറച്ചു നേരം അയാൾ മിണ്ടാതിരുന്നു.

'കുടിച്ച് കുടിച്ച് അവന്റെ കരള് പോയിയെന്നാണല്ലോ കേട്ടത്'.

'അതിനെന്താ ഒരു കരളല്ലേ പോയുള്ളു. മറ്റേ കരളില്ലേ? ഒരു കരൾ പോരേ ഒരാളിന്ന് ജീവിക്കാൻ.

'ഇയാളുടെ ഇഷ്ടമതാണെങ്കിൽ അങ്ങനെയാവട്ടെ. ഒരു കാര്യത്തിൽ എനിക്ക് തീർച്ചയുണ്ട്. കഷ്ടിച്ച് ആറു മാസം. ആ പത്രത്തിന്റെ അന്തരീക്ഷവുമായി പൊരുത്തപ്പെടാൻ ഇയാൾക്കാവില്ല. എനിക്കറിയാം, ആ പത്രത്തിന്റെ മാനേജ്മെന്റിനെ. തത്ത്വദീക്ഷയില്ലാത്ത അവസരവാദികൾ. പണ്ട് വിമോചന സമരത്തിന്റെ കുഴലൂത്തുകാരായിരുന്നു ആ പത്രമെന്ന് ബാലൻ മറന്നോ?'

'എല്ലാം എനിക്കറിയാം. മന്നത്തു പത്മനാഭനും മക്കപ്പുഴ വാസുദേവൻ പിള്ളയുമെല്ലാം ആ പത്രത്തിന്റെ സ്വന്തക്കാർ തന്നെയായിരുന്നു. അവരുടെ വരുതിവിട്ട് ചിന്തിക്കാൻ പോലും അതിന്റെ മാനേജ്മെന്റ് അപ്രാപ്തരായിരുന്നു. എന്നാൽ ഒരു കാര്യം നാം മറക്കുന്നു. വിമോചന സമരത്തെ എതിർക്കുകയാണെന്ന് പരസ്യമായിപ്പറയുകയും രഹസ്യമായി അതിന്റെ ഗുണഭോക്താക്കളാകുകയും ചെയ്തില്ലല്ലോ അവർ".

വിമോചന സമരക്കാലത്തിനുശേഷമുള്ള കേരളത്തിലെ രാഷ്ട്രീയ ഭൂമിശാസ്ത്രത്തിൽ സംഭവിച്ച മാറ്റങ്ങളെപ്പറ്റി അന്വേഷിക്കണമെന്നത് എന്റെ ഒരു മോഹമായിരുന്നു. ഒരു അക്കാഡമിക്ക് വ്യായാമമാക്കാതെ സാമൂഹ്യജീവിതത്തിലെ പുതിയ ഇഴകളെയും ജാതിമത സ്വാധീനത്തിന്റെ ഉറവിടങ്ങളെയും ആഴത്തിൽ മനസ്സിലാക്കാൻ ദീർഘകാലത്തെ പ്രയത്നം ആവശ്യമാണെന്ന് എനിക്കറിയാമായിരുന്നു.

മുമ്പൊരിക്കൽ ജോലി ചെയ്തിരുന്ന പത്രത്തിന്റെ മാനേജ്മെന്റുമായി ഞാൻ അത്തരമൊരു സംരംഭത്തെപ്പറ്റി ഒന്നുരണ്ടു പ്രാവശ്യം ചർച്ച നടത്തി. ആദ്യമൊക്കെ വലിയ ഉത്സാഹം പ്രദർശിപ്പിച്ച മാനേജ്മെന്റ് പതുക്കെ പിൻവലിഞ്ഞു. സാമ്പത്തികമായി വ്യയഹേതുകമായ അത്തരമൊരു അന്വേഷണത്തിൽ എന്തു കിട്ടുമെന്ന സംശയമായിരുന്നു അവരെ തണുപ്പിച്ചതെന്ന് പിന്നീട് ഞാൻ മനസ്സിലാക്കി. ആദർശവും പ്രായോഗികതയും തമ്മിലുള്ള ഏറ്റുമുട്ടലിൽ പലപ്പോഴും വിജയിക്കുന്നത് പ്രായോഗികതയാണെന്നതിൽ പുതുമയില്ലാതായിട്ട് എത്രയോ കാലമായി.

വലതുപക്ഷ ശക്തികളുടെ അധികാര സ്ഥാപനമായിരുന്നു വിമോചന സമരത്തിലൂടെ സംഭവിച്ചതെന്ന് തുടർന്നുണ്ടായ രാഷ്ട്രീയ സംഭവങ്ങൾ വ്യക്തമാക്കിയിട്ടുണ്ട്. അത്തരമൊരു സംഭവ വികാസം

ഒഴിവാക്കാമായിരുന്നോ? വിമോചന സമരത്തിലേയ്ക്ക് വഴി നയിച്ച സംഭവങ്ങളിൽ അക്കാലത്തെ വിദ്യാഭ്യാസ മന്ത്രി ജോസഫ് മുണ്ടശ്ശേരി ഹീറോയായും വില്ലനായും ചിത്രീകരിക്കപ്പെട്ടിരുന്നു. സ്വകാര്യ കോളേജുകളിലെ അധ്യാപകരുടെ വേതനത്തിലും സേവനവ്യവസ്ഥകളിലും ഗവൺമെന്റിന്റെ ഇടപെടലിലൂടെ പുരോഗമനപരവും ആരോഗ്യകരവുമായ നടപടിക്രമങ്ങൾ സ്ഥാപിക്കുന്നത് മുണ്ടശ്ശേരിയായിരുന്നു. അങ്ങനെയാണ് അദ്ദേഹം ഹീറോയായി വിശേഷിപ്പിക്കപ്പെട്ടിരുന്നത്. സ്വകാര്യ കോളേജ് മാനേജ്മെന്റിൽ നിക്ഷിപ്തമായ അവകാശങ്ങളെ അതിക്രമിച്ച് കടന്നുകയറി പ്രഹരിച്ച വില്ലനായി സ്വകാര്യക്കാർ അദ്ദേഹത്തെ ചിത്രീകരിച്ചു. നിസ്സാരമായ ശമ്പളമായിരുന്നു സ്വകാര്യമാനേജുമെന്റിന്റെ കോളേജുകളിലെ അധ്യാപകർക്ക് കിട്ടിയിരുന്നത്. അത് അവസാനിച്ചു. പകരം മാന്യമായ വേതനം അവർക്ക് ഉറപ്പ് ചെയ്തു. പുറമെ അവരുടെ വേതനം നൽകാനുള്ള ബാധ്യത ഗവൺമെന്റ് ഏറ്റെടുക്കുകയും ചെയ്തു. പുരോഗമനപരമായ ഒരു പരിഷ്ക്കാരമായി പ്രത്യക്ഷത്തിൽ തോന്നിയിരുന്നുവെങ്കിലും അധ്യാപക നിയമനാധികാരം മാനേജ്മെന്റിൽ നിക്ഷിപ്തമായിരുന്നതിനാൽ മുമ്പെങ്ങും ദർശിക്കാത്ത അഴിമതിക്കുള്ള വാതലാണ് അതോടെ തുറക്കപ്പെട്ടത്. മൂന്നാം ക്ലാസിൽ എം.എ. ജയിച്ചാലും ലക്ഷങ്ങൾ കൈയിലുണ്ടെങ്കിൽ അധ്യാപകനാകാമെന്നു വന്നു.

തിരഞ്ഞെടുപ്പിലൂടെ അധികാരത്തിലെത്തിയ ആദ്യത്തെ കമ്മ്യൂണിസ്റ്റ് ഭരണകൂടം ആപൽക്കരമായി തീരുമെന്ന ഭയമായിരുന്നു അതിനെതിരെ പ്രക്ഷോഭണവുമായി വലതുപക്ഷ ശക്തികൾ രംഗത്തുവരാൻ കാരണമായത്. സാമ്പത്തിക സഹായത്തിനുപുറമെ ബാഹ്യശക്തികളുടെ സ്വാധീനവും പിന്തുണയും അതിനുണ്ടായിരുന്നു. ക്രമസമാധാനം തകരാറിലായിയെന്നതു യാഥാർത്ഥ്യം. അതിനെ നേരിട്ട വിധമായിരുന്നു അപകടനിലയിലെത്തിച്ചത്. ഭൂരിപക്ഷം ജനങ്ങളുടെ പിന്തുണയും വിശ്വാസവുമുണ്ടെന്ന ഉറപ്പുള്ള സാഹചര്യത്തിൽ പ്രക്ഷോഭകർക്കു നേരേ വെടിവെയ്പ്പു നടത്താതെ രാജിവച്ച് വീണ്ടുമൊരു തിരഞ്ഞെടുപ്പ് നേരിടാൻ ഭരണകൂടം തയ്യാറായില്ല. ഈ ചോദ്യത്തിനുള്ള ഉത്തരമാണ് അന്വേഷണത്തിന്റെ അടിസ്ഥാനമായി ഞാൻ സങ്കല്പിച്ചിരുന്നത്. കുറേക്കാലം അത് മനസ്സിലിട്ടു ഞാൻ നടന്നു. മറ്റ് പലതിലും ഇടപെട്ടിരുന്നെങ്കിലും ഈ ആഗ്രഹം ഞാൻ സ്വകാര്യമായി സൂക്ഷിച്ചപ്പോൾ അതിനെക്കുറിച്ചുള്ള അന്വേഷണത്തിന് അവസരം ആഗതമാകുമെന്ന് പ്രതീക്ഷിച്ചു.

"അപ്പോൾ എന്നാണ് ഇനി ഇയാളെ കാണുക. നാളെ പോകുകയാണോ?"

മറുപടി പറയാതെ യാത്രപറഞ്ഞിറങ്ങിയ ഗോപികൃഷ്ണനോടൊപ്പം ഗേറ്റുവരെ ഞാൻ ചെന്നു. മറന്നുപോയ കാര്യം പെട്ടെന്നോർമ്മയിൽ വന്നപോലെ ഞാൻ പറഞ്ഞു.

“മടങ്ങി വന്നാലുടൻ ഇയാളെ കാണണമെന്ന് വിചാരിക്കുമ്പോഴാണ് ഇയാൾ വന്നത്. ഇയാളെയും എന്നെയും സ്പർശിക്കുന്ന അതിപ്രധാന മായ ആ കാര്യം എനിക്കറിയിക്കാനുണ്ടായിരുന്നു. ഗോപി ഇയാൾ എതിരു പറയരുത്. ശാരദയും ഞാനും വിവാഹിതരാകാൻ തീരുമാനിച്ചിരിക്ക യാണ്!”

അതുകേട്ടുനിന്ന ഗോപികൃഷ്ണനനിൽ ഭാവമാറ്റമൊന്നും ഉണ്ടായില്ല. എനിക്ക് അഭിമുഖമായി തിരിഞ്ഞുനിന്ന് എന്റെ കരങ്ങൾ ഗ്രഹിച്ചുകൊണ്ട് അയാൾ ചോദിച്ചു.

“നിശ്ചയമായും നിങ്ങൾ തീരുമാനിച്ചോ? ശാരദ സമ്മതിച്ചിട്ടാണോ ഇയാൾ ഇങ്ങനെ നിശ്ചയിച്ചത്”

“ശാരദയാണ് തീരുമാനിച്ചത്, ഞാനല്ല”.

“ശാരദയോ?” ഗോപികൃഷ്ണന്റെ മുഖത്ത് അവിശ്വാസം.

“ബാലാ പത്തുപന്ത്രണ്ടു കൊല്ലത്തെ ബന്ധമാണ് തമ്മിലുള്ളത്. നമ്മൾ തമ്മിലുള്ള സ്നേഹബന്ധത്തിൽ എത്രപേർ അസൂയപ്പെട്ടിട്ടു ണ്ടെന്നും ഇയാൾക്കറിയാമല്ലോ. എന്നിട്ട് എന്റെ അനുജത്തിയുടെ പേരിൽ ആ സ്നേഹബന്ധം ഞാനെങ്ങനെ നശിപ്പിക്കും.”

“ഗോപി എന്താണ് പറയുന്നത്. ഞങ്ങൾ ഇരുവരും ഗാഢമായി ആലോചിച്ചിട്ടാണ് ഇങ്ങനെ ഒരു തീരുമാനത്തിലെത്തിയത്. പ്രേമമോ പൊടുന്നനേ ഉണ്ടായ അടുപ്പമോ ഒന്നുമല്ല. പ്രായോഗികം. കറകളഞ്ഞ പ്രായോഗികം.”

“വേണ്ടായെന്ന് എന്തായാലും ഞാൻ പറയില്ല. നിങ്ങൾ തമ്മിലുള്ള വിവാഹത്തെ തടയുകയുമില്ല. മുൻകൈയെടുത്ത് അത് നടത്താനും എനിക്കിഷ്ടമാണ്. എന്നാൽ ബാലൻ എല്ലാം അറിഞ്ഞിട്ടാണോ ഇങ്ങനെയൊരു തീരുമാനത്തിലെത്തിയത്. അനുജത്തിക്കുവേണ്ടി ബാലനുമായുള്ള സൗഹൃദം നശിപ്പിക്കാൻ എനിക്കു വയ്യ.”

എനിക്കറിയാമായിരുന്നു ശാരദയുമായുള്ള എന്റെ ബന്ധം ഗോപി കൃഷ്ണൻ അനുവദിക്കില്ലെന്ന്. അതു സംഭവിച്ചാൽ നാല് വശത്തും താൻ നിർമ്മിച്ചുയർത്തിയ ബലിഷ്ഠമായ ഭിത്തികൾ തകർന്നുവീഴുമെന്ന് ഗോപികൃഷ്ണനറിയാമായിരുന്നു.

എന്റെ ചുമലിൽ ഒരു കരം അർപ്പിച്ചിട്ട് ഗോപികൃഷ്ണൻ പറഞ്ഞു.

“ശാരദ രോഗിയാണെന്ന് ബാലൻ അറിയില്ല. പതിനാലാമത്തെ വയ സ്സിൽ എപ്പിലെപ്സിയുടെ പിടിയിലായ അവൾക്ക് വേണ്ടി ചെയ്യാത്ത ചികിത്സകളൊന്നുമില്ലായിരുന്നു. അടുത്ത കാലത്താണ് അതിന്റെ തീഷ്ണത കുറഞ്ഞത്. അങ്ങനെയുള്ള ഒരു സ്ത്രീയുമായുള്ള ദാമ്പത്യ ജീവിതം.....’

അതു പറഞ്ഞ അയാളുടെ ശബ്ദം ദൃഢമായിരുന്നു. എന്റെ കണ്ണു കളിൽ നോക്കി നിന്ന അയാളുടെ കണ്ണുകൾക്കകത്തുള്ള നേർത്ത

പാടയിൽ നുണയുടെ ഞരമ്പുകൾ പിടഞ്ഞുകിടക്കുന്നത് ഞാൻ കാണുന്നുണ്ടായിരുന്നു. അയാളുടെ വെളിപ്പെടുത്തൽ എന്നെ ഉലയ്ക്കുന്നത് കാണാൻ അയാൾ കാത്തുനിൽക്കുകയായിരുന്നു.

"ബി.എസ്സി. ജയിച്ചപ്പോൾ ശാരദയ്ക്ക് അദ്ധ്യാപികയായി ജോലി കിട്ടിയതാണ്. രോഗത്തിന്റെ അനിശ്ചിതത്തിനിടയിൽ ജോലി സ്വീകരിക്കാൻ ഞാൻ അനുവദിച്ചില്ല".

"എപ്പിലപ്റ്റിക് ഫിറ്റ് വരുന്നത് എപ്പോഴാണെന്ന് അറിയാത്ത സാഹചര്യത്തിൽ ജോലിക്കു പോകാത്തത് നന്നായി. വിവാഹാലോചന വരുമ്പോൾ ഇത്തരം കാര്യങ്ങൾ പലരും രഹസ്യമായി സൂക്ഷിക്കുകയാണ് പതിവ്. അങ്ങനെ എത്രയെത്ര വഞ്ചനകൾ. ഗോപിക്കും അതുപോലെ ശാരദയുടെ രോഗത്തെപ്പറ്റി എന്നെ അറിയിക്കാതിരിക്കാമായിരുന്നു. വിവാഹപ്രായം പിന്നിട്ട അനുജത്തിയെ ആരുടെയെങ്കിലും തലയിൽ കെട്ടിവയ്ക്കാനല്ലേ ജ്യേഷ്ഠസഹോദരന്മാർ മാത്രമല്ല മാതാപിതാക്കളും ശ്രമിക്കുക. ഈ ജീവിതത്തിൽ ആരോടെങ്കിലും കടപ്പാടുണ്ടെങ്കിൽ എനിക്ക് ഗോപിയോട് മാത്രമാണുള്ളത്. നമ്മൾ തമ്മിൽ നന്ദി പറയുന്നതെന്തിന്?"

ഞാൻ പറയുന്നത് അയാളെ ആശ്വസിപ്പിച്ചു. വലിഞ്ഞു മുറുകിയ അയാളുടെ സിരകൾ അയയുന്നത് പ്രത്യക്ഷത്തിൽ എനിക്കനുഭവപ്പെട്ടു.

"നാം തമ്മിൽ നടന്ന സംഭാഷണം ശാരദ അറിയരുതെന്ന" അപേക്ഷയുമായി പോകാൻ തുടങ്ങുകയായിരുന്നു ഗോപികൃഷ്ണൻ. ഒരു വീണ്ടുവിചാരമെന്നപോലെ അപ്പോൾ ഞാൻ പറഞ്ഞു.

"ശാരദയ്ക്ക് ഞാൻ വാക്കുകൊടുത്തുപോയി. അത് തെറ്റിക്കാൻ എനിക്കു വയ്യ."

ഇരുപത്തിമൂന്ന്

എന്റെ ജീവിതത്തിന്റെ ബാക്കി പത്രം തയ്യാറാക്കിയാൽ നഷ്ടങ്ങൾ കൊണ്ട് അത് നിറഞ്ഞു കവിയുമായിരുന്നു. ഒന്നോ രണ്ടോ ലാഭങ്ങളെന്നു തോന്നുന്ന നേട്ടങ്ങൾ. അപസ്വരങ്ങൾ കൊണ്ട് ജീവിതസംഗീതം കലുഷമാകാതിരിക്കാനായി പത്രപ്രവർത്തകർ നേരിടുന്ന അഗ്നി പരീക്ഷകളെക്കുറിച്ച് അന്വേഷിക്കുന്നതിന്റെ ഭാഗമായാണ് ഞാനുമായി സമ്പർക്കത്തിലായതെന്ന് ആമുഖമായി അവൾ കുറിച്ചിരുന്നു. കെട്ടിച്ചമച്ച കഥകളായിരുന്നില്ല അവൾക്ക് വേണ്ടത്. അത്തരം ജീവിതവ്യഥകളെ മറച്ച് അതാര്യമായി സംസാരിക്കുന്നവരുടെ അനുഭവങ്ങളെ അവൾ വെറുത്തു. മറയൊന്നുമില്ലാതെ തുറന്നു സംസാരിക്കുന്നവരെ അന്വേഷിക്കുന്നതിന്റെ ഭാഗമാണ് ഞാനുമായി ബന്ധപ്പെട്ടതെന്ന് അവൾ വ്യക്തമാക്കിയിരുന്നു.

ആ വിധം ഔപചാരികതകളിൽ തുടങ്ങിയ പരിചയം വളരെ പെട്ടെന്ന് നല്ലബന്ധമായി. ഞാനത് തീരെ പ്രതീക്ഷിച്ചില്ല.

അനായാസതയായിരുന്നു അവളുടെ പെരുമാറ്റത്തിന്റെ സവിശേഷതയെന്ന് വളരെ പെട്ടെന്ന് ഞാൻ തിരിച്ചറിഞ്ഞിരുന്നു. അക്കാര്യം സൂചിപ്പിച്ചപ്പോൾ അവളുടെ മറുപടി അഗാധമായി സ്പർശിക്കുന്നതായി. ചിപ്പിക്കുള്ളിലെ പവിഴം സൂര്യവെളിച്ചത്തിനായി ധ്യാനനിരതമാകുന്നത് ആരും അറിയുന്നില്ല. ശുദ്ധസ്നേഹം നിറഞ്ഞ ഹൃദയങ്ങളെ തിരക്കുന്ന മറ്റൊരു ധ്യാനം. ഹൃദയം നിറയെ സ്നേഹമുള്ളവരുമായി ഇടപെടുമ്പോൾ നാമറിയാതെ നന്മയുള്ളവരാകും. അച്ഛനെക്കുറിച്ചുള്ള ഓർമ്മകൾ പോലുമില്ലാതെയാണ് ഞാൻ വളർന്നത്. അമ്മയുടെ ഉദരത്തിൽക്കിടന്ന് ഞാൻ മല്ലിടുന്നതിനിടയിൽ അമ്മയെ ചികിത്സിക്കുന്ന ഗൈനക്കോളജിസ്റ്റ് എഴുതിക്കൊടുത്ത മരുന്നും വാങ്ങി വരുമ്പോഴാണ് ഒരു കാറിന്റെ രൂപത്തിൽ വന്ന യമദേവൻ അച്ഛനെത്തട്ടിത്തെറിപ്പിച്ചത്. അങ്ങനെ അമ്മയും ഞാനും അനാഥരാക്കപ്പെട്ടു. എങ്കിലും ഫോട്ടോയിൽക്കണ്ട അച്ഛൻ എവിടെയോ ജീവിച്ചിരിപ്പുണ്ടെന്ന് എനിക്കു തോന്നിയിരുന്നു. ഒടുവിൽ എനിക്ക് അച്ഛനെ കിട്ടി..... അതു കേട്ടിരിക്കാൻ എനിക്കാകുമായിരുന്നില്ല. അപ്പോൾ വികാര സമ്മർദ്ദത്തിൽ പൊട്ടി കഷണം കഷണമായി ചിതറിപ്പോകുമെന്നു ഞാൻ പേടിച്ചു.

അതിനുശേഷം എന്തെല്ലാം സംഭവങ്ങൾ. പെറ്റുവീണ വീട് വിട്ടുപോയ ഞാൻ ഉപേക്ഷിക്കുന്നത് എന്റെ സ്വപ്നങ്ങൾ നിറച്ച കനക കുംഭമായിരുന്നുവെന്ന് എനിക്കറിയാമായിരുന്നു. മുറികളെല്ലാം അടച്ചുപൂട്ടിയിട്ട് അമ്മയുടെ കിടക്കമുറിയുടെ വാതിലുകൾ അടച്ച് തഴുതിടാൻ തുടങ്ങുകയായിരുന്നു. അപ്പോൾ അകത്തു നിന്നുകേട്ട ദുർബലമായ ശബ്ദം എന്റെ ശരീരത്തിലാകെ വിറയൽ പരത്തി. എത്രയോ അർദ്ധരാത്രികൾ വിജനമായ റോഡിലൂടെ ഒറ്റയ്ക്ക് ഞാൻ നടന്നിരുന്നു. കാലടിശബ്ദം മാത്രം അപ്പോൾ എനിക്കുചുറ്റും പ്രതിധ്വനിക്കുമായിരുന്നു. മനുഷ്യശബ്ദം മറന്നുപോയ റോഡുകൾ. പാലപൂത്ത മണം ചില രാത്രികളിൽ എന്നോടൊപ്പം യാത്ര ചെയ്തു. എന്റെ കുശലങ്ങൾ ആരാഞ്ഞ് ആ വാസന എനിക്കു ചുറ്റും കവചം സൃഷ്ടിച്ചിരുന്നു. എന്നാലിപ്പോൾ നേർത്ത ശബ്ദം പോലും എന്നെ ചകിതനാകുന്നു. വേഗം കുറയ്ക്കണമെന്ന് ഹൃദയം മന്ത്രിച്ചു തുടങ്ങിയിരുന്നു. കതകുകൾ തുറന്ന് പതുക്കെ ഞാൻ മുറിക്കകത്തുകയറി. വേഗം കുറഞ്ഞ് കറങ്ങുന്ന ഫാൻ. ചെറിയ പൂക്കളുള്ള ഷീറ്റ് വിരിച്ച കിടക്ക. അതിന്റെ തലയ്ക്കൽ തലയണ. കിടക്കകരികിലുള്ള ചെറിയ മേശയിൽ ചലനം നിലച്ച ടൈംപീസ്. അതിലെ ചെറിയ സൂചി രണ്ടിലും വലിയ സൂചി അഞ്ചിലും തറഞ്ഞുനിൽക്കുന്നു. മുറിയുടെ അറ്റത്തുള്ള അലമാരയിലെ കതകുകൾ തുറന്നു കിടന്നു. മൂന്ന് തട്ടുകളിൽ രണ്ടെണ്ണത്തിൽ നിറയെ വിവിധ നിറത്തിലുള്ള വസ്ത്രങ്ങൾ. മുകളിലത്തെ തട്ടിൽ ഫ്രെയിം ചെയ്ത ഫോട്ടോ. ആകർഷകമായി വേഷം ധരിച്ച അച്ഛന്റെ ആ ഫോട്ടോ ഞാൻ കൈയിലെടുത്തു തിരിഞ്ഞു.

പെട്ടെന്ന് അലമാരയുടെ തുറന്ന വാതിൽ വന്നടിച്ച് കൈയിലിരുന്ന ഫോട്ടോ നിലത്തുവീണ് ഗ്ലാസ് പൊട്ടി ചിന്നിത്തെറിച്ചു. ഒപ്പം അതീവ ദുർബലമായ ഒരു കരച്ചിൽ എന്റെ പിന്നിലൂടെ പാഞ്ഞുപോയി. എനിക്കു തോന്നി ഞാൻ അന്ധവിശ്വാസിയാവുകയാണെന്ന്. വിശ്വാസം നഷ്ട പ്പെടുമ്പോൾ ആ വിടവ് നിറയ്ക്കുന്നത് അന്ധവിശ്വാസമാണോ?

വീട് വാടകയ്ക്ക് കൊടുക്കുകയില്ലെന്ന് തീരുമാനിച്ചത് അപരിചിതർ താമസക്കാരായെത്തിയാൽ ആ മുറികളിൽ നിറഞ്ഞു വീർപ്പുമുട്ടി ക്കഴിയുന്ന ഓർമ്മകൾ പങ്കിലമാകുമെന്ന ഭയം മൂലമായിരുന്നു. മാസ ങ്ങളും വർഷങ്ങളും പിന്നിടുമ്പോൾ പൊടിപടരും. വീടിനു ചുറ്റും ചെറു മരങ്ങളും പാഴ്ച്ചെടികളും കൊണ്ടുനിറയും. അങ്ങനെ കാലം പതുക്കെ പ്പതുക്കെ വീട്ടിനുള്ളിൽ ഓരോ സാധനങ്ങൾ ഭക്ഷിച്ചു തുടങ്ങും. അങ്ങനെ എന്റെ സ്മരണകളുടെ മുസോലിയമായി ആ വീട് മാറുമെന്ന് ഞാൻ സങ്കല്പിച്ചു.

വീട് കാണണമെന്ന് പലവട്ടം എന്നോട് നീ ആവശ്യപ്പെട്ടിരുന്നെങ്കിലും അതിന് സമ്മതം മൂളാതിരിക്കാനുള്ള കാരണവും അതായിരുന്നു. അന്യ രായ ആരും ആ വീട്ടിനകത്തു കയറുന്നതിനോട് എനിക്ക് അനുകൂലിക്കാ നാകുമായിരുന്നില്ല. വാസന്തിയും സുജാതയും സുപ്രിയയും പോയശേഷം ഞങ്ങൾ മൂന്നുപേർ മാത്രമായിരുന്നു ആ വീട്ടിൽ വർഷങ്ങളായി വസിച്ചി രുന്നത്. അന്യോന്യം കണ്ടെത്താനാവാത്തവർ. നിനക്കറിയില്ല. അക്കാ ലത്തു ഞാൻ അനുഭവിച്ച തീവ്രമായ ദുഃഖം. അതൊന്നും ആരോടും ഞാൻ പങ്കുവച്ചില്ല. കോളേജിൽ ചേർന്ന വർഷം മുതൽ ഞാൻ ഒറ്റപ്പെടുക യായിരുന്നു. ഒരുപാട് സ്നേഹിതന്മാർ എനിക്കുണ്ടായിരുന്നു. അവരിൽ പലരുമായും ആത്മബന്ധവും എനിക്കുണ്ടായിരുന്നു. എങ്കിലും ഞാൻ ഒറ്റപ്പെട്ട ജീവിയായിരുന്നു. അക്കാലത്ത് അതെക്കുറിച്ച് ഞാൻ ആലോചി ച്ചിട്ടുണ്ട്. സാമൂഹ്യവിരുദ്ധനായി തീരുകയാണോ ഞാനെന്ന് പോലും അപ്പോൾ എനിക്കു തോന്നിയിരുന്നു. ഹീനമായ പാതകത്തിന് സീരിയൽ കില്ലർമാരെ പ്രേരിപ്പിക്കുന്ന കാരണം അപഗ്രഥിച്ചിരുന്ന ഒരു പ്രബന്ധം ആയിടക്കു ഞാൻ വായിച്ചിരുന്നു. സമൂഹത്തിൽ നിന്നും ഒറ്റപ്പെട്ട് ജീവി ക്കുന്നവരാണ് മനുഷ്യദ്രോഹികളായി മാറുന്നത്. ചുറ്റുപാടുള്ളവരും ഇട പെടുന്നവരും ശത്രുക്കളാണെന്ന തോന്നലിൽ നിന്നാണ് അവരെ നശിപ്പി ക്കാൻ അവർ പ്രേരിതരാകുന്നത്. അന്യരുമായി തുല്യനിലയിൽ ഇടപെടാ നാവാതെ വരികയാണോയെന്ന ആശങ്കയിൽ നിന്നുള്ള മോചനം ഞാനാ ഗ്രഹിച്ചിരുന്നു. കമ്മ്യൂണിസ്റ്റ് പാർട്ടിയുടെ പ്രവർത്തനവുമായി ബന്ധ പ്പെടാനുള്ള ആഗ്രഹം അങ്ങനെയാണ് എന്നിൽ സജീവമായത്. പക്ഷേ അധികകാലം അത് നീണ്ടുനിന്നില്ല. ഒറ്റപ്പെടലിനു പുറമെ വിശ്വാസത്തിൽ നിന്നുള്ള സംഘർഷവും കുറേക്കാലം എന്നെ പീഡിപ്പിച്ചു. ഇതൊന്നും വലിയ പുതുമയുള്ളതല്ലെന്ന് എനിക്കറിയാം. എങ്കിലും ഞാനെങ്ങനെ ജീവിച്ചുവെന്നറിയാൻ നീ പ്രദർശിപ്പിച്ച സത്യസന്ധമായ താത്പര്യമാണ് തിരിഞ്ഞുനോക്കാൻ എന്നെ പ്രേരിപ്പിച്ചത്.

എന്റെ സ്വപ്നങ്ങൾ പൊലിഞ്ഞിട്ട് ഒരുപാട് കാലമായി എന്റെ കുഞ്ഞേ. വിദ്യാർത്ഥിയായിരിക്കുമ്പോൾ കൂട്ടുകാർ അസൂയയോടെ എന്നെ നോക്കിയിരുന്ന ദിവസങ്ങൾ. അസാധാരണ സാമർത്ഥ്യമായിരുന്നില്ല അതിനുകാരണം. പഠിത്തകാര്യത്തിൽ അത്ര വലിയ ശുഷ്കാന്തി ഞാൻ കാണിച്ചിരുന്നില്ല. വൈകിട്ട് സ്കൂളിൽ നിന്ന് മടങ്ങിയാൽ പാഠപുസ്തകങ്ങൾക്ക് മുമ്പിൽ കുത്തിയിരുന്ന് തപസ്സുചെയ്യുന്ന പ്രകൃതക്കാരനായിരുന്നില്ല ഞാൻ. എനിക്കറിയില്ല പലരേയും പിന്നിലാക്കി ഞാനെങ്ങനെ മുമ്പിലായതെന്ന്. അതൊന്നും എന്നെ വലുതായി ആകർഷിച്ചിരുന്നില്ലെന്നതാണ് സത്യം. എന്നാൽ പുസ്തകങ്ങൾ വായിക്കുന്നതിൽ, ഇഷ്ടപ്പെടുന്ന എഴുത്തുകാരുടെ കൃതികൾ തേടിപ്പിടിക്കുന്നതിൽ, അവരെ കൂട്ടുകാരാക്കുന്നതിൽ ഞാൻ പ്രത്യേകം ശ്രദ്ധിച്ചു. പുസ്തകങ്ങൾ നൽകിയ സ്നേഹപരിരക്ഷ മറ്റാരിൽ നിന്നും എനിക്കു കിട്ടിയില്ല. ഒരുപക്ഷേ അഗ്നിപരീക്ഷകളിൽപെട്ട് പൊള്ളലേറ്റിരുന്നുവെങ്കിലും ഞാൻ കരിഞ്ഞില്ലാതാകാതിരുന്നത് അതുകൊണ്ടാണെന്ന് തോന്നുന്നു.

ഇടയ്ക്കൊരു ദിവസം നീ എന്റെ സമ്മതം ചോദിച്ചില്ലേ. ഞാൻ തന്ന നളിനി ടീച്ചറിനെഴുതിയ പ്രേമലേഖനങ്ങൾ ഒരു പുസ്തകമാക്കി പ്രസിദ്ധീകരിക്കട്ടേയെന്ന്. അതിനു നീ പറഞ്ഞ ന്യായം കമിതാക്കൾക്ക് അതൊരു ടെക്സ്റ്റ് ബുക്കായിരിക്കുമെന്നാണ്. അത് കേട്ടപ്പോൾ നിന്നോട് തോന്നിയ ദേഷ്യം. നീയുമായുള്ള എല്ലാ അടുപ്പവും അവസാനിക്കാൻ ആ നിമിഷം ഞാൻ തീരുമാനിച്ചു. അതറിഞ്ഞ നീ സങ്കടപ്പെടുകയും കരയുകയും മാപ്പ് ചോദിക്കുകയും ചെയ്തെങ്കിലും അതൊന്നും എന്നെ സമാശ്വസിപ്പിച്ചില്ല. ആ പ്രേമലേഖനങ്ങളുമായി പ്രത്യക്ഷത്തിൽ എനിക്കൊരു ബന്ധവുമില്ല. എന്നിരിക്കിലും അപരിചിതനാണെങ്കിലും മറ്റൊരാളിന്റെ സ്വകാര്യതകളിൽ ഒളിക്കണ്ണിട്ടു നോക്കുന്നതുപോലും നൈതികമല്ലെന്ന വിശ്വാസക്കാരനാണ് ഞാൻ. നിന്റെ തലമുറയിലുള്ളവർക്ക് ഇത് മനസ്സിലാക്കാൻ സാധിക്കില്ല. നിങ്ങളെപ്പോലുള്ളവരുടെ മൂല്യബോധം വ്യത്യസ്തമാണ്. വ്യക്തിതലത്തിലുള്ള സ്വകാര്യത നിങ്ങൾക്ക് വിശുദ്ധങ്ങളല്ലെന്ന് എനിക്കറിയാം. ഏതിനും ഞാൻ സൂക്ഷിച്ചിരുന്ന കുറിപ്പുകളും പ്രസിദ്ധീകരിച്ചതും പ്രസിദ്ധീകരിക്കാത്തതുമായ കവിതകളും മറ്റ് കുറിപ്പുകളും അഗ്നിക്കിരയാക്കിയത് എത്ര നന്നായി. അതെല്ലാം മറക്കാം. ആ പ്രേമലേഖനങ്ങൾ നശിപ്പിച്ച വിവരം എന്നെ നീ അറിയിക്കണം. അതുവരെ എനിക്കു സ്വസ്ഥത ഉണ്ടാവില്ല.

ഗോപികൃഷ്ണൻ യാത്രചോദിച്ച് പുറത്തിറങ്ങിപ്പോകുമ്പോൾ ഏഴെട്ടു കൊല്ലം നീണ്ട ആ സുഹൃദ്ബന്ധമാണ് അവസാനിക്കുന്നതെന്ന വിചാരം മാനസികമായി എന്നെ ശല്യപ്പെടുത്തുകയുണ്ടായി. നല്ലതും ചീത്തയുമായ നിരവധി കാര്യങ്ങൾ ഞങ്ങളൊരുമിച്ച് ആലോചിച്ചു നടപ്പാക്കി. എത്ര പെട്ടെന്നാണ് എല്ലാം ഇടിഞ്ഞു തകരുന്നത്. ഒന്നും അവശേഷിക്കാത്ത വിധം.

ഗോപികൃഷ്ണന്റെ സന്ദർശന വിവരം ശാരദയെ ഞാനറിയിച്ചില്ല. അയാൾ അക്കാര്യം ശാരദയോട് പറയുമെന്നെനിക്ക് ഉറപ്പുണ്ടായിരുന്നു. പുറമെ നല്ലൊരു കഥയും അയാൾ മെനഞ്ഞെടുക്കാതിരിക്കില്ല. കെട്ടുകഥകൾക്കും നുണക്കഥകൾക്കും വാസ്തവികതയുടെ പരിവേഷം നൽകാൻ അപാരമായ സാമർത്ഥ്യം അയാൾക്കുണ്ടെന്ന് ഞാനുൾപ്പെടെയുള്ള അയാളുടെ സഹപ്രവർത്തകർക്കെല്ലാം അറിയാവുന്നതാണ്. നുണക്കഥകൾ ഇന്നലെ നടന്ന യഥാർത്ഥ സംഭവങ്ങളെന്ന് യുക്തിപൂർവം സ്ഥാപിക്കാൻ അയാൾക്ക് സാധിച്ചിരുന്നത് ഭീതിയോടെയാണ് ഞാൻ നോക്കി നിന്നിട്ടുള്ളത്. സങ്കീർണമായ ഏതു കേസും വാഗ്മികതയും നിയമകാര്യത്തിലുള്ള പ്രാവീണ്യവും ഉപയോഗിച്ച് സുഷിരങ്ങളില്ലാത്ത പ്രതിരോധത്തിന്റെ കോട്ടകൾ നിർമ്മിച്ചുയർത്തിയിരുന്ന പ്രസിദ്ധ ക്രിമിനൽ അഭിഭാഷകനായ മള്ളൂർ ഗോവിന്ദപ്പിള്ളയെ അയാൾ ഓർമ്മിപ്പിച്ചിരുന്നു പത്രപ്രവർത്തന ലോകത്തെ മള്ളൂർ എന്ന് ഗോപികൃഷ്ണൻ അറിയപ്പെടാൻ കാരണം കെട്ടുകഥകൾ നിർമ്മിക്കാനുള്ള അയാളുടെ വൈഭവം കാരണമായിരുന്നു. എങ്കിൽ കൂടിയും ഏതു ദുർഘട സന്ദർഭത്തിലും അയാളെ ആശ്രയിക്കാമായിരുന്നു. ഒരേ സമയം ഒരു മനുഷ്യന് ദൈവദൂതനും പിശാചുമാകാനാകുമെന്നതിന്റെ ജീവിച്ചിരിക്കുന്ന ദൃഷ്ടാന്തമായാണ് ഞാനയാളെ കണ്ടിരുന്നത്.

വളരെക്കാലത്തിനുശേഷം ആ സന്ദർശനവേളയിലുണ്ടായ സംഭാഷണത്തിനിടയിൽ അയാൾ വെളിപ്പെടുത്തിയതെല്ലാം ശാരദയെ ഞാനറിയിച്ചു. അവൾ കേട്ടിരുന്നു. എന്നിട്ട് അവൾ പറഞ്ഞു.

"വേറെ എന്തൊക്കെയോ ഞാൻ പ്രതീക്ഷിച്ചതാണ്. ഇത്രയല്ലേ ഉള്ളൂ. സത്യവും നുണയും ഗോപിക്ക് തിരിച്ചറിയാൻ ഒരിക്കലും കഴിഞ്ഞിട്ടില്ല. സ്വന്തമായി നിർമ്മിച്ച നുണകളുടെ ലോകത്താണ് ഗോപി താമസിക്കുന്നത്." അവൾ സ്വയം സമാശ്വസിക്കുംപോലെ കൂട്ടിച്ചേർത്തു.

"ഒരനുജത്തി മാത്രമായിരുന്നില്ല ഞാൻ ഗോപിക്ക്. ഒരമ്മയുടെ വാത്സല്യം ഞാൻ നൽകി." അവൾ ഇടറി.

ഇരുപത്തിനാല്

പത്രമാഫീസിൽ നിന്ന് വളരെ അകലെയല്ലാതെ ഒരു ഇടത്തരം വീട് റെഡിയാക്കിയിരുന്നു. അവിടെയെത്തുന്ന വിവരം നേരത്തെ രാമമൂർത്തിയെ ഞാനറിയിച്ചിരുന്നു. രണ്ടു മുറികളും ഒരു ഹാളും. മുൻവശത്ത് ഒരു നീളൻ വരാന്ത. അടുക്കള വളരെ ചെറുതായിരുന്നു. അതുനോക്കി നിന്ന ശാരദയോട് മൂർത്തി ചോദിച്ചു.

'ചായ തിളപ്പിക്കാനെങ്കിലും അറിയോ?'

മറുപടി പറയാതെ ശാരദ മന്ദഹസിച്ചു.

'വേണ്ട. പാചകത്തിനായി ഞാനൊരു ചെറുപ്പക്കാരനെ കണ്ടുവച്ചിട്ടുണ്ട്. ഓഫീസിലെ അറ്റൻഡർ ഉണ്ണി. ചെറിയൊരു ജോലി കൂടി ഉണ്ടാക്കിക്കൊടുക്കണമെന്ന് പറഞ്ഞ് കുറേ ദിവസമായി അവൻ എന്റെ പിന്നാലെ കൂടിയിരിക്കുകയായിരുന്നു. രാവിലെ പത്തു മുതൽ വൈകിട്ട് അഞ്ചു വരയേയുള്ളു ഓഫീസിലെ പണി. വളരെ നിസ്സാര തുകയാണ് അവന് കിട്ടുന്നത്. രണ്ടു കുട്ടികളുടെയും ഭാര്യയുടെയും ആഹാരത്തിന് പോലും അതു തികയുന്നില്ലെന്നത് ഉണ്ണിയുടെ സ്ഥിരം പരാതിയാണ്."

'അതുവേണ്ട. ഞങ്ങൾ രണ്ടുപേർക്കുള്ള ഭക്ഷണം തയ്യാറാക്കാൻ ഞാൻ മതി.'

'അല്ല അടുക്കളക്കാരിയാകാനാണോ ശാരദ വന്നത്. അപ്പോൾ ജോലിക്ക് പോകാതെ വീട്ടുകാരിയായി ജീവിതം അവസാനിപ്പിക്കാൻ തീരുമാനിച്ചോ?

പുതിയ സാഹചര്യങ്ങളുമായി ഇണങ്ങിയ ശേഷം ഭാവികാര്യങ്ങൾ തീരുമാനിക്കാമെന്ന് ശാരദ നേരത്തെ പറഞ്ഞിരുന്നു. ഒരു ജോലിക്കാരിയാകുന്നതിനേക്കാൾ ശാരദ പ്രാധാന്യം നൽകിയത് മനസ്സിനെ ഭാരപ്പെടുത്തിയിരുന്ന പഴയതെല്ലാം എവിടെയെങ്കിലും കുഴിച്ചു മൂടുന്നതിനാണ്. അത് ലളിതമല്ലെന്ന് അവൾക്കറിയാമായിരുന്നു. എന്നാൽ നുണകളുടെ മാറാല മാറ്റി വെളിച്ചത്തിന് കടക്കാൻ ചെറിയൊരു സുക്ഷിരമെങ്കിലും ഉണ്ടാക്കണമെന്ന ആഗ്രഹത്തിലായിരുന്നു ശാരദ.

'എനിക്ക് വലിയ മോഹങ്ങളൊന്നുമില്ല. വളരെ അകലെയാണ് ദാമ്പത്യമെന്നായിരുന്നു ഞാൻ വിചാരിച്ചിരുന്നത്. ബി.എസ് സി. കഴിഞ്ഞപ്പോൾ വിവാഹജീവിതമായാലെന്തെന്ന ചിന്ത ഉയർന്നുവന്നതാണ്. കൂടെ പഠിച്ചിരുന്ന അനസൂയയായിരുന്നു അതിനു കാരണം. റിസൾട്ടറിഞ്ഞശേഷം ഒരു ദിവസം അവൾ എന്നെ കാണാൻ വീട്ടിൽ വന്നിരുന്നു. വീടിനടുത്തൊരു പ്രൈവറ്റ് സ്കൂളിൽ ടീച്ചറായി ചേർന്നു കുറച്ച് സമ്പാദിച്ചിട്ട് ഡോക്ടറേറ്റിന് ശ്രമിക്കാനായിരുന്നു അവൾ ഉദ്ദേശിച്ചത്. അതു നടന്നില്ല. അച്ഛന്റെ ബന്ധുക്കളിലൊരാൾ നല്ലൊരു വിവാഹാലോചനയുമായി വന്നു. മകളെ അക്കാര്യം അറിയിച്ചശേഷം അച്ഛൻ പറഞ്ഞു: നല്ല ആൾക്കാരാണ്. മോൾക്ക് യാതൊരു സങ്കടവും ഉണ്ടാവില്ല. ആ വിവരം പറഞ്ഞിട്ട് സന്ദർശനോദ്ദേശ്യം വെളിപ്പെടുത്തവെ അനസൂയായിരുന്നു വിവാഹ ജീവിതത്തിന്റെ കനലിട്ടതെന്ന് ശാരദ മറന്നില്ല.

'ഞങ്ങളുടെ ബാച്ച്മേറ്റായിരുന്ന സുധാകരനു വേണ്ടിയായിരുന്നു അനസൂയ വന്നത്. മുപ്പതു പേരുള്ള ഞങ്ങളുടെ ബാച്ചിൽ ഒരാൾ എന്നതിനപ്പുറം സുധാകരനെ എനിക്കറിയില്ലായിരുന്നു. എങ്കിലും ഞാൻ വിയോജിച്ചില്ലെന്നു മാത്രമല്ല ചേട്ടനുമായി അതേപ്പറ്റി ആലോചിക്കാമെന്ന് പറയുകയും ചെയ്തു. പക്ഷേ, അവിടം കൊണ്ട് അതിന് തിരശ്ശീല വീണു. അവരിലാരെങ്കിലും ഗോപികൃഷ്ണനുമായി ബന്ധം പുലർത്തിയോ കൂടിക്കാഴ്ച നടത്തിയോയെന്നൊന്നും ഞാൻ തിരക്കിയില്ല.

ഗോപികൃഷ്ണൻ അതെക്കുറിച്ച് ഒന്നും പറഞ്ഞുമില്ല. സവിതയും കുഞ്ഞുമൊത്ത് ബോംബെയിൽ നിന്നു ഗോപി മടങ്ങിയെത്തിയ ദിവസങ്ങളായിരുന്നു. അതിനിടയിൽ അനസൂയയുടെ സന്ദർശനം ഞാൻ മറന്നു".

അതും പറഞ്ഞ് ശാരദ കുറേനേരം മിണ്ടാതിരുന്നു.

"ഒരുപക്ഷേ ഗോപി അത് നിരാകരിച്ചിരിക്കാം. ഇപ്പോൾ അതെപ്പറ്റി ആലോചിക്കുമ്പോൾ അങ്ങനെയാണ് തോന്നുന്നത്. എല്ലാം ഗോപിക്ക് വേണമായിരുന്നു. ഒന്നും തിരിച്ചു കൊടുക്കാൻ അറിയില്ലായിരുന്നു. ഏതിനും വിവാഹ ജീവിതത്തെ കുറിച്ചുള്ള ആലോചനകൾ അതോടെ ഞാൻ ഉപേക്ഷിച്ചു."

"പെട്ടെന്നൊരു ജോലിക്ക് ശ്രമിക്കാനൊന്നും വയ്യ. പോസ്റ്റ് ഗ്രാജുവേഷനും പിന്നെ ഡോക്ടറേറ്റിനും വേണ്ടി കുറെ വർഷങ്ങൾ പാഴാക്കാനും ഇല്ല. എന്നാൽ പ്രയോജനമുള്ള എന്തെങ്കിലും ചെയ്യണമെന്നുണ്ട്. കുറച്ചുദിവസം ഇങ്ങനെ കഴിയാം."

പിന്നെ അതെക്കുറിച്ചൊന്നും ശാരദ സംസാരിച്ചില്ല. എല്ലാം സംഭരിച്ചുസൂക്ഷിക്കാൻ അവളുടെ മനസ്സിൽ നിരവധി അറകളുണ്ടായിരുന്നുവെന്ന് ഞാൻ അറിഞ്ഞിരുന്നില്ല. സ്വകാര്യതകളിൽ ആർക്കും പ്രവേശനം അവളനുവദിച്ചില്ല. സംസാരത്തിനിടയിൽ യാദൃശ്ചികമായി അക്കാര്യം അവൾ സൂചിപ്പിച്ചു.

"ഇനിയും എന്നെ മനസ്സിലാക്കാൻ സാധിച്ചിട്ടില്ലേ? എനിക്കൊരു ജീവിതമാണ് ബാലൻ തന്നത്. അതെങ്ങനെ എനിക്കു മറക്കാനാവും'.

ശാരദ വികാരവിക്ഷുബ്ധയാവുകയായിരുന്നു. അവളുടെ കണ്ണുകളിൽ നേരിയ ഈർപ്പം.

"ഒറ്റയ്ക്കിരിക്കുമ്പോൾ ഞാനാലോചിക്കാറുണ്ട്. എന്നെ ചുമക്കാൻ ബാലൻ കാണിച്ച മഹാമനസ്കതയെക്കുറിച്ച്'.

'ചുമക്കുകയോ'.

'ഉവ്വ്. അക്ഷരാർത്ഥത്തിൽ ബാലൻ ചുമക്കുക തന്നെയാണ് ചെയ്യുന്നത്. വിക്രമാദിത്യൻ കഥയിൽ വായിച്ചിട്ടില്ലേ? വേതാളവുമായി....'

'അതു നന്നായി. സത്യത്തിൽ ശാരദയാണ് എന്നെ ചുമക്കുന്നത്. എല്ലാവരും ഉപേക്ഷിച്ച അല്ലെങ്കിൽ ആർക്കും വേണ്ടാത്ത ഒരു ജന്മത്തെ'.

സംഭാഷണം നീണ്ടുപോയാൽ എത്തുന്നത് കുഴിബോംബുകൾ നിറഞ്ഞ വിജനതയിലായിരിക്കുമെന്ന് എനിക്കറിയാമായിരുന്നു. സുപ്രിയയുടെ മകളുടെ വിവാഹത്തിന് കിട്ടിയ ക്ഷണ വിവരം ശാരദയോട് ഞാൻ പറഞ്ഞു.

'വിവാഹത്തിനെത്താനാവില്ലെന്ന് ഞാൻ അവൾക്ക് കത്തെഴുതി. പ്രിയപ്പെട്ട അനുജത്തിയാണ് സുപ്രിയ. അവളുടെ ജീവതത്തിലെ അതിപ്രധാനമായ മംഗളകർമ്മമാണ് മകളുടെ വിവാഹം. എന്നെ അതിൽ

പങ്കെടുപ്പിക്കാനുള്ള അവളുടെ ആഗ്രഹം ഒരു തുണ്ട് കടലാസിൽ ഒതുങ്ങിയത് സ്നേഹ ശൂന്യതയായി തോന്നും. അളക്കാൻ വയ്യാത്ത ദൂരത്തിലാണ് അവൾക്ക് ഞാൻ. സാധാരണക്കാരനായ ഒരു പത്രപ്രവർത്തകനല്ലേ ഞാൻ'

സുപ്രിയയുടെ പെരുമാറ്റം മുറിവേല്പിക്കുന്നതായിരുന്നുവെങ്കിലും വാസന്തിയെ കാത്തിരുന്ന അനുഭവങ്ങൾ പ്രതീക്ഷിക്കാത്തതായിരുന്നു. വിധിയിൽ ഞാൻ വിശ്വസിച്ചിരുന്നില്ല. എന്നാൽ ആ വിശ്വാസത്തെ തിരുത്തുന്നതായിരുന്നു ആ സംഭവങ്ങൾ. നല്ലതായാലും ചീത്തയായാലും ഒരാൾ ചെയ്യുന്ന പ്രവൃത്തിക്ക് നല്ലതോ ചീത്തയോയായ ഫലമുണ്ടാവുമെന്നത് തീർച്ചയായിരുന്നു. വാസന്തിയുടെ ഭർത്താവ് നാസ്സർ ഹൃദയാഘാതത്തിൽ മരിച്ചവിവരം സുജാത അറിയിച്ചതുപോലും വൈകിയായിരുന്നു. അന്യോന്യമുള്ള വിനിമയങ്ങളും ഇടപെടലുകളും ഒറ്റ വാക്യത്തിലാക്കി ഇതിനകം സുജാത ചുരുക്കിയിരുന്നു. മുൻകാലത്തെപ്പോലെ അരമണിക്കൂറും ഒരു മണിക്കൂറും നേരം ഫോണിൽ സംസാരിക്കാനോ വിവരങ്ങൾ സവിസ്തരമായി പ്രതിപാദിച്ചുകൊണ്ട് നീണ്ട കത്തെഴുതാനോ അവൾക്ക് സമയം കുറവായിരുന്നു. ഉന്നത ഉദ്യോഗത്തിൽ നിന്ന് വിരമിച്ചെങ്കിലും സുജാതയുടെ ഭർത്താവിന് വിശ്രമിക്കാൻ സൗകര്യം കിട്ടിയിരുന്നില്ല. മുൻകാലത്തേക്കാൾ കൂടുതൽ തിരക്കായിരുന്നു അയാൾക്ക്. ഒരു കൂറ്റൻ ബിസിനസ് സാമ്രാജ്യത്തിന്റെ ഡയറക്ടറായ അയാൾക്ക് ആഴ്ചയിൽ ഏഴ് ദിവസം പോരാതെ വന്നു, വിദേശ രാജ്യങ്ങളിലേക്കുള്ള പഠനയാത്രകൾക്ക്. ആ തിരക്കുകൾക്കിടയിലും ഒരു വാക്യത്തിലെങ്കിലും വിവരങ്ങളറിയിക്കാൻ സുജാത മറന്നില്ല. അത്തരമൊരു കത്തിൽ അവളെഴുതി "നാസ്സറിന്റെ മരണം വാസന്തിചേച്ചിയെ വല്ലാതെ തളർത്തിയിരിക്കയാണ്. താമസ സ്ഥലത്തിനടുത്തുള്ള ഒരു വൃദ്ധസദനത്തിലാണ് ചേച്ചി. എല്ലാ സൗകര്യങ്ങളും അവിടെയുണ്ട്".

ഇതല്ലേ വിധി. പലപ്പോഴും അന്ധനായ മൃത്യുവിനെപ്പോലെ അതിക്രൂരമായാണ് വിധി പെരുമാറുന്നത്. മരണങ്ങളുടെ കുത്തകയെടുത്തിരിക്കുന്ന മൃത്യുദേവനെപ്പോലെ വിധിനടത്തിപ്പിന്റെ ചുമതല ഏല്പിച്ചിരിക്കുന്നത് ഏതു ദേവനിലാണ്. ഏതായാലും ഒരു കാര്യം തീർച്ചയാണ്. വിധി ദേവൻ അന്ധൻ മാത്രമല്ല ബധിരനുമാണ്.

ഇരുപത്തിയഞ്ച്

മൂന്നാല് മാസമായെങ്കിലും മലയാളദേശം ഓഫീസുമായി പൊരുത്തപ്പെടാൻ എനിക്ക് സാധിച്ചിരുന്നില്ല. അപരിചിതർക്കിടയിൽപ്പെട്ട പ്രതീതി. ഒരു മേശയ്ക്ക് ചുറ്റുമിരുന്ന് ജോലി ചെയ്യുന്നവർക്കിടയിലുള്ള ചങ്ങാത്തം അവിടെ അദൃശ്യമായിരുന്നു. ഓരോരുത്തരും അവരുടെ സ്ഥാനം ഉറപ്പിക്കാൻ ശ്രമിക്കുകയോ അതു നഷ്ടപ്പെടുമെന്ന ആശങ്കയിൽ

പ്രവർത്തിക്കുകയോ ചെയ്യുമ്പോൾ പത്രമാഫീസിൽ പ്രത്യക്ഷപ്പെടാനുള്ള സ്നേഹസഹകരണത്തിന്റെ അന്തരീക്ഷത്തിനു പകരം ഒരു മരവിപ്പ് പടർന്നുകയറിയിരുന്നു. പത്രാധിപൻമാരുടെ മുറിയിൽ നിന്ന് ചില്ലലമാരകളെല്ലാം എടുത്തു മാറ്റിയിരുന്നു. ഓരോരുത്തർക്കും സ്വന്തമായി മേശയും കസേരയും. പരസ്പരബന്ധമില്ലാത്തവരെപ്പോലെ പെരുമാറിയിരുന്നു അവർ. അജ്ഞാതനായ ശത്രുവിന്റെ ആക്രമണത്തെ പ്രതീക്ഷിച്ചതുപോലെ...

ഒരു വൈകിട്ട് ചായ കുടിച്ച് മടങ്ങിവരികയായിരുന്നു. പ്രധാനമുറിയിലേക്കുള്ള ഇടനാഴിയിൽ കുറേ പുസ്തകങ്ങൾ ഒരു മൂലയിൽ കൂട്ടിയിട്ടിരിക്കുന്നത് യാദൃച്ഛികമായാണ് ഞാൻ കണ്ടത്. അതേപ്പറ്റി അന്വേഷിച്ചപ്പോൾ ഞാൻ ഞെട്ടിപ്പോയി വിവരങ്ങൾ അറിഞ്ഞ്...

മുഖ്യപത്രാധിപരുടെ മുറിക്കു പിന്നിലുള്ള വലിയ മൂന്നു മുറികളിലെ അലമാരകളിൽ സൂക്ഷിച്ചിരുന്ന പുസ്തകങ്ങളെല്ലാം തൂക്കിവിൽക്കുകയായിരുന്നു ജനറൽ മാനേജരായി ചാർജ്ജെടുത്ത പാലക്കാട്ടുകാരനായ സ്വാമി. അതിനയാൾക്ക് പല കാരണങ്ങളുണ്ടായിരുന്നു. മാറാലയും പൊടിയും നിറഞ്ഞ ആ മുറികൾ വൃത്തിയാക്കി വാടകയ്ക്ക് കൊടുത്താൽ കമ്പനിക്ക് അതൊരു പുതിയ വരുമാനമാകുമായിരുന്നു. കോശി ആന്റ് കോശി എന്ന ചാർട്ടേർഡ് അക്കൗണ്ടന്റുമാർക്ക് ആ മുറികൾ വാടകയ്ക്ക് കിട്ടിയാൽ നന്നായിരിക്കുമെന്ന് ഓഡിറ്ററായ മോഹനൻ പിള്ള സൂചിപ്പിച്ചിരുന്നത് സ്വാമി ഓർമ്മിച്ചിരുന്നു. അലമാരകളിൽ അടുക്കിവച്ചിരുന്ന പുസ്തകങ്ങൾ പുറത്തെടുത്തു മറിച്ചു നോക്കാൻപോലും ആരും മെനക്കെടാത്ത സാഹചര്യത്തിൽ ആ പുസ്തകങ്ങൾ സൂക്ഷിക്കുന്നത് ഒരിക്കലും വരാത്ത ബന്ധുക്കൾക്കായി മൃതദേഹവുമായി കാത്തിരിക്കുമ്പോലെ പാഴ് വേലയായിരിക്കുമെന്ന് സ്വാമി വിചാരിച്ചു.

പിയേഴ്സ് ലെസ്ലിയുടെ ഒരു കശുവണ്ടി ഫാക്ടറി പൂട്ടിയശേഷം പിന്നീടൊരവസരത്തിൽ അത് വിൽക്കാൻ മേൽനോട്ടം വഹിച്ച പരിചയം പഴയ സാധനങ്ങൾ വിൽക്കാൻ എങ്ങനെ കഴിയുമെന്ന് അയാൾക്കറിയാമായിരുന്നു. ഫാക്ടറിയിലെ തുരുമ്പെടുത്ത പാഴ് സാധനങ്ങളും പത്രസ്ഥാപനത്തിലെ പുസ്തകങ്ങളും സ്വാമിക്ക് ഒരുപോലെയായിരുന്നു. ഉപയോഗിക്കാതെ പാഴ് സാധനങ്ങളാവുന്നത് വിൽക്കാനുള്ളതാണെന്ന് സ്വാമിക്കറിയാമായിരുന്നു.

അലമാരകളിൽ നിന്ന് പുസ്തകങ്ങളെടുത്ത് ഇടനാഴിയിൽ കൂട്ടിയിടാനുള്ള ജോലി അറ്റൻഡർ ഉണ്ണിയെ ഏല്പിച്ചിട്ട് സ്വാമി പറഞ്ഞു.

"വൈകിട്ട് ഹനീഫാ സൺസിൽ നിന്നും ആളുകൾ വരും. തൂക്കുമ്പോൾ കള്ളം കാണിക്കുന്നുണ്ടോയെന്ന് ശ്രദ്ധിക്കണം".

പുസ്തകങ്ങൾ വാങ്ങുന്നതിനേക്കാൾ കച്ചവടക്കാർക്ക് താത്പര്യം തേക്കുതടിയിൽ നിർമ്മിച്ച ചില്ലടപ്പുകളുള്ള അലമാരകളിലായിരുന്നു. ഓരോ മുറിയിലും ചുമരോട് ചേർത്തുറപ്പിച്ചിരുന്ന അലമാരകളിൽ

അക്ഷരമാല ക്രമത്തിൽ പുസ്തകങ്ങൾ അടുക്കിവച്ചിരുന്നു. ഈർപ്പം തട്ടാതിരിക്കാൻ പുസ്തകങ്ങൾക്കിടയിൽ സൂക്ഷിച്ചിരുന്ന തുരിശിന്റെ കഷണങ്ങൾ. പാറ്റകളെയും പല്ലികളേയും നശിപ്പിക്കാനായി വിഷമരുന്നു പുരട്ടിയ ഗുളികകൾ. പുസ്തകങ്ങൾ പുറത്തെടുക്കാനായി അലമാരകൾ തുറന്നപ്പോൾ മുറികളിൽ അതീവ ഹൃദ്യമായ വാസന പരന്നു വ്യാപിച്ചു. അടച്ചിരുന്ന ജാലകങ്ങൾ തുറന്നിട്ടു. പുറത്തുനിന്ന് ഒഴുകി വന്ന കാറ്റിൽ പൊടിയുടെ അലകൾ അവിടെ തിങ്ങിത്തിക്കി. പുസ്തകങ്ങൾക്കിടയിൽ നിന്ന് ഇരട്ടവാലനുകൾ ഇഴഞ്ഞിറങ്ങി നിലത്തു വെപ്രാളത്തോടെ ഓടി നടന്നിരുന്നതിനെപ്പറ്റി ഉണ്ണി പറഞ്ഞിരുന്നു.

"ഒരുപാട് വില കൂടിയ പുസ്തകങ്ങൾ ഉണ്ടായിരുന്നു. അവ തുറന്നു മറിച്ചു നോക്കിയപ്പോൾ സങ്കടം കൊണ്ട് കരഞ്ഞുപോയി. എത്രായിരം രൂപ കൊടുത്തായിരിക്കും ആ പുസ്തകങ്ങൾ വാങ്ങിയിരുന്നത്. ഓരോ പുസ്തകത്തിന്റേയും ആദ്യ പേജിൽ പച്ച മഷികൊണ്ട് പേരെഴുതിയിരുന്നു. അതിനുതാഴെ മലയാളദേശം ഓഫീസ് എന്നു റബ്ബർ സ്റ്റാമ്പ് പതിപ്പിച്ചിരുന്നു. പല പുസ്തകങ്ങളിലും ഒന്നു രണ്ടുവരികളിൽ വിലയിരുത്തൽ രേഖപ്പെടുത്തിയിരുന്നു".

ആ അഭിപ്രായങ്ങൾ പകർത്തി ഒരു പുസ്തകമായി പ്രസിദ്ധീകരിച്ചാൽ അതൊരു അമൂല്യ രേഖയാകുമായിരുന്നുവെന്ന് പിന്നീടൊരിക്കൽ ഉണ്ണി ഓർമ്മിച്ചു ഫിലോസഫിയയും ചരിത്രവും ജീവചരിത്രവും ശാസ്ത്രവും രാഷ്ട്രമീമാംസയും ഇതിഹാസങ്ങളും കാവ്യപഠനങ്ങളും... ഉണ്ണിയുടെ അച്ഛൻ ശിവശങ്കരപ്പിള്ളയ്ക്കായിരുന്നു ആ ലൈബ്രറിയുടെ ചുമതല. അകത്തു കടക്കാൻ അയാൾ ആരെയും അനുവദിച്ചിരുന്നില്ല. രാവിലെ പത്തുമണിക്ക് അതിനകത്തു കയറുന്ന അയാൾ അലമാര തുറന്ന് പൊടിയും മാറാലയും അടിച്ചു കളഞ്ഞ് വൃത്തിയാക്കുന്നു. ഉച്ച വരെ നീളുന്ന ആ ജോലിക്കു ശേഷമേ അയാൾ വിശ്രമിക്കാറുള്ളു. ആദ്യത്തെ മുറിയുടെ മുൻപിൽ ഒരു കസേരയും അടുത്തൊരു സ്റ്റൂളും. ആ സ്റ്റൂളിൽ ഒരു മൺകൂജ. അടുത്ത് ഒരു ടംബ്ലർ. നിരവധി വർഷങ്ങളുടെ അടയാളം ആ പിച്ചള ടംബ്ലറിൽ പതിഞ്ഞുകിടന്നു.

നിരവധി വർഷങ്ങൾ അയാളുടെ അധീനതയിലായിരുന്നു ആ പുസ്തക മുറികൾ. രണ്ടാം നിലയിലെ ഇടനാഴിക്ക് ഇടത്തായി നിരയായി നിർമ്മിച്ചതായിരുന്നു ആ മുറികൾ. പുറത്തേയ്ക്കുള്ള കതക് പൂട്ടിയ വിശാലമായ മുറികൾ. ചുവരുകളിൽ ചേർത്ത് അലമാരകൾ. കണ്ണാടി വാതിലുകളുള്ള തേക്കുതടിയിൽ നിർമ്മിച്ചവയായിരുന്നു അവ. മൂന്നുമുറികളെ വലിയ ഒരു ഹാൾ ആക്കി മാറ്റാനായി ഇടയ്ക്കുള്ള മതിലുകൾ ഇടിച്ചു മാറ്റിയിരുന്നു. അതിനു നടുക്കായി മുറിയിൽ രണ്ട് അലമാരകൾക്കിടയിലായി ഒരു ചാരു കസേരയും അതിനടുത്ത് ഒരു സ്റ്റൂളും ഉണ്ടായിരുന്നു.

"യാത്രയ്ക്കിടയിൽ വീട്ടിൽ വിശ്രമിക്കാനെത്തുന്നതിനിടയിൽ രണ്ടു മൂന്നു ദിവസം കൃഷ്ണൻ കർത്താ സാർ അവിടെ വന്നിരുന്നു വായിക്കുമായിരുന്നു. അദ്ദേഹത്തിന് വായിക്കാനുള്ള മുൻ ദിവസങ്ങളിലെ

പത്രങ്ങൾക്കു പുറമെ വായിച്ചുപൂർത്തിയാക്കാത്ത പുസ്തകങ്ങളെടുത്തു കൊടുക്കുന്നതിനു പുറമെ കുടിക്കാൻ കരിക്കിൻ വെള്ളം കൊണ്ടു കൊടുക്കുന്ന ചുമതല അച്ഛനായിരുന്നു." വില മതിക്കാനാവാത്ത ഓർമ്മകളായിരുന്നു അവ ഉണ്ണിക്ക്. വായനാ മുറിയിൽ നിന്നും വീട്ടിലേയ്ക്ക് പോകുന്ന കർത്താവിനെ ദൂരെ നിന്നു നോക്കി നിന്ന അവ്യക്തമായ ഓർമ്മ മാത്രമേ ഉണ്ണിക്കുണ്ടായിരുന്നുള്ളു. എങ്കിലും ആ പത്രസ്ഥാപനത്തിന്റെ ഉടമസ്ഥനായിരുന്ന കൃഷ്ണൻ കർത്തയുടെ ബഹുമുഖ വ്യക്തിത്വത്തെപ്പറ്റിയുള്ള എല്ലാ വിവരങ്ങളും അയാൾ സംഭരിച്ചു സൂക്ഷിച്ചിരുന്നു. ബനാറസിലെ ഹിന്ദു യൂണിവേഴ്സിറ്റിയിൽ വിദ്യാർത്ഥിയായിരുന്ന കാലത്ത് അമ്മാവന്റെ ഹിതത്തിനു വിരുദ്ധമായി സ്വാതന്ത്ര്യ സമരത്തിൽ ആകൃഷ്ടനായി വാർദ്ധയിൽ പോയി ഗാന്ധിജിയുടെ അനവധി ശിഷ്യന്മാരിൽ ഒരാളായി നാല് കൊല്ലം ചെലവിട്ടത് വിവരിക്കുന്ന ഉണ്ണിയുടെ മുഖത്ത് തെളിഞ്ഞു മറയുന്ന ആദരവും ഭക്തിയും കണ്ട് ഞാൻ അദ്ഭുതപ്പെട്ടിരുന്നു.

"അച്ഛനിൽ നിന്നാണ് അദ്ദേഹത്തെപ്പറ്റി കൂടുതലും അറിഞ്ഞത്. നാട്ടിൽ മടങ്ങിയെത്തിയ അദ്ദേഹം സ്വാതന്ത്ര്യ സമരത്തിന്റെ ഭാഗമായാണ് മലയാള ദേശം തുടങ്ങിയത്. പക്ഷേ അധിക നാൾ ജീവിച്ചിരിക്കാൻ അദ്ദേഹത്തിനു ഭാഗ്യമുണ്ടായില്ല. മുപ്പത്തിയെട്ടാമത്തെ വയസ്സിൽ അദ്ദേഹം മരിച്ചു."

രാജഭരണത്തിനെതിരെ ഉയർന്നുവന്ന ഉത്തരവാദ ഭരണപ്രക്ഷോഭത്തിനു ആശയപരമായ ഇന്ധനം മാത്രമായിരുന്നില്ല മലയാള ദേശം പകർന്നിരുന്നത്. അക്കാലത്ത് തിരുവിതാംകൂറിലെ മിക്കവാറും എല്ലാ സ്വാതന്ത്ര്യസമരപ്പോരാളികൾക്കും ആ പത്ര സ്ഥാപനം താങ്ങും തണലുമായിരുന്നെന്ന് ഞാൻ അറിഞ്ഞിരുന്നു. പ്രക്ഷോഭണത്തിന്റെ ഭാഗമായി നിരന്തരം യാത്ര നടത്തിയിരുന്ന കൃഷ്ണൻ കർത്ത പ്രധാനമായും ശ്രദ്ധിച്ചത് ഖാദി പ്രചരണത്തിലായിരുന്നു. ഗാന്ധിജിയിലുള്ള വിശ്വാസമായിരുന്നു അദ്ദേഹത്തിന്റെ ഏറ്റവും വലിയ മൂലധനം. പരുക്കൻ ഖദർ തുണികൊണ്ടുള്ള അരക്കയ്യൻ ഷർട്ടും ഒറ്റ മുണ്ടും ധരിച്ച് ഖാദി വസ്ത്രങ്ങളുടെ കെട്ടുമായി കൃഷ്ണൻ കർത്ത വീടുകളിൽ കയറിയിറങ്ങുന്നതിനെപ്പറ്റി അദ്ദേഹത്തിന്റെ പഴയകാല സഹപ്രവർത്തകർ ഓർമ്മിച്ചിരുന്നു.

'ലളിത ജീവിതമായിരുന്നു അദ്ദേഹത്തിന്റേത്. എരിവും പുളിയുമില്ലാത്ത ആഹാരം. ആഴ്ചയിൽ ഒരു ദിവസമെങ്കിലും ഉപവാസമനുഷ്ഠിച്ചിരുന്നു. പലപ്പോഴും സഹപ്രവർത്തകരുടെ വീഴ്ചയ്ക്കുള്ള പരിഹാരമായിപ്പോലും കൃഷ്ണൻ കർത്ത ഉപവസിച്ചു."

കൃഷണൻ കർത്ത വാർദ്ധയിൽ ചെലവഴിച്ച വർഷങ്ങളിലെടുത്ത ഒരു സെപ്പിയ ഫോട്ടോയും കൃഷ്ണൻ കർത്തയുടെ ജീവിതത്തിലെ അറിയപ്പെടാത്തതും തിളക്കമുള്ളതുമായ സംഭവങ്ങൾ രേഖപ്പെടുത്തിയ കടലാസുകളും ഉണ്ണി സൂക്ഷിച്ചു. അവ മറിച്ചു നോക്കുന്നതിനിടയിൽ അയാൾ പറഞ്ഞു.

'ഞാനാരേയും ഇതു കാണിച്ചിട്ടില്ല. നഷ്ടപ്പെടുത്തരുതെന്ന് പറഞ്ഞു കൊണ്ടായിരുന്നു മരിക്കുന്നതിന് മുമ്പ് അച്ഛൻ ഇത് തന്നത്.

അങ്ങനെ ചരിത്രത്തിന്റെ മായാത്ത മുദ്രകൾ വീണുകിടക്കുന്ന ആ സ്ഥാപനത്തിന്റെ ഇടനാഴിയിൽ കൂമ്പാരമായി കൂട്ടിയിട്ടിരുന്ന പുസ്തക ങ്ങളിൽ ഒന്നുരണ്ടെണ്ണമെടുത്തു മറിച്ചുനോക്കുമ്പോഴായിരുന്നു മാനേജർ സ്വാമി വന്നത്. അക്ഷരങ്ങൾ വിൽക്കാനുള്ളതാണെന്ന് വിശ്വസിച്ചിരുന്ന അയാൾ പറഞ്ഞു.

"പുസ്തകങ്ങൾ വായിക്കുന്ന ശീലമുണ്ടോ? ആവശ്യമെങ്കിൽ ഇതിൽ നിന്ന് വേണ്ടുന്ന പുസ്തകങ്ങളെടുക്കാം"

ആ പുസ്തക കൂമ്പാരത്തിൽ നിന്ന് ഏതാനും പുസ്തകങ്ങളെടുത്ത് അവളുടെ വിലയായി കുറച്ച് രൂപ അക്കൗണ്ടന്റിനെ ഏല്പിക്കുമ്പോൾ അയാൾ സ്വകാര്യമായി അറിയിച്ചു

"സാറിന് ഭ്രാന്തുണ്ടോ? ഈ സ്ഥാപനത്തിന്റെ ഓരോ ഇഷ്ടികയായി ഇളക്കി വിറ്റുകൊണ്ടിരിക്കുന്നതിനിടയിൽ നാലഞ്ച് പുസ്തകത്തിന്റെ വില എന്തിന് കൊടുക്കുന്നു. കൈയിൽ കിട്ടുന്നത് ഓരോരുത്തരും സൗകര്യം പോലെ കൊണ്ടുപോകുകയല്ലേ."

"സൗജന്യമായി ഒന്നും വേണ്ട. ഞാൻ ചെയ്യുന്ന ജോലിക്ക് അവരെ നിക്കു ശമ്പളം തരുന്നുണ്ടല്ലോ'.

ഏറെ ദിവസങ്ങൾക്കുശേഷമാണ് ഞാൻ തിരഞ്ഞെടുത്ത മൂന്നാല് പുസ്തകങ്ങൾ അപൂർവ്വങ്ങളായിട്ടുള്ളതെന്ന് അറിയുന്നത്. സ്വാതന്ത്ര്യ സമരത്തിൽ പങ്കെടുത്ത ബോംബെയിലെ പാഴ്സി സമൂഹത്തിലെ രണ്ടു പേർ. പിന്നീട് പ്രശസ്തരായ - മിനു മസാനിയും ഡി.എഫ്. കാരകയും. പത്രപ്രവർത്തകനായി പേരെടുത്ത കാരക എഴുതിയ ആത്മകഥാ രൂപ ത്തിലുള്ള ലേഖനങ്ങളുടെ സമാഹാരമായിരുന്നു. 'ഐ ഗോ വെസ്റ്റ്'. ഗ്രന്ഥകർത്താവ് ഓക്സ്ഫോർഡിൽ വിദ്യാർത്ഥിയായിരിക്കുമ്പോഴാണ് വട്ടമേശ സമ്മേളനത്തിനായി ഗാന്ധിജി ലണ്ടനിലെത്തിയത്. ഗാന്ധിജി യുടെ സാന്നിദ്ധ്യം സൃഷ്ടിച്ച അസദൃശമായ അനുഭവം കാരക രേഖ പ്പെടുത്തിയത് ഇങ്ങനെയായിരുന്നു:

സംഭാഷണത്തിൽ അതീവ ലാളിത്യം നിറഞ്ഞിരുന്നു. യോഗിവര്യനെ പ്പോലെ ഒരാൾ. ക്രിസ്ത്യാനികളേക്കാൾ വലിയ ക്രൈസ്തവൻ. അദ്ദേഹം നടക്കുന്ന വഴിത്താരകൾ വിശുദ്ധവഴികളായിരുന്നുവെന്നും പുതിയൊരു മിശിഹായെ അനുഗമിക്കുന്നതുപോലെ ലക്ഷങ്ങൾ അദ്ദേഹത്തെ പിന്തു ടർന്നുവെന്നും പറഞ്ഞുകേട്ടിരുന്നു. അദ്ദേഹം പ്രത്യക്ഷപ്പെടുന്ന എവി ടെയും വിശുദ്ധതയുടെ സാന്നിദ്ധ്യം അനുഭവപ്പെട്ടിരുന്നു... ഞാനും അതിനൊരു സാക്ഷിയായി...

അവയ്ക്കു പുറമെ ഈസ്റ്റ് ആന്റ് വെസ്റ്റ് ഇൻ റിലിജിയൻ (ഡോ: എസ്. രാധാകൃഷ്ണൻ), ദ ഹെറിറ്റേജ് ഓഫ് പൊയട്രി (ഫിലിപ്പ് വെയ്ൻ) നാഗാർജ്ജുനന്റെ ഫിലോസഫി (കെ.വെങ്കിട്ട രമണൻ) എന്നീ

ഗ്രന്ഥങ്ങൾ കൃഷ്ണൻ കർത്തയുടെ വായനയുടെ അടയാളം പേറുന്ന വയായിരുന്നു. അദ്ദേഹത്തിന്റെ അഭിരുചി മാത്രമായിരുന്നില്ല ജീവിത ദർശനത്തിന്റേയും സൂചനകൾ നൽകുന്നതായിരുന്നു ആ പുസ്തക ങ്ങളിലെ അദ്ദേഹത്തിന്റെ അടയാളപ്പെടുത്തലുകൾ.

അദ്ദേഹത്തിന്റെ മരണശേഷം പത്രസ്ഥാപനവും അളവറ്റ സമ്പത്തും കൈവന്ന മരുമക്കൾക്ക് അവ ഉപയോഗിക്കുന്നതെങ്ങനെയെന്ന് അറിഞ്ഞു കൂടായിരുന്നു. ഉത്തരവാദ ഭരണ പ്രക്ഷോഭണ കാലത്ത് ഒരു വാൾ പോലെ മൂർച്ചയുണ്ടായിരുന്ന മലയാളദേശം സാവധാനം പരിക്ഷീണമായി കൊണ്ടിരിക്കുമ്പോഴാണ് ഞാനെത്തിയത്. അവിടെയെത്തുന്നതിന് മുമ്പ് രാമമൂർത്തി മുന്നറിയിപ്പു നൽകിയിരുന്നു.

"അധികകാലം നിങ്ങൾക്ക് ഇവിടെ നിൽക്കാനാവുമെന്ന് എനിക്കു തോന്നുന്നില്ല. എന്റെ ആത്മസ്നേഹിതൻ ആരാണെന്നറിയാമോ ബാലന്? രക്ഷപ്പെടുന്നതിന് മദ്യം പോലും അശക്തമായിരിക്കയാണ്. എന്റെ ഇപ്പോഴത്തെ ആലോചന ഇവിടെ നിന്ന് എങ്ങനെ രക്ഷപ്പെടാമെന്നാണ്. കള്ളുകുടിയനാണെന്ന ദുഷ്പ്പേരുകാരണം മറ്റൊരു പത്ര സ്ഥാപനം എന്നെ സ്വീകരിക്കുമെന്നു എനിക്കു വിശ്വാസമില്ല".

ഏതാനും മാസങ്ങൾ പിന്നിട്ടപ്പോൾ മൂർത്തി നുണ പറയുകയല്ലെന്ന് എനിക്കും തോന്നിത്തുടങ്ങി. മാനേജുമെന്റുമായി ലഹളകൂടി ആരെയും അറിയിക്കാതെ ഇതിനകം മൂർത്തി പോയിരുന്നു. ദിനപത്രത്തിന്റെ ഭരണ കാര്യങ്ങൾക്കു പുറമെ മാനേജർ സ്വാമി പത്രാധിപ സമിതിയുടെ പ്രവർത്തനത്തിലും ഒരു പങ്ക് ആവശ്യപ്പെടാൻ തുടങ്ങി. നിരുപദ്ര കരങ്ങളായ ചില നിർദ്ദേശങ്ങളായിരുന്നു ആദ്യം അയാളിൽ നിന്നുണ്ടാ യത്.

എല്ലാ വൈകുന്നേരവും അടുത്ത ദിവസത്തെ പത്രത്തിന്റെ ന്യൂസ് പ്ലാനിംഗിന്റെ ഭാഗമായി നടത്താറുള്ള പത്രാധിപസമിതിയോഗത്തിനു ചായയും പലഹാരവും കൊണ്ടുവന്നിരുന്നത് അറ്റൻഡർ ഉണ്ണിയായിരുന്നു. ആ പതിവിന് വിരുദ്ധമായി ഒരു സായാഹ്ന യോഗത്തിൽ ചായയോടൊ പ്പമുള്ള പലഹാരം വേണ്ടെന്ന് വച്ചത് മാനേജർ സ്വാമിയാണെന്ന് ഉണ്ണി അറിയിച്ചു. ആരും ഒന്നും പറഞ്ഞില്ല. ഭയത്തിന്റെ അന്തരീക്ഷം യാഥാർത്ഥ്യമായതിന്റെ സൂചനയായിരുന്നു അവരുടെ മൗനം. ചായയ്ക്കു പുറമെയുള്ള പലഹാരത്തിന് ഞാൻ വില നൽകി. അതറിഞ്ഞ മാനേ ജർ സ്വാമി അടുത്ത ദിവസം എന്നോട് പറഞ്ഞു

"എത്ര ചെലവുചുരുക്കലായാലും പത്രാധിപ സമിതിക്ക് പ്രയാസ മുണ്ടാക്കുന്ന യാതൊന്നും പാടില്ലെന്ന് ഞാൻ നിർദ്ദേശിച്ചിരുന്നതാണ്. ഇന്നലെ സംഭവിച്ചത് ഞാനറിഞ്ഞിരുന്നില്ല".

അടുത്ത ദിവസം മുതൽ പതിവുകൾ മുൻപെന്നപോലെ തുടർന്നെ ങ്കിലും ഏറ്റുമുട്ടലിന് അയാൾ ഒരുങ്ങുകയായിരുന്നു. ഒളിഞ്ഞിരുന്ന് ആക്രമിക്കുന്നതിൽ അയാൾ സമർത്ഥനായിരുന്നു.

മുൻകൂട്ടി അറിയിക്കാതെ അവധിയെടുത്തതിന്റെ ശിക്ഷയായി മൂർത്തിയുടെ ശമ്പള കുടിശ്ശിക തടഞ്ഞുവച്ചതിന്റെ പിന്നിൽ മാനേജർ സ്വാമിയായിരുന്നുവെന്ന് ഞാനറിഞ്ഞിരുന്നു. മൂർത്തിയുടെ നിശാകാല സുഹൃത്തുക്കളിലൊരാളായിരുന്ന ഉടമസ്ഥന്മാരിലൊരാളായ രാമ കൃഷ്ണൻ നായർ ഇടപെട്ട് ശമ്പള കുടിശ്ശിക നൽകിയത് മാനേജർ സ്വാമിയെ കൂടുതൽ കുപിതനാക്കി. അങ്ങനെ പ്രഹരിക്കാൻ കാത്തിരി ക്കുകയായിരുന്ന അയാൾക്ക് മൂർത്തി തന്നെ അവസരമുണ്ടാക്കി കൊടു ക്കുകയുണ്ടായി.

പത്രമാഫീസിലെ ജോലി ഉപേക്ഷിച്ച മൂർത്തിയുടെ പ്രധാന ജോലി മദ്യപാനം മാത്രമായി.

“കൂടുതൽ വർഷങ്ങൾ ജീവിച്ചിരിക്കുന്നത് മണ്ടന്മാർ മാത്രമാണെന്ന് പറയാറുണ്ടായിരുന്ന അയാൾക്ക് ജീവിക്കാനുള്ള ആഗ്രഹം ഇല്ലാതായിട്ട് കുറച്ചുകാലമായിരുന്നു. വിവാഹിതനായി ഭാര്യയും കുട്ടികളുമായി ഒരു കുടുംബം കെട്ടിപ്പടുക്കാൻ മൂർത്തി തയ്യാറായില്ല.”

“ഞാനൊരു നാടോടിയാണ്. നാടോടിയായി മരിക്കാനാണ് എനിക്ക് ഇഷ്ടം.”

മദ്യപാനത്തിനിടയിൽ അതാവർത്തിക്കാൻ അയാളെ പ്രേരിപ്പിച്ച രഹസ്യം ആർക്കും അറിഞ്ഞുകൂടായിരുന്നു.

“ആദ്യമൊക്കെ പത്രപ്രവർത്തനം വിശുദ്ധമായൊരു തൊഴിലായാണ് ഞാൻ കരുതിയിരുന്നത്. ശബ്ദമില്ലാത്തവന്റെ ശബ്ദമാകുന്നതിൽപ്പരം ഉന്നതമായി മറ്റെന്താണുള്ളത്?

എന്നാൽ അതൊരു മിഥ്യയാണെന്ന് തിരിച്ചറിയാൻ എനിക്ക് അധിക കാലം വേണ്ടിവന്നില്ല. പാവപ്പെട്ടവന്റെ മേൽവിലാസത്തിൽ ധനികർ നട ത്തുന്ന കപടകച്ചവടമായി തരം താണിരിക്കയാണ് പത്രപ്രവർത്തനം. അതിനിടയിൽപ്പെട്ട് ഞെരിഞ്ഞമരാൻ ഞാനെന്തിന് നിന്നുകൊടുക്കണം?'

അതൊരു സ്വപ്നത്തിന്റെ തകർച്ചയായി. പതുക്കെപ്പതുക്കെ മദ്യപാനം മൂർത്തിയുടെ ശീലമായി. പകലുകൾ ഉറങ്ങുകയും രാത്രികാലങ്ങളെ പകലുകളാക്കുകയും ചെയ്തു. “ഏഴെട്ടുപേരുള്ള ആൾക്കൂട്ടത്തിനിട യിൽ ഒരാൾ അപ്രത്യക്ഷനാകുന്നത് ആരും അറിഞ്ഞില്ല. സ്വാഭാവികമാ യിരുന്നു അതൊക്കെ. അതുകൊണ്ട് എന്റെ അസാന്നിദ്ധ്യം ആരും അറി ഞ്ഞില്ല. എന്നെ ഓർത്ത് ആ പെൺകുട്ടി മാത്രം കുറേ ദിവസം കണ്ണീർ തൂവി. പതുക്കെ ആ കണ്ണീരും വറ്റി. അവൾക്ക് നഷ്ടപ്പെട്ടത് അവളുടെ എല്ലാ ആവശ്യങ്ങളും സാധിച്ചുകൊടുത്തിരുന്ന ചേട്ടനെയായിരുന്നു. അതൊന്നും ആരോടും ഞാൻ പറഞ്ഞില്ല. ആരും തിരക്കിയതുമില്ല.” എന്നിട്ട് മൂർത്തി സമാശ്വസിച്ചു.

“നിങ്ങളെപ്പോലെ കുറേ സ്നേഹിതന്മാരെ കിട്ടിയത് എന്റെ ഭാഗ്യം. ഒന്നോ രണ്ടോ പേരിൽ അവരും ഒതുങ്ങും. ബാക്കിയുള്ളവർ... കാറ്റത്ത് പറന്നുപോയ അപ്പൂപ്പൻ താടികളെപ്പോലെയായിരുന്നു.”

മൂർത്തിയുടെ കോളേജ് വിദ്യാഭ്യാസം ഇടയ്ക്കുവച്ച് മുടങ്ങിയിരുന്നു. പഠിക്കാനുള്ള കൗതുകമില്ലായ്മയേക്കാൾ അതിനുകാരണമായത് തനിക്ക് നേരെ നീണ്ടുവന്നിരുന്ന മൂർച്ചയേറിയ പരിഹാസമായിരുന്നുവെന്ന് അയാൾ പറഞ്ഞിരുന്നു. അദ്ധ്യാപകർ പോലും അതിന് അപവാദമായില്ല. തന്റെ പിന്നിലൂടെ നീണ്ടുവരുന്ന രൂപങ്ങൾ പ്രേതങ്ങളായി മാറുന്നതും തന്നെ ഭക്ഷിക്കാനായി വാ പിളർത്തി അവ അടുത്തുവരുന്നതും... അതിൽ നിന്നും ഓടി മാറാനാവില്ലെന്ന് മൂർത്തി അറിഞ്ഞു. അതിനിടയിലും അയാൾക്ക് തണലായത് പുസ്തകങ്ങളായിരുന്നു. പുസ്തകങ്ങളുടെ അജ്ഞാതമായ പ്രപഞ്ചത്തിന് അയാൾ സ്വയം വിട്ടുകൊടുത്തു. ഒരു യൂണിവേഴ്സിറ്റി കോഴ്സിനും പ്രദാനം ചെയ്യാനാവാത്ത തരത്തിൽ ആഴത്തിലുള്ള അറിവ് അയാൾ വായനയിലൂടെ സമ്പാദിച്ചിരുന്നു. വായിച്ചുതീരാത്ത ഒരു പുസ്തകം അയാളുടെ കൈയിൽ എപ്പോഴും ഉണ്ടായിരിക്കും. അറിവ് പ്രദർശിപ്പിക്കാനുള്ളതല്ലെന്ന് മൂർത്തി വിശ്വ സിച്ചു. പരിചയക്കാർക്കിടയിൽ അയാൾ ഒരു മണ്ടനായി വിശേഷിപ്പി ക്കപ്പെട്ടിരുന്നു. "ഇയാളെങ്ങനെ ജീവിക്കും" പരിഹാസത്തിൽ പ്പൊതിഞ്ഞ അത്തരം അഭിപ്രായങ്ങൾ മൂർത്തി ശ്രദ്ധിച്ചില്ലെന്ന് എനിക്ക റിയാമായിരുന്നു. ജോലി ചെയ്തിരുന്ന പത്രമാഫീസിൽ എന്നെത്തിരക്കി വർഷങ്ങൾക്കുമുമ്പ് വന്നതിൽ നിന്ന് തുടങ്ങിയതായിരുന്നു മൂർത്തി യുമായുള്ള അടുപ്പം. ചതുരക്കള്ളികളുള്ള ഷർട്ടും പാന്റും ധരിച്ച് ഉള്ളിലേയ്ക്ക് അല്പം വളവുള്ള കറുത്ത നിറമുള്ള അയാൾ ആഫീ സിൽ നിന്നിറങ്ങുകയായിരുന്ന എന്നെ തടഞ്ഞു നിർത്തി സ്വയം പരിച യപ്പെടുത്തി.

'എന്റെ പേര് രാമമൂർത്തിയെന്നാണ്. ബാലചന്ദ്രനല്ലേ?'

അനുകൂല ഭാവത്തിലുള്ള എന്റെ നിൽപ്പ് കണ്ട് അയാൾ മന്ദഹസിച്ചു. കറുത്ത മുഖത്ത് പടരുന്ന തിളക്കമുള്ള ചിരി.

'എനിക്കറിയാം നിങ്ങളെ' എങ്ങനെയെന്ന് വിശദീകരിക്കാതെ അയാൾ തുടർന്നു:

"ചെറിയ തോതിൽ എഴുത്തുരോഗമുള്ള ഒരാളാണു ഞാൻ. പത്തു പേരിൽ എട്ടുപേർ എഴുത്തുകാരായ ഈ നാട്ടിൽ അതിനു യാതൊരു പുതുമയുമില്ലെന്ന് എനിക്കറിയാം. എങ്കിലും പരിചയപ്പെടാൻ നല്ലൊരു മേൽവിലാസമാണത്."

ഒരു കവർ നൽകിയിട്ട് അയാൾ പറഞ്ഞു.

'ബാലചന്ദ്രൻ ഇത് വായിക്കണം. എനിക്കൊരു ജോലികിട്ടാൻ വഴി യുണ്ടോ?'

പത്രാധിപ സമിതി അംഗമായതോടെ മൂർത്തി വളരെ പെട്ടെന്ന് എല്ലാ വരുടേയും നല്ല സ്നേഹിതനായി. ആർക്ക് എന്താവശ്യമുണ്ടായാലും മൂർത്തിയെ വിശ്വാസപൂർവ്വം ആശ്രയിക്കാമെന്നായി.

രാത്രികളിൽ ഉറക്കം പിണങ്ങി നിൽക്കുന്നത് അയാളുടെ പതിവായി. ഏകാന്തതയിൽ ഒറ്റയ്ക്കിരിക്കാൻ അയാൾ ഭയന്നു. അതിനൊരു പോംവഴിയായിരുന്നു മദ്യം. ഏതാനും ദിവസം പിന്നിട്ടപ്പോൾ അതും ആശ്വാസമായില്ല. ആരോടും പറയാതെ അപ്രത്യക്ഷനാവുന്നതും ഒന്നോ രണ്ടോ ആഴ്ചയ്ക്ക് ശേഷം മടങ്ങിവരുന്നതും മൂർത്തിയുടെ ശീലമായി. അങ്ങനെ ഒരു പ്രാവശ്യം അപ്രത്യക്ഷനായ മൂർത്തി മടങ്ങിയില്ല. അയാളെ കാത്തിരിക്കാൻ ആരുമുണ്ടായിരുന്നില്ല.

മൂന്നുമാസം പിന്നിട്ടു. ഗോപികൃഷ്ണനിൽ നിന്നാണ് അറിഞ്ഞത് രാമമൂർത്തി മലയാളദേശത്തിലെ പത്രാധിപ സമിതി അംഗമാണെന്ന്. അങ്ങനെ ചുറ്റിക്കറങ്ങലുകൾക്കുശേഷം ഞങ്ങൾ ഒത്തുകൂടിയെങ്കിലും അതും ഏറെക്കാലം നീണ്ടില്ല. മദ്യം ഇതിനകം മൂർത്തിയുടെ ഉറ്റതോഴ നായിരുന്നു. അയാളുടെ അന്ത്യത്തിന് അത് കാരണവുമായി.

പൊടുന്നനെ മൂർത്തി പോയ പശ്ചാത്തലത്തിൽ അയാളെക്കുറിച്ചുള്ള അന്വേഷണങ്ങൾ എല്ലാവരും ഉപേക്ഷിച്ചിരുന്നു. പതിവുപോലെ മുന്നറി യിപ്പൊന്നുമില്ലാതെ അയാൾ വരുമെന്ന പ്രതീക്ഷ പക്ഷേ ഇത്തവണ തെറ്റി. ഇൻക്വസ്റ്റിനുശേഷം ആശുപത്രിയിൽ സൂക്ഷിച്ചിരുന്ന അനാഥ മൃതദേഹങ്ങളിൽ ഒന്നായി അയാൾ അവസാനിച്ചില്ല. പലപ്പോഴും സത്യം പേടിപ്പെടുത്തുന്നതാണ്.

മൂർത്തിയുടെ മരണത്തിൽ സങ്കടപ്പെടാത്തവരായി ഞങ്ങളിൽ ആരു മുണ്ടായിരുന്നില്ല. ഏതെങ്കിലും തരത്തിൽ ഞങ്ങളെല്ലാം അയാളുമായി ബന്ധപ്പെട്ടിരുന്നു. അങ്ങനെയാണ് മൃതദേഹം ഏറ്റുവാങ്ങി സംസ്ക്കരി ക്കുന്നതിന് പത്രാധിപ സമിതി അംഗങ്ങൾ മുൻകൈയെടുത്തത്. മൂക്കറ്റം കുടിച്ച് ബാറിൽ നിന്നിറങ്ങി നടന്നുപോകുമ്പോൾ എതിരെ വന്ന കാർ ഇടിച്ചു തെറിപ്പിച്ച് ചോര വാർന്ന് മരിച്ചുകിടന്ന മൂർത്തിയെ പ്രഭാത സവാരിക്കാരായിരുന്നു കണ്ടെത്തിയതെന്ന് അറിഞ്ഞെങ്കിലും ആരും അതേപ്പറ്റി പരാതിപ്പെടാൻ മുതിർന്നില്ല.

ഇക്കാര്യത്തിൽ മാനേജ്മെന്റ് നടപടിയെടുക്കണമെന്ന അഭിപ്രായം മാനേജർ സ്വാമിക്ക് ഹിതമായില്ല.

അയാളത് നിരാകരിച്ചു. പത്രസ്ഥാപനത്തിന് അപമാനം ഉണ്ടാക്കിയ ഒരാളിനുവേണ്ടി എന്തു ചെയ്യണമെന്നാണ് അപ്പോൾ അയാൾ ചോദി ച്ചത്.

എല്ലാം പഴങ്കഥകളാകുന്നു. എല്ലാവരും എല്ലാം മറക്കുന്നു. എന്നാൽ ചില ഓർമ്മകൾ മാത്രം മാഞ്ഞുപോകുന്നില്ല. രാമമൂർത്തിയുടെ ഓർമ്മയും അത്തരത്തിലുള്ളതായിരുന്നു.

മൂർത്തിയുടെ അപകടമരണം നടന്ന് ഒരാഴ്ചപോലും പിന്നിട്ടിരുന്നില്ല. അപകട മരണം സംഭവിക്കുന്നതിന്റെ തലേന്ന് അയാൾ എനിക്കയച്ചി രുന്ന കത്ത് പിന്നീട് കിട്ടി. അപ്പോൾ മരണം മുൻകൂട്ടി കണ്ടിരുന്നോ അതോ ആ എഴുത്തയച്ചിട്ട് അയാൾ മരണത്തിലേയ്ക്ക് എടുത്തുചാടുക യായിരുന്നോ?

ഇരുപത്തിയാറ്

രണ്ടാമതും ഗർഭമലസിയത് ശാരദയെ ആഴത്തിൽ ഉലച്ചു. സംസാരത്തി നിടയിൽ അതിന്റെ നിഴൽ വീഴാതിരിക്കാനായി പരമാവധി ഞാൻ ശ്രദ്ധിച്ചു. വാടിത്തുടങ്ങിയ പിച്ചകവള്ളിയെപ്പോലെയായിരുന്നു അവൾ. മൊട്ടുകളി ടുന്നതും അവ പൂക്കളായി പരിമളം പരത്തുന്നതും ആർക്കുവേണ്ടിയായി രുന്നുവെന്ന് ആ വള്ളി അറിഞ്ഞില്ല. മണ്ണിൽ വേരുകളാഴ്ത്തുമ്പോൾ പടർന്നു പന്തലിക്കാനും മൊട്ടിടാനും പൂക്കളായി പ്രസാദിക്കാനും... അവ യുടെ ജന്മരഹസ്യമതായിരുന്നോ? കസേരയിൽ ചടഞ്ഞിരുന്നു പുസ്തക ങ്ങൾ വായിക്കുമ്പോഴും ഇടതുവശം ചേർന്ന് കിടക്കുമ്പോൾ കാലുകൾ ചേർത്തുവച്ച് ഇരു കൈകളും നെഞ്ചിലമർത്തി വയ്ക്കുമ്പോഴും ശാരദ അറിഞ്ഞില്ല അവളിലൂടെ പരക്കുന്ന സ്നേഹത്തിന്റെ ഗന്ധം. ഹൃദയ ത്തിന്റെ ജാലകങ്ങളും കവാടങ്ങളും മലർക്കെ തുറന്ന് ആ പരിമളം ഞാൻ ഉൾക്കൊണ്ടു. അവളറിയാതെ ഞാൻ അവളെ മോഷ്ടിക്കുകയായിരുന്നു.

ഉണ്ണിയുടെ അമ്മയുടെ പരിചരണത്തിൽ മുറിവുകൾ ഉണങ്ങിത്തുട ങ്ങിയെങ്കിലും ആർക്കും അളക്കാനാവുന്നതായിരുന്നില്ല അവളുടെ വേദ നയും നഷ്ടബോധവും. ആരോടും അവൾ അതൊന്നും പങ്കുവച്ചില്ല. ശാരദ സ്വയം ഒറ്റപ്പെടുകയായിരുന്നു.

""ഞാനൊരു അനാവശ്യപ്പിറവിയാണെന്ന വിചാരം കൂടുതൽ ബല പ്പെടുകയാണ്. എന്റെ സങ്കടം എന്നെ ഓർത്തല്ല. ബാലനെക്കൂടി ഈ വലയിൽ കുരുക്കിയിടരുതായിരുന്നു."

ശാരദയുടെ ശബ്ദത്തിൽ നിന്നും വികാരം ചോർന്നു പോയിരുന്നു. ജീവിതവുമായി ബന്ധപ്പെട്ട നിസ്സാരകാര്യങ്ങളിൽപ്പോലും ശ്രദ്ധയും ശുഷ്കാന്തിയും പ്രദർശിപ്പിക്കുന്നത് അവളുടെ സവിശേഷതയായിരുന്നു. ഉണ്ണിയുടെ അനുജത്തി രേണുകയായിരുന്നു അവളുടെ തോഴി. എട്ടാം ക്ലാസുകാരിയായ അവൾക്ക് ശാരദ ചേച്ചിയും അമ്മയും മാത്രമല്ല രക്ഷ കയുമായി. അവളുടെ കൊച്ചു സന്തോഷങ്ങളും വലിയ വേദനകളും ശാരദ ഏറ്റെടുത്തു. വറ്റിത്തുടങ്ങുന്ന പുഴ പൊടുന്നനെ ജീവനുള്ള പ്രവാഹമാകുകയായിരുന്നു. തീരത്തടിഞ്ഞു കിടന്ന മാലിന്യങ്ങളെ ഒഴുക്കി ക്കൊണ്ടു പോകുന്ന പ്രവാഹം. സ്കൂളിൽ നിന്ന് വൈകുന്നേരം രേണുക വരുന്നതു കാത്തിരിക്കുന്നത് ശാരദയുടെ പതിവായി. രുചിയുള്ള പല ഹാരങ്ങൾ രേണുകയ്ക്കുവേണ്ടി പാചകം ചെയ്യുന്നതിനിടയിൽ ശാരദ പറയുമായിരുന്നു: "പകലുകൾ ചെലവാക്കുന്നതെങ്ങനെയെന്ന് പേടിച്ചു കഴിയുകയായിരുന്ന എനിക്ക് അതൊഴിവാക്കാനായി. എത്ര നല്ല കുട്ടി യാണ് അവൾ."

അത്താഴം കഴിഞ്ഞ് രാത്രി വൈകി മാത്രം മടങ്ങുന്നത് രേണുകയുടെ ശീലമായി. മൂന്നാല് മണിക്കൂർ അവൾക്കുവേണ്ടി ശാരദ കരുതിവച്ചു. ഇംഗ്ലീഷും സയൻസും മാത്തമാറ്റിക്സുമെല്ലാം പഠിപ്പിച്ചതിനോടൊപ്പം പാഠപുസ്തകങ്ങൾക്കപ്പുറത്ത് വായനയുടേതായ വേറൊരു അദ്ഭുത

ലോകമുണ്ടെന്ന് അവളെ ബോദ്ധ്യപ്പെടുത്താൻ ശാരദ ശ്രദ്ധിച്ചു. ചെറു കാറ്റിൽപ്പോലും ഉലഞ്ഞുപോകുന്ന നേർത്ത ഒരു പച്ചിലവള്ളിപോലെ യായിരുന്നു ആ പതിനാലുകാരി. ആരുടേയും മുഖത്തുനോക്കാതെ സ്വയം ഒളിക്കാൻ ഇടംതേടും പോലെ. ശാരദയുടെ കിടക്കയ്ക്കരികിലും അടു ക്കളുടെ പിന്നാമ്പുറത്തും ഇടനാഴിയിലും ഒതുങ്ങിനിന്നിരുന്ന ആ നാണം കുണുങ്ങിയെ മുൻവശത്തെ മുറിയിൽ വന്ന് ഒരു കസേരയിലിരിക്കാൻ പാടുപെട്ടത് ഓർമ്മിച്ചുകൊണ്ട് 'അവളിലൂടെ ഞാനെന്റെ ബാല്യകാലം വീണ്ടും ജീവിക്കുകയായിരുന്നുവെന്ന്' ശാരദ പറഞ്ഞു. ആർക്കും തന്നെ വേണ്ടെന്ന തോന്നലിന്റെ തടവുകാരിയായിരുന്നു രേണുക.

"അവളെ അകാരണമായി ഉണ്ണി ഉപദ്രവിക്കുമായിരുന്നു. അച്ഛന്റേയും അമ്മയുടേയും സ്നേഹം അവൾക്ക് കൊടുക്കുന്നത് അവൻ ഇഷ്ട പ്പെട്ടില്ല. ഒരു പാവാടയോ ഒരു ബ്ലൗസോ വല്ലപ്പോഴും അച്ഛൻ അവൾക്കു വേണ്ടി വാങ്ങിയിരുന്നത് ആരുമറിയാതെ തട്ടിയെടുത്ത് കീറി വികൃത മാക്കിയിരുന്നു. ഊണിനിടയിൽ മീനിന്റെ ഒരു കഷണം കൂടുതൽ അവൾക്കു കൊടുക്കുന്നതുപോലും ഉണ്ണി സഹിച്ചിരുന്നില്ല. രേണുക യോടുള്ള പെരുമാറ്റത്തിൽ മാത്രം രണ്ടു കുട്ടികളുടെ പിതാവായിട്ടും ഉണ്ണിയിൽ മാറ്റമുണ്ടായില്ല."

അതു പറഞ്ഞ ശാരദയുടെ കണ്ണുകൾ നിറഞ്ഞൊഴുകി. എസ്.എസ്. എൽ.സി. പരീക്ഷയിൽ താൻ സ്റ്റേറ്റ് റാങ്കറായതിൽ പ്രതിഷേധിച്ച് ഗോപി കൃഷ്ണൻ വീട്ടിൽ നിന്ന് ഇറങ്ങിപ്പോയ ദിവസങ്ങൾ അവളുടെ ഏകാന്ത നിമിഷങ്ങളെ മുറിപ്പെടുത്തിക്കൊണ്ട് കടന്നുവരുമായിരുന്നു. മകന്റെ അസാധാരണമായ പെരുമാറ്റത്തിൽ വ്രണിതനായ അച്ഛൻ സമാശ്വാസി പ്പിക്കാൻ നടത്തിയ പാഴ്ശ്രമങ്ങൾ. അമ്മയുടെ കണ്ണീർമഴ. അങ്ങനെ യൊരു ദിവസം ഗോപികൃഷ്ണൻ ചോദിച്ചു:

'അവളെന്റെ അനുജത്തിയെന്ന് ആരുപറഞ്ഞു?'

ആഴമുള്ള കുഴിയിൽ പാറക്കഷണം എടുത്തിടുമ്പോഴുള്ള ശബ്ദ പ്രകമ്പനത്തിൽ അച്ഛനും അമ്മയും കുലുങ്ങിയാടിയത് നോക്കിനിന്ന താൻ അവിശ്വാസത്തോടെ അമ്മയെനോക്കി നിന്നതും അതുകണ്ട അച്ഛൻ ഒന്നുമുരിയാടാതെ ഇറങ്ങിപ്പോയതും ശാരദ ഓർമ്മിച്ചു. ചേട്ടന്റെ പീഢനങ്ങൾക്കിടയിൽ ഹോസ്റ്റലിൽ ചേർക്കുന്നതിനെപ്പറ്റി അച്ഛൻ ആലോചിച്ചതറിഞ്ഞ ശാരദ ഒരുപാട് സങ്കടപ്പെട്ടു. 'അവർക്കും എന്നെ വേണ്ടെന്നു വന്നോ?' അച്ഛനേയും അമ്മയേയും അതിൽ കുറ്റപ്പെടുത്തു ന്നത് അന്യായമാണെന്ന് അവൾക്കറിയാമായിരുന്നു. ഹോസ്റ്റലിൽ ചേർന്നാൽ ജീവനോടുള്ള തന്റെ മടങ്ങലുണ്ടാവില്ലെന്നു പേടിയിലായി രുന്നു അവൾ. അപരിചിതങ്ങളായ സ്ഥലങ്ങളിൽ രാത്രികൾ ചെലവഴി ക്കുന്നതിലുള്ള പരിഭ്രമമായിരുന്നു അതിനു കാരണമെന്ന് ശാരദയ്ക്കറി യാമായിരുന്നു. കൂട്ടുകാരികൾക്കിടയിൽ താനൊറ്റയ്ക്കായിരുന്നുവെന്ന് അവൾ ഓർമ്മിച്ചു. അതിന്റെ പേരിൽ പല കൂട്ടുകാരികളും കളിയാക്കി. 'ആ കുട്ടിയുടെ ഒരു പത്രാസ്.' ആകാശത്തുനിന്ന് പൊട്ടി വീണതാണെന്ന

വിചാരമാണ് അതിന്. അതു കേട്ടിരുന്നെങ്കിലും മറുപടി പറയാനോ ചോദ്യം ചെയ്യാനോ ശാരദ മുതിർന്നിരുന്നില്ല. വീട്ടിനകത്ത് ഏകാന്തതയുമായി സഹവസിച്ചിരുന്ന അവൾക്ക് ആളനക്കവും ഒച്ചയും അപരിചിതങ്ങളായിരുന്നു. അടുത്തിടെ മാത്രം ശബ്ദം കേട്ടു തുടങ്ങിയ അമ്പരപ്പോടെ തലയുയർത്തി നോക്കുന്ന അവളെ കളിയാക്കിക്കൊണ്ട് ഞാൻ ചോദിച്ചു

"ചന്തുമേനോന്റെ ശാരദ ജീവിച്ചു വന്നിരിക്കയാണെന്നാണു തോന്നുന്നു."

അവൾ മിണ്ടിയില്ല. മുഖത്തുപരക്കുന്ന ആഹ്ലാദത്തിന്റെ വെളിച്ചം കണ്ണുകളെ സജീവമാക്കുന്നത് ഞാൻ നോക്കി നിന്നു.

"ഹാ ദൈവമേ! ഇത്രകഠിനം ചെയ്യുന്നുവല്ലോ. എന്റെ മകൾ ഇങ്ങനെ നിസ്സഹായമായ സ്ഥിതിയിലായല്ലോ? ഞാൻ എന്റെ കുട്ടിയേയും കൊണ്ട് ഇനി എന്താണ് ചെയ്യേണ്ടത്. ഈശ്വരാ": അമ്മ കല്യാണി അമ്മയുടെ വിരഹത്തോടെ അനാഥയായ മകളെ ഓർത്ത് അച്ചൻ രാമൻ മേനോൻ വിലപിക്കുന്നതോർമ്മിച്ചുകൊണ്ട് ഞാൻ ചോദിച്ചു:

'ആ നോവൽ വായിച്ചിട്ടില്ലേ?'

നിഷേധാർത്ഥത്തിൽ തലകുലുക്കിയ ശാരദ പറഞ്ഞു

"വുതറിംഗ്ഹെയ്റ്റ്സും ജെയിനയറും അപഹരിച്ചതായിരുന്നു എന്റെ ചെറുപ്പം. അതിനിടയിൽ ചന്തുമേനോനും സി വി യുമെല്ലാം അന്യഗ്രഹവാസികളായിരുന്നു. കൈ പിടിച്ച് നയിക്കാനോ വഴിതെറ്റുമ്പോൾ ശരിയായ മാർഗം കാണിച്ചുതരാനോ എനിക്കാരുമില്ലായിരുന്നു".

അതും പറഞ്ഞെഴുന്നേറ്റ് കിടക്കമുറിയ്ക്കടുത്തുള്ള വായനമുറിയിൽ പോയി ഒന്നു രണ്ടു പുസ്തകങ്ങളുമായി മടങ്ങി വന്ന ശാരദ അതു കാണിച്ചിട്ട് പറഞ്ഞു:

'അച്ഛന്റെ സ്വകാര്യ ലൈബ്രറിയിലെ ഏതാനും പുസ്തകങ്ങളാണ്. ഡിഗ്രിയുടെ അവസാന വർഷമാണെന്നു തോന്നുന്നു ഈ പുസ്തകങ്ങൾ തന്നിട്ട് പറഞ്ഞു: സമയമുണ്ടാകുമ്പോൾ ഇതൊക്കെ വായിക്കണം.

'ഇനിയും അതിനായില്ല'.

സിവിയുടെ മൂന്നു നോവലുകളായിരുന്നു ആ കെട്ടിൽ. ആ പുസ്തകങ്ങൾ മറിച്ചുനോക്കിക്കൊണ്ട് അവൾ ഓർമ്മിച്ചു. ഹൈസ്കൂൾ വിദ്യാർത്ഥിയായിരുന്ന കാലം.

തിരക്കുകൾക്കിടയിൽ രണ്ടോ മൂന്നോ മണിക്കൂറുകൾ പ്രയോജനപ്പെടുത്തി മക്കളെ അറിവിന്റെ ലോകത്തേയ്ക്ക് കൂട്ടിക്കൊണ്ടുപോയിരുന്ന അച്ഛൻ ഓർമ്മിക്കുമായിരുന്നു: "ഏതു ദുർഘടങ്ങളിലും എനിക്ക് താങ്ങായിരുന്നത് കുറേ പുസ്തകങ്ങളാണ്. അച്ഛന്റെയോ അമ്മയുടെയോ തണലില്ലാതെ ദുരിതങ്ങളുടെ ഉച്ചച്ചൂടിനിടയിൽ അവ എനിക്ക് നൽകിയത് മാനസികമായ പ്രശാന്തതയായിരുന്നു. എനിക്കവ ആത്മവിശ്വാസം നൽകി. വെല്ലുവിളികളെ നേരിടാൻ എന്നെ കരുത്തനാക്കി."

'ഹൈസ്ക്കൂളിൽ നിന്ന് കോളേജിലെത്തിയ സമയത്ത് സയൻസ്, വിശേഷിച്ച് ഫിസിക്സും മാത്തമാറ്റിക്സും ഏകാന്ത നിമിഷങ്ങളെപ്പോലും അപഹരിച്ചപ്പോഴും ഷെയ്ക്സ്പിയർ കയറി വരുമായിരുന്നു. അപ്പോഴെല്ലാം മലയാളത്തോട് മുഖം തിരിക്കേണ്ടിവന്നതിലുള്ള നഷ്ടം കുറ്റബോധമായി പിന്തുടരുകയായിരുന്നു.'

'ആദ്യമൊക്കെ ചേട്ടനെ ഞങ്ങൾ കാത്തിരുന്നു. മനഃപൂർവ്വം ചേട്ടൻ ഒഴിഞ്ഞു മാറുകയാണെന്നു തീർച്ചയായി. അതിൽ നിരാശനായെങ്കിലും അവന് വേണ്ടെങ്കിൽ വേണ്ടായെന്നും പറഞ്ഞ് നോവലുകൾ ഉറക്കെ നാടകീയമായി അച്ഛൻ വായിച്ചുകേൾപ്പിക്കുമായിരുന്നു'.

ചെറു തിരകളായി ഉയർന്നുവന്ന ഓർമ്മകളിൽ ശാരദ മുങ്ങുകയായിരുന്നു.

'അനന്തപത്മനാഭനും മാങ്കോയിക്കൽക്കുറുപ്പും ചുള്ളിയിൽ മാർത്താണ്ഡപിള്ളയും ബൈറാം ഖാനും പാറുക്കുട്ടിയും സുഭദ്രയും ഞങ്ങൾക്കിടയിലേയ്ക്ക് ഇറങ്ങി വന്നു. വിജനതകൾക്കിടയിൽ നിന്നുയരുന്ന ആർത്തനാദം. തീനാളങ്ങളിൽ നിന്നുള്ള പുകയും ചൂടും കുളമ്പടി ഒച്ചയും. ഖഡ്ഗങ്ങളിൽ നിന്നുയരുന്ന സീൽക്കാര ശബ്ദം.

സായാഹ്നത്തിന്റെ നിഴൽ മുറിയിൽ നിറഞ്ഞു.

'ഓർമ്മിക്കുമ്പോൾ എനിക്കിനിയും വിശ്വാസം തോന്നാറില്ല. സ്വപ്നങ്ങളിൽ സംഭവിക്കുന്നതായിരുന്നു അതൊക്കെ'.

ഒരു ദിവസമല്ല ഒരു മണിക്കൂർപോലും എന്റെ ചെറുപ്പത്തെ അത്തരമൊരനുഭവം അനുഗ്രഹിച്ചില്ലെന്നായിരുന്നു ഞാനപ്പോൾ ആലോചിച്ചത്. അന്യോന്യം കാണുന്നതുപോലും ഇഷ്ടപ്പെടാത്തവർ. ആരും ആരെയും സ്നേഹിക്കാത്ത അവസ്ഥ.

ചെറുചെടികൾ പോലും തണൽ വിരിക്കാത്ത പരുക്കൻ ഭൂഭാഗം പോലെയായിരുന്നു അക്കാലത്തെ എന്റെ ജീവിതം. മഴത്തുള്ളിക്കായി വർഷങ്ങൾ കാത്തിരുന്നു മണ്ണ്. ആകാശത്തു നിറഞ്ഞ മേഘങ്ങൾ എവിടെ നിന്നോ വന്ന കാറ്റിനോടൊപ്പം പോയി മറ്റെവിടെയോ മഴത്തുള്ളികളായി വീഴുന്നത് ആ മണ്ണ് സ്വപ്നം കണ്ടു. ഒരിക്കലും പെയ്യാത്ത മഴയ്ക്കായി നോറ്റിരിക്കുന്ന മണ്ണിനെപ്പോലെ....

"ഏതു രാജ്യം ആക്രമിക്കാനാണ് ഇത്ര ഗാഢാലോചന?"

ശാരദയുടെ ചോദ്യം അകലെനിന്നുവരുന്നതുപോലെ അവിടെ പ്രതിധ്വനിച്ചു. കിടക്കയിൽ നിന്നെഴുന്നേൽക്കാതെ തലയണ ഉയർത്തി അതിൽ ശിരസ്സമർന്നിട്ട് അവൾ വീണ്ടും പറഞ്ഞു:

"ബാലന് ഒന്നും ഒളിച്ചുവയ്ക്കാനാവില്ല. അതിന് ശ്രമിച്ചാൽ മറ്റുള്ളവരെ വിളിച്ച് ആ മുഖം പറയും ഞാനൊരു കാര്യം സൂക്ഷിച്ചു വച്ചിരിക്കുകയാണ്. അതുമാത്രമല്ല അത് കേട്ടില്ലെന്ന ഭാവത്തിൽ നടന്നുപോകുന്നവരെ തടഞ്ഞു നിറുത്തിപ്പറയും കലഹിച്ചുപോവുകയാണോ സ്നേഹിതാ? ആ രഹസ്യംകൂടി അറിഞ്ഞിട്ട് പോയാൽപ്പോരേ?'

വർഷങ്ങൾ ഏറെയായില്ലെങ്കിലും എന്നെ അവൾ മനസ്സിലാക്കിയിരിക്കയാണെന്നാണ് അപ്പോൾ തോന്നിയത്.

"അപ്പോൾ ശാരിയുടെ കണ്ണിൽ ഞാനൊരു മണ്ടനാണ് അല്ലേ?"

ശബ്ദമില്ലാത്ത ഒരു ചിരി അവളുടെ മുഖത്തു പടരുകയായിരുന്നു. ശാരദയ്ക്കുപകരം ശാരിയെന്ന് വിളിച്ചതായിരുന്നോ ആ ചിരി വിരിയിച്ചത്. മുമ്പൊന്നും ഞാൻ അങ്ങനെ അവളെ അഭിസംബോധന ചെയ്തിരുന്നില്ല. പരസ്പരം പേരുപയോഗിക്കാതെ സംസാരിക്കാൻ ഞങ്ങൾക്കു കഴിഞ്ഞിരുന്നു. അന്യോന്യമുള്ള സ്നേഹം തെളിയിക്കേണ്ട ആവശ്യം ഞങ്ങൾക്ക് തോന്നിയിരുന്നില്ല. ആർക്കും മോഷ്ടിച്ചെടുക്കാനാവാത്ത സുവർണ്ണ നാണയമായി അത് ഞങ്ങൾ സൂക്ഷിച്ചു. ആകസ്മികമായ ആ അഭിസംബോധന വിസ്മയിപ്പിച്ചുവെന്ന് അവളുടെ മുഖം പറഞ്ഞിരുന്നു.

മുമ്പ് എത്രയോ വർഷങ്ങൾക്കുമുമ്പ് ഞാനാവശ്യപ്പെട്ട പുസ്തകവുമായി കാത്തിരിക്കുമായിരുന്ന ശാരി തയ്യിലിനെ അപ്പോൾ ഞാനോർത്തു.

ഏതോ ഒരു വിദേശ വിമാനസർവ്വീസിലെ എയർഹോസ്റ്റസായി പറന്നുപോയ ശാരി. പുസ്തകങ്ങൾ ചിട്ടയായി അടുക്കിവച്ച വിശാലമായ മുറി. എബ്രഹാം ലിങ്കന്റേയും റൂസ്വെൽറ്റിന്റെയും പൂർണകായ ഛായാചിത്രങ്ങൾക്കിടയിൽ ധാന്യക്കതിരുകൾ നിറഞ്ഞ വിശാലമായ പാടങ്ങളുടേയും യാത്രക്കാരെ നിറച്ച കപ്പൽ നിരയുടേയും ചിത്രങ്ങൾ സവിശേഷമായ ഒരു കാലഘട്ടത്തിന്റെ നിശ്ശബ്ദ സന്ദേശമായി ഭിത്തികളെ അലങ്കരിച്ചിരുന്നു. ഇളം ചുവപ്പും പച്ചയും നിറത്തിലുള്ള കംബളങ്ങൾ വിരിച്ച നിലത്തുകൂടി നടക്കുമ്പോൾ ആ ഹാളിനു പുറത്തുള്ള വെയിൽകൊണ്ടുരുകുന്ന നിരത്തുകൾ മാഞ്ഞുപോയിരുന്നു. കുഷ്യനിട്ട കസേരയിൽ അമർന്നിരുന്ന് വായിക്കുന്നവർ മാസികകളുടെ പേജുകൾ മറിക്കുന്ന ശബ്ദം. ഒച്ചയുണ്ടാക്കാതെ മന്ദം കറങ്ങിയിരുന്ന ഫാനുകൾ. ഹാളിന്റെ കവാടത്തിനരികിലായി സ്ഥാപിച്ച ഉയരമുള്ള മേശയ്ക്ക് പിന്നിൽനിന്ന് നീണ്ടുവരുന്ന അതിലോലമായ വിരലുകൾ. സൗന്ദര്യത്തിന്റെ നേർത്ത നാരുകൾപോലെയുള്ള ആ വിരലുകൾ സാവധാനം നീണ്ടുവരുന്നത് നോക്കുമ്പോൾ അറിയാതെ തെറിച്ചുവീഴുന്ന നോട്ടത്തിന്റെ പിന്നിലുള്ള മായാത്ത പുഞ്ചിരി നിറഞ്ഞ മുഖം.

സ്റ്റൈൻബക്കും തിയോഡർ ഡ്രെയ്സറും അപ്ടൺ സിങ്ക്ളയറും ഓനീലും വില്യം സരോയനും ആർതർ മില്ലറും നിറഞ്ഞ കാലം. അവരെഴുതിയ നോവലുകളും കഥകളും നാടകങ്ങളും. ആ പുസ്തകങ്ങൾ എടുത്തു നൽകുന്നതിനിടയിലായിരുന്നു നീണ്ട വിരലുകളുള്ള ആ പെൺകുട്ടി ചോദിച്ചത്

"ബാലചന്ദ്രൻ എഴുതുമോ?"

അവിശ്വാസത്തോടെ നോക്കിനിന്ന എന്റെ അമ്പരപ്പ് ആ പെൺകുട്ടിയുടെ മുഖത്ത് മന്ദഹാസമായി പടരുകയായിരുന്നു.

“എന്റെ റൂം മേറ്റാണു പറഞ്ഞത്. ബാലചന്ദ്രൻ എഴുതിയ വേലക്കാരി എന്ന കഥ അച്ചടിച്ചുവന്ന ലോകവാണി വായിക്കാൻ ആ കുട്ടി എനിക്ക് തന്നു”

“മലയാളം വായിക്കുമോ?”

അതൊരു വെറും പരിചയമായി അവസാനിച്ചു. ലൈബ്രറി ഹാളിൽ വച്ച് ഇഷ്ടപ്പെട്ട പുസ്തകങ്ങൾ എടുത്തുകൊണ്ടു പോകുന്നതുപോലെ ഒന്നോ രണ്ടോ വാക്കുകൾ കൂടി. അത്തരം അവസരങ്ങൾ ഞാൻ മനസ്സിൽ സൂക്ഷിച്ചുവച്ചു. അധിക ദിവസങ്ങൾ അത് നീണ്ടില്ല. നല്ല ഗ്രന്ഥങ്ങൾ വായനക്കാർക്ക് നൽകുകയെന്ന നിർദ്ദോഷമായ കൃത്യനിർവഹണത്തിൽ ഏർപ്പെട്ടിരുന്ന ആ ലൈബ്രറി മന്ദിരം യാങ്കി സംസ്കാരം പ്രചരിപ്പിക്കുന്നുവെന്ന പേരിൽ ആക്രമിച്ചു തകർക്കപ്പെട്ടു. പൊടുന്നനെയായിരുന്നു എല്ലാം അവസാനിച്ചത്. തീയിട്ടു നശിപ്പിച്ച ലൈബ്രറി വാഹനങ്ങൾ. കീറി നശിപ്പിക്കപ്പെട്ട ഗ്രന്ഥങ്ങൾ. പൊലീസിന്റെ കാവൽ. അതിന്റെ നിഴലിൽ വച്ച് മറക്കാനായാണ് പരിചയപ്പെട്ടതെന്ന് പറയാതെ പറഞ്ഞിട്ട് യാത്രയായ ദിവസം....

കടൽത്തീരത്തിലെ മണലിലൂടെ എത്രയോപേർ നടന്നുപോകുന്നു. മണലിൽ പതിഞ്ഞ കാൽപ്പാടുകൾക്ക് മീതെ പുതിയ കാൽപ്പാടുകൾ....

“ഓരോന്നും ഓർക്കുകയായിരുന്നു ഞാൻ. ശാരദയോട് മുമ്പൊരു ദിവസം ഞാൻ പറഞ്ഞിട്ടില്ലേ ഒരു ശാരിതയ്യിൽ....'

“ശാരിയെന്ന് ബാലനെന്നെ പതിവില്ലാതെ അഭിസംബോധന ചെയ്തപ്പോൾ ഞാനും അക്കാര്യം ഓർമ്മിച്ചു. വിമാനാപകടത്തിൽ....?” ശാരദ മുഴുമിപ്പിച്ചില്ല.

ഇരുമ്പുപെട്ടിയിൽ അടച്ച് ഭദ്രമാക്കിയ ഓർമ്മകൾ കടലിലെടുത്തിട്ടാലും അവിടെ നിന്നത് ഉയർന്നുവരുന്നത് നിനയ്ക്കാത്ത നിമിഷമായിരിക്കും. സംസാരത്തിനിടയിൽ ശാരിയെന്ന് എന്നെക്കൊണ്ട് അഭിസംബോധന ചെയ്യിപ്പിച്ചത് ആ ഓർമ്മകളായിരുന്നോ? അങ്ങനെയല്ലെങ്കിൽ ആ പേരെന്തിന് കടന്നുവന്നു?

“വളർത്തു നായയെപ്പോലെ അനുസരണയുള്ളതല്ല ഓർമ്മകളെന്ന് ബാലൻ പറയാറുള്ളതല്ലേ? തീരെ പ്രതീക്ഷിക്കാത്ത സന്ദർഭങ്ങളിൽ വന്ന് സാന്നിദ്ധ്യം അറിയിക്കുന്നതല്ലേ ഓർമ്മകളുടെ കുസൃതി. അതുംകൂടെ ഇല്ലാതായാൽ ജീവിതം എത്ര വിരസമാകും’.

“അങ്ങനെയല്ല. അനവസരത്തിൽ ഓടി വരാൻ ഓർമ്മകളെ അനുവദിക്കാതിരിക്കാൻ മനസ്സിനെ പരിശീലിപ്പിക്കാൻ സാധിക്കണം. ക്ലേശകരമായിരിക്കും. എങ്കിലും അത് അനിവാര്യമാണ്?”

“വാലും തുമ്പുമില്ലാതെ എന്തൊക്കെയാണ് പറയുന്നത്. വേദനിപ്പിക്കുന്നതൊന്നും ഓർമ്മിക്കാൻ പാടില്ലെന്നാണോ ബാലൻ ഉദ്ദേശിക്കുന്നത്?”

ആ സംഭാഷണം നീട്ടിക്കൊണ്ടുപോയാൽ മനസ്സിൽ കുഴിച്ചിട്ടിരിക്കുന്ന പലതും ദഹിക്കാത്ത ഭക്ഷണപദാർത്ഥം തികട്ടിവരുന്നതുപോലെ അരുചിയും ദുർഗന്ധവും ഉണ്ടാക്കുമെന്ന ഭയത്തിലായിരുന്നു ഞാൻ.

കാരണമൊന്നുമില്ലാതെ ഉൽക്കണ്ഠപ്പെടുന്ന ശീലം കൂടുതൽ കൂടുതൽ ബലപ്പെടുകയായിരുന്നു. എന്തെങ്കിലും ചെയ്താൽ മറ്റുള്ളവരിൽ വിശേഷിച്ച് അടുപ്പമുള്ളവരിൽ അത് എന്തു പ്രതികരണമുണ്ടാക്കുമെന്ന ആശങ്കയിൽ അകപ്പെട്ട് പല രാത്രികളിലും ഉറക്കം പോലും നഷ്ടപ്പെട്ടിരുന്നു. അടച്ചുപൂട്ടിയ പെട്ടികൾ തുറന്ന് അതിനകത്തു സൂക്ഷിച്ചിട്ടുള്ളതെല്ലാം ആരോ വലിച്ചു പുറത്തെടുത്തതുപോലെ. അസ്ഥിപഞ്ജരങ്ങൾ ഒന്നിനുമുകളിൽ ഒന്നായി കൂട്ടിയിടുന്നു. അവയിൽ നിന്ന് ചിലവ ജീവൻ വീണ്ടെടുത്ത് രാത്രികളെ ഭയപ്പെടുത്തുന്നു. സ്വപ്നങ്ങളെപ്പോലും അപഹരിക്കുന്ന രാത്രികൾ.... ഉറങ്ങാൻ പേടിച്ച് എത്രയെത്ര രാത്രികൾ. അകലങ്ങളിലേക്ക് ഓടിച്ചുപോകുന്ന ചരക്കു ലോറികളുടെ മുഴക്കം അർദ്ധരാത്രികളെ അസ്വസ്ഥമാക്കുന്നതുപോലെ.... ദുർബലമാകുന്ന കരച്ചിലുകൾ. അദൃശ്യ രൂപങ്ങളിൽ നിന്നും തെന്നിവീഴുന്ന വീർപ്പുമുട്ടലുകൾ.... വേട്ടയ്ക്കൊരുമകന്റെ ക്ഷേത്രത്തിനു പിന്നിലെ അഴികളുള്ള വരാന്തയ്ക്കപ്പുറത്തുള്ള മുറിയിൽ നിന്നിറങ്ങി വന്നത് ആരായിരുന്നുവെന്ന് എന്നോടു തന്നെ പലവട്ടം ഞാൻ ചോദിച്ചു. രണ്ടും കല്പിച്ചു ആ വീട്ടുനടയിൽ പോയിനിന്ന എന്നെ നോക്കിനിന്ന അവിടത്തെ താമസക്കാരൻ. കൂടുതൽ വിവരങ്ങൾ ആരായാനാവാതെ സ്തബ്ധനായി നിന്ന നിമിഷങ്ങൾ... ക്ഷേത്രത്തോടു ചേർന്നൊഴുകുന്ന പുഴയിലേയ്ക്ക് ചിതാഭസ്മകലശവുമായി നടന്നുചെന്ന് മുങ്ങിക്കുളിച്ച് കരയിൽകയറി നിൽക്കുന്നതു കണ്ട് ഈറനായി നിന്നാൽ പനിപിടിക്കുമെന്ന് ശാസിച്ചത് ആരായിരുന്നു? നാല്പതിനോടടുത്തിരുന്ന അയാളുടെ നീണ്ട മുഖത്തിന്റെ ഇരുവശത്തുമുള്ള കൂർത്തമീശ ഓർമ്മയിൽ വന്നിരുന്നെങ്കിലും അയാളുടെ രൂപം അവ്യക്തതയുടെ മൂടലിനകത്തായിരുന്നു. പലവട്ടം അയാളുടെ രൂപം ഓർമ്മയിൽ മെനഞ്ഞെടുക്കാൻ ശ്രമിച്ചിരുന്നു. അപ്പോഴെല്ലാം അയാളുടെ പരുക്കൻ ശബ്ദവും നീണ്ട കൂർത്ത മീശയും മാത്രമേ തെളിഞ്ഞിരുന്നുള്ളു. അച്ഛന്റെ ബന്ധുവല്ലെങ്കിൽ സ്നേഹിതനായിരിക്കും. ഇതുപോലെ അവ്യക്തതയിലേയ്ക്ക് മുങ്ങിപ്പോകുന്നതായിരുന്നു അഴികളിട്ട വീടിന്റെ വരാന്തയ്ക്കുപുറത്തുള്ള മുറിയിലെ ചാരുകസേരയിൽ നിന്നെഴുന്നേറ്റു വന്നയാളും. ചെറിയൊരു ചിരിയുമായി ഒച്ചയുണ്ടാക്കാതെ മന്ദം പിന്നിലേക്ക് കസേര തള്ളിമാറ്റി വരാന്തയിലേയ്ക്ക് നടന്നുവന്ന ആ മനുഷ്യനെ ഓർക്കുമ്പോഴെല്ലാം ആ രൂപത്തിൽ നിന്ന് അച്ഛന്റെ രൂപം ഇറങ്ങിവന്നു. പരിചിതർ അപരിചിതരാവുകയും അപരിചിതർ പരിചിതരാവുകയും ചെയ്യുന്ന വിചിത്രാനുഭവം മനോരോഗികൾക്കു മാത്രമുള്ളതാണെന്ന് ഞാൻ മനസ്സിലാക്കിയിരുന്നു.

താക്കോൽ ദ്വാരത്തിലൂടെ ബെഡ്റൂം ലാംബിന്റെ വിളറിയ വെളിച്ചം വരാന്തയിൽ മഞ്ഞരേഖയായി നേർത്ത് കിടക്കുന്നതു നോക്കി

നിൽക്കുമ്പോഴെല്ലാം അമ്മയുടെ ശ്വാസഗതിയുടെ കയറ്റിറക്കങ്ങൾ മനസ്സിനെ ആകുലമാക്കിയിരുന്ന രാത്രികൾ. അത്തരം സന്ദർഭങ്ങളിൽ ഓർമ്മകൾ ചെന്നെത്തിയിരുന്നത് കമ്പി അഴികളിട്ട വീടും വരാന്തയും അതിന് പിന്നിലുള്ള മുറിയും ചാരുകസേരയിൽ കിടക്കുന്ന.....

അടുത്ത ഒന്നുരണ്ടാഴ്ചകൾ രാത്രി വൈകി മാത്രമേ വരാനാവൂ യെന്നതിനാൽ അത്താഴത്തിനുശേഷം രേണുകയോട് വീട്ടിൽ തങ്ങണ മെന്ന് ആവശ്യപ്പെടുന്നതിനു മുമ്പ് അവളുടെ അമ്മയുടെ അനുവാദം വാങ്ങണമെന്ന് പറയണമെന്ന ആലോചനയിൽ മുഴുകിയിരുന്നതിനാൽ മറ്റൊന്നും ശ്രദ്ധിച്ചില്ലെന്നു ശാരദ മനസ്സിലാക്കി.

'ഞാൻ പറഞ്ഞത് ബാലൻ കേട്ടില്ലേ? അവളുടെ അമ്മയ്ക്ക് അഹിത മൊന്നുമുണ്ടാവില്ല എങ്കിലും ചോദിക്കുന്നതല്ലേ നല്ലത്? ഇവിടെ അവളു ണ്ടാകുന്നത് എനിക്കൊരു സഹായവുമാകും'.

എത്രയുംവേഗം പഴയ ജീവിതത്തിലേയ്ക്ക് മടങ്ങാൻ ശാരദ ഉൽക്കട മായി ആഗ്രഹിച്ചിരുന്നു. എങ്കിലും അതോടൊപ്പം മറ്റുചില മോഹങ്ങളും അവൾ ഓമനിച്ചിരുന്നതായി ഞാനറിയുന്നത് പിന്നീടായിരുന്നു. ചില സൂചനകൾ അവളുടെ സംസാരത്തിൽ ഒളിച്ചുകിടപ്പുണ്ടായിരുന്നു. ഞാനത് ശ്രദ്ധിക്കുന്നില്ലെന്ന് മനസ്സിലാക്കിയെങ്കിലും അവൾക്കതിൽ പരാതിയും പരിഭവവുമില്ലായിരുന്നു. മുമ്പൊരു ദിവസം സംസാരത്തി നിടയിൽ അവളുടെ മോഹം തലനീട്ടി പുറത്തുവന്നു. അവൾ പറഞ്ഞു

'ഒരുപാട് കാലമായി ആഗ്രഹിക്കുന്നതാണ്. ഇപ്പോഴെങ്കിലും ശ്രമിക്കു ന്നില്ലെങ്കിൽ ഒരുപക്ഷേ അതൊരു ആഗ്രഹമായി അവശേഷിക്കു കേയുള്ളു. സ്വസ്ഥമായിട്ട് ചെയ്യുകയെന്നുവച്ചാൽ.....

ശാരദ മുഴുമിപ്പിച്ചില്ല. തലയണയ്ക്കുകീഴിൽ നിന്ന് ഏതാനും കടലാ സുകൾ സൂക്ഷിച്ചിട്ടുള്ള ഒരു ഫയലെടുത്തു കാണിച്ചു ചോദിച്ചു

'ബാലൻ ഓർക്കുന്നുണ്ടോ ഇത്?'

കൈ നീട്ടിയെങ്കിലും അവൾ ഫയൽ തന്നില്ല. വർഷങ്ങളുടെ പാടു കൾ വീണ പഴയ ഒരു ഫയൽ. അതു നിറയെ കടലാസുകൾ. അവ പൊഴിഞ്ഞു വീഴാതിരിക്കാനായി ഒരു ചരടുകൊണ്ട് ഭദ്രമായി കെട്ടി ഉറ പ്പിച്ചിരിക്കുന്നു.

'യാദൃച്ഛികമായാണ് എനിക്കിത് കിട്ടിയത്. മുമ്പൊരു ദിവസം ബാലൻ പറഞ്ഞിരുന്നില്ലേ. വീടിന്റെ നികുതിരസീതുകൾ സ്യൂട്ട്കേസിൽ ഉണ്ടാ വുമെന്ന്. സ്യൂട്ട് കേസിൽ പരതിയപ്പോൾ നികുതി രസീതു കിട്ടിയില്ലെ ങ്കിലും ഈ ഫയൽകിട്ടി".

ഒരുപാട് സ്വപ്നങ്ങൾ ഉറങ്ങുന്നതായിരുന്നു ആ ഫയൽ. നോവലു കളും ചലച്ചിത്രങ്ങളും നിറഞ്ഞ ആ കാലത്തിനിടയിൽ ഊഷ്മളത നഷ്ടപ്പെടാതിരിക്കാനായി രേഖപ്പെടുത്തിയ അനുഭവങ്ങൾ. മഞ്ഞിച്ചു തുടങ്ങിയ ആ കടലാസുകളിൽ നിന്നു അവ ഓരോന്നായി എഴുന്നേറ്റു

വരികയാണെന്ന് തോന്നി. ആരും അറിയാതെ ആരെയും കാണിക്കാൻ ഇഷ്ടപ്പെടാതെ സൂക്ഷിച്ചിരുന്ന ആ ഫയലിൽ നിന്ന് ഏതാനും കടലാസുകൾ എടുത്തുകാണിച്ചുകൊണ്ട് ശാരദ പറഞ്ഞു.

'ബാലൻ ഓർമ്മിക്കുന്നുണ്ടാവില്ല. മുമ്പൊരിക്കൽ എന്നോട് പറഞ്ഞില്ലേ ചന്തുമേനോനെക്കുറിച്ച് എഴുതാനുള്ള ആഗ്രഹം. അതിനുവേണ്ടി തയ്യാറാക്കിയ കുറിപ്പാണിത്, ചന്തുമേനോനും ഇന്ദുലേഖയും ശാരദയും പുറമെ സ്നേഹനിധിയായ ആ ഭർത്താവിന്റെ കുസൃതികളും ഒത്തുവായിച്ചതോടെയാണ് ഞാൻ നേരത്തെ സൂചിപ്പിച്ച എന്റെ മോഹം വീണ്ടും സജീവമായത്. പത്രാധിപരും സാമൂഹ്യ പ്രവർത്തകനുമായ അച്ഛന്റെ ജീവിതത്തെക്കുറിച്ച് ഈ കുറിപ്പിന്റെ മാതൃകയിൽ ഒരു പുസ്തകം. ആരും അതിനൊന്നും മെനക്കെടില്ല. സത്യത്തിൽ എല്ലാവരും അച്ഛനെ മറന്നു കഴിഞ്ഞു കഷ്ടം തോന്നി. അതൊക്കെ ആലോചിക്കുമ്പോൾ..." അതും പറഞ്ഞ് അവൾ ആ കുറിപ്പ് വായിച്ചു.

ചന്തുമേനോൻ എഴുതിയ പ്രേമകഥ

ഇംഗ്ലീഷ് നോവലുകളുടെ തർജ്ജമ വായിക്കുന്നതിൽ രസം തോന്നുന്നില്ലെന്ന ഭാര്യയുടെ പരിഭവം കേട്ട് ചന്തുമേനോൻ ചെറുതായൊന്നു ചിരിച്ചു. എന്നാൽ ഇംഗ്ലീഷ് പുസ്തകങ്ങൾ വായിച്ചു കേൾപ്പിച്ചാലോയെന്ന ചോദ്യത്തിനും അവരുടെ മറുപടി അനുകൂലമായിരുന്നില്ല.

അന്നു വൈകിട്ട് ചതുരംഗ കരുക്കൾ നിരത്തിയിരിക്കുമ്പോൾ ചന്തുമേനോന്റെ മനസ്സ് പറന്നുനടക്കുകയായിരുന്നു. ഒരിക്കൽപ്പോലും അടിയറ പറയാത്ത കളിക്കാരനായിരുന്ന മേനോന് അപ്രാവശ്യം വഴി തെറ്റി. എതിരെയിരുന്ന കുഞ്ഞുകൃഷ്ണമേനോൻ, അലോഹ്യം തോന്നാതെ, കുതിരയെ ഇറക്കിയത് പിഴച്ചല്ലോയെന്നു പറഞ്ഞപ്പോഴാണ്, ചന്തുമേനോന് സ്ഥലകാല ബോധമുണ്ടായത്. നല്ല സുഖം തോന്നുന്നില്ലെന്ന് ഒഴിവു കഴിവു പറഞ്ഞ് കളി മതിയാക്കി അദ്ദേഹം എഴുന്നേറ്റു. അത് കണ്ടുനിൽക്കുകയായിരുന്നു മേനോന്റെ പത്നി. കുഞ്ഞുകൃഷ്ണമേനോൻ യാത്ര പറഞ്ഞുപോയശേഷം ഉള്ളറയിലെ ചാരുകസേരയിലിരിക്കുകയായിരുന്ന മേനോന്റെ അടുത്ത് ഭാര്യ വന്നു, വൈകിട്ടത്തെ ചായകുടിയും വേണ്ടെന്നു വച്ചോയെന്ന ചോദ്യവുമായി. ചായയും പലഹാരവും കസേരയ്ക്കടുത്തുള്ള ചെറുമേശയിൽ വച്ചിട്ട് ഭാര്യ തൊട്ടടുത്ത കസേരയിലിരുന്നു. പലഹാരമെടുത്ത് നുണയുന്നതിനിടയിൽ, വീണ്ടും മേനോൻ ചിന്താധീനനായി, പതിവില്ലാതെ ഭർത്താവിന്റെ മനസ്സ് അന്യാധീനപ്പെടുന്നതും മുഖം ചിന്താഭരിതമാകുന്നതും അവർ ശ്രദ്ധിച്ചു. കപ്പിൽ പകർന്ന ചായക്കപ്പ് വാങ്ങിക്കൊണ്ട് വായിക്കാനെന്തെങ്കിലും ഉണ്ടാക്കിയാലോ എന്ന് ആലോചിക്കുകയായിരുന്നുവെന്ന മേനോന്റെ സംസാരം കേട്ടപ്പോൾ അവർ അറിയാതെ ചിരിച്ചു. ഇതാണോ കളിപോലും ഉപേക്ഷിക്കാൻ കാരണമെന്ന അവരുടെ ചോദ്യത്തിന്, ഗോവിന്ദപ്പണിക്കരെ (മാധവന്റെ പിതാവ്) കണ്ടിട്ട് കാലം ഏറെയായെന്നും സന്ധ്യയ്ക്ക് മുമ്പ്

അങ്ങോട്ടൊന്നു പോയിട്ട് വന്നാലോയെന്നും മേനോൻ പറഞ്ഞു. അപ്പോഴാണ് മാധവൻ ബി.എൽ. പരീക്ഷയ്ക്ക് ഒന്നാം ക്ലാസിൽ പാസ്സായിയെന്നും മദിരാശിയിലേക്ക് അയാൾ പോയിരിക്കയാണെന്നും ഭാര്യ അറിയിക്കുന്നത്. മാധവനേയും കണ്ടിട്ട് ഏറെ ദിവസമായെന്നും പറഞ്ഞ് മേനോൻ ചായ കുടി മതിയാക്കി അകത്തുപോയി പെട്ടെന്നുതന്നെ നടത്തയ്ക്കുള്ള വേഷം ധരിച്ച് പുറത്തുവന്നു. സന്ധ്യയ്ക്ക് മുമ്പ് എത്താമെന്നും പറഞ്ഞായിരുന്നു മേനോൻ ഇറങ്ങിയത്. പൂമുഖം കടന്ന് അകത്തേയ്ക്കുള്ള വാതിൽ വരെ അദ്ദേഹത്തെ ഭാര്യ അനുഗമിച്ചു.

ദൂരെ നിന്നേ മേനോൻ നടന്നുവരുന്നത് കണ്ട് പൂമുഖത്തു നിന്ന്, ചിരകാല സ്നേഹിതനായ ഗോവിന്ദപ്പണിക്കർ ഇറങ്ങിച്ചെന്നു. പഠിത്തത്തിൽ ഉദാസീനനായിരുന്നെങ്കിലും നന്നായി വായിച്ചിരുന്ന ഗോവിന്ദപ്പണിക്കർ സംസ്കാര സമ്പന്നനായിരുന്നു. പഠിത്തത്തിൽ ഉയരാൻ തനിക്കാവാത്തതിന്റെ സങ്കടം പരിഹരിച്ചത് മാധവനിലായിരുന്നു. അമ്മ വീട്ടിലായിരുന്ന മാധവൻ സുമുഖനും അഭ്യസ്തവിദ്യനുമായിരുന്നു. കാരണവരായ പഞ്ചു മേനോന്റെ സവിശേഷ വാത്സല്യത്തിന് അവൻ പാത്രമായിരുന്നു.

കുശലങ്ങൾക്കുശേഷം മേനോനെ അകത്തെ മുറിയിലേയ്ക്ക് പണിക്കർ നയിച്ചു. കസേരയിൽ അദ്ദേഹം ഉപവിഷ്ടനായി. പഴയ കാലത്തെപ്പറ്റി സംസാരിക്കവെ മാധവൻ നിയമപരീക്ഷയിൽ ഉന്നത നിലയിൽ ജയിച്ചതിൽ മേനോൻ സന്തോഷം പ്രകടിപ്പിച്ചു. പെട്ടെന്നു പണിക്കർ വ്യസനഭരിതനായി. പൊടുന്നനേയുള്ള ഈ മാറ്റം മേനോനെ ആശ്ചര്യപ്പെടുത്തി. സൗമ്യനായ പണിക്കരിൽ വന്ന ഭാവമാറ്റത്തെപ്പറ്റി മേനോൻ ആരാഞ്ഞു അപ്പോഴാണ് ശീനുപട്ടരുടെ മകൻ ശിന്നനെ ഇംഗ്ലീഷ് പഠിപ്പിക്കാൻ മദിരാശിയിൽ കൊണ്ടുപോകാൻ മാധവൻ തീരുമാനിച്ചതും അതിന്റെ പേരിൽ കുടുംബത്തിൽ നടന്ന ബഹളങ്ങളും പണിക്കർ വിവരിച്ചത്.

(ഇന്ദുലേഖയിലെ ആദ്യ അദ്ധ്യായങ്ങൾ. മാധവനും കാരണവർ പഞ്ചു മേനോനുമായുള്ള തർക്കം. അമ്മയുമായി മാധവൻ നടത്തുന്ന സംഭാഷണം. മാധവൻ അച്ഛനെ പോയി കാണുന്നതും ശിന്നനുമായി മദിരാശിയിലേക്കു പോകുന്നതും അതിനെപ്പറ്റി പണിക്കർ വിവരിക്കുന്ന രംഗം. ക്രുദ്ധനായി മുറിയിൽ ഉലാത്തുന്ന പഞ്ചുമേനോൻ. അദ്ദേഹത്തെ നോക്കി നിൽക്കുന്ന മാധവൻ ശാന്തൻ. അല്പംപോലും പരിഭ്രമിക്കാതെ കാരണവരുടെ ഒച്ചവയ്ക്കലിനെ മന്ദഹാസത്തോടെ നോക്കി നിൽക്കുന്ന മാധവൻ തീരുമാനം മാറ്റാൻ തയ്യാറായില്ല. അതു കേൾക്കുന്നതോടെ പഞ്ചു മേനോൻ കലി കൊണ്ട് വിറയ്ക്കുന്നുണ്ടായിരുന്നു.)

പണിക്കർ ആ സംഭവം അതേപടി പറഞ്ഞതു കേട്ടിരിക്കുന്ന മേനോനെ നാഴികമണിയിലെ ശബ്ദമാണ് ഉണർത്തിയത്. അദ്ദേഹം മടങ്ങിപ്പോകാനായി എഴുന്നേൽക്കുമ്പോൾ, കാരണവരുമായി വഴക്കിനു പോയാൽ മാധവന്റെ ഭാവിജീവിതം കലുഷമാകുമല്ലോയെന്ന ഉൽക്കണ്ഠയായിരുന്നു പണിക്കർ പ്രകടിപ്പിച്ചത്. അങ്ങനെയൊന്നും സംഭവിക്കില്ലെന്നും നല്ല

പഠിപ്പും സംസ്കാരവുമുള്ള മാധവന് ഏതു സാഹചര്യവും വിവേകപൂർവ്വം കൈകാര്യം ചെയ്യാനുള്ള പ്രാപ്തിയുണ്ടെന്നും പറഞ്ഞ് അദ്ദേഹത്തെ മേനോൻ സമാശ്വസിപ്പിക്കുന്നു.

വീട്ടിലേക്ക് മടങ്ങുമ്പോൾ വഴിയിൽ പോക്കുവെയിൽ ചിതറിക്കിടന്നിരുന്നു. ഏതാനും വഴിപോക്കർ മേനോനെക്കണ്ട് ആദരപൂർവ്വം ഓരത്തേക്കു മാറിനിൽക്കുന്നു. അവരിലൊരാളെക്കണ്ട് മേനോൻ അടുത്തു ചെന്ന്, അയാളുടെ ഭാര്യയുടെ രോഗവിവരം ആരാഞ്ഞിട്ട് വീട്ടിൽ ചെന്ന് ഭാര്യയിൽ നിന്നും പണം വാങ്ങിയോയെന്ന് ചോദിക്കുന്നു മറുപടിക്കു കാത്തുനിൽക്കാതെ അദ്ദേഹം നടന്നു.

സന്ധ്യയായിത്തുടങ്ങിയിരുന്നു അപ്പോൾ. നിറദീപവുമായി ഭാര്യ. പൂമുഖപ്പടിയിൽ വാക്കിംഗ്സ്റ്റിക്ക് വച്ചിട്ട് കിണ്ടിയിൽ നിന്നും വെള്ളമെടുത്തു കാൽ കഴുകി, തുളസിത്തറയിൽ ദീപം തെളിച്ചശേഷം മടങ്ങി വന്ന ഭാര്യയോടൊപ്പം അകത്തേയ്ക്ക് നടക്കവേ കാരണവരായ പഞ്ചു മേനോനും മാധവനും തമ്മിൽ ശണ്ഠ ഉണ്ടായതിനെപ്പറ്റി മേനോൻ പറയുന്നു. എന്നിട്ട് താൻ തേടി നടക്കുന്ന കഥയാണിതെന്ന് ആത്മഗതം ചെയ്യുമ്പോൾ, അതൊക്കെ എഴുതി അച്ചടിച്ചാൽ അവർക്ക് മനോവമാനം ഉണ്ടാവില്ലേയെന്ന് ഭാര്യ ചോദിക്കുന്നു. യഥാർത്ഥ കഥകളാണ് ആരെയും ആകർഷിക്കുന്നതെന്നും, അതിൽ ഭാവനയുടെ ഒരല്പം പൊടിപ്പും തൊങ്ങലും കൂട്ടിച്ചേർത്താൽ അവ രസനിഷ്യന്ദികളാവുമെന്നും അദ്ദേഹം പറഞ്ഞു. ഇടയ്ക്ക് സാമുവൽ ബട്ലർ എഴുതിയ പമീലയെന്ന നോവലിനെക്കുറിച്ചായിരുന്നു അദ്ദേഹം പറഞ്ഞത്. ഒരു വീട്ടുജോലിക്കാരിയുടെ കഥയാണെങ്കിലും ഹൃദയദ്രവീകരണ ശക്തിയുള്ള ആ നോവൽ പോലൊന്ന് മലയാളത്തിൽ എഴുതണമെന്നായിരുന്നു അദ്ദേഹത്തിന്റെ മോഹം. അതേപ്പറ്റി ആലോചിച്ചിരിക്കുമ്പോഴാണ് പൂവരങ്ങിലെ സംഭവങ്ങൾ കേൾക്കുന്നത്. പഞ്ചുമേനോനെ നല്ലൊരു ഹാസ്യകഥാപാത്രമാക്കിയാൽ ചിരിക്കാൻ ഒരുപാട് വകയുണ്ടാകുമെന്നും അദ്ദേഹത്തിനു തോന്നി.

മേൽകഴുകി അത്താഴത്തിനൊരുങ്ങുമ്പോഴും മേനോൻ അതേപ്പറ്റിയായിരുന്നു ആലോചിച്ചിരുന്നത്. മേനോന് ആഹാരം പകർന്നു കൊടുത്ത ശേഷം ഭാര്യയും ഊണുമേശയ്ക്കരികിൽ ഇരുന്നു. സാധാരണയായി ഒന്നിച്ചായിരുന്നു ഭക്ഷണം. ആഹാരം കഴിക്കാതിരിക്കുന്ന ഭാര്യയോട്, തന്നെ ഊട്ടിയിട്ട് പഷ്ണി കിടക്കാനാണോ ഭാവമെന്ന ചോദ്യത്തിന്, മനസ്സിനു സമാധാനമില്ലാതായിരിക്കുന്നുവെന്നായിരുന്നു അവരുടെ മറുപടി. അതിൽ അദ്ദേഹം അദ്ഭുതപ്പെട്ടു. ഒരിക്കലും അവർ അങ്ങനെയായിരുന്നില്ല. ജീവിത സഖിയായി എത്തിയ നാൾ മുതൽ ഒരിക്കൽപ്പോലും അവർ അകന്നിരുന്നിട്ടില്ല. വളർത്തു നായയ്ക്ക് പോലും ചില്ലറ ദണ്ഡങ്ങൾ വന്നാൽ ഉൽക്കണ്ഠാകുലയാകുന്നതായിരുന്നു അവരുടെ പ്രകൃതം. ആരെയും സഹായിക്കാൻ അവർ ഒരിക്കലും മടി കാണിച്ചിരുന്നില്ല. അവരുടെ ആ സ്വഭാവ പ്രത്യേകതയെ മേനോൻ

പ്രോത്സാഹിപ്പിച്ചിരുന്നു. യാതൊരു അല്ലലുമില്ലാതെ ജീവിക്കുന്ന അവർക്ക് പൊടുന്നനെ മാനസികമായ വൈഷമ്യം ഉണ്ടാകാൻ കാരണമെന്തായിരുന്നുവെന്ന് ചോദിച്ചപ്പോഴാണ്, മാധവിയുടെ വേലക്കാരത്തി അമ്മു അവിടെ വന്നിരുന്നുവെന്നും, മാധവൻ ശണ്ഠകൂടി മദിരാശിക്ക് പോയതിൽ മാധവി ആകുലയായിരിക്കയാണെന്നും അറിയുന്നത്. അത് അവരെ വല്ലാതാക്കി. മകളെപ്പോലെ മാധവിയോട് അവർക്ക് വാത്സല്യമുണ്ടായിരുന്നു. അകാലത്തിൽ മരിച്ചുപോയ മകളുടെ ശൂന്യത നികത്തുന്ന സാന്നിദ്ധ്യമായിരുന്നു അവർക്ക് മാധവി. ആ പെൺകുട്ടിയെപ്പറ്റി പറയുമ്പോൾ അവർക്ക് ആയിരം നാവുകളാണ്. മാധവനുമായി അവൾ പ്രണയത്തിലാണെന്ന് അവർക്കറിയാമായിരുന്നു. അവർ തമ്മിലുള്ള ബന്ധത്തെപ്പറ്റി അവർ പറയുന്നു.

ആ സംഭാഷണം കഴിഞ്ഞപ്പോൾ നേരം ഏറെ ഇരുട്ടിയിരുന്നു. അത്താഴം തണുത്താറിപ്പോയി. അകലെ ദീപങ്ങൾ തെളിഞ്ഞിരുന്നു. പുറത്തുനിന്നും അടിച്ചുവന്ന തണുത്ത കാറ്റിൽ ജാലകവിരികൾ ഇളകിയാടുന്നുണ്ടായിരുന്നു. പെട്ടെന്ന് സ്ഥലകാലബോധം വന്നപോലെ, ഭക്ഷണം കഴിച്ചില്ലല്ലോയന്ന വേവലാതിയോടെ അവർ എഴുന്നേറ്റു അടുക്കളയിൽ പോയി ഒരു കപ്പിൽ നിറച്ച പാലുമായി വന്ന്, ഇനി ഇപ്പോൾ തണുത്ത ആഹാരം കഴിക്കേണ്ടെന്നു പറഞ്ഞു പാലും, മേശപ്പുറത്തു വച്ചിരുന്ന പഴവും അവർ നൽകി. അവരും ഒരു പഴം കഴിച്ചു. അപ്പോൾ എന്തോ ഓർത്തതുപോലെ മേനോൻ, അടുത്ത ദിവസം ഉച്ചഭക്ഷണത്തിന് ജഡ്ജി ഡേവിസിനേയും പത്നിയേയും ക്ഷണിച്ചിരിക്കയാണെന്നും, പ്രത്യേകമായ വിഭവങ്ങൾ ഒരുക്കണമെന്നും പറഞ്ഞു.

ആർഭാടമായ സദ്യ. ഇലയിട്ട് സദ്യ വിളമ്പി. വെള്ളിക്കിണ്ണങ്ങളിൽ പാൽപ്പായസവും കാളനും പകർന്നു. ഇലയിൽ ഒഴിച്ചു കുടിക്കാനറിയാത്തതുകൊണ്ട് പാത്രത്തിൽ നിന്നും പാൽപ്പായസം കുടിക്കുന്നതായിരിക്കും എളുപ്പമെന്ന് മേനോന്റെ അഭിപ്രായമനുസരിച്ച് മിസ്സിസ്സ് ഡേവിസ് പാൽപ്പായസം നുണഞ്ഞു. അതവർക്ക് നന്നേ ഇഷ്ടമായി. പക്ഷേ, മിസ്റ്റർ ഡേവിസ് നുണഞ്ഞത് കാളനായിരുന്നു. രുചിയെങ്ങനെയെങ്ങനെയെന്നാരാഞ്ഞ മേനോനോട് നന്നായിട്ടുണ്ടെന്നു പറയുന്ന സായിപ്പിന്റെ മുഖത്തെ വല്ലാത്ത വിളർച്ച, അതുകണ്ട് നോക്കുമ്പോഴാണ് കാളനാണ് സായിപ്പ് കുടിച്ചതെന്ന് മേനോൻ മനസ്സിലാക്കുകയും അതിന് ക്ഷമായാചനം ചോദിക്കുകയും ചെയ്തു. മേനോൻ മനഃപൂർവ്വം തന്നെ ചെണ്ടകൊട്ടിക്കുകയായിരുന്നുവെന്നു വിചാരിച്ച സായിപ്പ് മറ്റൊരു ദിവസം കോടതിയിൽ നടന്ന സംഭവം വിവരിച്ചു. ക്ഷേത്ര ഭാരവാഹികൾ നിശ്ചയിച്ച് പ്രതിഫലം നൽകാത്തതിനെതിരെ പരാതിയുമായി എത്തിയ ചെണ്ടകൊട്ടുകാരനായ ഒരു മാരാരായിരുന്നു പ്രതി. സാക്ഷികൾ ഇല്ലാതിരുന്ന സാഹചര്യത്തിൽ ചെണ്ടകൊട്ടിലുള്ള വൈദഗ്ധ്യം മനസ്സിലാക്കാൻ പ്രതിയായ മാരാരോട് കോടതിയിൽ ചെണ്ടകൊട്ടി പ്രാഗത്ഭ്യം തെളിയിക്കാൻ ചന്തു മേനോൻ കല്പിച്ചു. ചെണ്ടകൊട്ട് കോടതിയിൽ ഉയർന്നുവന്നപ്പോൾ

ശബ്ദഘോഷം തിരക്കിച്ചെന്ന ജഡ്ജി ഡേവിസ് കാണുന്നത്, ചെണ്ട കൊട്ടിൽ രസിച്ച് കണ്ണടച്ചിരിക്കുന്ന മേനോനെയാണ്. ഈ സംഭവം സായിപ്പ് പറഞ്ഞു. അതുകേട്ട് എല്ലാവരും പൊട്ടിച്ചിരിച്ചു. രാത്രി ഉറങ്ങാനുള്ള തയ്യാറെടുപ്പിനിടയിൽ, കേൾക്കുന്ന കഥയെല്ലാം കൂടി എഴുതിയാൽ നല്ലൊരു പുസ്തകമാകുമെന്ന് മേനോൻ വീണ്ടും പറഞ്ഞു. ഭാര്യ ഒന്നും മിണ്ടിയില്ല.

പുലർച്ചയ്ക്ക് നടത്ത കഴിഞ്ഞ് മടങ്ങിവരുമ്പോൾ അദ്ദേഹത്തെ കാത്ത് ഒന്നു രണ്ട് അതിഥികൾ ഉണ്ടായിരുന്നു. കണ്ണൂരിൽ നിന്നും വന്നവരാണ്. മലബാർ കളക്ടറായിരുന്ന ലോഗൻ തയ്യാറാക്കിയ പുസ്തകത്തെപ്പറ്റി സംസാരിക്കാൻ എത്തിയതായിരുന്നു അവർ. ഒരു കത്ത് അവർ കൊണ്ടുവന്നിരുന്നു. അത് കൈയിൽ വാങ്ങി ഒന്നോടിച്ചു നോക്കിയ ശേഷം അതിഥികളെ വിശ്രമിക്കാൻ കുളപ്പുരയിലേയ്ക്ക് കൂട്ടിക്കൊണ്ടു പോകാൻ ഭൃത്യനോട് നിർദ്ദേശിച്ചശേഷം അദ്ദേഹം പ്രാതഃകർമ്മങ്ങൾക്കായി അകത്തുപോയി.

കുളിച്ച് പ്രഭാത ഭക്ഷണത്തിന്നായി വന്നിരിക്കുമ്പോൾ, ഭാര്യയും കുളിച്ച് പുതുവസ്ത്രം ധരിച്ച് എത്തിയിരുന്നു. പരിചാരിക ഭക്ഷണം വിളമ്പി. അതു കഴിക്കുന്നതിനിടയിൽ കോടതി സംബന്ധമായ യാത്രയുടെ കാര്യം അദ്ദേഹം പറയുന്നു. എല്ലാ യാത്രകളും അദ്ദേഹം നടത്തിയിരുന്നത് ഭാര്യയോടൊപ്പമായിരുന്നു. അടുത്ത ദിവസം തന്നെ യാത്രയ്ക്ക് ഒരുങ്ങണമെന്ന് അദ്ദേഹം പറഞ്ഞു.

പ്രഭാത ഭക്ഷണത്തിനുശേഷം അതിഥികളെ വിളിച്ച്, മേശയിൽ നിന്നെടുത്ത കുറേ കടലാസുകൾ അവരെ ഏല്പിച്ചിട്ട് ഉപയോഗം കഴിഞ്ഞ് അവ മടക്കിക്കൊണ്ടു തരണമെന്ന് പറയുന്നു. അതിഥികൾക്ക് യാത്രാ സൗകര്യം ഉണ്ടാക്കിക്കൊടുക്കാൻ ഭൃത്യനോട് നിർദ്ദേശിച്ചശേഷം അദ്ദേഹം അകത്തുപോയി ഔദ്യോഗികവേഷം ധരിച്ചു. പുറത്ത് കോടതി ശിപായി എത്തിയിരുന്നു. ജഡ്ജിയുടെ വേഷത്തിൽ പുറത്തുവന്ന അദ്ദേഹത്തെ ശിപായി വണങ്ങുന്നു. കുതിര വണ്ടിയിൽ അദ്ദേഹം കയറി വണ്ടിക്കാരനോടൊപ്പം ശിപായിയും കയറി.

കണ്ണൂർ കടക്കരയിലുള്ള ഗവൺമെന്റ് റസ്റ്റ് ഹൗസ്. സായാഹ്നം. ചന്തു മേനോനും പത്നിയും കടലിന് അഭിമുഖമായിട്ടുള്ള റസ്റ്റ് ഹൗസിന്റെ പിറകിലുള്ള പുൽത്തകിടിയിൽ കസേരകളിലിരിക്കുന്നു. മേനോൻ വിസ്കി കുടിക്കുന്നു. വേഷം പാശ്ചാത്യം. പുസ്തകമെഴുതുന്നതിനെപ്പറ്റിയായിരുന്നു അദ്ദേഹം സംസാരിച്ചത്. രസകരമായ സംഭവങ്ങളെല്ലാം മറന്നു പോകാതെ കുറിച്ചുവയ്ക്കുകയാണെന്നും, ഒരാഴ്ചയ്ക്കുള്ളിൽ എഴുതിത്തുടങ്ങണമെന്നും അദ്ദേഹം പറഞ്ഞു. അപ്പോൾ മാധവന്റെയും മാധവിയുടെയും പ്രണയത്തെ മുഖ്യമാക്കി വർണിച്ചാൽ, പണ്ട് താൻ വായിച്ചിട്ടുള്ള ഷെയ്ക്സ്പിയർ നാടകമായ റോമിയോ ജൂലിയറ്റ് പോലെ രസകരമായിരിക്കുമെന്ന പ്രതീക്ഷ അദ്ദേഹം പ്രകടിപ്പിച്ചു. അതു കേട്ടിരിക്കുന്ന അവർ അറിയാതെ അരുതേ എന്ന് പറഞ്ഞുപോയി. ആ

പ്രതികരണത്തിൽ അദ്ദേഹം അദ്ഭുതപ്പെട്ടു. അപ്പോൾ ആ നാടക കഥ താൻ മുമ്പ് പറഞ്ഞു കേട്ടിട്ടുള്ളതാണെന്നും റോമിയോയും ജൂലിയറ്റും അവസാനം കുത്തിച്ചാവുന്നതുതന്നെ ഒരുപാട് ദുഃഖിപ്പിച്ചുവെന്നും അവർ കൂട്ടിച്ചേർത്തു. അതല്ല താൻ ഉദ്ദേശിക്കുന്നതെന്നും, അവരുടെ പ്രണയം മാത്രമേ തന്റെ മനസ്സിലുള്ളൂവെന്നും പറഞ്ഞ്, അവരെ ആശ്വസിപ്പിച്ച ശേഷം, സ്വയം ചിരിച്ചുകൊണ്ട് മാധവനും മാധവിയും സ്നേഹിച്ചു തുടങ്ങിയിട്ടല്ലേ ഉള്ളൂവെന്ന് അദ്ദേഹം കൂട്ടിച്ചേർത്തു.

വേറൊരു ദിവസം. കുടുംബക്ഷേത്രത്തിലെ താലപ്പൊലി. മേനോനും പത്നിയും തൊഴാനെത്തുന്നു. അവിടെ ചെറുശ്ശേരി നമ്പൂതിരി എത്തിയിരുന്നു. മഹാ രസികൻ. സാധാരണ നമ്പൂതിരിമാരിൽ നിന്നും വ്യത്യസ്തനായ നല്ല മനുഷ്യൻ. യാത്രാകമ്പക്കാരനായ ചെറുശ്ശേരിക്ക് മേനോന്റെ കുടുംബവുമായി ദീർഘനാളത്തെ പരിചയമുണ്ടായിരുന്നു. അന്നു രാത്രി വീട്ടിൽ തങ്ങാൻ അദ്ദേഹത്തെ മേനോൻ ക്ഷണിച്ചു. അദ്ദേഹം സമ്മതിച്ചു. സന്ധ്യയ്ക്ക് ബ്രാഹ്മണനായ ഒരു പാട്ടുകാരൻ അവിടെ വന്നു. അയാളെ പാട്ടു പാടിപ്പിക്കുന്ന മേനോൻ. ഇടയ്ക്കുവച്ച് ഫിഡിൽ വായിക്കാൻ അയാൾക്ക് കൊടുക്കുമ്പോൾ അതിൽ ശ്രുതി ചേർക്കാൻ പോലും കഴിയാതെ വന്നതിൽ ദേഷ്യപ്പെട്ട് അയാളോട് ഉടൻ നാട്ടിലേയ്ക്ക് മടങ്ങാൻ മേനോൻ നിർദ്ദേശിക്കുകയും വഴിച്ചെലവ് നൽകുകയും ചെയ്യുന്നു.

അതെല്ലാം കഴിഞ്ഞശേഷം ചെറുശ്ശേരിയുടെ സംഭാഷണം ഇന്ദുലേഖയിലേക്ക് തിരിഞ്ഞു. ഇന്ദുലേഖയെ സന്ദർശിച്ച ചെറുശ്ശേരി, ആ പെൺകുട്ടിയുടെ സൗശീല്യത്തെപ്പറ്റി വർണ്ണിക്കാൻ തുടങ്ങി. ഇന്ദുലേഖയെന്ന് കേട്ടപ്പോൾ മേനോൻ സംശയത്തോടെ ഭാര്യയുടെ മുഖത്തുനോക്കി, അവരുടെ പ്രിയപ്പെട്ട മാധവിയുടെ യഥാർത്ഥ നാമധേയം ഇന്ദുലേഖയാണെന്ന് ഭാര്യ പറഞ്ഞു. മാധവനോടുള്ള നീരസം കാരണം മാധവിക്ക് ഒരു ഭർത്താവിനെ കണ്ടുപിടിക്കാൻ ശ്രമിക്കുന്ന കാരണവർ പഞ്ചുമേനോൻ അതിനായി അദ്ദേഹം കേശവൻ നമ്പൂതിരിയെ ശട്ടം കെട്ടിയിരിക്കുകയാണെന്ന് ചെറുശ്ശേരി പറഞ്ഞു: കേശവൻ നമ്പൂതിരി അതിൻ പ്രകാരം മൂർക്കില്ലത്തെ നമ്പൂതിരിയെ സമീപിച്ചിരിക്കയാണ്. അയാളെക്കുറിച്ച് പറയുന്ന ചെറുശ്ശേരി അറിയാതെ ചിരിച്ചു. പരമ വിഡ്ഢിയാണ് സൂരി നമ്പൂതിരിയെന്ന് അറിയപ്പെടുന്ന മൂർക്കില്ലത്തെ നമ്പൂതിരിയെങ്കിലും, താൻ അയാളുടെ മിത്രമാണെന്ന് പറഞ്ഞു. ഒപ്പം, ഉടനെ എത്താൻ സൂരി തന്നോട് ആവശ്യപ്പെട്ടപ്രകാരം അങ്ങോട്ട് പോകയാണെന്ന് അദ്ദേഹം പറയുന്നു. കാണാൻ പോകുന്ന പൂരം പറഞ്ഞറിയിക്ക വയ്യയെന്ന് പറഞ്ഞ് ചിരിച്ചുകൊണ്ട് ചെറുശ്ശേരി യാത്രയാവുന്നു. അപ്പോൾ കഥ രസകരമാവുമല്ലോയെന്ന് മേനോൻ ആത്മഗതം ചെയ്തു.

അക്ഷമനായി ചെറുശ്ശേരിയെ കാത്തിരിക്കയായിരുന്ന സൂരി. മിത്രത്തെ കണ്ട് വിളിച്ച് ഇല്ലത്തിലേയ്ക്ക് ആനയിക്കുന്നു.

വൈകിട്ട് കോടതിയിൽ നിന്ന് മടങ്ങിവന്ന് ചായ കുടിച്ചിരിക്കുന്നതിനിടയിൽ, ഒരാഴ്ചത്തെ അവധി എടുത്തുകഴിഞ്ഞെന്നും കഥ എഴുതിത്തീർക്കാനായി അവധിക്കാലം ചെലവാക്കാൻ പോവുകയാണെന്നും മേനോൻ ഭാര്യയെ അറിയിക്കുന്നു. അപ്പോൾ ഭാര്യയ്ക്ക് സംശയമായി. മാധവനും മാധവിയും ഭാര്യാഭർത്താക്കന്മാരാകാതെ കഥ പൂർത്തിയാക്കുന്നതെങ്ങനെ? ഇപ്പോൾ കഥ എഴുതിയാൽ അതൊരു വിഡ്ഢി നമ്പൂതിരിയുടെ കഥയായിത്തീരില്ലേ? സൂരി നമ്പൂതിരി കല്യാണിക്കുട്ടിയേയും കൊണ്ട് സ്ഥലം വിടുകയും പഞ്ചുമേനോൻ പശ്ചാത്താപ വിവശനാകുകയും ചെയ്ത പശ്ചാത്തലത്തിൽ അവരുടെ വിവാഹബന്ധത്തിനുള്ള തടസ്സം മാറിയല്ലോയെന്നായിരുന്നു അതിനു മേനോൻ മറുപടി നൽകിയത്. പുസ്തകം എഴുതിത്തീരുമ്പോഴേയ്ക്കും അവരുടെ വിവാഹം നടക്കുമെന്ന് അദ്ദേഹത്തിനുറപ്പായിരുന്നു.

പുസ്തകമെഴുതി കഴിഞ്ഞ് കൈയെഴുത്തുപ്രതികൾ ഒരു ഫയലാക്കി കോർത്തെടുത്ത് വൈകിട്ട് ചായ കുടിക്കാനായി മേനോൻ പൂമുഖത്തിരിക്കയായിരുന്നു.

കുതിരവണ്ടി വന്നു നിൽക്കുന്ന ശബ്ദം കേട്ട് അദ്ദേഹം ശിരസ്സുയർത്തി നോക്കുന്നു. കുതിരവണ്ടിയിൽ നിന്നും മാധവനും മാധവിയും ഇറങ്ങി വന്ന് അദ്ദേഹത്തിന്റെ പാദം തൊട്ടു നമസ്കരിക്കുന്നു. അതുകണ്ടു നിൽക്കുന്ന മേനോന്റെ പത്നി അവർക്ക് മധുരം നൽകി അനുഗ്രഹിക്കുമ്പോൾ, മദിരാശിക്ക് പുറപ്പെടുകയാണെന്ന് മാധവൻ പറയുന്നു...

സ്വപ്നങ്ങൾ ഉപേക്ഷിച്ചുപോയ ഒരു കാലം വീണ്ടും മുൻപിൽ വന്നു നിൽക്കുകയാണെന്നാണ് എനിക്ക് തോന്നിയത്. അപ്പോൾ ശാരദ പറഞ്ഞു.

"പത്രപ്രവർത്തനത്തിനിടയിൽ നഷ്ടപ്പെട്ട മനസ്സ് അത് വീണ്ടെടുക്കാനാകുമോ ബാലന്."

"ഹേയ്, അത്തരം ദിവാസ്വപ്നങ്ങൾ കാണേണ്ട പ്രായമെല്ലാം പിന്നിട്ടില്ലേ? മദ്ധ്യവയസ്സുകഴിയുന്നതോടെ ബസ്സുയാത്ര തീരാറായിയെന്ന് മനസ്സിലാക്കുന്നതാണ് നന്ന്."

"വരട്ടെ, അതിനൊക്കെ ഇനിയും സമയമുണ്ട്. അതൊന്ന് പരീക്ഷിച്ചുകൂടെ? "

"അതിനൊന്നും ഇനി വയ്യ. അതിനേക്കാൾ ഞാൻ ആഗ്രഹിച്ചിരുന്നത് മറ്റൊന്നാണ്. ശാരദയ്ക്കറിയാമോ? 'കയർ' എന്ന ബൃഹദ്ആഖ്യായികയിലൂടെ തകഴി ലക്ഷ്യം വച്ചതെന്തെന്ന്? അതെല്ലാം ഞൻ ഒരുപാട് വായിച്ചു. തിരുവിതാംകൂറിന്റെ ദായക്രമത്തെക്കുറിച്ച് ഇത്ര ആഴത്തിൽ, അപഗ്രഥിക്കാൻ ആർക്കും സാധിച്ചിരുന്നില്ല. വക്കീലാഫീസിലെത്തിയിരുന്ന സിവിൽ കേസ്സുകളുമായി ഉണ്ടായിരുന്ന പരിചയം. പുറമെ മനുഷ്യഹൃദയത്തെക്കുറിച്ചുള്ള അഗാധമായ ജ്ഞാനം. അതേപ്പറ്റിയൊക്കെ ആലോചിച്ചാൽ പേടി തോന്നും. എന്റെ വലിയ ആഗ്രഹമായിരുന്നു

'കയർ' എന്ന നോവലിലൂടെ തകഴിയെ കണ്ടെത്താൻ.... ഒന്നും നടന്നില്ല.. അങ്ങനെ എത്രയെത്ര മോഹങ്ങളുടെ ശവക്കല്ലറയാണ് നമ്മുടെ ജീവിതങ്ങൾ. ശാരി പറഞ്ഞില്ലേ അച്ഛന്റെ ജീവിതകഥ എഴുതണമെന്ന ആഗ്രഹം. ഞാൻ സഹായിക്കാം..."

ഇരുപത്തിയേഴ്

നെഹ്റു രോഗാതുരനാവുമെന്ന് ആലോചിക്കാൻ ഞങ്ങൾ അശക്തരായിരുന്നു. ഞങ്ങളുടെ പ്രതീക്ഷകളും സ്വപ്നങ്ങളും മഹാനായ ആ മനുഷ്യനുമായി ബന്ധപ്പെട്ടായിരുന്നു രൂപം പൂണ്ടിരുന്നത്. ഏതു അർദ്ധരാത്രിയിൽ ഒറ്റയ്ക്ക് യാത്ര ചെയ്താലും യാതൊന്നും സംഭവിക്കില്ലെന്ന വിശ്വാസത്തിനുകാരണം രക്ഷകനായ ശക്തിയുടെ അദൃശ്യസാന്നിദ്ധ്യമാണെന്ന് എനിക്ക് തോന്നിയിരുന്നതുപോലെ. അങ്ങ് ദൂരെയാണെങ്കിലും നെഹ്റു ഉണ്ടെന്ന വിശ്വാസം അസാധാരണമായ ധൈര്യം പ്രദാനം ചെയ്തിരുന്നു. അതുകൊണ്ടുതന്നെ ചൈനയുടെ ആക്രമണത്തോടെ നെഹ്റുവീണപ്പോൾ അക്ഷരാർത്ഥത്തിൽ തകർന്നത് ആ വിശ്വാസമായിരുന്നു.

ആയിടയ്ക്കായിരുന്നു 'നെഹ്റുവിനുശേഷം ആരെന്ന ചോദ്യം ഉയർന്നുവന്നത്. ഒരു പാശ്ചാത്യ പത്രപ്രവർത്തകനായിരുന്നു ആ ചോദ്യം ഉന്നയിച്ചുകൊണ്ട് നെഹ്റുവിന്റെ അനന്തരാവകാശികളായ ഏതാനും കോൺഗ്രസ് നേതാക്കളുടെ പേരുകൾ ചർച്ചയ്ക്കായി സമർപ്പിച്ചത്.

പിന്തുടർച്ചാവകാശം വിവാദമാക്കിയതുവഴി ജനാധിപത്യ സംവിധാനം ദുർബലമാണെന്ന് സ്ഥാപിക്കാനുള്ള ഗൂഢമായ ഒരു ശ്രമവും ഉണ്ടായിരുന്നു. അമേരിക്കയായിരുന്നു ഈ ഗൂഢനീക്കത്തിന്റെ സൂത്രധാരന്മാർ. അതിന് സമാന്തരമായി മൊറാർജി ദേശായിയെ അടുത്ത പ്രധാനമന്ത്രിയായി സ്ഥാപിക്കാൻ നടന്ന പരിശ്രമങ്ങളിലൂടെ പാശ്ചാത്യ സാമ്രാജ്യശക്തിയുടെ സാന്നിദ്ധ്യം വ്യക്തമാവുകയുണ്ടായി. ഈ സാഹചര്യത്തിലായിരുന്നു മലയാളദേശവും ആ വിവാദത്തിൽ പങ്കാളിയായത്. ദേശീയതലത്തിൽ നടക്കുന്ന ചൂടുപിടിച്ച ചർച്ചയിൽ പങ്കാളിയാവുന്നതുവഴി കൂടുതൽ വായനക്കാരിലെത്തുകയെന്നതിനു പുറമേ പ്രത്യയശാസ്ത്രപരമായ ഒരു മാനവും അതിനുണ്ടായിരുന്നു. യാഥാസ്ഥിതികതയുടെ പ്രതിനിധിയായിരുന്നു മൊറാർജി ദേശായി. നെഹ്റുവിന്റെ സോഷ്യലിസ്റ്റു ആശയങ്ങളെ അദ്ദേഹം എതിർത്തിരുന്നു. അതിലൂടെ സോവിയറ്റ് യൂണിയൻ പ്രതിനിധാനം ചെയ്തിരുന്ന സാമ്രാജ്യത്വ വിരുദ്ധ നിലപാടുകളോടും അദ്ദേഹം വിയോജിച്ചിരുന്നു. മറ്റു ദിനപത്രങ്ങൾ ഈവക കാര്യങ്ങളെ അവഗണിച്ച സാഹചര്യത്തിൽ ഈ ചർച്ചയുടെ പ്രത്യയ ശാസ്ത്രപരമായ പ്രാധാന്യം ചൂണ്ടിക്കാണിച്ചതിനോടൊപ്പം മലയാളത്തിന്റെ സ്ഥാപകനായ കർത്താവിന്റെ ദേശീയ ദർശനങ്ങളെയും പരാമർശിച്ചത്

മാനേജുമെന്റിനെ ക്ഷുഭിതമാക്കി. മാനേജർ സ്വാമിയായിരുന്നു ഇതിന്റെ അണിയറ ശില്പിയെന്ന് ഞാൻ ഊഹിച്ചിരുന്നു.

അതിനുകാരണമുണ്ടായിരുന്നു. കാറപകടത്തിൽപ്പെട്ട് ആശുപത്രിയിലായ പത്രാധിപർക്ക് പകരം മുഖപ്രസംഗമെഴുതേണ്ടിവന്ന എന്റെ ആശയങ്ങളും നിലപാടുകളും അയാൾക്ക് അരുചിപ്രദമായിരുന്നു.

"സാർ കമ്മ്യൂണിസ്റ്റാണോ?"

നിരുപദ്രവകരമായ വിധത്തിൽ മുമ്പൊരു ദിവസം അങ്ങനെ ചോദിച്ചതിന് മാനേജർ സ്വാമിക്ക് ന്യായീകരണമുണ്ടായിരുന്നു.

നഗരത്തിലെ കുപ്രസിദ്ധ കള്ളക്കടത്തുകാരനായ ശിശുപാലന്റെ ചരക്കുകൾ സൂക്ഷിക്കാനായിരുന്നു പത്രമാഫീസിലെ ലൈബ്രറി മുറികൾ ഉപയോഗിച്ചിരുന്നത്. ഭാരിച്ച വാടക അയാൾ അതിനു നൽകിയിരുന്നു. അങ്ങനെ ചെയ്യുമ്പോൾ രണ്ടു ഉന്നങ്ങളായിരുന്നു അയാൾക്കുണ്ടായിരുന്നത്. പൊലീസിന്റേയോ മറ്റേതെങ്കിലും ഔദ്യോഗിക ഏജൻസികളുടെയോ പരിശോധനയിൽ നിന്ന് ഒഴിവാകാൻ സാധിച്ചിരുന്നുവെന്നതിനു പുറമെ സമ്പന്നമായ പാരമ്പര്യമുള്ള ആഭിജാത്യമുള്ള ഒരു സ്ഥാപനവുമായി ബന്ധപ്പെടാനും അയാൾക്ക് സാധിച്ചു. ശിശുപാലൻ മുതലാളിയുടെ ജാമാതാവായിരുന്നു പ്രമുഖനായ ഒരു കമ്മ്യൂണിസ്റ്റ് നേതാവിന്റെ മകൻ. എഞ്ചിനീയറിംഗ് ബിരുദം നേടിയ ആ ചെറുപ്പക്കാരന് മകളോടൊപ്പം മകളുടെ ശരീരഭാരത്തോളം വരുന്ന സ്വർണ്ണവും അയാൾ നൽകിയിരുന്നത് പരസ്യമായിരുന്നു. അയാളിൽ നിന്നായിരുന്നു എന്റെ കമ്മ്യൂണിസ്റ്റ് ബന്ധം മനസ്സിലാക്കിയതെന്ന് വെളിപ്പെടുത്തിയിട്ട് അയാൾ പറഞ്ഞു "കാഴ്ചയ്ക്ക് കറുപ്പാണെങ്കിലും മുതലാളിയുടെ ഉള്ള് തനിത്തങ്കമാണ്. അദ്ദേഹവുമായി പരിചയപ്പെടണം."

ഇത്തരം ബന്ധങ്ങൾ ഉണ്ടാകുന്നത് നല്ലതാണെന്ന് ആമുഖത്തോടെ മുതലാളിക്ക് കമ്മ്യൂണിസ്റ്റുകാരോട് ബഹുമാനമാണെന്നു കൂടി പറയാൻ അയാൾ മറന്നില്ല. ഒരവസരത്തിനായി അയാൾ കാത്തിരിക്കയായിരുന്നു. ലൈബ്രറിയായി ഉപയോഗിച്ചിരുന്ന മുറികൾ കള്ളക്കടത്തു സാധനങ്ങളുടെ ഗുദാമാക്കിയതിലുള്ള അമർഷം മാനേജ്മെന്റിനെ ഞാൻ അറിയിച്ചിരുന്നു. അയാൾക്കതറിയാമായിരുന്നു. പൊടി നിറഞ്ഞ് നിരുപയോഗമായിരുന്ന മുറികൾ വാടകയ്ക്കു കൊടുത്തു വരുമാനമുണ്ടാക്കിയതിനെ എതിർക്കുന്നത് സ്ഥാപനത്തിനോടുള്ള കൂറില്ലായ്മയായി അപ്പോൾ അയാൾ വ്യാഖ്യാനിച്ചു.

പത്രാധിപരുടെ അഭാവത്തിൽ ചുമതല ഏറിയതിനു പുറമെ മൂർത്തി ഉൾപ്പെടെ മൂന്നുപേർ ഒഴിഞ്ഞുപോയ സാഹചര്യത്തിൽ പത്രാധിപസമിതിയിലെ ജോലിഭാരവും കൂടിയിരുന്നു. പുതിയതായി ആരെയും നിയമിക്കാൻ മാനേജ്മെന്റ് തയ്യാറായിരുന്നില്ല.

പ്രചാരം കുറയാനും പരസ്യ വരുമാനം താരതമ്യേന ശൂന്യമാകാനും കാരണം പത്രത്തിന്റെ നിലപാടുകളാണെന്ന മാനേജർ സ്വാമിയുടെ

പ്രചരണവും മാനേജിംഗ് ഡയറക്ടറായ രഘൂത്തമൻ കർത്തായെ സ്വാധീനിച്ചിരുന്നു. അവിവാഹിതനായിരുന്നു പത്രത്തിന്റെ സ്ഥാപകനായ കർത്ത. അങ്ങനെയാണ് സഹോദരിയുടെ മക്കൾ അതിന്റെ ഉടമകളായത്. എന്നാൽ അധികാര മത്സരത്തിൽ മൂത്ത രണ്ടു സഹോദരന്മാരെ പുറത്താക്കി രഘൂത്തമൻ കർത്തയ്ക്ക് പത്രസ്ഥാപനം സ്വന്തമാക്കാൻ തുണയായത് ഇളയ മകനെ അതിരറ്റു സ്നേഹിച്ചിരുന്ന അമ്മയായിരുന്നുവെന്നത് പരസ്യമായിരുന്നു. പക്ഷേ അതിന്റെ പ്രയോജനം അവർക്ക് അനുഭവിക്കാനായില്ല. രഘൂത്തമൻ കർത്ത ഒരു പ്ലേബോയ് ആയിരുന്നു. രഹസ്യബന്ധങ്ങൾക്കായി അയാൾ നിയന്ത്രണമില്ലാതെ പണം ചെലവാക്കി. അത്തരത്തിലുള്ള അയാളുടെ വേട്ടകൾക്ക് സഹായിയായത് മാനേജർ സ്വാമിയും. സാമ്പത്തികമായ ഞെരുക്കമുണ്ടായപ്പോഴെല്ലാം ശിശുപാലൻ മുതലാളിയുടെ നിർല്ലോഭമായ പിന്തുണ മാനേജർ സ്വാമി ഉറപ്പാക്കിയതിനോടൊപ്പം പത്രസ്ഥാപനത്തിന്റെ ഉടമാവകാശം ശിശുപാലൻ മുതലാളിയിലേയ്ക്ക് പതുക്കെ ഊർന്നുപോയിരുന്നത് രഘൂത്തമൻ കർത്ത അറിഞ്ഞതേയില്ല. പത്രത്തിന്റെ നിലനില്പിന്റെ നേർക്ക് ചുവന്ന വെളിച്ചം തെളിയുന്നുപോലും ആരും കണ്ടിരുന്നില്ല.

സാമ്പത്തിക പരാധീനതകൾക്ക് പരിഹാരം തേടിയ മാനേജ്മെന്റ് ജീവനക്കാരുടെ വേതനത്തിൽ കൈവച്ചതിനുപുറമെ പലതരം നിയന്ത്രണങ്ങളും നടപ്പാക്കി. അതിന്റെ ഭാഗമായി വാർത്താ ഏജൻസിയുമായുള്ള ബന്ധം മുറിച്ചത് ദിനപത്രത്തിന്റെ പ്രസിദ്ധീകരണത്തെയാണ് ഞെക്കിക്കൊല്ലുന്നതെന്ന് മാനേജ്മെന്റ് അറിഞ്ഞില്ല. ‘റേഡിയോ ഇല്ലേ? വാർത്തകൾകേട്ട് എഴുതിയാൽ മതിയല്ലോ’ എന്നായിരുന്നു അതിനുള്ള മാനേജർ സ്വാമിയുടെ വിശദീകരണം.

വാർത്ത ഏജൻസി സർവ്വീസ് പുനരാരംഭിക്കേണ്ടതിന്റെ ആവശ്യകതയെപ്പറ്റി സംസാരിക്കവെ അത് അനാവശ്യചെലവാണെന്ന മാനേജിംഗ് ഡയറക്ടറുടെ മറുപടികേട്ട് മിണ്ടാതിരിക്കാൻ എനിക്കുകഴിഞ്ഞില്ല. ‘മത്തിക്കച്ചവടമല്ല, ന്യൂസ് പേപ്പർ ബിസിനസ് ’ എന്ന എന്റെ പ്രതികരണം അനങ്ങാതെ അയാൾ കേട്ടിരുന്നു. അതിനേക്കാൾ തനിക്ക് പ്രധാനപ്പെട്ട മറ്റു പലതുമുണ്ടെന്ന ഭാവത്തിലായിരുന്നു അപ്പോൾ അയാൾ. യു.എസ്. ഇൻഫർമേഷൻ സർവ്വീസും സോവിയറ്റ് എംബസ്സിൽ നിന്ന് ടാസ്സ് സർവ്വീസും അയച്ചു തരുന്ന റിപ്പോർട്ടുകൾ ഉപയോഗിക്കാമല്ലോയെന്നായിരുന്നു സംഭാഷണത്തിനിടയിൽ മാനേജർ സ്വാമിയുടെ ഉപദേശം.

‘പ്രധാനമന്ത്രിക്ക് എന്തെങ്കിലും സംഭവിച്ചാൽ അവരയയ്ക്കുന്ന റിപ്പോർട്ടുകൾ മാത്രമായി അച്ചടിച്ചാൽ മതിയോ?’ യെന്ന ചോദ്യത്തിന് മറുപടിയായാണ് ‘റേഡിയോയിലെ വാർത്ത കേട്ടെഴുതണമെന്ന്’ അയാൾ നിർദ്ദേശിച്ചത്.

തുടർന്ന് സംഭാഷണം നീട്ടുന്നത് ശൂന്യതയിലുള്ള അഭ്യാസമായിരിക്കുമെന്ന് ഞാൻ മനസ്സിലാക്കി.

മഹത്തായൊരു പാരമ്പര്യത്തെ കൊന്നു കുഴിച്ചുമൂടാനുള്ള മരണ വാറണ്ടുമായി കാത്തിരിക്കുകയാണ് മാനേജർ സ്വാമിയെന്ന് ഇതിനകം വ്യക്തമായി. അതിനിടയിൽ പത്രസ്ഥാപനത്തിന്റെ ഉടമാവകാശം ശിശുപാലൻ മുതലാളിയിൽ എത്തിക്കാനായി അയാൾ രഹസ്യമായി ശ്രമിക്കുകയാണെന്ന് എല്ലാവരും അറിഞ്ഞു. നിർഭാഗ്യത്തിന് അതിലൊന്നും രഘുത്തമൻ കർത്തയ്ക്ക് യാതൊരു താത്പര്യവുമില്ലായിരുന്നു. അടുത്ത വേട്ടയിലെ ഇരയെ അയാൾ കാത്തിരിക്കുകയായിരുന്നു.

ഈ അനിശ്ചിതത്വത്തിനിടയിലുണ്ടായ നെഹ്റുവിന്റെ വിയോഗം അക്ഷരാർത്ഥത്തിൽ പത്രത്തെ പ്രതിസന്ധിയിലാക്കി. രാജ്യത്തെ ദുഃഖസാഗരത്തിലാഴ്ത്തിയ ആ ദുരന്തത്തിന്റെ ചരിത്രപ്രാധാന്യം വാക്കുകളിലൂടെ പ്രതിഫലിപ്പിക്കുന്നതിന് റേഡിയോയെ മാത്രം ആശ്രയിച്ചാൽ പോരായെന്ന എനിക്ക് നിശ്ചയമുണ്ടായിരുന്നു. മാനേജ്മെന്റിനോടുള്ള പ്രതിഷേധസൂചകമായി അപ്പോൾ എനിക്കിറങ്ങിപ്പോകാമായിരുന്നു. സഹപ്രവർത്തകരെല്ലാം അത്തരമഭിപ്രായക്കാരായിരുന്നു.

“നെഹ്റുവിന്റെ മരണവിശേഷമില്ലാതെ പത്രം ഇറങ്ങുന്നതിനെപ്പറ്റി സങ്കല്പിക്കാനാകുമോ?” സഹപ്രവർത്തകനായ രാധാകൃഷ്ണൻ ചോദിച്ചിട്ട് കൂട്ടിച്ചേർത്തു.

“റേഡിയോയിൽ നിന്ന് എല്ലാം ഞാൻ ടേപ്പ് ചെയ്യാം.”

മൂന്നു മാസത്തെ കുടിശ്ശികയാണ് വാർത്തകൾ നൽകുന്നത് നിർത്താൻ കാരണമെന്ന് പി.ടി.ഐ. മാനേജർ ഉണ്ണിത്താൻ നേരത്തെ പറഞ്ഞിരുന്നെങ്കിലും ഒരു അത്യാപത്തിൽ അദ്ദേഹം സഹായിക്കാതിരിക്കില്ലെന്ന് എനിക്കുറപ്പുണ്ടായിരുന്നു. മൂർത്തിയുടെ അസാന്നിദ്ധ്യം അപ്പോഴാണ് മുറിവേല്പിക്കുംവിധം നിശിതമായി തോന്നിയത്. അവന്റെ രക്ഷാധികാരിയായിരുന്നു ഉണ്ണിത്താനെന്ന് പലരും അറിഞ്ഞിരുന്നില്ല. മദ്യപിച്ച് ബോധം നഷ്ടപ്പെട്ട് റോഡിൽ വീഴുന്നത് മൂർത്തിയുടെ സ്ഥിരം സ്വഭാവമാണെന്ന് അദ്ദേഹത്തിന് അറിയാമായിരുന്നു. അവന് അഭയവും ആശ്രയവുമായിരുന്നു അദ്ദേഹം. മറ്റുള്ളവർ, ചിലപ്പോൾ ഞാനും, മൂർത്തിയെ ഒഴിവാക്കുമായിരുന്നു. എന്നാൽ ഉണ്ണിത്താൻ അവനെ ഒരിക്കലും നിരാകരിച്ചില്ല. അതിനു കാരണമെന്തായിരുന്നു? അതേപ്പറ്റി ചോദിക്കുമ്പോഴെല്ലാം അവൻ ഒന്നും മിണ്ടാതെ നടന്നുപോകുമായിരുന്നു.

ഒടുവിൽ ഉണ്ണിത്താൻ അത് എന്നോട് പറഞ്ഞു. ഒഴിവുവേളകളിൽ ഞങ്ങളിൽ പലരും ഉണ്ണിത്താന്റെ വീട്ടിൽ സമ്മേളിച്ചിരുന്നു. പരസ്പരം അറിയാവുന്ന ചെറിയ ഒരു സംഘം. പൊതുകാര്യങ്ങളിലുള്ള താത്പര്യത്തിനുപരിയായി സാഹിത്യത്തോടും സംഗീതത്തോടുമുള്ള ആരാധന എല്ലാവരിലും നിറഞ്ഞിരുന്നു.

നഗരമധ്യത്തിലായിരുന്നു പി.ടി.ഐ. ഓഫീസ്. എങ്കിലും ആരവങ്ങൾക്കും ബഹളങ്ങൾക്കും നേരെ കവാടം കൊട്ടിയടച്ചിരുന്ന ഒരു ഇരുനില മന്ദിരത്തിന്റെ താഴത്തെ നിലയിലായിരുന്നു ഉണ്ണിത്താനും ഭാര്യയും.

ഇരുപതുകൊല്ലങ്ങൾക്കുശേഷം ബോംബെയിലെ പത്രപ്രവർത്തന ജീവിതത്തോട് വിടപറഞ്ഞ് നാട്ടിലേക്ക് മടങ്ങവേ കൂടെ കൊണ്ടുവരാൻ ഒരേ ഒരു സമ്പാദ്യമാണ് തനിക്കുണ്ടായിരുന്നതെന്ന് അദ്ദേഹം പറയുമായിരുന്നു.

ഷൺമുഖാനന്ദ സഭയിലും ടാറ്റാ പെർഫോർമിംഗ് സെന്ററിലും ചെലവാക്കിയ സായാഹ്നങ്ങളുടെ ശേഷിപ്പായി താൻ സൂക്ഷിച്ച സംഗീതക്കച്ചേരികളുടെ ശേഖരം. വീടിന്റെ സ്വീകരണമുറിയിലെത്തുന്നവരെ അതിശാന്തമായി തലോടിയിരുന്ന എം.ഡി.രാമനാഥന്റെ സംഗീതം അതോർമ്മിപ്പിച്ചിരുന്നു.

എല്ലാ വർഷവും ഡിസംബറിലെ രണ്ടാഴ്ചകൾ മദ്രാസിലെ സംഗീതസഭയ്ക്ക് അദ്ദേഹം വിട്ടുകൊടുത്തിരുന്നു. അതിനു തൊട്ടുമുമ്പായി കൊളംബിയാ യൂണിവേഴ്സിറ്റിയിലെ ജേർണലിസം ഫാക്കൽറ്റി അംഗമായ മകൻ മോഹനകൃഷ്ണനോടൊപ്പം ഒരു മാസം ചെലവിടാൻ ഭാര്യ ശ്രീദേവിയമ്മയെ വിമാനത്തിൽ കയറ്റി അയയ്ക്കുന്നതും അദ്ദേഹം മുടക്കിയില്ല.

മാസത്തിൽ ഒന്നോ രണ്ടോ സായാഹ്നങ്ങളിലായി പരിമിതപ്പെടുത്തുന്നതായിരുന്നു ഞങ്ങളുടെ ഒത്തുകൂടലുകൾ. അത്തരം സമാഗമങ്ങൾ പലപ്പോഴും ഭൂഗർഭത്തിൽ പ്രവർത്തിക്കുന്ന ഗൂഢസംഘങ്ങളെ അനുസ്മരിപ്പിച്ചു. വ്യക്തിപരമായ അസൗകര്യങ്ങൾ ചിലയവസരങ്ങളിൽ ഒത്തുകൂടലുകൾക്ക് തടസ്സമായി. അപ്പോൾ ആ കൂട്ടായ്മയിലെ പ്രധാന അംഗമായിരുന്നു കെ.ആർ. എന്ന് അറിയപ്പെട്ടിരുന്ന രാജശേഖരൻ മറ്റുള്ളവരുമായി ബന്ധപ്പെട്ട് സൗകര്യമുള്ള മറ്റൊരു തീയതി നിശ്ചയിക്കുമായിരുന്നു. 'ഒറ്റപ്പെടലിന്റെ മുറിവ് ആഴത്തിലാകാതിരിക്കാൻ ഇത്തരം കൂടിച്ചേരലുകൾ' സഹായിച്ചിരുന്നതായി ഉണ്ണിത്താൻ ആശ്വസിച്ചിരുന്നു. ചില സായാഹ്നങ്ങൾ രാത്രി വൈകുവോളം നീണ്ടിരുന്നു. സ്വകാര്യദുഃഖങ്ങൾ പങ്കുവയ്ക്കുന്നതിനോടൊപ്പം പ്രതിസന്ധിയിൽപ്പെട്ട് ഉഴലുന്ന സങ്കടങ്ങൾക്ക് പ്രതിസന്ധി തേടാൻ അത്തരം അവസരങ്ങൾ പ്രയോജനപ്പെട്ടു. സ്വയം നിർമ്മിച്ച് ധരിക്കുന്ന ആവരണങ്ങൾ പൊട്ടിച്ച് നഗ്നരാവാൻ അത് സഹായിച്ചു.

അതീവ സാമർത്ഥ്യത്തോടെയും സ്നേഹത്തോടെയും പെരുമാറി മറ്റുള്ളവരുടെ ഭാരം സ്വന്തമാക്കിയ കെ.ആർ. ആയിരുന്നു സംഘത്തിലെ പ്രമുഖൻ. 'ആത്മാവിന്റെ സ്വാതന്ത്ര്യത്തിനു വേണ്ടി പാരതന്ത്ര്യം സ്വയം പ്രഖ്യാപിച്ച ഒരാളാണ്' താനെന്ന് വിശേഷിപ്പിച്ചിരുന്ന അൻപതിനോടടുത്തിരുന്ന രാജശേഖരൻ പബ്ലിക്ക് അഡ്മിനിസ്ട്രേഷനിൽ ഡോക്ടറേറ്റ് നേടിയിരുന്നത് ആരും അറിഞ്ഞിരുന്നില്ല. "വിദേശത്തെവിടെയെങ്കിലും പോയി നല്ല നിലയിൽ എനിക്ക് ജീവിതം കെട്ടിപ്പടുക്കാമായിരുന്നു." എന്ന ആമുഖത്തോടെ സ്വന്തം കഥ ഒരു ബലഹീന മുഹൂർത്തത്തിൽ വെളിപ്പെടുത്തിയ കെ.ആർ. നാട്ടിലെ കോടീശ്വരനായ ഒരു കോൺട്രാക്ടറുടെ

ജാമാതാവായത് ബോധപൂർവ്വമായിരുന്നു. മൂന്നു സഹോദരിമാർക്ക് ലക്ഷങ്ങൾ നൽകി ഉയർന്ന ഉദ്യോഗസ്ഥൻമാരായ മൂന്നുവരൻമാരെ വിലയ്ക്ക് വാങ്ങാൻ അതുവഴി അയാൾക്ക് സാധിച്ചു. ബിരുദം നേടാനാവാതെ വഴിമുട്ടിപ്പോയ രണ്ട് അനുജൻമാരെ ബിസിനസ്സുകാരാക്കി. പുറമെ കാൻസർ രോഗിയായ അമ്മയെ ചികിത്സിക്കാൻ നിർലോഭമായി ചെലവാക്കാനും സാധിച്ചു.

'അതിന് വളരെ ചെറിയ വില മാത്രമാണ് ഞാൻ നൽകിയത്. ഡ്രൈവറുടെ കുഞ്ഞിനെ ഗർഭം ധരിച്ച് അനാഥയായിപ്പോകാവുന്ന ഒരു സ്ത്രീയുടെ ജീവിതത്തെയും കോടീശ്വരനായ അവളുടെ പിതാവിന്റെ അഭിമാനത്തെയും രക്ഷിക്കാനായത് മോശപ്പെട്ടതല്ലല്ലോ?.' ആത്മനിന്ദയുടെ പുക നിറഞ്ഞതായിരുന്നു അപ്പോൾ അയാളുടെ സംസാരം. ഉണ്ണിത്താനുമായിട്ടുള്ള തന്റെ അടുപ്പം എം.ഡി.രാമനാഥനിൽ നിന്നാണ് തുടങ്ങിയതെന്ന് കെ.ആർ. ഓർമ്മിക്കുകയായിരുന്നു. "എന്റെ രാത്രികളെ കാളരാത്രികളാക്കുന്നതിൽ നിന്ന് രക്ഷപ്പെടുത്തിയിരുന്നത് രാമനാഥന്റെ സംഗീതമായിരുന്നു. മുമ്പ് എവിടെയോ വച്ച് ആ സംഗീതം എന്റെ ജീവിതത്തിൽ കടന്നുവന്നു. എന്റെ എല്ലാ സങ്കടങ്ങളും ആ സംഗീതം ഏറ്റെടുത്തു. ഒരു മനുഷ്യജീവിക്കും അതിന് സാധിക്കുമായിരുന്നില്ല." അങ്ങനെ രാമനാഥന്റെ സംഗീതത്തിനു വേണ്ടിയുള്ള അന്വേഷണമാണ് ഉണ്ണിത്താനിൽ തന്നെ എത്തിച്ചതെന്ന് കെ.ആർ. അനുസ്മരിച്ചു.

കർണ്ണാടക- ഹിന്ദുസ്ഥാനി സംഗീതജ്ഞരുടെ ജീവിതത്തേയും അവരുടെ ശൈലിയേയും കുറിച്ച് ഉണ്ണിത്താൻ ഇംഗ്ലീഷിലെഴുതിയ എണ്ണമറ്റ ആസ്വാദന കുറിപ്പുകൾ സമാഹരിക്കാനുള്ള ശ്രമത്തെപ്പറ്റി പറയവെ രാജശേഖരൻ ചോദിച്ചു:

"ചെറിയ തോതിൽ ഒരു പ്രസിദ്ധീകരണ സംരംഭം തുടങ്ങിയാലെന്തെന്ന് ആലോചനയിലാണ് ഞാൻ. തിരഞ്ഞെടുത്ത വിഷയം അതാതിന്റെ വിദഗ്ധരെ കണ്ടെത്തി ഏല്പിക്കണം. അങ്ങനെ അറിവിന്റെ പുതുമേഖലകൾ തേടുന്ന ഒരു സംരംഭം. പി.ടി.ഐ.യിൽ നിന്ന് അടുത്ത മാസം പിരിയുന്നതോടെ അതിന്റെ ചുമതല ഏറ്റെടുക്കാമെന്ന് ഉണ്ണിത്താൻ സമ്മതിച്ചിട്ടുണ്ട്. ബാലചന്ദ്രൻ സഹകരിക്കണം." അതു കേട്ടിരിക്കുക മാത്രമായിരുന്നു അപ്പോൾ ഞാൻ ചെയ്തത്. വീണ്ടും രണ്ടുമൂന്നു പ്രാവശ്യം സന്ധിച്ചിരുന്നെങ്കിലും അക്കാര്യം ചർച്ചയിൽ കടന്നു വന്നില്ല.

"എടുത്തുചാടി ഒന്നും ചെയ്യുന്ന പ്രകൃതക്കാരനല്ല കെ.ആർ. അയാൾ കൈക്കൊള്ളുന്ന ഒരോ നടപടിക്കും പ്രവൃത്തിക്കും പിന്നിൽ ഗാഢമായ ആലോചനയുണ്ടാവും."

ഉണ്ണിത്താൻ മറ്റൊരവസരത്തിൽ പറഞ്ഞിരുന്നു.

"ബാലചന്ദ്രനെ കാത്തിരിക്കുകയായിരുന്നു" കുസൃതിനിറഞ്ഞ ചിരിയോടെ സ്വാഗതം ചെയ്ത ഉണ്ണിത്താൻ അതുവരെ കിട്ടിയ വാർത്തകളുടെ വലിയൊരു ഫയൽ എനിക്ക് നൽകിയിട്ട് പറഞ്ഞു:

“അസലായിട്ട് പത്രം ഇറക്കണം. ഇതിലുള്ള വിവരങ്ങൾ ഉപയോഗിച്ച് സ്വന്തം നിലയിലുള്ള റിപ്പോർട്ടുണ്ടാക്കിയാൽ നന്ന്. പി.ടി.ഐ.യുടെ പേരുപയോഗിക്കാതിരിക്കാൻ പ്രത്യേകം ശ്രദ്ധിക്കണം. പിരിയാൻ ഇനി അധിക നാളില്ല. കലഹിക്കാതെ പിരിയണം.”

പി.ടി.ഐ. വാർത്ത ഉപയോഗിച്ചാണ് റിപ്പോർട്ടുണ്ടാക്കിയതെന്ന് മാനേജ്മെന്ററിഞ്ഞാലുള്ള കുഴപ്പം സൂചിപ്പിക്കുകയായിരുന്നു ഉണ്ണിത്താൻ.

നെഹ്റുവിന്റെ ആത്മകഥയിലെ ഉപസംഹാരത്തിൽ നിന്നുള്ള ഒരു ഭാഗവും മഹാനായ ആ മനുഷ്യസ്നേഹിയുടെ ജീവിതത്തിലെ വെളിച്ചം നിറഞ്ഞ ഏതാനും അനുഭവങ്ങളും ഉൾപ്പെടുത്തി സാമാന്യം ദീർഘമായ റിപ്പോർട്ട് തയ്യാറാക്കുമ്പോൾ ആ മനുഷ്യൻ കടന്നുവന്ന അഗ്നിപാതകളെപറ്റി ഞാനാലോചിച്ചു.

“അവസരം കിട്ടിയാൽ ഞാനെന്റെ ജീവിതത്തെ പുതുക്കി നിർമ്മിക്കുമെന്ന്” എഴുതിയ ആ മനുഷ്യന്റെ സാഹസികമെന്ന് വിശേഷിപ്പിക്കാവുന്ന ധീരതയുടെ വാചാലമായ പ്രഖ്യാപനമായിരുന്നു മുസ്സോളിനിയുടെ ക്ഷണത്തെ നിരാകരിച്ചതെന്ന് എനിക്കു തോന്നിയിട്ടുണ്ട്. പത്നി കമലയുടെ വിയോഗത്തിനുശേഷം ഇന്ത്യയിലേക്ക് മടങ്ങുമ്പോഴായിരുന്നു റോം എയർപോർട്ടിൽ വച്ച് കാണാനുള്ള ആഗ്രഹം മുസ്സോളിനി അദ്ദേഹത്തെ അറിയിച്ചത്. ഏകാധിപത്യത്തിന്റെ ഇരട്ടസഹോദരൻമാരായി ഹിറ്റ്ലറിനേയും മുസ്സോളിനിയേയും വിശേഷിപ്പിച്ച നെഹ്റു വിമാനത്താവളത്തിലെത്തിയപ്പോൾ മുസ്സോളിനിയുടെ പ്രതിനിധി അവിടെ കാത്തുനിൽക്കുന്നുണ്ടായിരുന്നു. ആ കൂടിക്കാഴ്ചയിൽ മുസ്സോളിനിയെ കാണാനുള്ള വൈമനസ്യം വ്യക്തമാക്കിയത് ആത്മകഥയിൽ നെഹ്റു ഓർമ്മിച്ചിരുന്നു. പ്രലോഭനങ്ങൾക്കും ഭീഷണികൾക്കും അതീതമായ വ്യക്തിത്വം.

പ്രതിബന്ധങ്ങളെ തരണം ചെയ്ത് തൃപ്തികരമായ വിധം നെഹ്റുവിന്റെ വിയോഗവാർത്തയുമായി പത്രം ഇറക്കാനായതിനുള്ള ആഹ്ലാദവുമായി സഹപ്രവർത്തകരുമായി വീട്ടിലേക്ക് മടങ്ങുമ്പോൾ രാത്രി രണ്ടു മണി കഴിഞ്ഞിരുന്നു. പരസ്പരം അഭിനന്ദിച്ചും കെട്ടിപ്പുണർന്നും ഓഫീസിൽ നിന്നും പുറത്തിറങ്ങുമ്പോൾ കണ്ട കാഴ്ച ഞെട്ടിക്കുന്നതായിരുന്നു. സിരകൾ വലിഞ്ഞുമുറുകി നിലത്തുവീഴുമെന്ന് തോന്നി. ഭിത്തിയോട് ചാരിനിന്ന എന്നെ സമാശ്വസിപ്പിക്കാനായിരുന്നു സഹപ്രവർത്തകരുടെ പരിശ്രമം.

ഓഫീസിന്റെ മുകൾനിലയിലേക്ക് കയറാനുള്ള ഏണിപ്പടിയിലേക്കുള്ള കവാടത്തിനരികിൽ നിർത്തിയിട്ടിരുന്ന ഒരു കവചിത വാഹനത്തിൽ നിന്ന് ശിശുപാലനു വേണ്ടി കൊണ്ടുവന്ന കള്ളക്കടത്തു സാധനങ്ങൾ ഇറക്കുകയായിരുന്നു. ഒച്ചയും അനക്കവുമില്ലാതെ സാധനങ്ങൾ നിറച്ച കൂറ്റൻ പെട്ടികൾ എടുത്തുകൊണ്ടുപോകുന്നത് നോക്കിനിൽക്കാനാവുമായിരുന്നില്ല. കാഴ്ച്ചശക്തി ഇരുളുകയാണെന്ന് എനിക്കു തോന്നി. ഒരു ചുവട് മുന്നോട്ടുവച്ചാൽ നിലത്തുവീഴുമെന്ന്

എനിക്കുറപ്പായിരുന്നു. രാധാകൃഷ്ണന്റെ ചുമലിൽ കൈകൾ അർപ്പിച്ച് നടക്കാൻ ശ്രമിച്ചു. 'വേണ്ട, വീഴും' ആരോ മനസ്സിലിരുന്നു പറഞ്ഞു.

വാഹനത്തിൽ നിന്നും ശ്രദ്ധയോടെ വലിച്ചിറക്കുകയായിരുന്ന ഒരു പെട്ടി നിലത്തു ഹുങ്കാരത്തോടെ വീണുപൊട്ടി. അതിനകത്തു നിറച്ചു വച്ചിരുന്ന കുപ്പികൾ പൊട്ടിച്ചിതറി. രൂക്ഷമായ ഗന്ധം അന്തരീക്ഷത്തിൽ നിറയുകയായിരുന്നു. അതുനോക്കി നിൽക്കാൻ എനിക്കായില്ല. തലകറങ്ങുകയായിരുന്നു അപ്പോൾ....

ഇരുപത്തിയെട്ട്

വെള്ളത്തിൽ നിറച്ച തുണി നെറ്റിയിലിടുകയായിരുന്ന ശാരദ പതുക്കെപ്പറഞ്ഞു:

"പേടിച്ചുപോയി. കുറച്ചുനേരം കൂടി ഉറങ്ങിയാൽ ക്ഷീണം മാറും. കുടിക്കാനെന്തെങ്കിലും..." കിടയ്ക്കക്കടുത്തുള്ള ടീപ്പോയിൽ നിന്ന് ഫ്ളാസ്ക് തുറന്ന് ആവി പാറുന്ന ചായ കപ്പിൽ അവൾ പകർന്നു. ഒരു കൈ കൊണ്ട് തല ഉയർത്തിയിട്ട് ശാരദ പറഞ്ഞു: "കട്ടിലിൽ ചാരിയിരുന്ന് ഇത് കുടിച്ചോളൂ". ചായ കുടിക്കുന്നതിനിടയിൽ കണ്ണു തുറക്കാൻ ശ്രമിച്ചെങ്കിലും ചുറ്റും കറങ്ങിക്കൊണ്ടിരുന്നതിനാൽ എല്ലാം തകർന്നു വീഴുമെന്ന ഉത്കണ്ഠയിലായിരുന്നു ഞാൻ. ചായ കുടിച്ച് കട്ടിലിൽ ചാരിയിരിക്കുമ്പോൾ ഞാൻ ആലോചിച്ചത് ഓഫീസിന് മുന്നിലെ ഭിത്തിയിൽ അമർന്ന് നിന്നപ്പോഴത്തെ അനുഭവമായിരുന്നു. അപ്പോൾ ആരോവന്ന് എന്നെ പിടിച്ച് തള്ളിയിടുന്നു. നിലത്തേക്കു വീഴുന്നതിൽ നിന്ന് തടയാനായി ചുറ്റും കൂടി നിൽക്കുന്നവർ കൈകൾ കോർത്തു നീട്ടുന്നു. ഉയർന്നു പൊങ്ങുന്ന ഊഞ്ഞാൽ നിലത്തേയ്ക്ക് വേഗം പാഞ്ഞുവരുന്നു. പിടിവിട്ട് ദൂരെയ്ക്ക് തെറിച്ചുവീഴുന്നു. അവിടെ നിന്നെഴുന്നേൽക്കാനായി പാടുപെടുന്ന എന്നെ നോക്കി ആരോ ചിരിക്കുന്നു. പരിഹാസത്തിന്റെ മുള്ളുകൾ നിറഞ്ഞ ചിരി... ഉണർന്നും ഉറങ്ങിയും കിടന്ന എന്റെ അടുത്ത് ശാരദ ഇരിക്കുന്നത് ഞാൻ അറിഞ്ഞു.

ഇടയ്ക്കുവച്ച് നെറ്റിയിൽ തലോടവേ അവൾ പറഞ്ഞു: രാധാകൃഷ്ണനും കൂട്ടരും ഒന്നുരണ്ടു വട്ടം വന്നു. അവരൊക്കെ പേടിച്ചിരിക്കുകയാണ്. ആശുപത്രിയിൽ കൊണ്ടുപോയേ തീരൂവെന്ന് വാശി പിടിച്ചെങ്കിലും ഞാനതിന് സമ്മതിച്ചില്ല. വേണോ, ആശുപത്രിയിൽ പോകണോ...

കണ്ണുതുറന്നു നോക്കുമ്പോൾ സന്ധ്യ എത്തിയിരുന്നു. കിടപ്പുമുറിക്ക് എതിരെയുള്ള ജാലകത്തിന്റെ കണ്ണാടികൾക്കപ്പുറത്ത് ഒഴുകിപ്പോകുന്ന കാറുകളിൽ നിന്നുള്ള വെളിച്ചം വീണ് തിളങ്ങുന്നുണ്ടായിരുന്നു. മുറിക്കകത്തേക്ക് കടന്നുവരാനാവാതെ വാഹനങ്ങളുടെ മുരൾച്ച പുറത്തമർന്നു നിന്നു. അതു ശ്രദ്ധിച്ചുകിടക്കുകയായിരുന്ന എന്നെ ആരോ പേരെടുത്തു

വിളിച്ചു. തലയുയർത്തി നോക്കിയ എന്നെ 'വേണ്ട ആയാസപ്പെടേണ്ട' എന്ന് പറഞ്ഞ് രാജശേഖരൻ കൂടെയുണ്ടായിരുന്നയാളെ പരിചയപ്പെടുത്തി: ഡോ.രാമചന്ദ്രമേനോൻ.

ഇരുട്ടിൽപ്പോലും തെളിച്ചമുള്ള കഷണ്ടിയെ ആകർഷകമാക്കുമാറ് പുഞ്ചിരിച്ചുകൊണ്ട് ആഗതൻ ചോദിച്ചു: മറന്നോ? പത്താം സ്റ്റാൻഡേർഡിലെ വിദ്യാർത്ഥിയായിരിക്കുമ്പോഴേ മെഡിസിനാണ് ലക്ഷ്യമെന്ന് ആവർത്തിച്ച് പറഞ്ഞ് സ്വയം ഉറപ്പുവരുത്തിയ കൂട്ടുകാരൻ. അദ്ധ്യാപകരെ അതിശയപ്പെടുത്തുംവിധം ധിഷണാ വൈഭവം പ്രദർശിപ്പിച്ച സഹപാഠി. കൈനീട്ടി നിൽക്കുകയായിരുന്ന മേനോന്റെ കരങ്ങൾ ഗ്രഹിച്ചുകൊണ്ട് ഞാൻ ആരാഞ്ഞു:

"അമേരിക്കയിലായിരുന്നില്ലേ?"

മറുപടി പറയാതെ നാഡിസ്പന്ദനം അളക്കുകയായിരുന്ന മേനോനെ കളിയാക്കി ഞാൻ ചോദിച്ചു: "പിംഗളകേശിനിയുടെ കാലടി ശബ്ദം ശ്രദ്ധിക്കുകയാണോ?"

പരിശോധന പൂർത്തിയാക്കിയ ഡോ. മേനോൻ പറഞ്ഞു: "വലിയ സ്ട്രെയിനൊന്നും വേണ്ട. ബി.പി.രോഗിയാവാനാണോ ഇയാളുടെ ഉന്നം?"

കുശലങ്ങളും ചായകുടിയും കഴിഞ്ഞ് യാത്രപറയുന്നതിനിടയിൽ കഴിഞ്ഞ ദിവസത്തെ പത്രത്തെകുറിച്ചായി അവരുടെ സംഭാഷണം. നെഹ്റുവിന്റെ ആരാധകർക്കുപോലും എത്തപ്പെടാൻ സാധിക്കാത്ത ഉയരങ്ങളിൽ പഴയ ഒരു വിപ്ലവ മോഹിക്ക് ചെന്നെത്താൻ സാധിച്ചതെങ്ങനെയെന്നതിലായിരുന്നു ഡോ. മേനോന്റെ അദ്ഭുതം. അയാൾ പഴയ കാലം ഓർമ്മിച്ചു.

"കോളേജിൽ സെക്കന്റ് ഗ്രൂപ്പുകാരനായിരുന്നു ഞാനെങ്കിലും ബാലചന്ദ്രന്റെ രാഷ്ട്രീയവും സാഹിത്യവുമെല്ലാം ഞങ്ങളെപ്പോലെ ഒരുപാട് ആരാധകരെ സമ്പാദിച്ചിരുന്നു. സത്യത്തിൽ എനിക്ക് ബാലനോട് അസൂയ തോന്നിയ കാലമായിരുന്നു അത്. എന്നെപ്പോലുള്ളവർ ടെക്സ്റ്റ്ബുക്കുകൾ കരണ്ടു തിന്നു ജീവിക്കുമ്പോൾ ബാലൻ എവിടെയൊക്കെയോ ചെന്നു കയറുകയായിരുന്നു. അക്കാലത്ത് പരസ്പരം കാണുന്നതുപോലും വിരളമായിരുന്നു."

നെഹ്റുവിനെക്കുറിച്ചെഴുതിയ മുഖക്കുറിപ്പ് ആകാശവാണിയുടെ പ്രഭാതപരിപാടിയിൽ ഉൾപ്പെടുത്തിയതിനെപ്പറ്റി പറയവെ രാജശേഖരൻ പറഞ്ഞു. "ഒന്നു രണ്ടു ദിവസം വിശ്രമിക്കൂ. പിന്നീട് ഞാൻ വരാം." യാത്ര പറയവെ ഡോക്ടർ മേനോൻ എന്റെ കൈകൾ കൂട്ടിപിടിച്ച് ഒരുപാടു നേരമിരുന്നു. എന്നിട്ട് ശാരദയോടായി പറഞ്ഞു: "രോഗിയാവാതെ ഇയാളെ നോക്കേണ്ടത് മാഡത്തിന്റെ ചുമതലയാണ്." അതുകേട്ട് ഞാനറിയാതെ ചിരിച്ചു: "മാഡമോ, ഏത് മാഡം?" വിളറിയെങ്കിലും അത് തിരുത്താനെന്ന വണ്ണം "സോറി, ഞാൻ ഫോർമലാവുകയായിരുന്നു ക്ഷമിക്കണം."

സൗഹൃദത്തിന്റെ ഒരു കഷണം വെളിച്ചം അവശേഷിപ്പിച്ചുകൊണ്ട് അവർ പോയി. ഏറെ നേരമായിട്ടും ആ കൂടിക്കാഴ്ച സൃഷ്ടിച്ച മായിക വലയത്തിൽ നിന്നും പുറത്തിറങ്ങാൻ എനിക്ക് സാധിച്ചില്ല.

ദുർല്ലഭാവസരങ്ങളിൽ മാത്രമായി ഒതുങ്ങിനിന്നിരുന്നതായിരുന്നു പരസ്പരമുള്ള സമാഗമങ്ങളെങ്കിലും പഴയകാല ശീലങ്ങളൊന്നും രാമചന്ദ്രമേനോൻ കൈവിട്ടിരുന്നില്ല. 'ഒരു പോസ്റ്റുമാസ്റ്ററുടെ മകനാണ് താനെന്ന്' അഭിമാനപൂർവ്വം മേനോൻ അവകാശപ്പെടുമായിരുന്നു. സഹപ്രവർത്തകർ പുതിയ സൗധങ്ങളും ആധുനിക സൗകര്യങ്ങളുള്ള കാറുകളും സ്വന്തമാക്കുന്നതിനായി തിരക്കിടുന്നതിനിടയിൽ ആൾപാർപ്പില്ലാത്ത ഒരു തുരുത്തായി മേനോൻ: "മേൽവിലാസം രേഖപ്പെടുത്താത്ത കത്തുകൾ അതിന്റെ യഥാർത്ഥ അവകാശികളെ കണ്ടുപിടിച്ചു കൊടുക്കാൻ അച്ഛൻ ശ്രദ്ധിച്ചിരുന്നു. അതിനായി അദ്ദേഹം എത്രയോ മൈലുകൾ സഞ്ചരിച്ചു. സൈക്കിളിൽ. പലപ്പോഴും കാൽനടയായി. എങ്ങനെ അതൊക്കെ മറക്കും?" വിദേശത്തു പോകുന്നതിന് മുമ്പൊരു ദിവസം ആകസ്മികമായി കണ്ടുമുട്ടിയതായിരുന്നു അപ്പോൾ. ആറിൽപ്പരം കൊല്ലങ്ങൾക്കു ശേഷം വീണ്ടും കണ്ടുമുട്ടുകയായിരുന്നു.

എന്തൊക്കെ മാറ്റങ്ങൾ, തിരിച്ചറിയാനാവാത്തവിധം എല്ലാവരും മാറി. കാലത്തിന്റെ ക്രൂരമായ പ്രഹരങ്ങളെ അതിജീവിക്കാൻ സാധിക്കാതെ ഒടിഞ്ഞും മറിഞ്ഞും വീഴുന്നവർ. കൊടുങ്കാറ്റ് അടിച്ചുപറത്തിയ മേൽക്കൂരകളില്ലാത്ത സൗധങ്ങളെ ഓർമ്മിപ്പിക്കുന്നവർ.

വൃദ്ധസദനത്തിലെത്തിയതിൽ പശ്ചാത്തപിക്കവെ പെറ്റുവീണ വീട്ടിൽ അവസാന ദിവസങ്ങൾ ചെലവിടാനുള്ള മോഹം അറിയിച്ചുകൊണ്ട് വാസന്തിയെഴുതിയ കത്തിന് മറുപടിയായി അവളെ സ്വീകരിക്കാൻ ഇരുകൈയും നീട്ടി കാത്തിരിക്കുകയാണെന്ന് ശാരദ അറിയിച്ചതോർത്ത് കിടക്കുകയായിരുന്നു ഞാൻ. സംഭാഷണത്തിനിടയിൽ ആരോഗ്യം നഷ്ടപ്പെടുത്തി ജോലി ചെയ്യുന്നതിലുള്ള വിമ്മിഷ്ടവും അവൾക്ക് പങ്കുവയ്ക്കാനുണ്ടായിരുന്നു.

"അച്ഛന്റെ അകാലവിയോഗമാണ് എപ്പോഴും ഞാനോർക്കുന്നത്. തനിക്കുവേണ്ടി ഒരു ദിവസം പോലം അച്ഛൻ ജീവിച്ചില്ല. എന്നിട്ട് എന്തു കിട്ടി?"

ശാരദയുടെ ചിന്ത ഉറക്കെയായിരുന്നു. നല്ല ലക്ഷ്യത്തിനുവേണ്ടിയുള്ള ജീവിതത്തിന് നൽകേണ്ടി വരുന്ന വിലയാണിതെന്ന എന്റെ വിശദീകരണം ശാരദയ്ക്ക് സ്വീകാര്യമായില്ല.

"തീർച്ചയായും നല്ലൊരു ലക്ഷ്യത്തിനായിത്തന്നെ ജീവിക്കണം. അച്ഛന്റെ ജീവിതം അത്തരത്തിലുള്ളതായിരുന്നുവെന്ന് എനിക്ക് ഉറപ്പുണ്ട്. മാത്രമല്ല സ്വന്തം നിലയിൽ എനിക്കത് ബോധ്യപ്പെട്ടിട്ടുമുണ്ട്. ശരിക്കും സത്യത്തിനും പൊതുജീവിതത്തിലെ സുതാര്യതയ്ക്കും വേണ്ടിയുള്ളതായിരുന്നു അച്ഛന്റെ പത്രപ്രവർത്തന ജീവിതം. എങ്കിലും ഞാൻ പറയും

അത് പാഴായിപ്പോയെന്ന്. മഷിപുരട്ടി അക്ഷരങ്ങളിലൂടെ രേഖപ്പെടുത്തിയ പലതിനും ആ മഷിയുടെ വിലപോലും ആരും നൽകിയില്ല. ബാലൻ ആലോചിച്ചിട്ടുണ്ടോ വലിയൊരു വ്യാമോഹത്തിന്റെ പിന്നിലാണ് നാമെല്ലാമെന്ന്."

അതിനോട് യോജിക്കാതിരിക്കാൻ എനിക്ക് സാധിക്കുമായിരുന്നില്ല. പാഴായ അഭിലാഷങ്ങൾ. സഫലമാകാത്ത മോഹങ്ങൾ. ഇടയ്ക്കുവച്ച് പൊലിയുന്ന സ്വപ്നങ്ങൾ. അതൊന്നുമില്ലാതെ ജീവിക്കുന്നവരാണ് ഭാഗ്യശാലികളെന്നു എനിക്ക് തോന്നിയിട്ടുണ്ട്. രാവിലെ ജോലിക്കു പോയി വൈകിട്ട് കൂലിയുമായി മടങ്ങുന്നവർക്കൊന്നും നിരാശകളില്ലേ? സ്വന്തമായി മണ്ണും പെണ്ണും അപ്പോൾ അവർ സ്വപ്നം കാണുന്നു. മറ്റു ചിലർ വലിയ വലിയ ആദർശഗോപുരങ്ങൾ മനസ്സിൽ കെട്ടിയുയർത്തുന്നു. അങ്ങനെ എല്ലാവരും കിട്ടാത്ത എന്തിനോവേണ്ടി ഓടുകയും കിതയ്ക്കുകയും ചെയ്യുന്നു. മായാമോഹിതനാണ് മനുഷ്യൻ എന്ന് പറയാൻ കാരണമിതാണോ?

ഇരുപത്തിയൊമ്പത്

അവസാനനാളുകൾ ജനിച്ചുവളർന്ന വീട്ടിൽ ചെലവാക്കുന്നതോടൊപ്പം അവസാനശ്വാസം ആ വീട്ടിൽ ഉപേക്ഷിച്ച് യാത്രയാകാനുള്ള മോഹമായിരുന്നു വാസന്തി അറിയിച്ചതെന്ന് അപ്പോൾ എനിക്ക് ഊഹിക്കാൻ പോലും സാധിച്ചിരുന്നില്ല. ഒറ്റയ്ക്കിരിക്കുമ്പോൾ അവൾ അടുത്തുവന്ന് ശബ്ദമയുർത്താതെ പറഞ്ഞു: ഞാൻ മറന്നതല്ല. ചേട്ടനാണ് എന്നെ ഉപേക്ഷിച്ചത്. ഈ പ്രപഞ്ചത്തിൽ ഞാൻ സ്നേഹിക്കുകയും ആരാധിക്കുകയും ചെയ്തത് ഒരേ ഒരാളെയായിരുന്നു. എന്റെ ഭാഗ്യദോഷം, അത് ചേട്ടൻ മനസ്സിലാക്കിയില്ല. അതോർക്കുമ്പോൾ എന്റെ നെഞ്ചു പിടയുകയല്ല, പൊട്ടിപ്പൊട്ടിച്ചിതറുകയാണ്.

മനസ്സിണങ്ങുംവിധം ജീവിക്കാൻ വാസന്തിക്ക് സാധിച്ചുവെന്ന് എനിക്കുറപ്പായിരുന്നു. സ്വന്തം ഇച്ഛകൾക്ക് തടസ്സമുയർത്താൻ ആരെയും അവൾ അനുവദിച്ചില്ല. അമ്മയെ പോലും. അങ്ങനെ പലതരം നിറങ്ങളുള്ള ഒരു സ്ഫടികഗോപുരം പോലെ ജീവിതത്തെ അത്യാകർഷകമാക്കിയ അവൾ ആരാലും തിരിഞ്ഞുനോക്കപ്പെടാതെ ഒരു വൃദ്ധസദനത്തിലെത്തിയത് എന്തുകൊണ്ടായിരുന്നു? ഏതു പാപത്തിനാണ് വാസന്തി ശിക്ഷിക്കപ്പെട്ടത്? സംശയത്തിന്റെ നിഴലിൽ നിർത്തി അമ്മയെ വിചാരണ ചെയ്തതിനോ? അമ്മയും അതിന് ഉത്തരവാദിയായിരുന്നുവെന്നോർത്തപ്പോഴാണ് മറ്റൊരു തരത്തിൽ മൗനത്തിലേക്ക് സ്വയം പിൻമാറിയ ഞാനും അതിനു പങ്കാളിയായിരുന്നുവെന്ന് എനിക്കു തോന്നിയത്. ആ പാപത്തിന്റെ പ്രായശ്ചിത്തമായിട്ടാണോ അവസാന ദിവസങ്ങൾ ചെലവിടാനായി അവളെ സ്വീകരിക്കാനായി ശാരദ തയ്യാറായത്.

"ഇവിടെ നിന്ന് നമുക്ക് പോകാം. ബാലന്റെ വീട് പൂട്ടിയിട്ടിരിക്കുകയല്ലേ? വാസന്തിചേച്ചിയെ പരിപാലിക്കാൻ വേറെയാരും വേണ്ട. അക്കാര്യമാലോചിച്ച് ബാലൻ വേവലാതിപ്പെടേണ്ട. മുമ്പ് പറഞ്ഞിട്ടില്ലേ വായന മുറിഞ്ഞതും എഴുതാനുള്ള ആഗ്രഹം നടക്കാതെ പോയതും. രേണുകയെ കൂടി നമുക്ക് കൊണ്ടുപോകാം. ജനിക്കാതെ പോയ മകളെപ്പോലെയാണ് അവളെനിക്ക്."

ശാരദയുടെ ശബ്ദത്തിൽ സങ്കടത്തിന്റെ ഈർപ്പം. ഒന്നോ രണ്ടോ വാചകങ്ങളിൽ ഒതുങ്ങിനിന്നിരുന്ന ശാരദയുടെ അഭയം ഇപ്പോൾ സംസാരിക്കുന്നതിലായിരിക്കുകയാണ്. ആരോടും മിണ്ടാതെയും ഉരിയാടാതെയും മുഷിഞ്ഞു കത്തുന്ന ദീപംപോലെയായിരുന്നു അവൾ. ഒറ്റത്തിരി വിളക്കിനു ചുറ്റുമായി പ്രകാശം നിൽക്കുന്നതുപോലെ.

മുന്നിൽ വിളമ്പുന്ന ആഹാരപദാർത്ഥങ്ങളെല്ലാം ആർത്തിയോടെ ഭക്ഷിക്കുന്നവരാണ് അധികവും. എന്നാൽ ആഹാര പദാർത്ഥങ്ങൾ തിരഞ്ഞെടുത്ത് രുചിയുള്ളതു മാത്രം ഭക്ഷിക്കുന്നവരെ ശാരദ ഓർമ്മിപ്പിച്ചു. ആർത്തി ഒഴിവാക്കി രുചിക്ക് പ്രാധാന്യം നൽകുന്നവർ ജീവിതത്തെ സമീപിക്കുന്നതും അത്തരത്തിലായിരിക്കും. നല്ലതു തിരഞ്ഞെടുക്കുന്നു. താമര വിത്തുമാത്രം കൊത്തിയെടുത്തു തിന്നുന്ന അരയന്നങ്ങളെപ്പോലുള്ളവരാണ് അവരെന്ന് എനിക്ക് തോന്നിയിരുന്നു. അക്കാര്യം പറഞ്ഞപ്പോൾ ശാരദയുടെ മുഖത്ത് പൊട്ടിവിരിഞ്ഞ പൂക്കളുടെ വാസന അവിടെ പ്രസരിച്ചു.

"നല്ല പൂക്കൾ വിരിയുന്ന ചെടികൾ വളരുന്നത് നല്ല വളക്കൂറുള്ള മണ്ണിലാണെന്ന് ബാലനറിയാമല്ലോ?"

വീണ്ടും അവൾ ചെറുപ്പത്തിന്റെ മായിക സ്പർശത്തിലേക്ക് മടങ്ങിപ്പോവുകയായിരുന്നു. ഇടതൂർന്ന പുരികങ്ങളും നീണ്ട ഇമകളുള്ള നയനപടലങ്ങളും നേർത്ത ചുണ്ടുകളും ചീകി ഒതുക്കിയാലും ഇളകിപ്പറക്കുന്ന തലമുടിയും. എവിടെയോ കണ്ടു മറന്ന പ്രസിദ്ധമായ ഒരു ഛായാചിത്രത്തെ ശാരദ ഓർമ്മിപ്പിച്ചു. എത്ര ആകസ്മികമായിട്ടാണ് അവളുടെ ജീവിതത്തിലേക്ക് കയറിച്ചെന്നതെന്നാലോചിച്ചപ്പോൾ അതിന് നന്ദി പറയേണ്ടത് ഗോപികൃഷ്ണനോടാണെന്ന് എന്നോട് മനസ്സ് ഓർമ്മിപ്പിച്ചു. ഗോപികൃഷ്ണന്റെ അസഹിഷ്ണുതയിലും അസഹ്യതയിലും ശാരദയുടെ ജീവിതം വരണ്ടു തുടങ്ങിയെന്നറിയുന്നത് അപ്രതീക്ഷിതമായിട്ടായിരുന്നു.

"ഗോപി വിചാരിക്കുന്നുണ്ടോ, ഞാനൊരു കന്യാസ്ത്രിയാകുമെന്ന്."

അകത്തെ മുറിയിൽ വച്ച് സംസാരിക്കുന്നതിനിടയിൽ ശബ്ദമുയർന്നത് ശാരദ അറിഞ്ഞില്ല. പൂമുഖത്തിരിക്കുകയായിരുന്ന എന്നെ നോക്കിനിന്ന ശാരദയുടെ കണ്ണുകൾ നിറഞ്ഞിരുന്നു. ദാമ്പത്യജീവിതത്തെക്കുറിച്ചുള്ള സംഭാഷണത്തിനിടയിൽ കുടുംബജീവിതത്തിലെ ക്ലേശങ്ങളും സംഘർഷങ്ങളുമായി പൊരുത്തപ്പെടാൻ തനിക്കാവില്ലെന്ന്

ഗോപികൃഷ്ണൻ സൂചിപ്പിച്ചതിനുള്ള മറുപടിയായിരുന്നു അതെന്ന് പിന്നീടൊരിക്കൽ ശാരദ പറയുകയുണ്ടായി.

"യഥാർത്ഥത്തിൽ വിവാഹജീവിതത്തെപ്പറ്റിയുള്ള സങ്കല്പമേ എനിക്കില്ലായിരുന്നു. എം.എസ്.സി. പൂർത്തിയാക്കി ഏതെങ്കിലും കോളേജിൽ ജോലി. അതിനടുത്തുള്ള ഏതെങ്കിലും ലേഡീസ് ഹോസ്റ്റലിൽ ജീവിതം. തീർന്നു, അതായിരുന്നു എന്റെ സങ്കല്പം."

അതൊരു ഒളിച്ചോട്ടമാണെന്ന് ബോധ്യപ്പെടുത്തിയതിനു പുറമെ ആടിന്റെ ഉപമ പറഞ്ഞ് ഞാൻ പ്രലോഭിപ്പിച്ചതും ശാരദ ഓർമ്മിച്ചിരുന്നു. 'ഇളം പ്ലാവിലകൾ ശേഖരിച്ച് കെട്ടിയിട്ട് അത് തിന്നാനാവാത്ത വിധം കഴുത്തിൽ കുരുക്കിട്ടു നിർത്തുന്ന ആടിന്റെ ദയനീയാവസ്ഥയിലാണെന്ന തിരിച്ചറിവായിരുന്നു' ജീവിതത്തെ മാറ്റിമറിച്ചതെന്ന് ശാരദ പറയുമായിരുന്നു.

ഞങ്ങളുടെ കുടുംബജീവിതത്തെ ആഴത്തിൽ ഉലച്ചതായിരുന്നു മൂർത്തിയുടെ മരണം. 'കുറച്ചുകൂടി ശ്രദ്ധ ആകാമായിരുന്നു' എന്ന് പറയാനുള്ള കാരണം അവൾ വിശദീരിച്ചില്ല. മരണത്തിന് മുമ്പ് എഴുതിയ കത്ത് വായിച്ച ശാരദ ഉള്ളിൽ കരയുകയായിരുന്നുവെന്ന് വൈകിയാണ് ഞാനറിയുന്നത്. 'ഏതാവശ്യത്തിനും എത്തിയിരുന്ന ഒരു ബന്ധു'മാത്രമായിരുന്നില്ല അയാൾ.

തന്റെ ജീവിതത്തിലേക്ക് ആർക്കും മൂർത്തി പ്രവേശനം അനുവദിച്ചിരുന്നില്ല. എല്ലാ കവാടങ്ങളും താഴിട്ടു ഭദ്രമായി അടച്ച ഒരു ചെറുമുറി. അതിനകത്ത് ഒരുപാട് രഹസ്യങ്ങൾ. ചിലപ്പോൾ അവയിൽ ഒന്നോ രണ്ടോ എണ്ണം പുറത്തുവന്നു. അങ്ങനെയാണ് ഉണ്ണിത്താനുമായുള്ള അയാളുടെ ബന്ധം ഞാൻ അറിയുന്നത്. മൂർത്തിക്കോ ഉണ്ണിത്താനോ അതൊന്നും ആരോടും പറയാൻ ഇഷ്ടമില്ലായിരുന്നു.

"ഓരോരുത്തർക്കും അവരുടേതായ ജീവിതങ്ങൾ. അതിൽ ഇടപെടരുത്. അങ്ങനെ ചെയ്യുമ്പോൾ അയാളുടെ സ്വകാര്യതകളെ കൈയ്യേറ്റം ചെയ്യുക മാത്രമല്ല ചെയ്യുന്നത്. ഒരു തരത്തിലുള്ള ബലാൽസംഗമാണത്."

"പ്രേതബാധയേറ്റ ജീവിതമാണ് എന്റേത്. മുമ്പേ ഞാനത് മനസ്സിലാക്കിയിരുന്നു. പ്രേതങ്ങൾ എന്റെ രാത്രികൾ അപഹരിച്ചിരുന്നതായി അറിഞ്ഞതോടെയാണ് അവയുടെ അതിക്രൂരമായ പീഡനങ്ങളിൽ നിന്ന് രക്ഷ നേടാനായി ഞാൻ മദ്യപിച്ചു തുടങ്ങിയത്. പക്ഷേ അതൊരു പരിഹാരമായില്ല. മദ്യലഹരിക്കൊന്നും വഴങ്ങുന്നതായിരുന്നില്ല പ്രേതങ്ങൾ. പല വട്ടം ഞാനവരോട് ചോദിച്ചു: നിങ്ങൾക്ക് എന്തു വേണം? എന്നെ എന്തിനിങ്ങനെ കൊല്ലാതെ കൊല്ലുന്നു. എന്റെ ജീവൻ മതിയെങ്കിൽ ഞാനത് തരാം. ഇല്ല എന്റെ ജീവനിൽ യാതൊരു തരത്തിലുള്ള കൊതിയുമവയ്ക്കില്ലായിരുന്നു. ഞാൻ ജീവിച്ചിരിക്കണമെന്നത് അവരുടെ ആവശ്യമായിരുന്നു.

എങ്കിൽ മാത്രമല്ലേ പച്ചയ്ക്ക് എന്നെ ഇഞ്ചിഞ്ചായി കൊന്ന് രസിക്കാനാവൂ. അതു മനസ്സിലായതോടെ പ്രേതങ്ങൾക്ക് ഞാൻ സ്വയം വിട്ടുകൊടുത്തു."

ശരിയായിരുന്നു നാട്ടിൽ നിൽക്കാൻ അയാൾക്ക് സാധിക്കുമായിരുന്നില്ല. മദ്യപാനിയാവേണ്ടത് അയാൾക്കൊരു രക്ഷാമാർഗ്ഗമായിരുന്നു. ഒളിച്ചോടിയ അയാൾ ചെന്നെത്തിയത് ബോംബെയിലായിരുന്നു.

'തെരുവുകളിൽ അവസാനിക്കേണ്ട എന്റെ ജീവിതത്തെ രക്ഷിച്ചത് ഉണ്ണിത്താനായിരുന്നു' മൂർത്തി ഓർമ്മിച്ചിരുന്നു. ഏഷ്യാറ്റിക് ലൈബ്രറിയിലെ പടവുകളിലും കാവൽക്കാരനറിയാതെ ലൈബ്രറിക്കുള്ളിൽ പുസ്തകങ്ങൾ നിറച്ച അലമാരകൾക്കിടയിലും രാത്രികാലങ്ങൾ ചെലവിട്ടും ചുമടു ചുമന്നും ഇറാനിയുടെ ചായക്കടയിൽ പാത്രങ്ങൾ കഴുകി വൃത്തിയാക്കിയും വിശപ്പകറ്റിയതിനോടൊപ്പം വായനാദാഹം ശമിപ്പിക്കാൻ നടത്തിയ ശ്രമത്തിനിടയിലായിരുന്നു ഉണ്ണിത്താൻ സഹായിക്കാനെത്തിയത്.

ഫ്രീ പ്രസ്സ് ജേർണ്ണലിൽ അസിസ്റ്റന്റ് എഡിറ്ററായിരുന്ന ഉണ്ണിത്താന്റെ വസതിയിലെ കവാടങ്ങൾ തുറന്നുകിടന്നു. ജോലി തേടിവരുന്ന മലയാളികൾക്കുവേണ്ടി. അങ്ങനെ സഹായം തേടിയെത്തിവരിൽ ഒരാളായിരുന്നില്ല മൂർത്തി. ഏഷ്യാറ്റിക് ലൈബ്രറിയിൽ നിന്നു തുടങ്ങിയ പരിചയം പതുക്കെ അടുപ്പമാകുമ്പോൾ ഫ്രീപ്രസ്സിൽ നിന്ന് ഉണ്ണിത്താൻ പി.ടി.ഐയിലെത്തിയിരുന്നു. തലമൂത്ത പത്രപ്രവർത്തകനെന്ന നിലയ്ക്ക് അദ്ദേഹത്തിന് അർഹമായ സ്ഥാനം പി.ടി.ഐ.യിൽ കിട്ടി. പത്രപ്രവർത്തനത്തിലുള്ള എന്റെ കൗതുകം സംഭാഷണത്തിനിടയിൽ അദ്ദേഹം മനസ്സിലാക്കി. അങ്ങനെ ചെറിയ തോതിലുള്ള റിപ്പോർട്ടറാകാൻ എനിക്കത് സഹായമായി. കാറ്റത്ത് പറന്നു നടന്നിരുന്ന ആലില പോലെയായിരുന്നു എന്റെ ജീവിതം. പഴയകാലത്തേക്ക് തിരിഞ്ഞുനോക്കാൻ ഞാൻ ലജ്ജിച്ചു. ഭാഗ്യത്തിന് ഉണ്ണിത്താൻ അതൊന്നും ചികഞ്ഞില്ല. അറിഞ്ഞിരുന്നെങ്കിലോ? അതെന്നെ നിരന്തരമായി ശല്യപ്പെടുത്തുമായിരുന്നു. രാത്രികളെ ഭയപ്പെട്ടു. അങ്ങനെയാണ് മദ്യത്തിൽ ഞാനഭയം തേടിയത്."

മൂർത്തിയുടെ കുടുംബകാര്യങ്ങൾ ഒരുപാട് പ്രാവശ്യം ആരാഞ്ഞിരുന്ന ശാരദയെ അതിൽ നിന്നും അകറ്റി മാറ്റാൻ ബോധപൂർവ്വം ഞാൻ ശ്രമിച്ചിരുന്നു. അപ്പോൾ അവളുടെ മുഖത്ത് പരക്കുന്ന അവിശ്വാസം എന്നെ ഉൽകണ്ഠാകുലനാക്കിയിരുന്നു. ഗോപികൃഷ്ണനിൽ നിന്ന് സൂചനകൾ അവൾക്ക് കിട്ടിയിരിക്കുമോ?

വർഷങ്ങൾക്ക് മുമ്പ് പത്രാധിപസമിതിയിൽ ഒഴിവുള്ളതറിഞ്ഞ് കൂടുതൽ വിവരം തിരക്കാനെത്തിയ മൂർത്തിയെ നിരുത്സാഹപ്പെടുത്താൻ തന്നെ പ്രേരിപ്പിച്ച ഗോപികൃഷ്ണന്റെ ന്യായീകരണം ആശ്ചര്യപ്പെടുത്തുന്നതായിരുന്നു.

"ബാലചന്ദ്രൻ കേട്ടിട്ടുണ്ടോയെന്നറിയില്ല. ചിന്താമണിയെന്ന ഒരു സ്ത്രീയെക്കുറിച്ച്. നഗരത്തിലെ മെയിൻ റോഡിലെ സുബ്രഹ്മണ്യസ്വാമി ക്ഷേത്രത്തിനടുത്തൊരു ഹോട്ടലുണ്ടായിരുന്നു. അതിന്റെ സ്ഥാനത്താണ് അഞ്ചുനില മാളിക ഉയർന്നുനിൽക്കുന്നത്. ആ ഹോട്ടലിന്റെ ഉടമ ചിന്താമണിയെന്നൊരു സ്ത്രീയായിരുന്നു. തന്റേടിയായിരുന്നുവെന്നും ആരെയും വകവയ്ക്കാതെ ഇഷ്ടംപോലെ ജീവിച്ചിരുന്ന ധിക്കാരിയാണെന്നും പറഞ്ഞുകേട്ടിരുന്നു. "മുമ്പെങ്ങോ അവരെ ഒരു വട്ടം കണ്ടിട്ടുണ്ടെന്നാണ് ഓർമ്മ. ഒറ്റ മുണ്ടും റൗക്കയും തോളിലൊരു തോർത്തുമായി തടിച്ച് നല്ല പൊക്കമുള്ള ഒരു സ്ത്രീ. രാവിലെ ചന്തയിലേക്ക് പോകുന്നത് കാണാൻ പലരും പാത്തും പതുങ്ങിയും കാത്തുനിൽക്കുന്നുണ്ടായിരുന്നുവത്രെ. അവജ്ഞയോടെ ചുറ്റും വീക്ഷിച്ച് മദയാനയെപ്പോലെ.... മുറുക്കി ച്ചുവപ്പിച്ച് ധാർഷ്ട്യം നിറഞ്ഞ മുഖഭാവമുള്ള ആ സ്ത്രീയുടെ അടുത്തുകൂടി പോകാൻ വഴിയാത്രക്കാർക്ക് പേടിയായിരുന്നു. യാദൃശ്ചികമായി ആരെങ്കിലും തന്നെ നോക്കുന്നത് ശ്രദ്ധയിൽപ്പെട്ടാൽ അയാളുടെ കവിളിൽ കൈപ്പാട് വീഴുമെന്ന് തീർച്ചയായിരുന്നു. ഭർത്താവില്ലാതെ അവർ മൂന്നാല് മക്കളുടെ അമ്മയായി. ബാലാരിഷ്ടതകൾ ആ കുട്ടികൾ പിന്നിട്ടില്ല. അതിന് ഭാഗ്യമോ നിർഭാഗ്യമോ ഉണ്ടായത് മൂർത്തിക്കായിരുന്നു. അങ്ങനെ നല്ലതല്ലാത്ത പാരമ്പര്യമുള്ള ഒരാളിനെ?"

കമ്മ്യൂണിസത്തിൽ വിശ്വസിക്കുന്ന ഒരാളിൽ നിന്നാണ് ഈ സദാചാര ഉപദേശമെന്നത് സത്യത്തിൽ എന്നെ ദുഃഖിതനാക്കി.പത്രാധിപസമിതിയിൽ മൂർത്തിയെയെടുക്കാൻ മാനേജ്മെന്റിൽ കടുത്ത സ്വാധീനം ഞാൻ ചെലുത്താൻ അതായിരുന്നു കാരണം. പത്രാധിപസമിതിയിൽ മൂർത്തിയുടെ സാന്നിദ്ധ്യം പെട്ടെന്ന് പ്രകടമായി. അയാളെ എല്ലാവരും ഇഷ്ടപ്പെട്ടു. അയാളെഴുതുന്ന കുറിപ്പുകളും അപഗ്രഥനങ്ങളും വായനക്കാരെ ആകർഷിച്ചു. എന്നാൽ മറ്റുള്ളവരിൽ ഒരാളാകാൻ അയാൾക്കായില്ല. ചർച്ചകളിലും സംഭാഷണങ്ങളിലും പങ്കെടുക്കാതെ കേൾവിക്കാരനോ കാഴ്ച്ചക്കാരനോ ആയ മൂർത്തി എന്നോട് പറഞ്ഞു:

"ക്ഷണിക്കപ്പെടാത്ത അതിഥിയാണ് ഞാനെവിടെയും." ആ മാനസികാവസ്ഥയിൽ നിന്നുള്ള മോചനം അസാധ്യമാണെന്ന് അയാൾക്കറിയാമായിരുന്നു.

വർഷങ്ങൾക്കുശേഷം ഭർത്താവ് ഉപേക്ഷിച്ച കുട്ടിയുടെ അമ്മയായ സഹോദരിയെ തന്നോടൊപ്പം താമസിപ്പിക്കാനുള്ള തീരുമാനം അറിയിച്ചുകൊണ്ട് മൂർത്തി പറഞ്ഞു:

"എന്റെ മോക്ഷമാണ് അവൾ. ഇല്ലാതെ പോയ ഒരു ജീവിതം കാഞ്ചനയ്ക്ക് നൽകണം."

മൂർത്തിയെഴുതിയ കത്തിൽ പഴയ കാര്യങ്ങളെല്ലാം പരാമർശിച്ചിരുന്നു.

'കാഞ്ചനയും കുട്ടിയുമായുള്ള ജീവിതം പുതിയൊരനുഭവമായിരുന്നു എനിക്ക്. അന്യരെ കാണാനോ അവരുടെ മുഖത്ത് നോക്കാനോ

അവരുമായി സംസാരിക്കാനോ അവൾക്ക് പേടിയായിരുന്നു. ഒരു ദിവസം, അതും ഏതാനും മണിക്കൂറുകൾ നീണ്ട ഒരു ബന്ധം മാത്രമായിരുന്നു അവളെ അമ്മയാക്കിയത്. അത് ഓർമ്മിക്കവേ കാഞ്ചന പറയുമായിരുന്നു. ഗർഭം അലസിപ്പിക്കാൻ അമ്മ പരമാവധി ശ്രമിച്ചതാണ്, ഞാനതിന് വഴങ്ങിയില്ല. പത്തുമാസം തികഞ്ഞപ്പോഴായിരുന്നു. ഒരു വഴക്കിൽ കത്തിക്കുത്തേറ്റ് അമ്മ മരിച്ചത്. അതോടെ എല്ലാം അവസാനിക്കേണ്ടതായിരുന്നു. എന്നാൽ പ്രസവിക്കാനും കുഞ്ഞിനെ വളർത്താനും ഞാൻ തീരുമാനിച്ചിരുന്നു. എനിക്കൊരു അന്ധവിശ്വാസമുണ്ടായിരുന്നു. എന്നെങ്കിലും എന്നെ തേടി ചേട്ടൻ വരുമെന്ന്...”

മുപ്പത്

എന്റെ മേൽവിലാസം രേഖപ്പെടുത്തിയ ഒരു പാഴ്സൽ ഇന്ത്യൻ എംബസിയിൽ നിന്നു വന്നത്, അദ്ഭുതപ്പെടുത്തുകയല്ല ഞെട്ടിക്കുക തന്നെ ചെയ്തു. അധികാരസ്ഥാനങ്ങളുമായി യാതൊരുവിധ ബന്ധവുമെനിക്കുണ്ടായിരുന്നില്ല. ഒരു വട്ടം പോലും അതിനൊന്നും ഞാൻ ശ്രമിച്ചിരുന്നില്ല. കോളേജ് ജീവിതകാലത്ത് സഹപാഠികളായിരുന്നവർ ഉയർന്ന ഉദ്യോഗസ്ഥൻമാരായിരുന്നു. ഒന്നു രണ്ടു പേർ രാഷ്ട്രീയ നേതാക്കളും മന്ത്രിമാരുമായി. ഔദ്യോഗിക ജീവിതത്തിരക്കുകൾക്കിടയിലും അവർ എന്നെ ഓർമ്മിക്കുകയും ക്ഷണിക്കുകയും ചെയ്തിരുന്നത് എന്നെ അദ്ഭുതപ്പെടുത്തിയിരുന്നു. ‘എന്തിനാണത്’ എനിക്ക് ഉത്തരമില്ലായിരുന്നു. എനിക്ക് അവരെ പേടിയായിരുന്നുവെന്നതാണ് സത്യം. സമാന്തരരേഖകളിലൂടെ സഞ്ചരിക്കുന്നവരായിരുന്നു ഞങ്ങൾ. ആ സാഹചര്യത്തിൽ എംബസിയിൽ നിന്നും എന്നെത്തേടി പാഴ്സൽ എത്തിയത് അമ്പരപ്പിക്കുന്നതായി.

പാഴ്സലിനോടൊപ്പമുണ്ടായിരുന്ന കത്ത് പൊട്ടിച്ച് വായിച്ചപ്പോഴാണ് ഞാനറിയാതെ എന്റെ ശരീരത്തിലൂടെ ഒരു വിറയൽ പടർന്നു പിടിക്കുന്നതായി അനുഭവപ്പെട്ടത്. ഇളകിയാടുന്ന ഒരു വൈദ്യുതി കമ്പിയിൽ തൊടുന്നതുപോലെ ഉച്ചിവരെ പടർന്നുപിടിച്ച ആ ആഘാതം ശാന്തമായപ്പോൾ ഞാൻ നിശ്ശബ്ദമായി കരയുകയായിരുന്നു. പെട്ടിയിൽ അടക്കം ചെയ്ത വാസന്തിയുടെ ഭൗതികാവശിഷ്ടം പരേതയുടെ അന്തിമാഭിലാഷം മാനിച്ച് താങ്കൾക്കയയ്ക്കുകയാണെന്നും ഹൈന്ദവാചാരമനുസരിച്ച് ചടങ്ങുകൾ നടത്തണമെന്ന് അറിയിക്കാൻ മരിക്കുന്നതിന് മുമ്പ് പരേത ആഗ്രഹം പ്രകടിപ്പിച്ചിരുന്നുവെന്നും കത്തിൽ രേഖപ്പെടുത്തിയിരുന്നു.

വാർദ്ധക്യമെത്തുന്നതിനു മുമ്പ് വൃദ്ധസദനത്തിൽ പാർപ്പിച്ചിട്ട് എല്ലാത്തരം ക്ലേശങ്ങളോടും വിടപറഞ്ഞ മക്കൾ അമ്മയുടെ മരണവൃത്താന്തം അറിഞ്ഞുകാണുമോ.

മുപ്പത്തിയൊന്ന്

ഏറെ കാലത്തിനുശേഷം വീണ്ടും ഈ വിവരം നിന്നെ അറിയിക്കാൻ ഒരു കാരണം കൂടിയുണ്ട്. വിവരങ്ങൾ ശേഖരിച്ച ശേഷം അവ അടുക്കിയെടുക്കുന്നതിൽ നീ മുഴുകി കഴിയുകയാണെന്ന് ശാരദയിൽ നിന്നറിഞ്ഞിരുന്നു. നിന്റെ സംശയങ്ങൾ തീർക്കാൻ തീർച്ചയായും ശാരദയ്ക്ക് കഴിയും. പക്ഷേ ഒരു കാര്യം നീ മറക്കരുത്. യാഥാർത്ഥ്യങ്ങൾ പരുക്കനാണെന്ന് നിനക്കറിയില്ല. അതുകൊണ്ടുതന്നെ അവൾ നൽകുന്ന വിവരങ്ങൾ സ്നേഹത്തിന്റെ മെഴുക്കുപുരണ്ടതായിരിക്കും. കൈയിൽ അതു നിൽക്കില്ല. വിരലുകളിലൂടെ അത് വഴുതി വീണുപോകും.

എഴുതിപൂർത്തിയാക്കിയാലുടൻ കൈയെഴുത്തു പ്രതി അയച്ചുതരുമെന്ന ഉറപ്പു നീ മറന്നോ? ആ വാക്കു പാലിക്കണം. സാധാരണഗതിയിൽ ആവശ്യം നടന്നുകഴിയുമ്പോൾ പഴയതെല്ലാം മറക്കുന്നത് മനുഷ്യപ്രകൃതമാണ്. അതിൽ നിന്ന് നീ വ്യത്യസ്തയല്ലെന്ന് എനിക്കറിയാം. എന്നാലും നിന്നെ എനിക്കു വിശ്വാസമാണ്. വിശ്വാസത്തെപ്പറ്റി സൂചിപ്പിച്ചപ്പോഴാണ് മറ്റൊരു തരത്തിലുള്ള വിശ്വാസത്തെക്കുറിച്ച് അടുത്ത കാലത്ത് വായിച്ചത് ഞാനോർത്തത്.

ഈ വകകാര്യങ്ങൾ അറിയാൻ നീ കൗതുകം പ്രദർശിപ്പിക്കാറുള്ളതാണല്ലോ. പഴയ തലമുറയിലെ ശ്രദ്ധേയനായ പത്രപ്രവർത്തകനായിരുന്നു ഡി.എഫ്.കരകയെഴുതിയ ആത്മകഥയിൽ ഇങ്ങനെ രേഖപ്പെടുത്തിയിട്ടുണ്ട്: "ഫയർ ടെംബിളിലെ അതിവിശാലമായ മുറി. അവിടെ കോണിലിരുന്ന് ഏകാന്തനായ പുരോഹിതൻ പ്രാർത്ഥന ഉരുക്കഴിച്ചു കൊണ്ടിരിക്കുന്നു. പ്രേതാത്മാക്കൾ വീണ്ടും ഭൂമി സന്ദർശിക്കുന്ന മുക്താദ് എന്ന ആചാരത്തിന്റെ ഭാഗമായി പുലർച്ചെ അഞ്ചുമണിക്ക് എഴുന്നേറ്റ് ഫയർ ടെമ്പിളിൽ പോകുന്ന അമ്മയെപ്പറ്റി ആലോചിക്കുമ്പോൾ ആ വിശ്വാസത്തിന്റെ ആഴവും ലാളിത്യവും എന്നെ വിസ്മയിപ്പിക്കുന്നു. അമ്മയുടെ മാത്രമല്ല അമ്മയിൽ കൂടി എന്നിലേക്കെത്തുന്ന മതത്തിന്റെ ശക്തിയും തീവ്രതയും അപ്പോൾ ഞാൻ തിരിച്ചറിയുന്നു. മരണമടഞ്ഞവരെ ആദരിക്കുന്നതുവഴി അമ്മയിൽ നിറയുന്ന സംതൃപ്തിയും അപ്പോൾ ഈശ്വരനോടും തന്നോടുതന്നെയുള്ള ബാദ്ധ്യത നിർവ്വഹിച്ചതിൽ നിന്നും ലഭിക്കുന്ന ചാരിതാർത്ഥ്യവും അസാധാരണമായിട്ടുള്ളതാണ്."

ഭ്രാന്തമായ മതവിശ്വാസമല്ല ഇത്. ജീവിതത്തോടുള്ള ബാദ്ധ്യത കാത്തുസംരക്ഷിക്കുന്നതിൽ നിന്നു കിട്ടുന്ന അനുഗ്രഹങ്ങളോടുള്ള കൃതജ്ഞതയാണ് ഈ വരികളിൽ നിറഞ്ഞുനിൽക്കുന്നത്. ഇത് നിനക്കു വേണ്ടി എടുത്തെഴുതാനുള്ള കാരണം എന്താണെന്ന് നീ ഊഹിക്കുമല്ലോ? കത്തുകളെഴുതുമ്പോഴും സംസാരിക്കുമ്പോഴും നിന്റെ പ്രധാന ഭാവം ഒരു തരം വിഗ്രഹഭജ്ഞകത്വമാണെന്ന് എനിക്ക് തോന്നിയിട്ടുണ്ട്. തീർച്ചയായും എന്തിനേയും ഏതിനേയും ചോദ്യം ചെയ്യുന്നത് ഒരു

പ്രത്യേക പ്രായത്തിൽപ്പെട്ടവരുടെ ശീലമാണ്. അതിന്റെ ഒരു പ്രതിനിധിയാണല്ലോ നീയും. എങ്കിലും ചില കാര്യങ്ങൾ നമ്മുടെ ചോദ്യം ചെയ്യലുകൾക്ക് അതീതമാണെന്ന് മനസ്സിലാക്കണം. ഈശ്വരനെ ചോദ്യം ചെയ്യാം. വെല്ലുവിളിക്കാം. അങ്ങനെ ഒരു ഈശ്വരൻ ഇല്ലെന്ന് സ്ഥാപിക്കുകയും ചെയ്യാം. എന്നാൽ ചോദ്യം ചെയ്യലിന് അതീതമായി ചില വിശ്വാസങ്ങളുണ്ട്. അവയില്ലെങ്കിൽ നീയോ ഞാനോ ഇല്ലായെന്നു വരും. ആ വിശ്വാസത്തിന്റെ അതിമനോഹരമായ ഒരു ഉദാഹരണമാണ് നിന്റെ അറിവിനായി എടുത്തെഴുതിയത്. മനുഷ്യജീവിതത്തെ അർത്ഥപൂർണ്ണമാക്കുന്നത് ഇത്തരം കാര്യങ്ങളാണ്. യോജിക്കുന്നുണ്ടോ, നീ?

മുപ്പത്തിരണ്ട്

പത്രവുമായി ബന്ധപ്പെട്ട് എന്തെങ്കിലും കാര്യങ്ങളുണ്ടെങ്കിൽ ഓഫീസ് മുറിയിൽ വിളിച്ച് എന്നെ അറിയിക്കുന്ന പതിവിനുപകരം മാനേജിംഗ് ഡയറക്ടർ രഘൂത്തമൻ കർത്ത പത്രാധിപസമിതി അംഗങ്ങളുടെ മുറിയിൽ കയറി വന്നത് അപ്രതീക്ഷിതമായിരുന്നു. സുമുഖനായ ഒരു മദ്ധ്യവയസ്കനും അയാളോടൊപ്പമുണ്ടായിരുന്നു.

അയാൾ മുറിയിൽ കയറിവന്നത് ഹൃദ്യമായി ചിരിച്ചുകൊണ്ടായിരുന്നു.

“ഇവിടെ വന്നത് നിങ്ങളെ നേരിൽക്കണ്ട് അഭിനന്ദിക്കാനാണ്. നിങ്ങൾ ചെയ്ത നല്ല ജോലിക്കുള്ള ക്രെഡിറ്റു കിട്ടുന്നത് എനിക്കാണ്. ഇപ്പോഴും അവസാനിച്ചിട്ടില്ല അഭിനന്ദനങ്ങളുടെ പ്രവാഹം.”

അതും പറഞ്ഞ് അടുത്തുനിൽക്കുന്നയാളോട് തമാശയായി അയാൾ കൂട്ടിച്ചേർത്തു.

“നെഹ്റു അന്തരിച്ച ദിവസം ഞാൻ സ്ഥലത്തുപോലുമില്ലായിരുന്നു.”

എനിക്ക് അഭിമുഖമായി അയാളും കൂട്ടുകാരനും ഇരുന്നു.

“ബാലചന്ദ്രന് അവകാശപ്പെട്ടതാണ് ക്രെഡിറ്റ് മുഴുവൻ. നിങ്ങളെ നേരിൽ അഭിനന്ദിക്കണമെന്ന് തോന്നി.”

അടുത്തിരുന്നയാളെ പരിചയപ്പെടുത്തിക്കൊണ്ട് അയാൾ പറഞ്ഞു.

“എന്റെ ഭാര്യയുടെ സഹോദരനാണ്. ശിവശങ്കരമേനോൻ. ഇന്ന് മുതൽ ഓഫീസിന്റെ അഡ്മിനിസ്ട്രേഷന്റെ ചുമതല ശിവനായിരിക്കും.” എന്നും പറഞ്ഞ് അവർ എഴുന്നേറ്റു. എല്ലാവരോടും യാത്ര ചോദിച്ച് നടക്കുന്നതിനിടയിൽ രാധാകൃഷ്ണന്റെ സംശയം ഉച്ചത്തിലായിരുന്നു. അത് കേട്ട് രഘൂത്തമൻ കർത്ത തിരിഞ്ഞുനിന്നു.

“അങ്ങനൊരു സംശയം വേണ്ട. മാനേജർ സ്വാമി അക്കൗണ്ടന്റ് മാത്രമാണ്.”

അങ്ങനെ ഒരദ്ധ്യായം അവസാനിക്കുകയാണെന്ന് തോന്നിയെങ്കിലും പിന്നീടുണ്ടായ സംഭവങ്ങൾ അദ്ധ്യായം തുടങ്ങാനിരിക്കുന്നതേയുള്ളുവെന്നാണ് കാണിച്ചത്. അന്നു രാത്രി അതു വ്യക്തമാകുകയും ചെയ്തു.

പത്രത്തിന്റെ അച്ചടി തുടങ്ങിയതിനുശേഷമാണ് അന്നും വീട്ടിലേക്ക് മടങ്ങാനായി ഓഫീസിൽ നിന്നിറങ്ങിയത്, രാധാകൃഷ്ണനുമൊത്ത്. സാധാരണഗതിയിൽ ഓഫീസു ഗേറ്റിൽ ഞങ്ങളെ കാത്ത് കിടക്കുമായിരുന്ന കാറില്ലായിരുന്നു. ശിപായിക്ക് അതെപ്പറ്റി വിവരമൊന്നുമില്ലായിരുന്നു. റോഡിലിറങ്ങി കാത്തുനിൽക്കുകയായിരുന്നു. അപ്പോഴാണ് ഗുദാമിൽ നിന്ന് ന്യൂസ്പ്രിന്റ് റീലുകൾ പുറത്തേക്ക് കൊണ്ടുവരുന്നത് രാധാകൃഷ്ണന്റെ ശ്രദ്ധയിൽപ്പെട്ടത്. ഒരു ടണ്ണോളം വരുന്ന മൂന്നുറീൽ ന്യൂസ് പ്രിന്റുകൾ അർദ്ധരാത്രി എവിടെ കൊണ്ടുപോകുന്നു? പതിനായിരക്കണക്കിന് രൂപ വിലയുള്ള അത് ആർക്കോ വേണ്ടി കടത്തുകയാണെന്ന് വ്യക്തമായിരുന്നു. അതു നോക്കി നിന്ന രാധാകൃഷ്ണൻ പറഞ്ഞു: മാനേജർ സ്വാമിയുടെ പ്രവർത്തനം തുടങ്ങി കഴിഞ്ഞിരിക്കുകയാണെന്ന് തോന്നുന്നു. രണ്ടാമദ്ധ്യായത്തിന്റെ ആരംഭം.

കാർ എത്താതിരുന്നതും മനപൂർവ്വമായിരുന്നുവെന്ന് ഞാൻ മനസ്സിലാക്കി. അർദ്ധരാത്രിയായിരുന്നു. വിജനമായ റോഡ്. വല്ലപ്പോഴും അതിവേഗത്തിൽ ഓടിച്ചുപോകുന്ന വാഹനങ്ങൾ. തട്ടുകച്ചവടക്കാരുടെ മുമ്പിലും ആളുകൾ കുറഞ്ഞുതുടങ്ങിയിരിക്കുന്നു.

“കുറച്ചു നടന്നാൽ നല്ല ചൂടുള്ള ആഹാരം കിട്ടും. അതും കഴിച്ച് നടന്നുപോയാലോ?”

രാധാകൃഷ്ണൻ ചോദിച്ചു.

സെക്കന്റ് ഷോ സിനിമയ്ക്ക് ശേഷം രാത്രികാലങ്ങളിൽ അലഞ്ഞു നടക്കുന്നതിനിടയിൽ തട്ടുകടകൾക്ക് മുമ്പിൽ കാത്തുനിന്നതും അകലെ നിന്ന് വെളിച്ചത്തിന്റെ കീറുമായി കിളികൾ പറന്നുവരുന്നതും കേട്ടും കണ്ടും അടച്ചിട്ട വാതിലുകൾ ശബ്ദമുണ്ടാക്കാതെ തുറന്ന് ഉറക്കമുറിയിൽ പോയി ആരും കാണാതെയും ആരുമറിയാതെയും കിടക്കുന്നതും... റോന്തുചുറ്റുന്ന പൊലീസുകാരുടെ കണ്ണിൽപ്പെടാതെ സമരാഹ്വാനങ്ങൾ രേഖപ്പെടുത്തിയ പോസ്റ്ററുകൾ ഒട്ടിച്ചിരുന്ന കാലം. പ്രതിയോഗികളുടെ പോസ്റ്ററുകൾ കണ്ടുപിടിച്ച് അവയുടെ മുകളിൽ പാർട്ടി പോസ്റ്ററുകൾ ഒട്ടിക്കാൻ ഇരുട്ടിൽ സാഹസപ്പെട്ടിരുന്ന ദിവസങ്ങൾ... പ്രേംനസീറിന്റെയും ഷീലയുടെയും ചിത്രങ്ങൾ കീറിക്കളഞ്ഞ് സിനിമാ പോസ്റ്ററുകളെ വികൃതമാക്കിയിരുന്ന കുസൃതികൾ... ഇങ്ങിനി തിരിച്ചുവരാതെ അപ്രത്യക്ഷമായിരുന്നെങ്കിലും വിജനവീഥികളിൽ ആ കാലം മായാതെ പതിഞ്ഞു കിടന്നു. ആ വഴിയിലൂടെ രാധാകൃഷ്ണനുമൊത്ത് നടക്കുന്നതിനിടയിൽ അതൊന്നും പാഴായില്ലല്ലോയെന്ന് എനിക്കു തോന്നി.

രാധാകൃഷ്ണന്റെ പ്രിയപ്പെട്ട തട്ടുകടയിൽ നിന്ന് മുട്ടക്കറിയും രുചിയുള്ള ദോശയും ചൂടുചായയും കഴിക്കുന്നതിനിടയിൽ അയാളോട് തട്ടുകടക്കാരൻ ചോദിച്ചു:

"സ്ഥലത്തില്ലേ? കാണുന്നേയില്ല."

രാധാകൃഷ്ണൻ ചിരിയിലൊതുക്കി മറുപടി. മുമ്പ്, വർഷങ്ങൾക്ക് മുമ്പ് ഗോപികൃഷ്ണനായിരുന്നു രാത്രിയാത്രകളിലെ കൂട്ടുകാരൻ. രാത്രി ജോലിക്കുശേഷം വീട്ടിലേക്ക് മടങ്ങുന്നതിന് മുമ്പ് അത്താഴത്തിന് തട്ടുകടയിൽ പോകുന്നത് പതിവായിരുന്നു. ബിരുദം നേടിയ മൂന്നു ചെറുപ്പക്കാരുടെതായിരുന്നു ആ തട്ടുകട. ജോലിക്കുവേണ്ടി അലഞ്ഞുനടക്കാനോ അനന്തമായി കാത്തിരിക്കാനോ മെനക്കെടാതെ ചെറിയ മൂലധനവുമായി അവർ തട്ടുകട തുടങ്ങിയത് വീട്ടുകാരുടെ എതിർപ്പ് അവഗണിച്ചുകൊണ്ടായിരുന്നു. രാത്രി എട്ടുമണിക്കാരംഭിച്ച് രാത്രി പന്ത്രണ്ടുമണിവരെ കച്ചവടം. അടച്ചിട്ട കടകളുടെ അരികിൽ ചെറിയ തോതിൽ ആരംഭിച്ച അവരുടെ കടയിൽ പെട്ടെന്നായിരുന്നു തിരക്കേറിയത്. ഒറ്റയ്ക്ക് താമസിക്കുന്ന ഗവൺമെന്റ് ജീവനക്കാർ. സെക്കന്റ് ഷോയ്ക്ക് ശേഷം വീട്ടിലേക്ക് മടങ്ങുന്നവർ. രാത്രി ബസ്സുകളിലും ട്രെയിനുകളിലും നിന്നു വരുന്നവർ. അന്യോന്യം അവർ പരിചയപ്പെടുകയോ ബന്ധപ്പെടുകയോ ചെയ്തിരുന്നില്ല. ചെറിയ തുകയ്ക്ക് രുചിയേറിയ ഭക്ഷണപദാർത്ഥമായിരുന്നു അവരെ അവിടെയെത്തിച്ചത്. തട്ടുകടക്കാരായ ഏവരും അത് മനസ്സിലാക്കിയിരുന്നു. അതുകൊണ്ട് മുമ്പൊരിക്കലും കാണുകയോ പരിചയപ്പെടുകയോ ചെയ്തിട്ടില്ലാത്തവരോട് അവർ സംസാരിച്ചു. കാലാവസ്ഥയിലെ മാറ്റങ്ങൾ. അപ്രതീക്ഷിതമായി എത്തിയ തണുപ്പ്. കള്ളൻമാരുടെ ശല്യം. പൊലീസുകാരുടെ നിർദ്ദയമായ പെരുമാറ്റം... അവരുടെ സംഭാഷണ വിഷയമായിരുന്നു. ഗോപികൃഷ്ണനോടൊപ്പമെത്തുമ്പോൾ അവരുടെ സംഭാഷണം രാഷ്ട്രീയ കാര്യങ്ങളായി. ആകാംക്ഷയോടെ അവർ ഓരോന്നും ഗോപികൃഷ്ണനോട് ചോദിച്ചുമനസ്സിലാക്കുന്നതിനോടൊപ്പം ഭക്ഷണപദാർത്ഥങ്ങൾ പാചകം ചെയ്യുന്നതിന് അവർ പ്രദർശിപ്പിക്കുന്ന കൈമിടുക്കും ശ്രദ്ധയും അവിശ്വസനീയതയോടെ ഞങ്ങൾ നോക്കിനിൽക്കുമായിരുന്നു.

ആഹാരം കഴിച്ച് വീട്ടിനടുത്തെത്താറായപ്പോൾ ഞാൻ ഛർദ്ദിച്ചത് രാധാകൃഷ്ണനെ വല്ലാതെ ഭീതിയിലാഴ്ത്തി. അപ്രതീക്ഷിതമായിരുന്നു അത്.

"സാരമില്ല. നേരത്തെ തോന്നിയതാണ്. മനംപിരട്ടൽ പോലെ."

"വലിഞ്ഞു മുറുകുന്ന മനസ്സുമായി ജീവിക്കുക അപകടമാണെന്ന് ബാലൻ സാറിനറിയില്ലേ?"

"ഈ തൊഴിലിന്റെ ഭാഗമാണിതൊക്കെ. നമുക്കെന്തു ചെയ്യാനാവും?"

മടങ്ങിപ്പോകാൻ വിസമ്മതിച്ച രാധാകൃഷ്ണനുമൊത്ത് വീട്ടിലെത്തുമ്പോൾ ഗോപികൃഷ്ണൻ എന്നെ കാത്തിരിക്കുകയായിരുന്നു.

'എത്ര വൈകിയാലും അയാൾ വരട്ടെയെന്ന് പറഞ്ഞ് അത്താഴം പോലും കഴിക്കാതെ ചേട്ടൻ കാത്തിരിക്കുകയാണെന്നു' പറഞ്ഞ ശാരദയോട് വഴിയിൽ വച്ച് ഛർദ്ദിച്ചത് അറിയിച്ചിട്ട് രാധാകൃഷ്ണൻ കൂട്ടിച്ചേർത്തു.

"നല്ല സുഖമില്ലെന്നാണ് തോന്നുന്നത്. ദേഹത്തിന് നല്ല ചൂടുണ്ട്. രാത്രി ഉറങ്ങിക്കഴിയുന്നതോടെ ശരിയാവും."

ശാരീരികമായി അവശനാണെന്നറിയാമായിരുന്നിട്ടും വർഷങ്ങൾക്കു ശേഷം ഗോപികൃഷ്ണൻ കാണാനെത്തിയത് സുഖസൗകര്യങ്ങൾ ആരായാനല്ലെന്ന് എനിക്കറിമായിരുന്നു. ശാരദയോടൊപ്പം യാത്ര തിരിച്ച ദിവസം പോലും അയാൾ യാത്രയയ്ക്കാൻ സന്നിഹിതനായിരുന്നില്ല. അതിനു ശേഷം ഞങ്ങളെ അയാൾ മറന്നു. എന്നിട്ട്?

ഏതു നിമിഷവും പൊട്ടിച്ചിതറാവുന്ന ഒരഗ്നിപർവ്വതമായിരിക്കുകയാണ് ഗോപികൃഷ്ണനെന്ന യാഥാർത്ഥ്യം തിരിച്ചറിയുന്നത് വളരെ വൈകിപ്പോയെന്ന് എനിക്കു തോന്നി. അക്കാര്യം ഞാൻ അയാളോട് പറഞ്ഞു. ശത്രുവായി പ്രഖ്യാപിച്ചു കഴിഞ്ഞെങ്കിലും പഴയകാലം വിസ്മരിക്കരുതായിരുന്നുവെന്ന് ഓർമ്മിപ്പിച്ചപ്പോൾ ഒരു കൊച്ചുകുട്ടിയെപ്പോലെ അയാൾ പൊട്ടിക്കരഞ്ഞു.

"സവിതയുടെ വിട്ടുപോകൽ മാനസികമായി എന്നെ തളർത്തിയപ്പോഴും എല്ലാം നഷ്ടപ്പെട്ടില്ലെന്ന് വിശ്വാസം നൽകിയത് സുനന്ദയായിരുന്നു. ഞാൻ വിളിച്ചാൽ അമ്മ വരുമെന്ന് പറഞ്ഞ് അവളെന്നെ ഒരായിരം തവണയെങ്കിലും ആശ്വസിപ്പിച്ചിട്ടുണ്ടാവും. അപ്പോൾ ഞാൻ അതിൽ നിന്ന് അവളെ നിരുത്സാഹപ്പെടുത്തിയിരുന്നു. 'വേണ്ട മോളേ, എനിക്ക് നീ ഉണ്ടല്ലോ' അതുംപറഞ്ഞ് ഞങ്ങൾ എത്ര ദിവസങ്ങൾ കെട്ടിപ്പിടിച്ചിരുന്നു കരഞ്ഞു. എന്നിട്ടിപ്പോൾ..."

ഗോപികൃഷ്ണനോടുള്ള അവളുടെ സ്നേഹത്തിൽ എനിക്ക് അസൂയ തോന്നിയിരുന്നു. അച്ഛന്റെ സുഖസൗകര്യങ്ങൾക്കായി ജീവിച്ച അവൾ സ്വന്തം ഇഷ്ടങ്ങൾ ഉപേക്ഷിച്ചു. ഗോപികൃഷ്ണന് ചെറിയൊരു ജലദോഷപ്പനി വന്നാൽ പോലും അവൾ പരിഭ്രമിച്ചു. വലിച്ചുമുറുക്കിയ സിരകൾ പൊട്ടിപ്പോകുമെന്ന് ഭയന്ന എത്രയോ സന്ദർഭങ്ങൾ. ഡൽഹിയിലെ ജാമിയ മിലിയായിൽ എം.എ. പൊളിറ്റിക്കൽ സയൻസിനുള്ള അഡ്മിഷൻ ഉറപ്പാക്കിയശേഷം മാത്രം അക്കാര്യം അറിയിക്കുമ്പോൾ അവളത് സ്വീകരിക്കുമോയെന്ന് ഗോപീകൃഷ്ണൻ ഉത്കണ്ഠപ്പെട്ടിരുന്നു. അതു തന്നെയായിരുന്നു സുനന്ദയുടെ പ്രതികരണം.

"എനിക്ക് വയ്യ, അച്ഛനെ വിട്ടുപോകാൻ."

എം.എ.യ്ക്ക് പഠിക്കുന്നതിനിടയിൽ സിവിൽ സർവ്വീസ് പരീക്ഷയ്ക്കുള്ള പരിശീലനത്തിന് ഡൽഹിയിലെ സൗകര്യങ്ങൾ ഗോപികൃഷ്ണൻ മനസ്സിലാക്കിയിരുന്നു. കഠിനമായി അദ്ധ്വാനിക്കുന്ന പ്രകൃതക്കാരിയായ സുനന്ദയ്ക്ക് ആ കൊടുമുടി കയറാനാകുമെന്ന് അയാൾ

വിശ്വസിച്ചു. നീണ്ട പ്രേരണകൾക്കും സമ്മർദ്ദങ്ങൾക്കുമൊടുവിൽ ജാമിയായിൽ ചേർന്ന സുനന്ദ വളരെ പെട്ടെന്ന് അവിടുത്തെ അന്തരീക്ഷവുമായി പൊരുത്തപ്പെട്ടു. പഠനേതര രംഗങ്ങളിലും അവൾ സജീവമായി പങ്കെടുക്കാൻ തുടങ്ങി.

രണ്ട് മൂന്ന് മാസത്തിനിടയിൽ ഡൽഹിയിൽ മകളുമായി ഒരാഴ്ച ചെലവിട്ടതായിരുന്നു തന്റെ ജീവിതത്തിലെ ഏറ്റവും സന്തോഷകരമായ നിമിഷങ്ങളെന്ന് ഗോപികൃഷ്ണൻ ഓർമ്മിച്ചിരുന്നു. എം.എ.യുടെ രണ്ടാം കൊല്ലം പൂർത്തിയാക്കുന്നതിനിടയിൽ പലവട്ടം സവിത മകളുമായി ബന്ധം പുനഃസ്ഥാപിക്കാൻ ശ്രമിച്ചിരുന്നു. ബോംബെയിലെ പ്രസിദ്ധമായൊരു പരസ്യ കമ്പനിയിൽ കോപ്പിറൈറ്ററായി ജോലി നോക്കുകയായിരുന്നു സവിത. മകളോടൊപ്പം താമസിക്കാനായി ഡൽഹിയിലേക്ക് ചെല്ലാൻ പോലും അവൾ തയ്യാറായിരുന്നു. “എന്റെ പരസ്യക്കമ്പനിയിലെ ഡൽഹി ബ്രാഞ്ചിലേക്ക് സ്ഥലംമാറ്റം നൽകാൻ വിസമ്മതമില്ലെന്ന് മാനേജ്മെന്റിൽ നിന്നറിയാൻ കഴിഞ്ഞു. മോള് സമ്മതിച്ചാൽ ഞാൻ വരാം. നിന്റെ പഠിത്തം പൂർത്തിയായാൽ ജോലിക്ക് പോകുകയോ ഡോക്ടറേറ്റിന് ശ്രമിക്കുകയോ ചെയ്യാമല്ലോ.”

എന്നാൽ അതിനോട് സുനന്ദ യോജിച്ചില്ല. ഗോപികൃഷ്ണനെ അക്കാര്യം അറിയിച്ച അവൾ എഴുതി: എന്റെ ജീവിതത്തിൽ അമ്മയ്ക്ക് ഇടമില്ലാതായിട്ട് കാലമേറെയായി. അമ്മയുടെ രൂപം പോലും എനിക്കോർമ്മയില്ല.

ആ സാഹചര്യത്തിലാണ് അവധിക്കാലം ചെലവിടാൻ നാട്ടിൽ വരാനായി മകൾക്ക് അച്ഛനെഴുതിയത്. തുടർന്ന് കിട്ടിയ കത്ത് എല്ലാം തകർത്തു. പൊടുന്നനേ താൻ അനാഥനായതുപോലെ ഗോപികൃഷ്ണന് അനുഭവപ്പെട്ടു. ശരീരം മുഴുവൻ ചോര ഒലിക്കുന്ന മുറിവുകളുമായി ഒറ്റയ്ക്ക് ജീവിക്കാൻ താൻ ശിക്ഷിക്കപ്പെടുന്ന അനുഭവം.

“ഈ കത്ത് അച്ഛനെ ആശ്ചര്യപ്പെടുത്തുമെന്ന് എനിക്കറിയാം. കഴിഞ്ഞ ഒരു കൊല്ലമായി ഇക്കാര്യത്തെക്കുറിച്ച് ഞാൻ ആലോചിക്കുകയായിരുന്നു. പഠനം പൂർത്തിയാക്കി ഭേദപ്പെട്ട ജോലിയും മനസ്സിനിണങ്ങുന്ന ഭർത്താവും സന്തോഷം നിറയുന്ന കുടുംബവും സ്വപ്നം കാണാനോ സങ്കല്പിക്കാനോ ഒരിക്കലും എനിക്ക് സാധിച്ചിരുന്നില്ല. എന്നാൽ പാവപ്പെട്ട ഒരു ജീവന് ചെറിയ തോതിലെങ്കിലും തുണയാവുക, പട്ടിണി കിടന്ന് മരിക്കാൻ ശിക്ഷിക്കപ്പെട്ട പാവങ്ങളുടെ ജീവന്റെ വില തിരിച്ചറിയാൻ... ജെ.എൻ.യു.വിലെ എന്റെ ഏതാനും സഹപാഠികളുമൊത്ത് ഞാൻ നക്സലൈറ്റ് പ്രസ്ഥാനത്തിനുവേണ്ടി ജീവൻ സമർപ്പിക്കുകയാണ്. അച്ഛൻ സങ്കടപ്പെടരുത്... എനിക്കുവേണ്ടി കാത്തിരിക്കരുത്...”

കൽക്കത്തയിലെ പ്രസിഡൻസി കോളേജിൽ ഫിസിക്സ് വിദ്യാർത്ഥിയായിരുന്ന അശുതോഷ് ഘോഷിന്റെ നേതൃത്വത്തിൽ രൂപീകരിക്കപ്പെട്ട

ഒളിപ്പോർ സംഘത്തിന്റെ സാഹസികതകൾ ചെറുപ്പക്കാരെ ആവേശ ഭരിതരാക്കിയിരുന്ന കാലം. ആറാമത്തെ വയസ്സിൽ പിള്ളവാതം മൂലം ഇടത്തേക്കാലിനുണ്ടായ വൈകല്യത്തെ അതിജീവിച്ച് പ്രതിബന്ധ ങ്ങളെ തരണം ചെയ്ത് വിദ്യാഭ്യാസരംഗത്ത് എന്നും ഒന്നാമനായിരുന്നു ഘോഷ്. ബംഗാളിൽ ഒരു ജന്മി കുടുംബത്തിലെ അംഗമായിരുന്നു ആ യുവാവ്. എന്നാൽ തന്നെ കാത്തിരുന്ന സുഖസമൃദ്ധ ജീവിതത്തെ നിരാകരിച്ച അയാൾ ആരണ്യഗർഭങ്ങളിലേക്ക് ആട്ടിയകറ്റപ്പെട്ട മണ്ണിന്റെ മക്കളുടെ ജീവിത ഭാഗധേയത്തിലെ ഭാഗമാകാനായിരുന്നു തീരു മാനിച്ചത്. ആ സംഘത്തിൽ ഒരാളാവുകയായിരുന്നു സുനന്ദ. അപ്പോൾ സ്വന്തം ജീവിതമുപേക്ഷിച്ച ഘോഷിന്റെ വഴി പിന്തുടരാൻ തയ്യാറായി അവരോടൊപ്പം ചേരാൻ തീരുമാനിച്ചതിലൂടെ അവൾ കശക്കി നശിപ്പി ച്ചത് മകളെ മാത്രം ധ്യാനിച്ചു ജീവിച്ചിരുന്ന ഒരു സാധു പിതാവിനെ യായിരുന്നു.

നിഷ്ഫലമാകുമെന്ന് നിശ്ചയമുണ്ടായിരുന്നെങ്കിലും ഗോപികൃഷ്ണ നോടൊപ്പം ഡൽഹിയിൽ പോകാൻ എന്നോടൊപ്പം ശാരദയും തയ്യാറായി. ഉറങ്ങിയെണീക്കുമ്പോൾ പനിയും ക്ഷീണവും മാറുമെന്ന പ്രതീക്ഷ പക്ഷേ അസ്ഥാനത്തായി. വീണ്ടും ഛർദ്ദിച്ചു. ശാരദ വിളിച്ചുവരുത്തിയ ഉണ്ണിയും രാധാകൃഷ്ണനും ചേർന്ന് എന്നെ ആശുപത്രിയിലാക്കി. രണ്ടു മൂന്നുദിവസം കാത്തുകഴിയാൻ ഗോപികൃഷ്ണൻ മാനസികമായി അപ്പോൾ ഒരുങ്ങുകയായിരുന്നു. അതും വിഫലമായി. ഡോ. രാമചന്ദ്ര മേനോന്റെ കർക്കശമായ നിയന്ത്രണം മാത്രമായിരുന്നില്ല ഗോപി കൃഷ്ണനോടൊപ്പമുള്ള ഡൽഹി യാത്ര മുടക്കിയത്. ദീർഘദൂരയാത്ര യുടെ ക്ലേശങ്ങൾ ഏറ്റുവാങ്ങാനുള്ള ശക്തി എന്റെ ഹൃദയത്തിനില്ലെന്ന ഡോക്ടറുടെ നിഗമനം തളർത്തിയത് ശാരദയെയായിരുന്നു. അതിന്റെ കുറ്റം ഏറ്റെടുത്തത് അവളായിരുന്നു.

"ബാലന്റെ ജീവിതത്തിലെ പാപമായിരിക്കുകയാണ് ഞാൻ."

ശാരദയെ സാന്ത്വനപ്പെടുത്താൻ എനിക്കാകുമായിരുന്നില്ല. അവൾ സ്വയം പിൻവാങ്ങുകയായിരുന്നു. അപ്രതീക്ഷിതനായ അതിഥി ഏതു സമയത്തും ആഗതനാകുമെന്ന് അവൾ ആകുലയായി. ഭയം, രോഗ മാകുകയായിരുന്നു. ചികിത്സയോ ഔഷധങ്ങളോ ഇല്ലാത്ത രോഗം.

മുപ്പത്തിമൂന്ന്

കഴിഞ്ഞതവണ നിനക്കെഴുതിയ മാനസികാവസ്ഥയിലല്ല ഞാനിപ്പോൾ. ഞാനൊരിക്കലും ഇത്തരമൊരു തകർച്ച പ്രതീക്ഷിച്ചതല്ല. എനിക്കറിയില്ല, ശാരദയുടെ കണ്ണീരൊപ്പാൻ എങ്ങനെ കഴിയുമെന്ന്. പൊടുന്നനേ വന്നു പതി യ്ക്കുന്ന ധൂമകേതു പോലെ ഏതോ ഒരു അജ്ഞാതവസ്തു വന്നുവീണ് എല്ലാം കത്തിച്ചു നശിപ്പിച്ചിരിക്കുന്നു.

നോക്കൂ, പഴയതെല്ലാം നീ മറക്കാൻ ശ്രമിക്കണം. ഒപ്പം എഴുതിയതെല്ലാം നശിപ്പിക്കുകയും വേണം. ഇനി അതിന് പ്രസക്തിയില്ലാതായിരിക്കുന്നു. വൈകാരികമായ ഒരു സ്ഫോടനം മാത്രമാണിതെന്ന് നീ ഇതിനെ വിശദീകരിച്ചേക്കാം. നിനക്ക് വേണ്ടത് ഭദ്രമായ യുക്തിയാണല്ലോ. ജീവിതത്തിൽ പലപ്പോഴും യുക്തിയില്ലാത്ത എന്തൊക്കെയോ സംഭവിക്കാറുണ്ടെന്നത് കാണാതിരിക്കരുത്.

ഹൃദ്രോഗിയായതുകൊണ്ടോ ആ രോഗം ഏല്പിച്ച അവശത കൊണ്ടോ അല്ല ഇങ്ങനെ നിനക്ക് എഴുതുന്നത്. എത്രയോ മുമ്പേ ഈയൊരവസ്ഥ ആഗതമാകുമെന്ന് എനിക്കറിയാമായിരുന്നു. എന്തെന്നാൽ നിനക്ക് സങ്കല്പിക്കാനാവില്ല ഞാൻ കടന്നുവന്ന വഴികൾ. ആ വഴികളിൽ ചിതറികിടക്കുന്ന അഗ്നിത്തുണ്ടുകൾ. അവയിൽ ചവിട്ടി നടക്കുമ്പോൾ തീർച്ചയായും എനിക്കറിയാമായിരുന്നു എന്റെ രണ്ടു പാദങ്ങളും പൊള്ളി കത്തിപ്പോകുമെന്ന്. ഞാനിതൊക്കെ ഒരനിവാര്യതയായി മാത്രമേ കണ്ടിരുന്നുള്ളു. ഇതല്ലാതെ എനിക്ക് വേറെ വഴികളില്ലായിരുന്നു.

നിന്നോട് ക്ഷമായാചനം ചെയ്യുന്നത് ശരിയല്ലെന്ന് എനിക്കറിയാം. ഇത്തിരിപ്പോന്ന ഒരു പെൺകുട്ടി. ജീവിതത്തിലെ പ്രസന്നതകൾ കാണുകയും സൂര്യപ്രകാശം കൊണ്ട് തിളങ്ങുന്ന ഇടങ്ങൾ പരിചയപ്പെടുകയും അവിടെ നിറഞ്ഞൊഴുകുന്ന പരിമളം ശ്വസിക്കുകയും ചെയ്യുന്ന നീ ഈ സാഹസം ഉപേക്ഷിക്കൂ. എന്നെങ്കിലും നിന്നെ കാണാനാകുമെന്ന ആഗ്രഹം പോലും എനിക്ക് നഷ്ടപ്പെട്ടിരിക്കുകയാണ്. നമുക്ക് എല്ലാം മറക്കാം. അങ്ങനെ മറക്കാൻ സാധിക്കുന്നത് മഹാഭാഗ്യമല്ലേ?

മുപ്പത്തിനാല്

മലയാളദേശം ഒരു ചീത്തസ്വപ്നമായി മാറിയിട്ട് വർഷങ്ങൾ എട്ട് പിന്നിട്ടു. മാനേജർ സ്വാമിക്കും ശിവശങ്കരമേനോനും മത്സരിച്ച് മോഷ്ടിക്കാനുള്ള സമ്പത്ത് ആ പത്രസ്ഥാപനത്തിനില്ലായിരുന്നു. അതുകൊണ്ട് വളരെപ്പെട്ടെന്നായിരുന്നു കൊടിയ വേനലിൽ നീർത്തടങ്ങൾ വറ്റിവരളുന്നതുപോലെ മലയാളദേശമെന്ന മഹത്തായ ആ സ്ഥാപനം വീണ്ടുവെടിച്ച് ഒടുങ്ങിയത്.

പുസ്തകങ്ങൾ നിറഞ്ഞ പത്രമോഫീസിലെ വിശാലമായ ആ മുറിയിൽ ചെന്നു നിന്നപ്പോൾ മലയാളദേശ സ്ഥാപകന്റെ മനസ്സിന്റെ വലിപ്പം ഞാൻ അനുഭവിച്ചിരുന്നു. അത്യുദാത്തമായിരുന്ന അദ്ദേഹത്തിന്റെ സ്വപ്നങ്ങൾ പങ്കുവയ്ക്കാനെത്തിയവർ പക്ഷേ നിസ്സാരജീവികളായിരുന്നു. ചരിത്രത്തിൽ ഇത്തരം ദുരന്തങ്ങൾ അസാധാരണങ്ങളായിരുന്നില്ലെന്ന് ഞാൻ മനസ്സിലാക്കിയിരുന്നു. ആ സ്ഥാപനവുമായി ബന്ധപ്പെട്ട വർഷങ്ങൾ. എന്തെല്ലാം സംഭവങ്ങൾ. പൊതുജീവിതത്തിൽ ഭൂകമ്പങ്ങളുണ്ടാക്കിയ

വിടവാങ്ങലുകൾ, വിയോഗങ്ങൾ. ഒടുവിൽ അവയുടെ ഭാരം ചുമലേറ്റി നിന്ന ആ പത്രസ്ഥാപനം ഒരു ചരമക്കുറിപ്പിനു പോലും വിഷയമാകാതെ അപ്രത്യക്ഷമായി. പലപ്പോഴും അതേപ്പറ്റി ഞാനാലോചിച്ചു. ആരായിരുന്നു അതിന് കാരണക്കാരായത്? നിയോഗത്തിന്റെ പ്രാപ്തിയും ആഴവും തിരിച്ചറിയാതെ അതേറ്റെടുക്കുമ്പോഴുണ്ടാകുന്ന മറ്റൊരാപത്തായിരുന്നില്ലേ ഇതും.

ആ സ്ഥാപനത്തിൽ നിന്നും ഒഴിയുമ്പോൾ അവിടെ ചെലവിട്ട വർഷങ്ങളുടെ ഓർമ്മകളുമായി മൂന്ന് നാല് പുസ്തകങ്ങൾ മാത്രം എന്റെ കൈയിലുണ്ടായിരുന്നു. കാലത്തിന്റെ മൗന സാന്നിദ്ധ്യം അറിയുന്ന അതിന്റെ മഞ്ഞിച്ച പേജുകൾ ദുഃഖത്തോടെ എന്നെ ഞെക്കി.

'പൊടിയും അന്ധകാരവും ആകാശത്തെ സ്പർശിക്കുന്നേയില്ല. പൊടിയും അന്ധകാരവും പ്രത്യക്ഷപ്പെടുകയും അപ്രത്യക്ഷപ്പെടുകയും ചെയ്യുന്നത് സ്വാഭാവികം. അപ്പോഴും ആകാശം പഴയതുപോലെ നില കൊള്ളുന്നത് ശൂന്യതയുടെ പര്യായമായിട്ടാണ്.' മഹാപ്രജ്ഞയെക്കുറിച്ച് നാഗാർജ്ജുനനാണ് ആ നിരീക്ഷണം നടത്തിയത്. എല്ലാം ശൂന്യതയിൽ വിലയിക്കുന്നുവെന്ന ആത്മീയ ജ്ഞാനത്തിൽ അഭയം തേടാൻ ആർക്കു സാധിക്കും?

രണ്ടാഴ്ചത്തെ ആശുപത്രിവാസം അവസാനിക്കുന്നതിന് മുമ്പേ മടക്കയാത്രയ്ക്കുള്ള ഒരുക്കങ്ങൾ ശാരദ പൂർത്തിയാക്കിയിരുന്നു. സർജറിയെ തുടർന്ന് വിശ്രമിക്കുമ്പോഴായിരുന്നു ഫാർമസിയിൽ നിന്ന് മരുന്നു വാങ്ങിക്കൊണ്ടുവന്ന ശാരദയോടൊപ്പം ഡോക്ടർ മേനോൻ എത്തിയത്. ഉപചാരങ്ങളൊന്നുമില്ലാതെ മേനോൻ സംസാരിക്കുന്നത് കേട്ടു കിടക്കുന്ന എന്നോടായി ശാരദ ചോദിച്ചു.

"ഡോക്ടർ എല്ലാം പറഞ്ഞു. എന്നോട് എന്തിനാണ് ഒളിച്ചുവച്ചത്."

എനിക്കു പകരം ഡോക്ടറായിരുന്നു മറുപടി പറഞ്ഞത്.

"ബാലചന്ദ്രനെ ഇനിയും മനസ്സിലാക്കുവാൻ മിസ്സിസ്സിന് സാധിച്ചിട്ടില്ലേ? ബാലൻ അത്തരക്കാരനാണ്. എനിക്ക് വിശക്കുന്നുണ്ടെങ്കിലും നിന്നെ ഞാൻ ഊട്ടാം എന്ന ഫിലോസഫിക്കാരന് സ്വന്തം സൗഖ്യങ്ങൾ അപ്രധാനമാവുക സ്വാഭാവികമാണ്. കഴിഞ്ഞതെല്ലാം കഴിഞ്ഞു. ഇനി കളി വേണ്ട. നാല് ബ്ലോക്കുകളുമായി ഇത്രയും കാലം ബാലചന്ദ്രൻ എങ്ങനെ ജീവിച്ചിരുന്നുവെന്നതിലാണ് എനിക്കദ്ഭുതം!"

"നേരത്തെ ഞാൻ സംശയിച്ചിരുന്നതാണ്. ചില ദിവസങ്ങളിൽ പെട്ടെന്ന് ക്ഷീണിക്കുക. ഒന്നും ചെയ്യാൻ കഴിയാതെ വെറുതെ കിടക്കുക. ശ്വസിക്കുന്നതിനേക്കാൾ പ്രധാനമായിരുന്ന വായനയോട് മുഖം തിരിക്കുക. എനിക്കറിയാമായിരുന്നു എല്ലാം ഒളിച്ചുവയ്ക്കുകയാണെന്ന്." ഡോക്ടറോട് ശാരദ പരാതിപ്പെട്ടു.

"ഡോക്ടർ ഞാനിപ്പോഴും ബാലന് അന്യയാണ്."

അതുകേട്ടുകിടന്ന ഞാനറിയാതെ ചിരിച്ചുപോയി. ചിരിക്കുന്നതു കണ്ടായിരിക്കണം ഒരു മഹാദ്ഭുതമെന്ന പോലെ അവൾ എന്നെ നോക്കി നിന്നു. മേഘങ്ങൾ മറച്ചുപിടിച്ച പ്രകാശം പുറത്തു വരുന്നതുപോലെ ഡോക്ടർ മേനോന്റെ മുഖത്തും ചിരി പടർന്നു.

“നന്നായി അടുത്തയാഴ്ച ഞാനിവിടം വിടുകയാണ്. നിങ്ങളും പോവുകയല്ലേ. ഡൽഹിക്ക് യാത്രയാകും മുമ്പ് ഞാൻ വരാം.”

മുപ്പത്തിയഞ്ച്

മഴക്കാലം തുടങ്ങിയിരുന്നില്ല. വേട്ടയ്ക്കൊരു മകൻ ക്ഷേത്രത്തിന്റെ പിന്നിലുള്ള കമ്പിഅഴികളുള്ള ആ വീട് കാണാനായി ശാരദയുമൊത്ത് ഞാൻ പോകുമ്പോൾ. സന്ധ്യയെത്തിയിരുന്നു. ക്ഷേത്രത്തിന്റെ മുൻവശത്തെ സിമന്റിട്ട വഴിയരികിൽ പടർന്നു നിന്നിരുന്ന അരയാലിൽ നിന്നും അവിടെയെങ്ങും ഇലകൾ ചിതറി വീണുകിടന്നിരുന്നു. നിറം വറ്റിയ അരയാലിലകളിൽ തലങ്ങും വിലങ്ങും തെളിയുന്ന ഞരമ്പുകൾ നോക്കുമ്പോൾ ബാല്യത്തിന്റെ കൗതുകങ്ങൾ എന്നെ ആവരണം ചെയ്യുകയായിരുന്നു.

നാലോ അഞ്ചോ പേരിൽ ഒതുങ്ങുന്നതായിരുന്നു ദൈവ പ്രീതിക്കായി ആ ക്ഷേത്രത്തിൽ എത്തുന്നവർ. ഒരു ചടങ്ങുപോലെ എല്ലാ വൈകുന്നേരങ്ങളിലും വന്ന് നടതുറന്ന് ദീപം തെളിയിക്കുന്ന ശാന്തിക്കാരൻ നടയടച്ച് മടങ്ങിപ്പോകാനായി ഇരുൾ വീഴുന്നതും കാത്തിരിക്കയായിരിക്കും. അങ്ങനെ ശാന്തിക്കാരന്റെ തണുത്തതും അനുകമ്പലേശമില്ലാത്തതുമായ പരിചരണം കൊണ്ട് തൃപ്തിപ്പെടേണ്ടി വരുന്ന ആ ക്ഷേത്രത്തിലെ മൂർത്തി അവിടെ നിന്നും രക്ഷപ്പെടാനുള്ള വഴി തേടി കാത്തിരിക്കുകയായിരുന്നു. മൂന്നോ നാലോ പ്രാവശ്യമേ ഞാൻ ആ ക്ഷേത്രനടയിലെത്തിയിരുന്നുള്ളു.

യാദൃശ്ചികമായി സംഭവിച്ച ആ സന്ദർശനങ്ങളും അതുണ്ടാക്കിയ വികാരങ്ങളും മറന്നു തുടങ്ങിയിരുന്നു. അതു പുതുക്കാനായിരുന്നോ ശാരദയുമൊത്ത് അവിടെ വന്നതെന്ന് എനിക്ക് തീർച്ചയില്ലായിരുന്നു. ‘നമുക്കവിടെ പോകാമോ’ എന്ന് ശാരദയായിരുന്നു ചോദിച്ചത്. ക്ഷേത്രത്തിന്റെ പിന്നിലുള്ള അഴികളിട്ട വീടിന്റെ മുൻപിൽ ചെന്നുനിന്ന അവൾ ആർക്കുവേണ്ടിയും കാത്തുനിൽക്കാതെ വാതിലുകൾ പതുക്കെ തള്ളിത്തുറന്നു. വർഷങ്ങൾക്കു മുമ്പ് ഞാനവിടെ ചെന്നതും ആ വീട്ടിലെ താമസക്കാർ മാറിപ്പോയതായി അയൽക്കാരൻ പറഞ്ഞതും അപ്പോൾ ഞാനോർമ്മിച്ചു. കതകു തുറന്ന് അകത്തുകയറിയ അവൾ ഇടനാഴിയിലൂടെ വലതുവശത്തുള്ള മുറിക്ക് മുമ്പിൽ ചെന്നു. അടഞ്ഞിരുന്ന കതകുകൾ മെല്ലെ തുറന്ന് അകത്തേക്ക് നോക്കിനിന്നു. അകത്തു നിറയെ ഇരുട്ടായിരുന്നു. വെളിച്ചത്തിന്റെ നേർത്ത തുണ്ടുകൾ അഴികളിലൂടെ ചിതറി

വീണു കിടക്കുന്നുണ്ടായിരുന്നു. കതകിലെ ഇരുമ്പുപടിയിൽത്തട്ടി ശബ്ദ മുണ്ടാക്കിയിട്ട് ആരുമില്ലേയെന്ന ശാരദയുടെ ചോദ്യം ഭിത്തികളിലും മുകൾത്തട്ടിലും മുട്ടി പ്രതിധ്വനിച്ചു. കുറച്ചുനേരം കാത്തുനിന്ന ശേഷം പുറത്തിറങ്ങുകയായിരുന്ന അവൾ നേർത്ത ശബ്ദം കേട്ട് തിരിഞ്ഞു നോക്കിനിന്നു. അപ്പോൾ ഉൾമുറിയിൽ നിന്ന് വടികളിൽ ഊന്നി വേച്ചു വേച്ച് പ്രായത്തിന്റെ അവശതയിൽ ആടിയുലയുന്ന ഒരു സ്ത്രീ നടന്നു വന്നു. പല്ലുകളില്ലാത്ത വായിൽ നിന്നും വാക്കുകൾക്ക് പകരം അവ്യക്ത മായ ശബ്ദമായിരുന്നു തെന്നിവീണത്. അവരുടെ അടുത്തേക്ക് ശാരദ ചെന്നു. 'അവൻ വരില്ല.' അതു കേട്ടതോടെ തിരക്കിട്ട് ശാരദ മടങ്ങി. വിസ്മയത്തോടെ ആ കാഴ്ച്ച നോക്കി നിന്ന ഞാൻ അകത്തെ മുറിയിലെ ചാരുകസേരയിൽ നിന്ന് ഒരാൾ സാവധാനം എഴുന്നേറ്റ് വന്നത് ഓർമ്മിച്ചു. മടങ്ങുമ്പോൾ ശാരദ മിണ്ടിയില്ല.

പതിനഞ്ചു വർഷങ്ങൾക്കുശേഷം മടങ്ങി വരുമ്പോൾ വീട്ടിനു മുമ്പിൽ അശോകമരം തളിർത്തു പൂത്തുനിൽക്കുന്നുണ്ടായിരുന്നു. ചുവപ്പും മഞ്ഞയും നിറഞ്ഞ പൂക്കളുടെ ഇതളുകൾ മരത്തിനു ചുറ്റും പരന്നു കിടന്നു. മുൻവശത്ത് അശോകമരം നടുന്നതു കണ്ട് അമ്മുക്കുട്ടിയമ്മ അതിൽ നിന്നും എന്നെ വിലക്കിയിരുന്നു.

മുറ്റത്ത് അശോകമരം നടുന്നയാളിന് വീടുവിട്ടുപോകേണ്ടിവരുമെന്ന വിശ്വാസമായിരുന്നു അപ്പോൾ അവർ ഓർമ്മിപ്പിച്ചത്. ആ ഓർമ്മയോ ടൊപ്പം ഇളംകാറ്റിൽ തലയുയർത്തി വീശിക്കൊണ്ടിരുന്ന അശോകമര ത്തോട് മൗനമായി ഞാൻ ചോദിച്ചു. "അശോകച്ചുവട്ടിൽ ശ്രീരാമനെ കാത്തിരിക്കുന്ന സീതയെ നീ മറന്നോ?"

പൂട്ടിയിട്ടിരുന്ന മുറി വീണ്ടും ഉപയോഗിച്ചു തുടങ്ങുന്നതിനിടയിൽ ശാരദയോട് ഞാൻ പറഞ്ഞിരുന്നു. "രാത്രി ഉറങ്ങാതെ കിടന്നാൽ ആരൊ ക്കെയോ വരികയും പോവുകയും ചെയ്യുന്നതിന്റെ പതിഞ്ഞ ശബ്ദം കേൾക്കാം. പ്രേതങ്ങളല്ല. നമ്മെപ്പോലെ പച്ചമനുഷ്യരാണെന്നാണ് എനിക്ക് തോന്നിയിട്ടുള്ളത്. നിരുപദ്രവകാരികളായ പാവപ്പെട്ടവർ." ശാരദ അത് കേട്ടിരുന്നതേയുള്ളു. അഴികളിട്ട വീട് കാണാൻ പോകണമെന്നത് അവളുടെ ചിരകാല ആഗ്രഹമായിരുന്നു. അതിന് അവൾ കാരണം പറ ഞ്ഞത് അവിശ്വാസത്തോടെ കേട്ടിരിക്കാനേ എനിക്ക് സാധിച്ചുള്ളു. "പ്രിയ പ്പെട്ടവർ മരിച്ചാലും അവർ നമ്മെ വിട്ടുപോകാറില്ലെന്നത് അന്ധവിശ്വാസ മൊന്നുമല്ല. സങ്കടത്തോടെ ഉറങ്ങാൻ കിടക്കുമ്പോഴെല്ലാം അച്ഛൻ അടുത്ത് വന്നിരുന്ന് ആശ്വസിപ്പിക്കാറുള്ളതാണ്. അതൊരു തോന്നലെന്നാണ് ആദ്യമൊക്കെ ഞാൻ വിചാരിച്ചിരുന്നത്. പിന്നീടെനിക്ക് മനസ്സിലായി അച്ഛൻ എന്നെ വിട്ട് പോയിട്ടില്ലെന്ന്." അവൾ പറയുന്നത് മതിഭ്രമമാ ണെന്ന് വിശ്വസിക്കാൻ എനിക്കായില്ല. പല രാത്രികളിലും അമ്മയുടെ മുറിക്കകത്ത് വെളിച്ചം തെളിയുന്നതും പൊടുന്നനെ അണയുന്നതും ഒപ്പം വിമ്മൽ നിറയുന്നതും... ശാരദയോട് അത് ഞാൻ പറഞ്ഞില്ല. അതെന്റെ രക്ഷാകവചമായിരുന്നു.

സുനന്ദയെ കണ്ടുപിടിക്കാനായി ഡൽഹിയിലേക്ക് ഗോപികൃഷ്ണൻ
പോയത് അറിഞ്ഞെങ്കിലും ശാരദ എന്നെ അറിയിച്ചിരുന്നില്ല.

പത്രപ്രവർത്തനത്തിലേക്ക് വീണ്ടും മടങ്ങുന്നതിൽ ശാരദയ്ക്ക് വലിയ
താത്പര്യമില്ലായിരുന്നുവെന്ന് ഞാൻ മനസ്സിലാക്കിയിരുന്നു. വീട്ടിൽ അട
ഞ്ഞിരുന്നാൽ പരസ്പരം കുറ്റപ്പെടുത്തിത്തുടങ്ങുമെന്ന് അവർക്കറിയാ
മായിരുന്നു. ശാരദ പറഞ്ഞു.

"ബാലന് വെറുതെയിരിക്കാനാവില്ലെന്ന് എനിക്കുറപ്പുണ്ട്. കുറച്ചു മാസ
ങ്ങൾ കഴിഞ്ഞാൽ തൊട്ടതിനും പിടിച്ചതിനും അന്യോന്യം കുറ്റം പറ
യാനും ശകാരിക്കാനും തുടങ്ങും. അതൊഴിവാക്കിയേ തീരൂ."

പരസ്പര വിശ്വാസം അത്രതന്നെ ദൃഢതയുള്ളതാണെന്നിരിക്കിലും
വ്യക്തിപരമായ ഇഷ്ടാനിഷ്ടങ്ങൾ തലനീട്ടി തുടങ്ങുന്നതോടെ സ്വപ്ന
തുല്യമായ ദാമ്പത്യബന്ധങ്ങൾ പൊട്ടിത്തകരാറുള്ളതാണ്. അത്തര
മൊരു ദുരന്തമാണോ ഞങ്ങളെയും കാത്തിരിക്കുന്നത്? അതു സൂചി
പ്പിച്ച് ശാരദ മറുപടി പറയാതെ കേട്ടിരുന്നു.

"അച്ഛൻ മരണപ്പെട്ടപ്പോൾ മുടങ്ങിയ ആ പ്രസിദ്ധീകരണം വീണ്ടും
തുടങ്ങിക്കൂടേ? ബാലൻ പറയാറുള്ളതല്ലേ തോന്നുന്നതുപോല പറയാനും
എഴുതാനും കഴിയുന്നതാണ് യഥാർത്ഥ സ്വാതന്ത്ര്യമെന്ന്. നമുക്ക് നമ്മു
ടേതായ ഒരു ഇടം."

ആഴ്ചപതിപ്പായി 'ദക്ഷിണ മലയാളി'ക്ക് പുനർജന്മം നൽകാൻ തീരു
മാനിച്ച പശ്ചാത്തലത്തിലാണ് മൂർത്തിയുടെ അനുജത്തി കാഞ്ചനേയും
മകനേയും വീട്ടിലേക്ക് ശാരദ ക്ഷണിച്ചത്. ഹൈസ്കൂൾ വിദ്യാർത്ഥിയായ
കാഞ്ചനയുടെ മകന്റെ പഠിത്തചെലവ് ശാരദയായിരുന്നു നൽകിയി
രുന്നത്.

"ബാലന്റെ അസിസ്റ്റന്റാണ് ഞാൻ." അതുംപറഞ്ഞ് ശാരദ മന്ദഹ
സിച്ചു. അപ്പോഴാണ് മറ്റൊരു കാര്യം ഓർമ്മിച്ചത്. വായിക്കുമ്പോൾ കാഴ്ച
യ്ക്കുണ്ടാവുന്ന മങ്ങൽ കാറ്ററാക്ടു കാരണമെന്ന് ഞാൻ പറയാറുണ്ടാ
യിരുന്നു. അടുത്ത ദിവസം നഗരത്തിലെ ഓപ്താൽമോളജിസ്റ്റിനെ കാണാ
നുള്ള സമയം നിശ്ചയിച്ചിരുന്നു.

ഉൽകണ്ഠകളുടേയും അതിൽ നിന്നുള്ള അനിശ്ചിതത്വത്തിന്റേയും
ദിവസങ്ങൾ വീണ്ടും അലട്ടാൻ തുടങ്ങുകയാണോ? പ്രഭാതങ്ങളെ പേടി
ക്കാൻ തുടങ്ങിയിരുന്നു അപ്പോൾ. പല രാത്രികളിലും ഉറങ്ങാൻ കഴി
ഞ്ഞിരുന്നില്ല. ഉറങ്ങിയാൽ ഉണരാനാവില്ലെന്ന ഉത്കണ്ഠയിലായിരുന്നു
ഞാൻ. എല്ലാം തട്ടിപ്പറിക്കാൻ ആരോ രഹസ്യമായി തയ്യാറെടുക്കുകയാ
ണെന്നും പൊടുന്നനേ അതു സംഭവിക്കുമെന്നും....

മുൻകൂട്ടി നിശ്ചയിച്ച പ്രകാരം നേത്രരോഗ ചികിത്സകനെ സന്ദർശി
ച്ചപ്പോൾ തിമിരമാണെന്ന എന്റെ ഭയം അസ്ഥാനത്താണെന്ന് വ്യക്തമായി.
അപ്പോൾ മങ്ങുന്ന കാഴ്ച ശക്തിയെക്കുറിച്ചുള്ള ആശങ്ക? പരിശോധന
യ്ക്കുശേഷം ഡോക്ടർ പറഞ്ഞു: കാഴ്ചശക്തി സാവധാനം നഷ്ടപ്പെട്ടു

കൊണ്ടിരിക്കുകയാണ്. കൂടുതൽ പവറുള്ള ഗ്ലാസ്സ് താൽക്കാലികമാണെന്നും നഷ്ടപ്പെട്ടുകൊണ്ടിരിക്കുന്ന കാഴ്ചശക്തി പുനഃസ്ഥാപിക്കാൻ ഒരുപക്ഷേ സർജറിക്കു കഴിയുമെന്നും ഡോക്ടർ പറയുന്നത് മിണ്ടാതെ കേട്ടിരിക്കുകയായിരുന്നു. എന്റെ കാഴ്ചശക്തിയുടെ കാര്യമാണ് അതെന്ന് എനിക്ക് മനസ്സിലായില്ല. അതു കേട്ടിരുന്ന ശാരദയുടെ മുഖം വിളറിയിരുന്നു. അവൾ ഒന്നും പറഞ്ഞില്ല.

മുപ്പത്തിയാറ്

രാത്രി വളരെ വൈകിയെങ്കിലും ഉറങ്ങാനായില്ല. നേരം വെളുക്കാൻ തുടങ്ങിയപ്പോഴാണ് കണ്ണുകളെ ഉറക്കം പതുക്കെ തഴുകാൻ തുടങ്ങിയത്. എങ്കിലും, അധികനേരം ഉറങ്ങാനായില്ല. അകലെനിന്നൊഴുകി വന്ന പരുക്കൻ സ്വരത്തിലുള്ള തേവാരം കേട്ട് ഞാനുണർന്നു.

എത്രയോ വർഷങ്ങളായിരിക്കുന്നു അവരെ കണ്ടിട്ടും അവർ ആലപിക്കുന്ന തേവാരം കേട്ടിട്ടും. അകലെ കേട്ടിരുന്ന അവരുടെ ശബ്ദം, അപ്പോൾ അടുത്തു വരികയായിരുന്നു.

വീട്ടിൽ നിന്ന് റോഡിലേക്കിറങ്ങുമ്പോഴേക്ക് അവർ എത്തിയിരുന്നു. രണ്ടു വശങ്ങളിലായി നടന്നു നീങ്ങുന്ന അമ്മയും മകളും. അവർ നിവർത്തിപ്പിടിച്ച തുണിത്തുണ്ടിൽ നാണയങ്ങളും കറൻസി നോട്ടുകളും വീണുകിടന്നിരുന്നു.

അവർക്കിടയിൽ അയാൾ ഇല്ലായിരുന്നു.

ഞാനവരെ നോക്കി നിന്ന ശേഷം മുന്നോട്ട് നീങ്ങി. എനിക്കുവേണ്ടിയാണോ നടുക്ക് ഇടം ഉണ്ടാക്കാനായി തുണിയും നീട്ടിപ്പിടിച്ച് അമ്മയും മകളും നടക്കുന്നത്.

അതുനോക്കി ഞാൻ നിന്നു. അകലെ ഗേറ്റിനരികിൽ ശാരദ നിൽക്കുന്നുണ്ടായിരുന്നു. തലേന്ന് ചുഴറ്റി അടിച്ച കാറ്റിലും മഴയിലും അശോകമരത്തിലെ ഇലകളും പൂക്കുളും അവിടെയെങ്ങും ചിതറിവീണു കിടന്നിരുന്നു. പൂക്കളും ഇലകളുമില്ലാത്ത നഗ്നമായ ചില്ലകൾക്കു താഴെ എന്നെ നോക്കി ശാരദ.

തേവാരം പാടി വന്നവർ പതുക്കെ നടന്നുനീങ്ങി. അത് കണ്ടു നിന്ന എന്നെ നിർന്നിമേഷയായി നോക്കി ശാരദ നിൽക്കുകയായിരുന്നു. തേവാരം ആലപിക്കുന്ന അവർക്ക് നൽകാനായി കൊണ്ടുവന്ന കുറെ ചില്ലറകളുമായി അനങ്ങാനാവാതെ ഞാൻ നിന്നു. ■

www.ingramco
Lightning Sour
LaVergne TN
LVHW060623
849519LV
*978

www.ingramcontent.com/pod-product-compliance
Lightning Source LLC
LaVergne TN
LVHW060623051026
849519LV00002B/738